இந்தியா

அடிமைப்படுத்தப்பட்ட வரலாறு

ஐரோப்பிய ஆக்கிரமிப்புகள்
(1498-1765)

ராய் மாக்ஸம்

ராய் மாக்ஸம் எழுதிய முதல் புத்தகம் 'The Freelander' (1990) என்னும் நாவல். அதன்பின் அவர் எழுதியவை அனைத்தும் வரலாற்று நூல்கள். பிரிட்டிஷ் காலனியாதிக்கத்தின்போது அமைக்கப்பட்ட 1500 அடி உப்புவேலியை ஆராயும் 'The Great Hedge of India' (2001), ஆசியா மற்றும் ஆப்பிரிக்காவின் வரலாற்றில் தேநீர் வகித்த பாத்திரத்தை அலசும் 'Tea & Addiction, Exploitation and Empire' (2003) இரண்டும் முக்கியமானவை, கவனத்தை ஈர்த்தவை. பிறந்ததும் (1939) வளர்ந்ததும் இங்கிலாந்தில் என்றாலும் ஆப்பிரிக்காவில், குறிப்பாக அங்குள்ள தேநீர் தோட்டங்களில் 13 ஆண்டுகள் அவர் பணிபுரிந்திருக்கிறார். லண்டன் நூலகத்தில் நூல்களையும் ஆவணங்களையும் பராமரிக்கும் பணியிலும் ஈடுபட்டிருக்கிறார். இந்தியா தொடங்கி விரிவாகப் பயணங்கள் மேற்கொண்டிருக்கிறார்.

B.R. மகாதேவன்

மகாதேவன் கவிஞராக ஆரம்பித்து மொழிபெயர்ப்பாளராகவும் திரை விமரிசகராகவும் இயங்கி வருபவர். காந்தியின் 'தென்னாப்பிரிக்க சத்தியாக்கிரகம்', தரம்பாலின் 'அழகிய மரம்', 'வானமே எல்லை' - கேப்டன் கோபிநாத்தின் (ஏர் டெக்கான்) வாழ்க்கை வரலாறு உள்பட சுமார் 25 புத்தகங்கள் மொழிபெயர்த்திருக்கிறார்.

இந்தியா

அடிமைப்படுத்தப்பட்ட வரலாறு

ஐரோப்பிய ஆக்கிரமிப்புகள்
(1498-1765)

ராய் மாக்ஸம்

தமிழில்: B.R. மகாதேவன்

கிழக்கு

இந்தியா அடிமைப்படுத்தப்பட்ட வரலாறு

India Adimaipaduthapatta Varalaru

by *Roy Moxham* ©

Translated by *B.R. Mahadevan* ©

Authorised translation of the book *'The Theft of India: The European Conquests of India, 1498-1765'* by Roy Moxham. Originally published in English by HarperCollins Publishers.

First Edition: February 2021
280 Pages
Printed in India.

ISBN 978-81-948653-7-7
Kizhakku - 1220

Kizhakku Pathippagam
177/103, First Floor, Ambal's Building, Lloyds Road,
Royapettah, Chennai - 600 014. Ph: +91-44-4200-9603
Email : support@nhm.in Website : www.nhm.in

kizhakkupathippagam   kizhakku_nhm

Cover Image: WikimediaCommons

Kizhakku Pathippagam is an imprint of New Horizon Media Private Limited

The views and opinions expressed in this book are the author's own and the facts are as reported by the author, and the publishers are not in any way liable for the same.

All rights reserved. No part of this publication may be reproduced, stored in a retrieval system, or transmitted, in any form or by any means, electronic, mechanical, photocopying, recording or otherwise, without the prior permission of the publishers.

சம வாய்ப்புகள் அனைவருக்கும் கிடைக்கவேண்டும்
என்று விரும்பும் உலகத்தோர் அனைவருக்கும்

உள்ளே

முன்னுரை

1. போர்ச்சுகீசியர்கள்
   நறுமணப் பொருள்கள், கிறிஸ்தவம், வன்முறை / 13

2. போர்ச்சுகீசியர்கள்
   ஆக்கிரமிப்பு, தோட்டப் பணிகள்,
   திருச்சபை, மதப் படுகொலைகள் / 37

3. ஆங்கிலேயர்
   துணிகர முதலீட்டாளர்கள், சாகச முதலீட்டாளர்கள் / 61

4. ஆங்கிலேயர்
   அற்புதமும் நோய்களும் / 80

5. ஆங்கிலேயர்
   மத சுதந்தரம், அமைதியான வணிகம் / 109

6. போர்ச்சுகீசியர்கள்
   பயங்கரம், ஆடம்பரம், அழிவு / 146

7. டச்சுக்காரர்கள், ஆங்கிலேயர்கள், டேனிஷ்க்காரர்கள்
   அமைதி வர்த்தகத்தின் வெற்றி / 166

8. ஃபிரான்ஸ் மற்றும் பிரிட்டன்
   ஆக்கிரமிப்பை நோக்கி / 203

9. பிரிட்டிஷார்
   வங்காளத்தைக் கைப்பற்றுதல் / 239

   பின்குறிப்பு / 265

   உதவிய நூல்கள் / 275

முன்னுரை

காலனிய மற்றும் காலனியத்துக்குப் பிந்தைய ஆஃப்ரிக்காவில் சில வருடங்களைக் கழித்த பின்னர் 1992-ல் இந்தியாவுக்கு வந்தேன். ஆஃப்ரிக்காவில் செய்ததுபோலவே இந்தியாவிலும் பிரிட்டிஷார் நல்லாட்சியை வழங்கியிருப்பார்கள் என்று நினைத்தேன். ஆனால், என் நம்பிக்கைக்கும் யதார்த்தத்துக்கும் இடையில் மிகப் பெரிய இடைவெளி இருப்பது வெகு சீக்கிரமே புரிந்தது. கல்வி, நீர்ப்பாசனம், போக்குவரத்து ஆகியவற்றில் நிச்சயம் நல்ல முன்னேற்றங்களைக் கொண்டுவந்திருக்கிறார்கள்தான். ஆனால், மிக இருண்ட பக்கம் ஒன்றும் இருக்கிறது.

இந்தியாவில் பிரிட்டிஷார் உருவாக்கிய ஏகாதிபத்திய சுங்க வரித் தடம் பற்றிய குறிப்பு ஒன்றைத் தற்செயலாகப் பார்க்க நேர்ந்தது. உப்பின் மீது மிகப் பெரிய வரியை விதிக்கும் நோக்கில் இந்தியாவின் கிழக்குப் பகுதியை மாபெரும் முள்வேலியிட்டுப் பிரித்து அதை உருவாக்கியிருந்தார்கள்.

இந்தியா பற்றிய வழக்கமான எந்தவொரு வரலாற்றுப் புத்தகமும் இந்த முள் வேலி பற்றி எதுவுமே குறிப்பிட்டிருக்கவில்லை. *'The Great Hedge of India'* என்ற புத்தகத்துக்காக அந்த முள்வேலியின் வரலாறு பற்றி நான் மேற்கொண்ட ஆய்வுகள் என்னை அதிர்ச்சிக்குள்ளாக்கின. மிகவும் அடிப்படைத் தேவையான உப்பை லட்சக்கணக்கான இந்தியர்களின் கைகளுக்கு எளிதில் கிடைக்காத வண்ணம் அதிக வரி விதித்துத் தடுத்த விஷயத்தைத் தெரிந்து கொண்டதும் அதிர்ச்சியில் உறைந்தேன். அந்தத் தடையால் பலர் உயிர் துறக்கவும் நேர்ந்திருந்தது.

'Tea : Addiction, Exploitation and Empire' என்ற புத்தகத்துக்கான ஆய்வில் ஈடுபட்டிருந்தேன். அப்போது, இந்தியாவில் பிரிட்டிஷ் முதலாளிகள் வசம் இருந்த தேயிலைத் தோட்டங்களில் 19-ம் நூற்றாண்டில் இருந்த மிக மோசமான சூழ்நிலைகளினால் எண்ணற்றோர் இறக்க நேர்ந்ததைத் தெரிந்துகொள்ளமுடிந்தது. இதுவும் எந்தவொரு வழக்கமான வரலாற்றுப் புத்தகத்திலும் குறிப்பிடப்பட்டிருக்கவே இல்லை. இந்த இரண்டு நூல்களையும் எழுதி முடித்த பின்னர் இந்தியத் தீபகற்பத்தில் ஐரோப்பிய காலனி ஆதிக்கத்தின் தாக்கம் பற்றி ஆராய்ச்சி செய்யத் தொடங்கினேன்.

•

மிளகு முதலான நறுமணப் பொருள்கள், தங்கம், நவரத்தினங்கள் முதலான இந்தியாவின் வளங்கள் குறித்து ஆரம்ப காலப் பயணிகள் மூலம் ஐரோப்பியர்கள் கேள்விப்பட்டிருந்தனர். அது அவர்களுடைய கற்பனை வேட்கைக்குத் தூபமிட்டன. இவற்றில் சில ஆடம்பர அம்சங்கள் ரோமானியர்களால் ஐரோப்பாவுக்கு அறிமுகப் படுத்தப்பட்டிருந்தன. ஆனால், ரோமாபுரிப் பேரரசு நிலை குலைந்ததும் அரேபியா மற்றும் பாரசீகம் வழியாக வரும் பொருட்களையே பெரிதும் நம்பியிருக்க வேண்டிவந்தது.

15-ம் நூற்றாண்டில் வலுவான ஆயுதப் பாதுகாப்பு வசதிகளுடன் ஐரோப்பாவைத் தாண்டி வெகு தொலைவுக்குப் பயணம் செய்ய முடிந்த கப்பல்களை போர்ச்சுகீசியர்களும் ஸ்பானியர்களும் உருவாக்கினர். இந்த இரு கத்தோலிக்க நாடுகளிடையே எந்த மோதலும் வராமல் இருக்க உலகை இரண்டு பகுதிகளாக போப் பிரித்துக் கொடுத்தார். இந்தியாவையும் உள்ளடக்கிய கிழக்குப் பகுதியானது போர்ச்சுகீசியர்களின் வேட்கைக்கு ஒதுக்கித் தரப் பட்டது. 1498-ல் வாஸ்கோ ட காமா ஐரோப்பாவில் இருந்து இந்தியாவுக்கு கடல் பாதையைக் கண்டுபிடித்தார். அதன் பிறகு இந்தியப் பொருட்களுக்காக மத்திய கிழக்கு நாடுகளை மட்டுமே நம்பியிருக்கவேண்டிய நிர்பந்தம் ஐரோப்பாவுக்கு இல்லாமலானது.

போர்ச்சுகீசியர்களுக்கு கடல் தடங்களின் மீது இருந்த முழு அதிகாரத்தின் மூலமாக இந்தியாவுக்கும் ஐரோப்பாவுக்கும் இடையிலான வணிகத்தில் ஏகாதிபத்தியத்தை நிலைநிறுத்தினர். கோவா மற்றும் அதுபோன்ற பல கடலோரப் பகுதிகளைத் தமது முழுக்கட்டுப்பாட்டில் வைத்துக்கொண்டனர். ஐரோப்பாவில் நடக்கத் தொடங்கிய விஷயங்கள் இந்தியாவையும் பாதிக்கத் தொடங்கின. போர்ச்சுகீசியர்களின் கடல் ஆதிக்கமானது

டச்சுக்காரர்களாலும் ஆங்கிலேயர்களாலும் மட்டுப்படுத்தப்பட்டது. அவர்கள் தாமே இந்தியாவுக்கு நேரடியாகப் பயணம் மேற்கொள்ள ஆரம்பித்தனர். அதன் விளைவாக போர்ச்சுகீசியர்களின் வணிக ஏகாதிபத்தியம் முடிவுக்கு வந்தது.

முதலில் ஆங்கிலேயர்கள் தமது செயல்பாடுகளைப் பெரிதும் வணிகத்துடன் நிறுத்திக்கொண்டனர். ஆனால், டச்சுக்காரர்கள் வணிகத்தோடு இந்தியப் பகுதிகளில் தமது குடியேற்றங்களை நிறுவவும் ஆரம்பித்தனர். டேனிஷ்க்காரர்களும் தமது காலனிகளை நிறுவினர். இந்தியாவில் தமது காலனிகளை அமைத்த ஐரோப்பிய ஆதிக்க சக்திகளில் கடைசியாக வந்தவர்கள் ஃபிரெஞ்சுக்காரர்கள் தான். ஐரோப்பாவில் ஃபிரெஞ்சுக்காரர்களுக்கும் பிரிட்டிஷாருக்கும் இடையில் இருந்த சண்டையானது இந்தியாவிலும் பரவியது. கடைசியில் பிரிட்டிஷாருக்கே வெற்றி கிடைத்தது.

●

வழக்கமான வரலாற்றுப் புத்தகங்களை விடுத்து இந்த நிகழ்வுகள் அனைத்தையும் நேரில் கண்டு எழுதியவர்கள் சொன்னவற்றையே பெரிதும் தேடிப் படித்தேன். இவற்றில் பெரும்பாலானவை ஹக்லூட் சொசைட்டி (Hakluyt Society) மூலம் கடந்த ஒன்றரை நூற்றாண்டில் போதிய திருத்தங்களுடன் வெளியாகியுள்ளன. வேறு பல நினைவுக்குறிப்புகளும் வெளியாகியுள்ளன. இவற்றோடு கல்விப்புலங்களைத் தாண்டி வெளியே பெரிதும் தெரியவராமல் இருக்கும் சி.ஆர்.பாக்ஸர் போன்றோரின் கட்டுரைகளையும் விரிவாகப் படித்தேன். உண்மையில் என்ன நடந்தது என்பது பற்றிய தெளிவான சித்திரம் மெள்ள உருவாகிவந்தது.

'தி தெஃப்ட் ஆஃப் இந்தியா' என்ற இந்தப் புத்தகம் (ஆங்கில மூலம்) ஐரோப்பிய ஆதிக்க சக்திகளினால் இந்தியர்கள் அனுபவிக்க நேர்ந்த கொடும் துயரங்கள் பற்றிப் பேசுகிறது. வாஸ்கோ ட காமா ஐரோப்பாவில் இருந்து இந்தியாவுக்கு கடல் வழியைக் கண்டுபிடித்ததிலிருந்து அடுத்த முன்னூறு ஆண்டுகள் இந்தியா அனுபவிக்க நேர்ந்த வேதனைகள் பற்றிப் பேசுகிறது.

முகலாயர்களின் காலத்தில் பெரும்பாலான இந்தியர்களின் வாழ்க்கையானது பொதுவாகச் சொல்லப்படுவதையும்விட மிகவும் மோசமாகவே இருந்தது. ஆனால், குறைந்தபட்சம் முகலாயர்களால் கொள்ளையடிக்கப்பட்ட செல்வம் இந்தியாவிலேயே செலவிடப்பட்டது. ஆனால், ஐரோப்பியர்கள் அளவிடமுடியாத அளவுக்குச் செல்வத்தைத் தமது நாடுகளுக்கு அனுப்பிவைத்தனர்.

இந்தியா அடிமைப்படுத்தப்பட்ட வரலாறு | 11

அதோடு ஆயிரக்கணக்கான இந்தியர்களை அடிமைகளாக்கியும் இடம்பெயரச் செய்தனர்.

போர்ச்சுகீசியர்களின் கொடூரமான ஆட்சியின் மூலமாக ஐரோப்பிய ஒடுக்குமுறை இந்தியாவில் ஆரம்பித்தது. ஒட்டுமொத்த குலங்களும் படுகொலை செய்யப்பட்டன. உயிர் தப்பியவர்கள் எல்லாரும் வலுக்கட்டாயமாக மதம் மாற்றப்பட்டனர். போர்ச்சுகீசிய 'புனித அநீதி விசாரணை' (இன்குயிசிஷன்) மூலம் பலர் பாதிக்கப்பட்டனர். டச்சு, ஃபிரெஞ்சு வெற்றிகளின்போதும் ஒடுக்குமுறைகள் தொடர்ந்து நடந்தன. இந்த எல்லா ஐரோப்பிய ஆதிக்க சக்திகளும் இந்தியர்களை அடிமைகளாக்கி, பெரிதும் கிழக்கிந்தியத் தீவுகளுக்குக் கொண்டுசென்றன.

இறுதியாக, 18-ம் நூற்றாண்டு வரையிலும் பெரிதும் அமைதியான வணிகத்தில் மட்டுமே கவனம் செலுத்தி வந்த பிரிட்டிஷார் வங்காளத்தைக் கைப்பற்றினர். படுமோசமான அடக்குமுறை நிறைந்த நிர்வாகத்தை மேற்கொண்டு வங்காளத்தின் வளம் முழுவதையும் சுரண்டினர். அவற்றை உடனே பிரிட்டனுக்கு அப்படியே அனுப்பியும் வைத்தனர். இந்தியாவின் பிற பகுதிகளில் இருந்து உணவுப் பொருட்களை வாங்க முடியாத அளவுக்கு வங்காள மக்களை வறுமைக்குள் தள்ளினர். முந்தைய காலங்களில் ஏற்பட்ட பஞ்சங்களைச் சமாளித்ததுபோல் அவர்களால் இப்போது தாக்குப்பிடிக்க முடியாமல் போனது. லட்சக்கணக்கானோர் பஞ்சத்தில், பட்டினியில் இறந்தனர்.

ஏராளமான ஐரோப்பியர்களும் இந்தியர்களும் இந்த நிகழ்வுகளை நேரடியாகக் கண்ணால் கண்டு பதிவுசெய்திருக்கிறார்கள்.

- ராய் மாக்ஸம்

அத்தியாயம் 1

போர்ச்சுகீசியர்கள்

நறுமணப் பொருள்கள், கிறிஸ்தவம், வன்முறை

'மெக்காவில் இருந்து ஒரு கப்பலைப் பிடித்தோம். 12,000 ட்யூக்கட் பணம், 10,000 மதிப்பிலான பொருட்கள் அனைத்தையும் பறித்தோம். அந்தக் கப்பலில் ஆண்கள், பெண்கள், குழந்தைகள் என 380 பேர் இருந்தனர். வெடி மருந்தைக் கொளுத்திப் போட்டு கப்பலையும் அதிலிருந்த அனைவரையும் எரித்துக் கொன்றோம்'.

- வாஸ்கோ ட காமாவின் போர்ச்சுகீசியக் கூட்டாளி, 1502.

மே 20, 1498-ல் வாஸ்கோ ட காமா தனது கப்பல்களை இந்தியாவின் மலபார் கடற்கரையில் கோழிக்கோடுக்கு சற்று வடக்கே நங்கூரமிட்டு நிறுத்தினார். ஐரோப்பாவில் இருந்து இந்தியக் கரைக்கு வந்து சேர்ந்த முதல் ஐரோப்பியக் கப்பல்கள் இவை. இந்தியாவின் மிளகு போன்ற நறுமணப் பொருள்கள் வாங்குவதற்கு வந்த பல்வேறு தேசத்தினருக்கு அமைதியான வணிகத்துக்கு வழிவகுக்கும் கடலோர நகரமாக அது இருந்தது. இரண்டு ஆண்டுகளுக்குப் பின்னர்தான் போர்ச்சுகீசியர்கள் பிற நாட்டுக் கப்பல்களைச் சிறைப்பிடித்து அதில் இருப்பவர்களைக் கொன்று குவிக்கத் தொடங்கினர். கோழிக்கோடு ஊரை நோக்கித் தமது பீரங்கிகளைத் திருப்பி வைத்து அங்கிருந்த வீடுகளை இடித்து அங்கு வசித்த மக்களைக் கொன்று குவித்தனர். போர்ச்சுகீசிய பயங்கரம் அப்படியாக ஆரம்பித்தது.

இந்தியப் பெருங்கடலானது கடல் பயணம், வணிகம் நடந்திராத பகுதி ஒன்றும் கிடையாது. ஐரோப்பாவில் இருந்து ஆஃப்ரிக்காவின் நன்னம்பிக்கை முனை வழியாக இந்தியாவுக்கான கடல் வழியைக் கண்டுபிடித்ததுதான் வாஸ்கோ ட காமாவின் சாதனை. அது ஐரோப்பிய ஆசிய வணிகத்தை அப்படியே தலைகீழாகப் புரட்டிப்போட்டுவிட்டது. இந்தியப் பெருங்கடலுக்கு அவர் வந்து சேர்ந்ததற்கு முன்பாக சுமார் 2000 ஆண்டுகள் அந்தக் கடல் வழியாக வணிகம் நடந்துவந்திருந்தது. இந்திய மிளகு, ஜாதிக்காய் போன்ற பொருட்கள் ஐரோப்பாவில் மிகவும் பிரபலமாகியிருந்தன. குறிப்பாக மிளகுக்கு ஐரோப்பாவில் மிகப் பெரிய வரவேற்பும் தேவையும் இருந்தது. ஆனால், அவையெல்லாம் இந்தியப் பெருங்கடலின் வடக்குப் பகுதிகள் வழியாகக் கொண்டுவரப்பட்டு பின் நிலமார்க்கமாக ஐரோப்பாவுக்குக் கொண்டுசெல்லப்பட்டன.

பழங்கால எகிப்தில் மிளகானது இறந்த மன்னர்களின் உடலைப் பதப்படுத்திவைக்கப் பயன்படுத்தப்பட்டது. கி.மு. 1213-ல் இறந்த இரண்டாம் ராம்சேஸ் மன்னரின் பதப்படுத்தப்பட்ட உடலானது கெய்ரோ அருங்காட்சியகத்தில் இருக்கிறது. அந்த உடலின் ஒவ்வொரு நாசித் துவாரத்திலும் மிளகுப் பொடி அடைக்கப்பட்டு பதப்படுத்தப்பட்டிருப்பது எக்ஸ்ரே பரிசோதனையில் தெரிய வந்திருக்கிறது. கிரேக்கர்களும் ரோமானியர்களும் தென் இந்தியாவில் இருந்து ஏற்றுமதி செய்த பொருட்களில் மிகவும் முக்கியமானது மிளகுதான்.

அரிஸ்டாட்டில் அதுபற்றிக் குறிப்பிட்டிருக்கிறார். புகழ்பெற்ற மருத்துவரான ஹிப்போக்ரேட்டஸ், நோய்த்தோற்றுக்கு உள்ளான கர்பப்பை குணமாக மிளகை வினிகர், தேன் ஆகியவற்றுடன் சேர்த்து சாப்பிடவேண்டும் என்று பரிந்துரைத்திருக்கிறார். பெருமளவிலான மிளகானது எகிப்து வழியாகவே கொண்டு வரப்பட்டிருக்கிறது. அது கி.மு. நான்காம் நூற்றாண்டு வாக்கில் கிரேக்கர்களின் கட்டுப்பாட்டில்தான் இருந்திருக்கிறது. ரோமானியப் பேரரசர் அகஸ்டஸ் மிளகை உணவுப்பொருளாகப் பயன்படுத்த ஆரம்பித்ததுவரையிலும் அது ஒரு மருந்தாகவே பயன்படுத்தப் பட்டது.

கி.மு.30 வாக்கில் ரோமானியர்கள் எகிப்தைத் தமது சாம்ராஜ்ஜியத்துடன் இணைத்துக்கொண்டனர். ரோமானியர்கள் அரேபியக் கடலில் நடந்த வணிகத்தை மாற்றியமைத்தனர். முதல் நூற்றாண்டின் மத்தியில் அவர்களுக்கு அந்தக் கடல் பகுதியில் வீசும் காற்று பற்றிய விவரங்கள் நன்கு தெரியவந்திருந்தன. அவை

ஏற்கெனவே அரேபியர்களுக்குத் தெரிந்தவைதான். எகிப்திலிருந்து தென் இந்தியாவுக்கு நேரடியாகச் சென்று வர மிகப் பெரிய கப்பல்களை ரோமானியர்கள் உருவாக்கினார்கள். செங்கடலின் கழிமுகத் துவாரத்தில் இருந்த ஓசிலிஸில் இருந்து தென் இந்தியாவின் மலபார் கடற்கரையில் இருந்த முசிறிக்கு சென்று சேர ஒரு மாத காலம் பிடித்ததாக பிளினி மூத்தவர் (கையஸ் பிலினியஸ்செகண்டஸ்) தெரிவித்திருக்கிறார்.

ஏடெனில் இருந்த அரேபியர்களின் பிரதான வணிக மையத்தை ரோமானியர்கள் அழித்தனர். மிளகு போன்றவற்றின் வணிகத்தில் முழு ஆதிக்கம் செலுத்தும் நோக்கில் அரேபியக் கடற்கரையில் இருந்த சிறிய துறைமுகங்களுடன் ஒப்பந்தங்கள் செய்து கொண்டனர். முதல் நூற்றாண்டின் முடிவில் ரோமானியர்களுக்கு மிளகு உள்ளிட்ட பொருட்கள் சர்வ சாதாரணமாகக் கிடைக்கத் தொடங்கிவிட்டிருந்தன. அலெக்சாண்ட்ரியா இவ்வகைப் பொருட்களின் முக்கிய வணிக மையமாக ஆனது. அங்கு மிகப் பெரிய மிளகுக் கிடங்குகள் அமைக்கப்பட்டன. ரோமாபுரி முழுவதும் மிளகுப் பயன்பாடு அதிகரித்தது. பேரரசர் டொமிடியன் ரோமிலேயே ஒரு மிளகு கிடக்கு ஒன்றைக் கட்டினார். அதன் சிதிலங்களை இப்போதும் பார்க்க முடியும். சமையலறையிலும் மருத்துவப் பொருளாகவும் மிளகு பயன்படுத்தப்பட்டது. ஃபிரான்ஸிலும் பிரிட்டனிலும் அழகிய வேலைப்பாடுகள் மிகுந்த பழங்கால மிளகு ஜாடிகள் கண்டுபிடிக்கப்பட்டுள்ளன.

ரோமானியர்களின் காலத்துக்கு முன்பாகவே மிளகு முதலானவை மலபாரில் இருந்து தூர கிழக்கு நாடுகளுக்குக் கொண்டுசெல்லப் பட்டுள்ளன. சீனாவுக்கு இந்திய மிளகுப் பொருட்கள் கொண்டு செல்லப்பட்டுள்ளன. இந்தியப் பொருட்கள் மட்டுமே மலபாரில் இருந்து ஐரோப்பாவுக்கு ஏற்றுமதியாகவில்லை. இந்தோனேஷியா விலிருந்து கிராம்பு, ஜாதிக்காய் போன்றவை இந்தியாவுக்கு இறக்குமதியாகியுள்ளன. இவையெல்லாமும் அரேபியாவுக்கும் ஐரோப்பாவுக்கும் இங்கிருந்து ஏற்றுமதியாகியுள்ளன.

இந்தியாவில் இருந்து வந்த மிளகு முதலான பொருட்கள் ரோமானியச் செல்வத்தை வாரிச் சுருட்டிக்கொண்டன. துணிகள், உலோகங்கள், நிறமிகள், மருந்துகள், அலங்காரப் பொருட்கள் போன்றவை ரோமாபுரியில் இருந்து இந்தியாவுக்குக் கொண்டு வரப்பட்டன. அதிலும் குறிப்பாக மத்திய தரைக்கடல் பகுதியின் சிவப்புப் பவழம் மிக அதிகமாக கொண்டுவரப்பட்டது. பிளினி மூத்தவர் கி.பி. முதல் நூற்றாண்டில் எழுதியபோது, ‘ரோமானியப்

பெண்களிடையே இந்திய முத்துக்களுக்கு எவ்வளவு மதிப்பு இருந்ததோ அதே அளவுக்கு இந்திய ஆண்களிடையே ரோமாபுரியின் செம்பவழத்துக்கு மதிப்பு இருந்ததாகக்' குறிப்பிட்டிருக்கிறார். செம்பவழமானது வெறும் நகை அலங்காரப் பொருளாக மட்டுமல்லாமல் நோய்கள், தீமைகள் ஆகியவற்றில் இருந்து காப்பாற்றக்கூடிய மந்திர சக்தி கொண்டதாகவும் மதிக்கப்பட்டிருக்கிறது.

பெரும்பாலான மிளகுப் பொருட்களுக்கு பணமாக தங்கமே தரப்படவேண்டியிருந்தது. பிளினி தன் சாம்ராஜ்ஜியத்தில் இருந்து தங்கம் பெருமளவில் வாரிச்செல்லப்படுவதாக வருத்தம் தெரிவித்திருக்கிறார். இந்தியாவில் இருந்து வந்து இறக்குமதியான பொருட்கள் குறிப்பாக மிளகின் மதிப்பு ஆண்டுக்கு 55 மில்லியன் செஸ்டர்ஸ்கள். அதாவது, அரை மில்லியன் பிரிட்டிஷ் தங்கக் கட்டிகளுக்கு சமம். தென் இந்தியாவில் பல இடங்களில் ரோமானிய தங்கக் காசுகள், வெள்ளிக்காசுகளை அகழ்வாராய்ச்சிகளில் கண்டு பிடித்திருக்கிறார்கள்.

எகிப்துக்கும் மலபார் கடற்கரைக்கும் இடையிலான வணிக வழிகள் பற்றிய தரவுகள் நமக்கு ‘பெரிபிளஸ் ஆஃப் தி எரித்ரேயன் சீ’ என்ற நூல் மூலம் தெரியவந்துள்ளன. கி.பி.79-84 வாக்கில் அலெக்சாண்ட்ரியாவில் வசித்த கிரேக்க மாலுமி (ரோமாபுரி சாம்ராஜ்ஜியத்தின் பல கப்பல்களை இயக்கியது கிரேக்கர்களே) ஒருவரால் இந்தப் புத்தகம் எழுதப்பட்டதாக நம்பப்படுகிறது. செங்கடலில் இருந்து இந்தியாவின் மேற்குப் பகுதியில் இருந்த துறைமுகங்களுக்கான கடல் வழியை அது விவரிக்கிறது. சிந்து நதி, நர்மதை நதி ஆகியவை கடலில் சேரும் பகுதிகள் தொடங்கி முசிறி கடற்கரை வரையிலுமான பகுதிக்கான கடல் மார்க்கத்தை அது விவரிக்கிறது. அரேபியா, கிரேக்கம் மற்றும் அதற்கு அப்பாலிருந்தும் ஏராளமான கப்பல்கள் அங்கு வந்து சேர்ந்துள்ளன.

இந்தப் பகுதிகளில் கிடைக்கும் மிகுதியான மிளகு, லவங்கப்பட்டை ஆகியவற்றைக் கொண்டுசெல்வதற்காக உலகின் பல பகுதிகளில் இருந்தும் கப்பல்கள் வந்து போயிருக்கின்றன. எகிப்தில் இருந்து பொதுவாக, பருவ நிலை சரியாக இருக்கும் காலகட்டத்தில் அதாவது, ஜூலை மாதத்தில் புறப்பட்டு இங்கு வந்து சேர்ந்திருக்கிறார்கள்.

ரோமாபுரிக்கும் மலபார் கடற்கரைக்கும் இடையிலான வணிகம் நூற்றுக்கணக்கான ஆண்டுகள் நீடித்திருக்கின்றன. ரோமாபுரி சாம்ராஜ்ஜியம் வீழ்ந்ததும் வணிகமும் குறைந்துபோனது. மூன்றாம்

நான்காம் நூற்றாண்டைச் சேர்ந்த நாணயங்கள் காலம் செல்லச் செல்ல அரிதாகவே கிடைத்துள்ளன. ஆனால், ரோமாபுரி சாம்ராஜ்ஜியத்தின் வீழ்ச்சிவரையிலும் வணிகம் நடந்துவந்திருப்பது தெரியவந்திருக்கிறது. கி.பி. 408 வாக்கில் விஸ்கோத், முதலாம் அலாரிக் ரோமாபுரியை முற்றுகையிட்டார். கப்பத் தொகையாக 3000 பௌண்ட் (சுமார் 1360 கிலோ) மிளகு தரும்படிக் கேட்டிருக்கிறார்.

ரோமாபுரி சாம்ராஜ்ஜியம் வீழ்ச்சியடைந்ததைத் தொடர்ந்து இந்திய அரேபிய வணிகம் மீண்டும் மறுமலர்ச்சி பெற்றது. போர்ச்சுகீசியர்களின் வருகை வரையிலும் அரேபியர்களே அரபிக்கடல் வழியான வணிகத்தைத் தம் கட்டுப்பாட்டில் வைத்திருந்தனர். இது தொடர்பான முதல் ஆவணங்கள் ஒன்பதாம் நூற்றாண்டில் இருந்து கிடைத்திருக்கின்றன. மஸ்கட்டிலிருந்து மலபாரின் முக்கிய துறைமுகமான கொல்லம் பகுதிக்கு வர ஒரு மாத காலம் எடுத்துக் கொண்டதாகத் தெரிவித்திருக்கின்றன. கொல்லத்தில் சீனப் படகுகள் இருந்ததைப் பார்த்ததாகவும் குறிப்பிட்டிருக்கிறார்கள்.

டாங்கிர் பகுதியைச் சேர்ந்த இபின் பதூதா 14-ம் நூற்றாண்டில் சீனாவுக்குப் போனபோது கோழிக்கோடு, கொல்லம் மற்றும் மலபார் கடலோரத்தில் இருந்த பிற பகுதிகள் பற்றி மிக விரிவாக எழுதியிருக்கிறார். அவர் எழுதியவை வாஸ்கோ ட காமாவுக்குப் பல நூற்றாண்டுகளுக்கு முன்பே இந்தியாவுடன் வணிகத்தில் ஈடுபட்டிருந்த அரேபியர்கள் எழுதியவற்றைப் போலவே ஐரோப்பியர்களுக்குத் தெரியாமலேயே இருந்திருக்கின்றன.

அதிர்ஷ்டவமாக, ஐரோப்பா சில புகழ்பெற்ற கடல் மாலுமிகளை ஏற்கெனவே பெற்றிருந்தது. வெனிஸ் நகரத்தைச் சேர்ந்த மார்க்கோ போலோ போன்றவர்கள் அவர்களில் முக்கியமானவர்கள். 13-ம் நூற்றாண்டு வாக்கில் சீனாவிலிருந்து பாரசீக வளைகுடாவுக்கு இந்தியா வழியாகப் பயணம் மேற்கொண்டிருக்கிறார்கள். அவர் கொல்லத்துக்குச் சென்றது பற்றி விவரித்திருக்கிறார். அதன் மிளகு, சந்தனக் கட்டை, இண்டிகோ பற்றிக் குறிப்பிட்டிருக்கிறார். அங்கிருந்த கிறிஸ்தவ, யூதர்கள் பற்றிக் குறிப்பிட்டிருக்கிறார். சீன, அரேபிய நாடுகளுடனான இந்திய வணிகம் பற்றியும் விவரித்திருக்கிறார்.

15-ம் நூற்றாண்டின் நடுப்பகுதிவரையிலும்கூட சீனக் கப்பல்கள் இந்தியாவுக்கு சகஜமாக வந்துபோயிருக்கின்றன. சீன அரசவையின், ஆண்மை நீக்கம் செய்யப்பட்ட ஆண்களைக் கொண்டு அந்தக் கப்பல்கள் நிர்வகிக்கப்பட்டிருக்கின்றன. இந்த ராஜ வம்சம் செல்வாக்கு இழந்ததும் புதிதாக ஆட்சிக்கு

வந்தவர்களால் அயல் நாட்டுப் பயணங்கள் எல்லாம் தடைசெய்யப்பட்டுவிட்டன. ஃபிரெஞ்சு டொமினிகன் மிஷனரி ஜோர்டானஸ் மற்றும் போர்டெனானைச் சேர்ந்த இத்தாலிய ஃபிரான்சிஸ்கன் மிஷனரி ஓடோரிக் ஆகியோர் எழுதிய பயணக்குறிப்புகள் மத்திய கால ஐரோப்பியர்களுக்குத் தெரியவந்திருந்தன. இருவருமே 14-ம் நூற்றாண்டின் தொடக்க வருடங்களில் மலபாருக்கு வந்து சென்றிருக்கிறார்கள். ஜோர்டானஸ், தான் மிஷனரி அமைக்க விரும்பிய கொல்லம் பகுதியில் வாழ்ந்த மக்களின் வாழ்க்கை பற்றி மிக விரிவாக எழுதியிருக்கிறார். அங்கு கிடைத்த மிளகு, இஞ்சி முதலானவை பற்றியும் துல்லியமாக விவரித்திருக்கிறார்:

> ‘இஞ்சி என்பது ஒரு வேர்க்கிழங்கு. அதன் மேல் பாகம் நாணல் புல் போல் வளர்கிறது. ஐவி கொடியைப் போலவே இருக்கும் செடியின் கனி(காய்)தான் மிளகு. அது மரங்களில் பற்றிப் படருகிறது. திராட்சையைப் போன்ற கனிகளை உற்பத்தி செய்கிறது. அது முதலில் பச்சை நிறத்தில் இருக்கும். முதிர்ச்சி அடைந்ததும் சுருக்கமடைந்து கறுப்பு நிறத்தை அடைந்து விடும்’.

இந்தியக் கடல்களில் பயணம் செய்ய, கிறிஸ்தவ கப்பல்களின் குழுவை அமைக்கவேண்டும் என்று போப்பிடம் கேட்டுக் கொண்டிருக்கிறார்.

இருண்ட காலத்தைக் கடந்து மத்திய காலம் வந்ததும் ஐரோப்பாவில் மிளகு, இஞ்சி போன்ற பொருட்களின் தேவை வெகுவாக அதிகரித்தது. மத்திய கால ஐரோப்பாவின் தொடக்க காலத்தில் செல்வந்தர்கள் மட்டுமே பயன்படுத்த முடிந்தவையாக அதிக விலையுடன் இருந்தன. மன்னர்கள், மதகுருமார்கள் ஆகியோரால் மேட்டுக்குடிக்குரிய பொருளாகவே பயன்படுத்தப்பட்டன. 1256 வாக்கில் ஸ்காட்லாந்து மன்னர் மூன்றாம் அலெக்சாண்டர் இங்கிலாந்தின் மூன்றாம் ஹென்றியைச் சென்று சந்தித்தார். உட்ஸ்டாக் பகுதியில் நடைபெற்ற விண்ணேற்ற விழாவில் கலந்துகொண்டார். அப்போது தரப்பட்ட விருந்தில் ஐம்பது பவுண்ட் இஞ்சி, இலவங்கம், மிளகு பயன்படுத்தப்பட்டதாகக் குறிப்பிடப்பட்டிருக்கிறது.

மத்திய காலத்தில் காலப்போக்கில் மிளகின் விலை கணிசமாகக் குறைந்தது. மிதமான செல்வ வளம் கொண்டவர்களுக்கும் அது எளிதில் கிடைக்கும்வகையில் ஆனது. மத்திய காலகட்டத்தில் நாட்பட்ட உணவுப்பொருட்களைப் பதப்படுத்த நறுமணப்

பொருட்கள் அதிகம் தேவைப்பட்டது. இதனால் குறிப்பாக மிளகு மிக அதிக அளவில் விரும்பப்பட்டது என்று சொல்லப்படுகிறது. இந்தக் காரணம் உண்மையாக இருக்க வாய்ப்பு இல்லை. ஏனென்றால், நாட்பட்ட உணவின் மூலம் நோய்கள் உருவாவது அந்தக் காலகட்டத்தில் அனைவருக்கும் நன்கு தெரிந்திருந்தது. குளிர் காலம் முழுவதிலும் பயன்படுத்த ஏதுவாக, அதிக உப்பு சேர்த்து பதப்படுத்தப்பட்ட உணவுப் பொருட்களின் மிகுதியான உப்புச்சுவையை மட்டுப்படுத்த மிளகு பயன்படுத்தப்பட்டிருக்கக் கூடும். ஆனால், மேட்டுக் குடியினர் முதலில் இதை தமது ஆடம் பரத்தைப் பறை சாற்றும் பொருளாகப் பயன்படுத்த ஆரம்பித்து அதுவே நவ நாகரிகச் செயலாக மாறிவிட்டது என்பதுதான் சரியான காரணமாக இருக்கும். விலை குறையத் தொடங்கியதும் பிற வர்க்கத்தினரும் அதைப் பயன்படுத்த ஆரம்பித்திருப்பார்கள். எது காரணமாக இருந்தாலும் மிளகு, இஞ்சி போன்ற பொருட்களின் தேவை மிக அதிகமாக இருந்தது என்பது மட்டும் உண்மை.

இத்தாலிய வணிகர்கள் மிளகு உள்ளிட்ட பொருட்களின் விற்பனையைப் பெரிதும் கட்டுப்படுத்திவந்தனர். கான்ஸ்டாண்டி நோபிள், பெய்ரூட், அலெபோ, அலெக்சாண்ட்ரியா, கெய்ரோ போன்ற நகரங்களில் இருந்து அவற்றை விற்பனை செய்தனர். கான்ஸ்டாண்டிநோபிள் வீழ்ச்சியடைந்ததும் அலெக்சாண்ட்ரியா, கெய்ரோ பகுதிகளில் இருந்த சந்தைகள் முன்னிலைக்கு வந்தன. ஐரோப்பாவுக்குள் மிளகுப் பொருட்கள் வந்து குவிந்தவண்ணம் இருந்தன. ஆனால், முஸ்லிம் ஆட்சியாளர்கள், வணிகர்கள் பெரு மளவிலான லாபத்தை எடுத்துக்கொண்ட பிறகே ஐரோப்பாவுக்கு அந்தப் பொருட்கள் வந்து சேர்ந்தன. ஐரோப்பாவில் மிளகுப் பொருட்களின் விற்பனையை வெனிஸ்காரர்கள்தான் கட்டுப்படுத்தி வந்தார்கள் என்றாலும் மலபாரில் இருந்து பொருட்களைக் கொண்டுவரும் கடல் வழியானது அரேபியர்களின் கட்டுப்பாட்டி லேயே இருந்தது.

ஐரோப்பிய வணிகர்களான அஃபனாஸி நிகிடின், நிக்கோலோ தெ காண்டி இருவரும் பதினைந்தாம் நூற்றாண்டு வாக்கில் இந்தியாவுக்குப் பயணம் மேற்கொண்டிருக்கிறார்கள். இந்தியாவின் செல்வ வளங்கள், வணிக வாய்ப்புகள் ஆகியவை பற்றிய பயனுள்ள செய்திகளை ஐரோப்பாவுக்குக் கொண்டு சென்றிருக்கிறார்கள். 1468-ல் ரஷ்யாவில் இருந்து புறப்பட்ட நிகிடின், காஸ்பியன் கடலைக் கடந்து பாரசீகத்துக்குச் சென்றார். அங்கிருந்து ஓர்முஷ் தீவுக்குச் சென்றார். இந்தியாவின் மேற்குக் கடற்கரையோரமாக இருந்த சாவுல் பகுதிக்கு வந்து சேர்ந்தார். தென்னிந்தியாவில்

இருந்த பாமினி சுல்தான் ராஜ்ஜியத்துக்குச் சென்றார். அங்கு மூன்று வருடங்கள் தங்கியிருந்தார். 'தென்னிந்தியாவில் மக்கள் நெருக்கம் மிக அதிகமாக இருக்கிறது; அங்கே கிராமப்பகுதிகளில் இருப்பவர்கள் மிகவும் வறுமையில் இருக்கிறார்கள்; அரசவை மேட்டுக்குடியினர் ஆடம்பரங்களில் திளைக்கிறார்கள்' என்று குறிப்பிட்டிருக்கிறார். காம்பே, தாபுல், கோழிக்கோடு ஆகிய பகுதிகளுக்கும் சென்று வந்திருக்கிறார்:

> 'அங்கு (கோழிக்கோட்டில்) மிளகு, இஞ்சி, கடுகு, கிராம்பு, இலவங்கம், பட்டை, வாசனை வேர்கள் என ஏராளமான நறுமணப் பொருட்கள் பெருமளவில் விளைகின்றன. இங்கு எல்லாமே மிக மலிவாகக் கிடைக்கின்றன. பணியாளர்கள், வேலைக்காரப் பெண்கள் எல்லாரும் மிகவும் நல்லவர்களாக இருக்கிறார்கள்'.

நிகிடின் எல்லாவற்றையும் வெளிப்படையாகவே பதிவு செய்திருக்கிறார்:

> 'அயல் நாட்டு வணிகர்கள் அங்கிருந்த விடுதிகளில் தங்கினர். விடுதியின் உரிமையாளரான பெண்மணி அவர்களுக்கு உணவு சமைத்துக் கொடுத்ததோடு படுக்கை வசதிகளைச் செய்து தருகிறார். அந்நியர்களுடன் இரவைக் கழிப்பதும் உண்டு. வெள்ளைக்காரர்களை அவர்களுக்கு மிகவும் பிடிக்கும் என்பதால் அந்தப் பெண்கள் அவர்களுடைய விருப்பங்களுக்கு ஏற்ப நடந்துகொண்டனர்'.

நிகிடினைவிட வெனீஸியரான நிக்கோலோ தெ காண்டியின் குறிப்புகள் மிக முக்கியமானவை. ஏனென்றால் ஐரோப்பாவுக்கான நறுமணப் பொருட்களின் வணிக மையமாக இத்தாலியே இருந்தது. அவர் மத்திய கிழக்கு நாடுகள், இந்தியா, கிழக்கு ஆசியா ஏன் சீனாவுக்குக்கூட 1419-1444 காலகட்டத்தில் சென்று வந்திருக்கிறார். தமஸ்கஸில் அரபு மொழி கற்றுகொண்டார். அதன் பின்னர் தன்னை ஓர் இஸ்லாமியராகவே காட்டிக்கொண்டு பயணம் செய்திருக்கிறார்.

நாடு திரும்பியதும் போப் அவரைப் பாவ மன்னிப்பு கேட்கச் சொல்லியிருக்கிறார். தனது பயண அனுபவங்களை பேபல் செயலரிடம் சொல்லும்படிச் சொல்லியிருக்கிறார். அவர் அதை கைப்பட எழுதி தனிச்சுற்றுக்கு விட்டிருக்கிறார். 1492-ல் முதன் முறையாக அது நூலாக அச்சிடப்பட்டது. காண்டி எழுதியதைப் பார்த்தே அந்த நூற்றாண்டின் பிந்தைய போர்ச்சுகீசிய கடல் பயணிகள் தமது அனுபவங்களை எழுத ஆரம்பித்தனர். பதினாறாம்

நூற்றாண்டு கடல் பயண ஆவணங்களின் உருவாக்கத்தில் இது மிகப் பெரிய தாக்கத்தை ஏற்படுத்தியது.

குஜராத்தில் இருந்த காம்பே பகுதிவரை காண்டி சென்றிருக்கிறார். தெற்கில் இருந்த விஜய நகரப் பேரரசுக்கும் சென்றிருக்கிறார். அதன் பிறகு கிழக்குக் கடற்கரைப் பகுதிக்குச் சென்று அங்கிருந்து தூர கிழக்கு நாடுகளுக்கும் சென்றிருக்கிறார். பின்னர் வங்காளத்துக்குத் திரும்பி வந்தவர் கங்கை நதியில் பயணம் செய்து வாரணாசி வரை சென்றிருக்கிறார். கொச்சின், கோழிக்கோடு ஆகிய பகுதிகளுக்கும் சென்றவர் காம்பே திரும்பினார். மீண்டும் கோழிக்கோடு சென்று வந்திருக்கிறார். அதன் பின் மத்திய கிழக்கு நாடுகள் மற்றும் வெனிஸுக்குப் புறப்பட்டுச் சென்றிருக்கிறார். இந்தியாவைப் பற்றி காண்டி கீழ் வருமாறு விவரிக்கிறார்:

> 'அகில் (நறுமண ஊதுபத்தி) மிகுதியாகக் கிடைக்கிறது. தங்கம், வெள்ளி, நவரத்தினங்கள், முத்து ஆகியவை மிகுதியாகக் கிடைக்கின்றன. மிளகு, இஞ்சி, இலவங்கம், கடுக்காய், சுக்கு முதலியவை கோழிக்கோட்டில் மிகுதியாக இருக்கின்றன'.

இதுபோன்ற 'மிகுதிகளின் கதைகள்' ஐரோப்பியர்களை வெகுவாக ஈர்த்தன.

•

1497 ஜூலை 8 அன்று போர்ச்சுகலில் இருந்து வாஸ்கோ ட காமாவின் கப்பல் புறப்பட்டது. நன்னம்பிகை முனையைச் சுற்றியபடி ஆஃப்ரிக்காவின் கிழக்குக் கடற்கரையிலிருந்த மலிந்திக்குச் சென்றது. அங்கிருந்த மன்னர் ஒருவரின் வழிகாட்டுதலில் தென் இந்தியாவுக்குப் பயணம் மேற்கொண்டார். ஆஃப்ரிக்காவிலிருந்து மலபார் கடற்கரையை வந்தடைய 23 நாட்கள் எடுத்துக்கொண்டது.

மூன்று பயணக் கப்பல்கள், உணவுப் பொருட்கள் போன்றவை ஏற்றப்பட்ட ஒரு கப்பல் ஆகியவற்றுடன் 170 திறமையான கடல் பயணிகளுடன் வாஸ்கோ ட காமா புறப்பட்டிருந்தார். இன்றைய கப்பல்களின் அளவோடு அல்ல; அன்றைய கப்பல்களோடு ஒப்பிட்டால்கூட அவர் கட்டுப்பாட்டில் இருந்த கப்பல்கள் மிகவும் சிறியவை. வாஸ்கோ ட காமாவின் கப்பலான செள கேப்ரியல்தான் (São Gabriel) அவற்றில் பெரியது. அதில் மூன்று பாய்மரங்களும் ஆறு பாய்களும் பொருத்தப்பட்டிருந்தன. ஆனால், மொத்த நீளம் என்னவோ வெறும் 84 அடிதான். உயரமான பின்பாகமும் மிகப் பெரிய முன் பாகமும் கப்பலை மிக உயரமானதாக ஆக்கியிருந்தன.

அதில் பொருத்தப்பட்ட 20 பீரங்கிகளுக்கு இந்த அதிக உயரம் திறமையாகச் சுட வாகாக இருந்தது. இந்தக் கப்பல்கள் மிகவும் வலிமையானவை.

இந்தக் கப்பல்களில் மிகவும் அபாயகரமான பணிகளைச் செய்வதற்காக சில குற்றவாளிகளும் உடன் அழைத்துச் செல்லப் பட்டனர். இவர்களில் ஒருவர் யூதராக மதம் மாற்றப்பட்டவர். அவருக்கு அரபு மொழி தெரியும். கரை இறங்கியதும் அவரை அனுப்பி இரண்டு முஸ்லிம் வணிகர்களிடம் பேசும்படிச் சொல்லி அனுப்பினார்கள். அந்த முஸ்லிம் வணிகர்கள் ஆஃப்ரிக்காவின் மத்தியதரைக் கடலோரத்து ஓரான் பகுதியில் இருந்து வந்தவர்கள். அவர்கள் ஸ்பானிய மொழியில் பேசியதைக் கேட்டு யூதர் அசந்தே போனாராம்.

'அடக்கொடுமையே... நீ எப்படி இங்க வந்து சேர்ந்த?'

அதற்கு அந்த யூதர் சலிப்புடன் சொன்னார்:

'கிறிஸ்தவர்கள், நறுமணப் பொருட்கள்'.

•

போர்ச்சுகீசியர்களுக்கு இஸ்லாத்துடன் மிக நீண்ட காலமாகவே மோதல் இருந்து வந்திருக்கிறது. வட ஆஃப்ரிக்காவின் முஸ்லிம்கள் 1249-ல் போர்ச்சுகலில் இருந்து முழுமையாக விரட்டியடிக்கப் பட்டனர். ஆனால், பக்கத்தில் இருந்த ஸ்பெயினில் இருந்து 1492 வாக்கில்தான் வெளியேற்றப்பட்டனர். இதனிடையில் கிழக்கு மத்திய தரைக்கடல் பகுதியில் துருக்கிய சாம்ராஜ்ஜியம் உருவானது. 1453 வாக்கில் துருக்கியர்கள் கான்ஸ்டாண்டிநோபிளைக் கைப்பற்றினர். அது கிறிஸ்தவர்கள் நிறைந்த ஐரோப்பாவைக் கலக்கமுறச் செய்தது. போர்ச்சுகல் பெரிதும் கத்தோலிக்கர்களால் நிறைந்தது. கிறிஸ்தவத்துக்கும் இஸ்லாமுக்கும் இடையிலான போரை 'நன்மைக்கும் தீமைக்கும்' இடையிலான போராகவே பார்த்தது.

12ம் நூற்றாண்டு வாக்கில் கீழைத்தேய நாடுகளில் கிறிஸ்தவ சாம்ராஜ்ஜியங்கள் இருப்பது தொடர்பான வதந்திகள் வலுப்பெற்றன. பேரரசர் ப்ரெஸ்டர் ஜான், மாகி வம்சாவழியில் வந்தவராகக் கருதப்படுபவர்; பல கிழக்கத்திய கிறிஸ்தவ அரசர்களின் சக்கர வர்த்தியாகச் சொல்லப்பட்டார். எதியோப்பியாவில் நிஜமாகவே ஒரு கிறிஸ்தவ அரசு இருந்தது. எனவே வதந்திகள் மேலும் வலுப்பெற்றன.

பதினைந்தாம் நூற்றாண்டு வாக்கில் போர்ச்சுகீசிய இளவரசர் ஹென்றி த நேவிகேட்டர் (கடல் பயணங்களுக்கு ஆதரவளித்த அரசர்) மேற்கு ஆஃப்ரிக்கக் கடலோரமாக பல கடல் பயணங்களுக்கு நல்கைகள் வழங்கி ப்ரெஸ்டர் ஜானின் சாம்ராஜ்ஜியத்துக்கு பாதை கண்டுபிடிக்கும்படிக் கேட்டுக்கொண்டார். அந்தப் பயணங்கள் தோல்வியில் முடிவடைந்தன. எனினும், இப்படியான பயணங்களில் பர்தல்மோவ் டயஸின் தலைமையிலான குழு ஆஃப்ரிக்காவின் தென் முனைக்கான வழியைக் கண்டுபிடித்தது. இந்தக் கண்டுபிடிப்பானது போர்ச்சுகல் அரசருக்கு நம்பிக்கையைத் தந்தது. வாஸ்கோ ட காமா தலைமையில் மேலும் கிழக்கு நோக்கிப் பயணம் செய்ய ஊக்கம் கொடுத்தார்.

வாஸ்கோ ட காமாவின் பின்புலம் பற்றியோ அவர் எப்படித் தேர்ந்தெடுக்கப்பட்டார் என்பது பற்றியோ எதுவும் நமக்குத் தெரியவில்லை. போர்ச்சுகலின் தென் மேற்கு கடலோரப் பகுதியில் இருந்த சிறிய மீனவ கிராமத்தில் அவர் பிறந்ததாகத் தெரிகிறது. அந்த கிராமத்தில்தான் அவருடைய தந்தை ஒரு ட்யூக்கின் கீழ் நிர்வாக அதிகாரியாக இருந்தார். 1492 வாக்கில் போர்ச்சுகீசிய அரசர் இரண்டாம் ஜான் மூலமாக வாஸ்கோ ட காமா, ஃபிரெஞ்சு கப்பல்களைக் கைப்பற்ற அனுப்பப்பட்டார். அந்த ஃபிரெஞ்சு கப்பல்கள் போர்ச்சுகீசிய கப்பல்கள் மீது ஏற்கெனவே தாக்குதலில் ஈடுபட்டிருந்தன. இந்த மீட்பு முயற்சியில் வாஸ்கோ ட காமாவின் திறமையைப் பார்த்து மன்னர் மகிழ்ந்ததாகத் தெரியவருகிறது. வாஸ்கோ ட காமாவின் பிறந்த தேதி கிடைக்கவில்லை. ஆனால், கிழக்கு நாடுகளை நோக்கிய அவருடைய பயணம் ஆரம்பித்தபோது அவருக்கு வயது நாற்பதுக்கு சற்று குறைவாகவே இருந்திருக்கும்.

அமெரிக்காவுக்கான கடல் பாதையை கொலம்பஸ் கண்டு பிடித்ததைத் தொடர்ந்து ஐரோப்பாவின் மிகப் பெரிய இரண்டு கடல் படை சக்திகளான ஸ்பெயினும் போர்ச்சுகலும் 1494-ல் டார்டெசிலாஸ் ஒப்பந்தத்தில் கையெழுத்திட்டன. போப்பின் அருளாசியுடன் உலகமானது ஒரு பாதி ஸ்பானிய ஆதிக்கம், மறு பாதி போர்ச்சுகீசிய ஆதிக்கம் என இரண்டு பகுதிகளாகப் பிரித்துக்கொள்ளப்பட்டது. மேற்கு ஆஃப்ரிக்காவுக்கு அப்பால் இருக்கும் கேப் வெர்டே தீவுகளுக்கு 1000 மைல்கள் மேற்கே இந்தப் பிரிவினைக்கோடு வரையப்பட்டது. அந்தக் கோட்டுக்கு மேற்கே உள்ள நாடுகள் ஸ்பெயினுக்குச் சொந்தம். கிழக்கே உள்ளவை போர்ச்சுகலுக்குச் சொந்தம்.

இஸ்லாமை எதிர்க்கும் போரில் ப்ரெஸ்டர் ஜானுக்குப் பின்பாக வரும் அரசர்களுடன் கூட்டணி அமைத்துக்கொள்ளவேண்டும்

என்பது போர்ச்சுகீசிய மன்னரின் எதிர்பார்ப்பாக இருந்தது. போர்ச்சுகீசியர்களுக்கு நறுமணப் பொருட்கள் வாங்க வழி பிறக்குமென்றால் அதுவும் நல்லதே. ஏனென்றால், நறுமணப் பொருட்களின் வணிகமானது போர்ச்சுகலுக்கு செல்வ வளத்தைக் கொண்டுவரவே செய்யும். கூடவே முஸ்லிம்களுக்குக் கிடைக்கும் முக்கிய வருமானத்தையும் முடக்கிவிடமுடியும்.

●

போர்ச்சுகீசியர்கள் மலபார் கடற்கரைக்கு வந்து சேர்ந்தபோது, கோழிக்கோட்டின் இந்து அரசரான ஜமோரின் (சமுத்திரன்) ஊரில் இல்லை. ஆனால் ஊருக்கு வந்ததும் வாஸ்கோ ட காமாவைச் சந்திக்க சம்மதித்தார். வாஸ்கோ ட காமாவின் கப்பல்களைப் பாதுகாப்பான இடத்துக் கொண்டுசெல்ல உதவியும் செய்தார். வடக்கே பதினைந்து மைல் தொலைவில் பந்தளாயனி கொல்லம் பகுதிக்குக் கப்பல்களைக் கொண்டுசெல்லச் சொன்னார். இந்தியாவை வந்தடைந்த ஒரு வாரம் கழித்து வாஸ் கோ ட காமா அந்த இடத்தில்தான் முதலில் கால் பதித்து இறங்கினார்.

'சமுத்திரன் மன்னரின் பிரதிநிதி மற்றும் அவருடைய படையினர் வாஸ்கோ ட காமாவையும் அவருடைய குழுவினரையும் சென்று சந்தித்தனர். அதன் பிறகு பல்லக்கில் ஏற்றிக்கொண்டு அரண் மனைக்குச் சென்றனர். கோழிக்கோடு வரையில் வழி நெடுக மக்கள் கூட்டமாக நின்று இவர்களை வேடிக்கை பார்த்தனர். பாதி வழியில் ஒரு நிலப்பிரபுவின் வீட்டில் மதிய உணவுக்காக நிறுத்தினர். அதன் பின்னர் படகு ஒன்றில் ஏறி நகருக்குள் நுழைந்தனர். படகில் இருந்து இறங்கியதும் ஒரு கோவிலுக்கு அழைத்துச் செல்லப்பட்டனர்'.

வாஸ்கோ ட காமாவின் குழுவில் இருந்த ஒருவர் எழுதிய குறிப்பில் இருந்து அது ஓர் இந்து கோவில் என்பது தெரியவருகிறது. அந்தக் கோவிலில் இருந்த புரோகிதர்கள் உடம்பின் மேல் பகுதியில் நூல் ஒன்றை அணிந்து இருந்திருக்கிறார்கள். 'துறவிகள் கிரீடம் (தலைப்பாகை) அணிந்த காட்சிகள் சுவர்களில் வரையப் பட்டிருந்தன. வாயில் இருந்து பல் ஒரு அங்குலம் வெளியே நீட்டிக் கொண்டு இருப்பது போலவும் நான்கு அல்லது ஐந்து கைகள் கொண்டதாகவும் உருவங்கள் வரையப்பட்டிருந்தன'.

வாகோ ட காமாவும் அவருடைய குழுவினரும் கிறிஸ்தவர்கள் யாராவது அங்கு இருப்பார்களா என்று ஆவலுடன் தேடினர். மாறுபட்ட வழிபாட்டிடம்தான் என்றாலும் அவர்கள் தாம் ஒரு

சர்ச்சுக்குத்தான் வந்திருப்பதாகவே நினைத்திருக்கிறார்கள். கால் மடக்கி பிரார்த்தனை செய்தார்கள். 'இந்த தேசத்தின் கிறிஸ்தவர்கள் நெற்றி, மார்பு, கழுத்து, முழங்கைகள் என பல இடங்களில் வெண்மை நிறத்திலான துகள்களைப் பூசிக் கொண்டிருக்கிறார்கள்' என்று குறிப்பிட்டிருக்கிறார்கள். வாஸ்கோ ட காமாவும் அவருடைய குழுவினரும் இந்தியாவில் இருந்த நாட்கள் முழுவதிலும் தாம் கிறிஸ்தவ அரசருடைய கிறிஸ்தவ நாட்டில் இருப்பதாகவே நம்பியிருந்திருக்கிறார்கள். போர்ச்சுகலுக்குத் திரும்பி தமது மன்னரிடமும் இதையே சொல்லியிருக்கிறார்கள்.

கோழிக்கோடு முழுவதிலும் போர்ச்சுகீசியர்கள் பெரும் உற்சாகத்துடன் மேள தாளங்கள் முழங்க அழைத்துச் செல்லப் பட்டிருக்கிறார்கள். வீடுகளின் மாடங்களில், கூரைகளில் மக்கள் கூட்டம் ஏறி நின்று ஆரவாரத்துடன் வரவேற்றிருக்கிறது. அரண்மனை வாசலில் பெரும் கூட்டம் குழுமியிருந்தது. கூட்டத்தில் தள்ளுமுள்ளுவினால் கைகலப்பு ஏற்பட்டு சிலருக்குக் காயம்கூடப் பட்டிருக்கிறது.

அரண்மனைக்கு உள்ளே சமுத்திரன் மஹாராஜா பச்சைப் பட்டு ஆசனத்தில் அமர்ந்திருந்தார். தலைக்கு மேலே மின்னும் குடை இருந்தது. இடது பக்கம் வெற்றிலை துப்ப, தங்கக் கலயம் ஒன்று இருந்தது. இன்னொரு தங்கப் பாத்திரத்தில் இருந்து வெற்றிலை அவருக்கு எடுத்துத் தரப்பட்டது. போர்ச்சுகீசியர்களுக்கு வாழை, பலாப்பழம் முதலிய பழங்கள் கொடுத்தார். வந்த நோக்கம் என்ன என்று அரசபைப் பிரதிநிதி ஒருவரிடம் சொல்லும்படி வாஸ்கோ ட காமாவைக் கேட்டுகொண்டார் மன்னர். தான் போர்ச்சுகல் அரசரின் தூதுவர் என்றும் மன்னருடன் நேரிடையாகத்தான் பேசுவேன் என்றும் வாஸ்கோ ட காமா சொன்னார். அதன் பின்னர் வாஸ்கோ ட காமா போர்ச்சுகல் மொழியில் பேசுவதை சமுத்திரன் மன்னர் செவிமடுத்தார்.

டாம் மானுவேல் என்ற மன்னர் மூன்று கப்பல்களைத் தயாரிக்கச் சொல்லி அதன் கேப்டன் மேஜராக தன்னை நியமித்திருக்கிறார். 'கிறிஸ்தவர்களின் அரசரைக் காணாமல் ஊர் திரும்ப வேண்டாம். அப்படித் திரும்பினால் தலையை வெட்டிவிடுவேன்' என்று அவருக்கு கடல் பயணம் தொடங்கும் முன் மன்னர் உத்தர விட்டிருக்கிறார். கிறிஸ்தவ அரசரைச் சந்தித்ததும் அவரிடம் கொடுக்க என்று இரண்டு கடிதங்களையும் மன்னர் தந்து அனுப்பியிருக்கிறார். மறுநாள் அந்தக் கடிதத்தைத் தருகிறேன் என்று வாஸ்கோ ட காமா சொல்லியிருக்கிறார்.

சமுத்திரன் மஹாராஜா ஓர் இந்து. வாஸ்கோ ட காமாவுக்கு உள்ளூர் மொழி தெரியாது. எனவே வாஸ்கோ ட காமா சொன்னவையெல்லாம் பிழையாக மொழிபெயர்க்கப்பட்டே மன்னருக்குச் சொல்லப் பட்டிருக்கவேண்டும்.

அடுத்த நாள் வாஸ்கோ ட காமா சமுத்திரன் மன்னரைச் சந்திக்க வரவில்லை. அவருடைய அமைச்சர்கள் வாஸ்கோ ட காமா என்னவிதமான பரிசுகள் கொண்டுவந்திருக்கிறார் என்று கேட்டனர். கை அலம்புக் கலன்கள், தொப்பிகள், எண்ணெய் பீப்பாய்கள், தேன், துணிகள் என போர்ச்சுகலில் இருந்து கொண்டுவரப்பட்டவற்றைப் பார்த்து அமைச்சர்கள் பெரிதாகச் சிரித்திருக்கிறார்கள். இந்தப் பரிசுகளை எல்லாம் ஏற்க முடியாது. தங்கமாகத் தரவேண்டும்; இல்லையென்றால் எதுவுமே வேண்டாம் என்று சொல்லி இருக்கிறார்கள்.

மறுநாள் வாஸ்கோ ட காமா சமுத்திரன் மன்னரைச் சந்தித்தார். வாஸ்கோ ட காமா செல்வச் செழிப்பு மிகுந்த ஒரு நாட்டில் இருந்து வந்ததாகச் சொல்வதை மன்னரால் ஏற்றுக்கொள்ளவே முடிய வில்லை. எனினும் அவர் கொண்டுவந்த கடிதங்களில் ஒன்றைத் தனக்கு மொழிபெயர்த்துச் சொல்ல அனுமதித்தார். அது அரபு மொழியில் எழுதப்பட்டிருந்தது. அதில் இடம்பெற்றிருந்த புகழ்ச்சி வாசகங்களைக் கேட்டு மகிழ்ந்தோ என்னவோ கப்பலில் வாஸ்கோ ட காமா கொண்டுவந்திருக்கும் பொருட்களைக் கரை இறக்கவும் விற்றுக்கொள்ளவும் அனுமதி கொடுத்தார்.

போர்ச்சுகீசியர்கள் பந்தளாயினி கொல்லத்துக்குத் திரும்பினர். அங்கு அவர்களுக்கு மேலும் பல நெருக்கடிகள் வந்தன. போர்ச்சு கீசியர்களைத் தமது கப்பல்களுக்குச் செல்ல அனுமதித்தால் அவர்கள் துறைமுகத்துக்கான வரி எதையும் தராமல் அப்படியே திரும்பிப் போய்விடக்கூடும் என்று கேரள அமைச்சர்கள் நினைத்தனர். போர்ச்சுகீசியர்களோ தாம் என்னவோ பிணைக் கைதிகளாகப் பிடிக்கப்பட்டிருப்பதுபோல் நினைத்தனர். இரண்டு நாட்களுக்குப் பிறகு நிலைமை சுமுகமானது. போர்ச்சுகீசியர்கள் கப்பலில் இருந்து சில பொருட்களைப் பணயமாகக் கரைக்குக் கொண்டுவந்துகொடுத்தனர். அதன் பின்னர் வாஸ்கோ ட காமாவும் அவருடைய குழுவினரும் கப்பலுக்குச் செல்ல அனுமதிக்கப் பட்டனர்.

அருகில் இருந்த கோழிக்கோடு இந்துக்கள் மிகுதியாக இருந்த ஊர். எனினும் அங்கு பல முஸ்லிம் வணிகர்களும் இருந்தனர். சிலர் அரேபியாவில் இருந்து வந்தவர்கள். எஞ்சியவர்கள் மாப்ளா

முஸ்லிம்கள். ஒன்பதாம் நூற்றாண்டு வாக்கில் பேப்பூர் ஆற்றின் கரையில் குடியேறிய 13 அரபு வணிகர்களின் வழித்தோன்றல்களாகச் சொல்லிக்கொள்பவர்கள். கோழிக்கோடு உண்மையில் நல்ல வசதியான துறைமுகம் அல்ல. எந்த நாட்டை, மதத்தைச் சேர்ந்தவராக இருந்தாலும் பாதுகாப்பான, மலிவான சேவைகள் கிடைக்கும் என்பதால் மலபார் கடற்கரையின் முக்கியமான துறைமுகமாக அது ஆகியிருந்தது. ஓர் அரேபியர் இவ்வாறு விவரிக்கிறார்:

> 'காவல் நடைமுறைகளும் நீதி நெறிகளும் இந்த நகரில் நன்கு வேரூன்றியிருந்தன. செல்வந்த வணிகர்கள், பல்வேறு நாடுகளில் இருந்து கப்பலில் கொண்டுவரப்படும் பொருட்களை துறைமுகத்தில் இறக்கி உடனேயே சந்தைகளுக்கும் அங்காடி களுக்கும் அனுப்பிவிடுவார்கள். கணக்கு வழக்குகளைப் பார்க்கவோ பொருட்களுக்கு காவல் போடவோ எந்த அவசியமும் இருக்காது'.

இந்தியப் பெருங்கடலின் வட கடலோரப் பகுதிகளுடன்தான் கோழிக்கோடின் பெருமளவிலான வணிகம் இருந்துவந்தது. போர்ச்சுகீசியர்கள் மீது இஸ்லாமிய வணிகர்கள் மிகுந்த பகைமையுடன் இருந்தனர். ஆஃப்ரிக்க கடலோரத்தில் சக இஸ்லாமியர்களுடன் வாஸ்கோ ட காமாவின் குழு மேற்கொண்ட தாக்குதல் பற்றி அவர்களுக்கு ஏற்கெனவே தெரிய வந்திருந்தது. அதோடு நறுமணப் பொருள்கள் வணிகத்தில் தமது ஏகாதிபத்தியத்தை இழந்துவிடுவோம் என்ற பயமும் அவர்களுக்கு உருவாகியிருந்தது. போர்ச்சுகீசியர்களுக்கும் இஸ்லாமியர்கள் மீது எந்தப் பெரும் நட்பும் இருந்திருக்கவில்லை. இந்தக் காரணங்களினால் பந்தளாயினி கொல்லம் பகுதியில் போர்ச்சுகீசியர்களின் பொருட்களை வாங்குவதில் அங்கிருந்த இஸ்லாமிய வணிகர்கள் எந்தவொரு ஆர்வத்தையும் காட்டியிருக்க வில்லை.

வாஸ்கோ ட காமாவின் குழுவைச் சேர்ந்த ஒருவர் சொன்னது: 'எங்களில் ஒருவர் கரை இறங்கியபோது அந்த இஸ்லாமியர்கள் போர்ச்சுகல், போர்ச்சுகல் என்று சொல்லியபடியே நிலத்தில் காறித் துப்பியிருக்கிறார்கள். எங்களைப் பார்த்த நொடியில் இருந்து எங்களுடன் மோதவும் கொல்லவும் துடித்தனர்'.

போர்ச்சுகீசிய கப்பல்களில் இருந்த பொருட்களைப் பார்வையிட சில வணிகர்களை சமுத்திரன் மன்னர் அனுப்பியபோது வாஸ்கோ ட காமா அதற்கு எதிர்ப்புத் தெரிவித்தார். இந்த வணிகர்களும் எந்தப்

பொருட்களையும் வாங்கவில்லை. அவற்றைத் தரக்குறைவான பொருட்கள் என்று விமர்சிக்கவும் செய்தனர். உடனே மன்னர் அந்தப் பொருட்களைத் தனது செலவில் கோழிக்கோடுக்குக் கொண்டு செல்ல வைத்து அங்கு விற்பனைக்கு ஏற்பாடு செய்தார். ஒரு சில பொருட்கள் விற்பனையாகின. ஆனால், விலையோ மிகவும் குறைவாக வைத்தே வாங்கப்பட்டது. எனினும் போர்ச்சுகீசியர்கள் கிராம்பு, இலவங்கம், நவரத்தினங்கள் போன்றவை வாங்கிக்கொள்ளும் அளவுக்கு விற்பனையானது. போர்ச்சுகீசிய குழுவினர் தனித்தனியாகச் சென்று தனிப்பட்ட முறையில் விற்பனை செய்துகொள்ளவும் அங்கு முடிந்தது.

1498 ஆகஸ்ட் 13 அன்று, அதாவது வாஸ்கோ ட காமா மலபாருக்கு வந்து சேர்ந்து மூன்று மாதங்கள் கழித்து, தாங்கள் விடைபெற்றுச் செல்ல விரும்புவதாகச் சொல்லி சமுத்திரன் மன்னருக்கு சில பரிசுப் பொருட்களைக் கொடுத்து அனுப்பினார். சமுத்திரன் மன்னர் தன்னுடன் சில பிரதிநிதிகளை அனுப்பிவைத்தால், தாமும் விற்பனையாகாத பொருட்களைப் பார்த்துக்கொள்ள தன் குழுவில் இருந்து சிலரை விட்டுச் செல்லத் தயாராக இருப்பதாகச் சொன்னார். இறக்கப்பட்ட பொருட்களுக்கு சுங்க வரியைத் தரும்படி மன்னர் கேட்டுக்கொண்டார். வாஸ்கோ ட காமா அதைத் தராமல் போய் விடக்கூடுமென்று நினைத்து போர்ச்சுகீசியர்களைச் சுற்றித் தன் காவலர்களை நிறுத்திவைத்தார். அதோடு போர்ச்சுகீசிய கப்பலுக்கு யாரும் படகில் சென்று எந்தப் பொருளையும் வாங்கிவரக் கூடாதென்று தடையுத்தரவும் போட்டார்.

ஆனால் மன்னரின் உத்தரவை மீறிச் சில வணிகர்கள் படகில் சென்று போர்ச்சுகீசியருடன் வாணிபத்தில் ஈடுபட்டனர். வாஸ்கோ ட காமா அவர்களில் 18 பேரைச் சிறைப்பிடித்தார். பல சிக்கலான பேச்சு வார்த்தைகளுக்குப் பின்னர், வாஸ்கோ ட காமா பிணைக்கைதிகளை விடுவிக்கவேண்டும். மன்னர் போர்ச்சுகீசிய பொருட்களை ஒப்படைத்துவிடவேண்டும் என்று முடிவானது. சமுத்திரன் மன்னர் ஒரு கடிதம் எழுதி போர்ச்சுகீசிய மன்னரிடம் கொடுக்கும்படிச் சொன்னார்.

'உங்கள் நாட்டைச் சேர்ந்த கனவான் வாஸ்கோ ட காமா எங்கள் நாட்டுக்கு வந்ததில் எனக்கு மிகவும் மகிழ்ச்சியே. எங்கள் நாட்டில் மிளகு, இலவங்கம், கிராம்பு, இஞ்சி, நவரத்தினங்கள் எல்லாம் மிகுதியாக இருக்கின்றன. அவற்றை நீங்கள் தங்கம், வெள்ளி, பவழம், செம்பட்டு கொடுத்து பெற்றுச் செல்லலாம்'.

போர்ச்சுகீசியர்கள் மன்னருடன் செய்த ஒப்பந்தத்தை மதிக்க வில்லை. சில பொருட்களை மலபாரிலேயே விட்டுவிட்டு 29, ஆகஸ்ட் 1498 அன்று போர்ச்சுகலுக்குப் புறப்பட்டுவிட்டனர். தம்மிடம் இருந்த பிணைக்கைதிகளில் சிலரை விடுவிக்கவும் இல்லை. இதைத் தொடர்ந்து கோழிக்கோட்டில் அவர்களின் கப்பல்கள் தடுத்து நிறுத்தப்பட்டன. மன்னரின் சுமார் 70 படகுகள் தாக்கத் தொடங்கின. போர்ச்சுகீசியர்கள் அந்தப் படகுகளைச் சமாளித்துப் போரிட்டனர். அதிர்ஷ்டவசமாக அப்போது புயல் மழை வந்துவிடவே எளிதில் தப்பிச்சென்றுவிட்டனர்.

திரும்பிச் செல்லும் பயணத்தில் கடல் காற்று மிகவும் பாதகமாகவே இருந்தது. கிழக்கு ஆஃப்ரிக்காவைச் சென்று சேர சுமார் மூன்று மாதங்கள் பிடித்தன. அவருடைய குழுவைச் சேர்ந்த பலர் தோல் நோய் (ஸ்கர்வி) வந்து இறந்தனர். எஞ்சியவர்களும் மிகவும் சோர்ந்து போய்விட்டிருந்தனர். கப்பலைச் செலுத்த வெகு சொற்ப மானவர்களே இருந்தனர். இருக்கும் வலிமையான ஆட்களை வைத்து எஞ்சிய இரண்டு கப்பல்களை சரிவரச் செலுத்துவதற்காக கிழக்கு ஆஃப்ரிக்காவில் மொம்பாஸாவில் தன்னிடமிருந்த மூன்று கப்பல்களில் ஒன்றை உடைத்துப் போடவேண்டிவந்தது. புறப்பட்டபோது இருந்தவர்களில் மூன்றில் ஒரு பங்கு பேர் மட்டுமே போர்ச்சுகல் திரும்ப முடிந்தது.

வாஸ்கோ ட காமாவுக்கும் அவருடைய குழுவினருக்கும் போர்ச்சுகலில் ராஜ மரியாதையுடன் வரவேற்பு தரப்பட்டது. இந்தியாவுக்குக் கடல் வழித்தடம் கண்டுவிட்டிருக்கிறார்கள். கிழக்கு தேசத்து கிறிஸ்தவர்களைப் பார்த்துவிட்டார்கள் (அதாவது அப்படி நினைத்தனர்). விலை மதிப்பு மிகுந்த மிளகு, இஞ்சி முதலான பொருட்களைக் கொண்டுவந்திருக்கிறார்கள். அந்தக் கடல் மார்க்கத்தில் போர்ச்சுகீசிய கப்பல்களை எதிர்க்கும் பெரிய சக்தி எதையும் எதிர்கொள்ள நேர்ந்திருக்கவில்லை. அப்படி யானால், இந்தியப் பெருங்கடலில் வணிகத்தை போர்ச்சுகல் எளிதில் தன் கட்டுப்பாட்டுக்குள் கொண்டுவந்துவிட முடியும்.

போர்ச்சுகல் மன்னருக்கு மிகுந்த மகிழ்ச்சி. லார்ட் ஆஃப் கினியா, நேவிகேஷன் அண்ட் காமர்ஸ் ஆஃப் எத்தியோப்பியா, அரேபியா, பெர்சியா மற்றும் இந்தியா என்ற பட்டங்களை சூடிக்கொண்டார். வாஸ்கோ ட காமாவின் பயணத்தின் மூலம் எந்தப் பெரிய உடனடி பலனும் கிடைக்கும் என்று யாரும் எதிர்பார்த்திருக்கவே இல்லை. இருந்தும் இந்தியாவில் இருந்து கொண்டுவந்த நறுமணப்

பொருட்கள், நவ ரத்தினங்கள் எல்லாம் மிகப் பெரிய லாபத்தை ஈட்டித் தந்தது. கடல் பயணத்துக்குச் செலவிடப்பட்ட தொகையை விட அறுபது மடங்கு அதிக லாபம். போர்ச்சுகீசியர்களுக்குக் கிடைக்கவிருந்த லாபம், இஸ்லாமியரை முடக்கக் கிடைத்த வாய்ப்பு ஆகியவற்றால் போர்ச்சுகீசிய மன்னர் உடனேயே இந்தியாவுக்கு இன்னொரு குழுவை அனுப்ப முடிவுசெய்தார். ஸ்பெயினின் மன்னர் ஃபெர்டினாண்ட் மற்றும் அரசி இசபெல்லா ஆகியோருக்கு ஒரு கடிதம் எழுதினார்:

'எங்கள் குழு சென்று சந்தித்த கிழக்கத்திய கிறிஸ்தவ மக்கள் இன்னும் பூரண விசுவாசிகளாக ஆகியிருக்கவில்லை. அப்படி அந்த நம்பிக்கையில் ஆழமாக வேரூன்றினார்களென்றால் அந்தப் பகுதியில் இருக்கும் மூர்களை அழித்தொழிக்கும் வாய்ப்பு உருவாகும். மூர்களை இப்போது வளம் கொழிக்கச் செய்யும் வணிகமானது கர்த்தரின் கிருபையினால் நமக்கு சாதகமாகும் என்று நம்புகிறேன்'.

•

1500, மார்ச் மாதம் அதாவது வாஸ்கோ ட காமா இந்தியாவில் இருந்து திரும்பிய ஆறே மாதங்களில் ஆயுதம் தாங்கிய 13 போர்ச்சுகீசிய கப்பல்கள் இந்தியாவுக்குப் புறப்பட்டன. இந்தக் குழுவுக்கு பெட்ரோ ஆல்வரெஸ் காப்ரல் கேப்டனாக இருந்தார். ஆனால், இந்தப் பயணம் தோல்வியில் முடிந்தது. தென் அமெரிக்கா போகும் வழியில் சில கப்பல்கள் நொறுங்கின. ஆஃப்ரிக்க முனையில் புயலினால் நான்கு கப்பல்கள் மூழ்கின. எஞ்சிய ஆறு கப்பல்கள் 13 செப் 1500 அன்று கோழிக்கோட்டுக்கு அருகே நங்கூரம் பாய்ச்சி நின்றன. வாஸ்கோ ட காமாவைச் சந்தித்த மன்னரின் வாரிசு போர்ச்சுகீசியர்களின் வலிமையைப் புரிந்துகொண்டு வியாபார மையம் ஒன்றை அமைத்துக்கொள்ள அனுமதி கொடுத்தார்.

மீண்டும் அரேபியர்களுக்கும் போர்ச்சுகீசியர்களுக்கும் இடையே மோதல்கள் ஏற்பட்டன. போர்ச்சுகீசியர்களுக்கு மிளகுக் கொள் முதலில் முழு உரிமையும் தரப்பட்டது. இது அரேபியர்களை ஆத்திரப்படுத்தியது. துறைமுகத்தில் இருந்த அரேபிய கப்பலை போர்ச்சுகீசியர்கள் கைப்பற்றியதைத் தொடர்ந்து அதிருப்தி உச்சத்தை எட்டியது. அதைத் தொடர்ந்து நடந்த கலவரத்தில் நாற்பது போர்ச்சுகீசியர்கள் கொல்லப்பட்டனர். கேப்டன் காப்ரல் உடனே கோழிக்கோடு துறைமுகத்தை வெடிவைத்துத் தகர்க்க உத்தரவிட்டார்.

போர்ச்சுகீசியர்கள் துறைமுகத்தில் இருந்த சில கப்பல்களை அவற்றில் இருந்த பொருட்களோடு கைப்பற்றினர். அந்த கப்பல்களில் இருந்த அனைவரையும் வெட்டிக் கொன்றனர். மூன்று யானை களையும் பிடித்துச் சென்றனர். அந்த யானைகளைக் கொன்று உப்புக் கண்டம் போட்டு ஊர் திரும்பும் பயணத்துக்கு வைத்துக்கொண்டனர். கோழிக்கோடு மீதான வெடி குண்டுத் தாக்குதல் இரண்டு நாட்கள் நீடித்தது. அங்கிருந்த மர வீடுகள் பல அழிந்தன. அதில் இருந்தவர் களும் கொல்லப்பட்டனர். தாக்குதலில் ஈடுபட்ட பீரங்கிகளின் பின்னோக்கு விசையினால் கப்பல்கள் வெகுவாக பாதிக்கப்பட்டன. இதனால் தாக்குதலை நிறுத்திவிட்டு ஊர் திரும்பினர்.

தெற்கே 100 மைல் தொலைவுக்குப் பயணம் செய்து கொச்சின் சென்று சேர்ந்தார் காப்ரல். கொச்சின் மஹாராஜா கோழிக்கோடு மஹாராஜாவின் பகைவர். போர்ச்சுகீசியர்களுக்கு ஆதரவாக இருப்பது நன்மை தரும் என்று நினைத்தார். கேரளாவில் இருந்து மிளகு முதலான பொருட்கள் கொள்முதல் செய்யவும் அங்கு ஒரு வணிகக் கிடங்கு அமைத்துக்கொள்ளவும் அனுமதி கொடுத்தார். மறுநாள் சமுத்திரன் மன்னரின் கப்பல்களும் காப்ரலின் கப்பல்களும் எதிரெதிரே வந்தன. சண்டை ஆரம்பிப்பதற்குள் காற்று வீசுவது நின்றுவிடவே கப்பல்கள் ஒரே இடத்தில் உறைந்து நின்றுவிட்டன. பின்னர் காற்று வீசத் தொடங்கியபோது காப்ரலின் கப்பல்கள் ஓடித் தப்பிவிட்டன.

நாடு திரும்பும் வழியில் போர்ச்சுகீசியர்கள் கோழிக்கோட்டுக்கு எண்பது மைல் தொலையில் இருந்த கண்ணனூரில் தமது கப்பல்களை நிறுத்தினர். அந்தப் பகுதி அரசரின் அழைப்பின் பேரில் அங்கிருந்தும் கணிசமான அளவு மிளகு, இஞ்சி முதலான பொருட்களை கொள்முதல் செய்துகொண்டனர். திரும்பும் வழியில் இன்னொரு கப்பலும் சிதைந்தது. 1501 ஜூலை 31 அன்று காப்ரல் லிஸ்பன் வந்து சேர்ந்தார். முதலில் புறப்பட்ட 13 கப்பல்களில் ஐந்துதான் இப்போது எஞ்சியிருந்தது. ஆனால், அவர்கள் கொள்முதல் செய்து வந்த நறுமணப் பொருட்களானது அந்த இழப்புகளையெல்லாம் ஈடு செய்யும் அளவுக்கு மிகப் பெரிய அளவில் இருந்தது.

உடன்பயணம் செய்திருந்த ஃபிரான்சிஸ்கன் மத போதகர்களுக்கு இந்துக்களுக்கும் கிறிஸ்தவர்களுக்குமிடையிலான வித்தியாசம் தெரிந்திருந்தது. கீழைத்தேய நாட்டில் நட்பு பாராட்ட கிறிஸ்தவ மன்னர் யாரும் இல்லை என்பதால் (சிரியன் மற்றும் பிற கிறிஸ்தவர்கள், க்ராங்கனூரில்- கொடுங்கலூரில் இருந்து இரண்டு

கிறிஸ்தவர்கள் காப்ரலைச் சந்திக்க வந்திருந்தனர்), மலபார் கடலோரத்தில் இருக்கும் இந்து மன்னர்களுடன் போர்ச்சுகீசியர்கள் நல்லுறவை ஏற்படுத்திக்கொள்ளவேண்டும் என்று காப்ரல் தெரிவித்தார்.

கோழிக்கோட்டு சமுத்திரன் மன்னருடனான உறவுகள் காப்ரலால் மோசமாகச் சிதைக்கப்பட்டிருந்தது. ஆனால் கண்ணனூர் மற்றும் கொச்சின் ராஜாவுடன் அவர் நல்லுறவை ஏற்படுத்திக்கொண்டார். கோழிக்கோடு பகுதியில் முறையான துறைமுகம் இல்லை. கொச்சினில் இருந்த துறைமுகம் அற்புதமாக இருந்தது. மிளகு தேசத்துடன் கொச்சின் கூடுதல் போக்குவரத்துத் தொடர்புகளுடன் இருந்தது. அதோடு கோழிக்கோடு ராஜாவின் ஆதிக்கத்தை மனதில் கொண்டு கொச்சின் மகாராஜா போர்ச்சுகீசியருடன் நட்புறவு கொள்ளத் தயாராக இருந்தார். மலபாரில் போர்ச்சுகீசியர்களின் முக்கியமான தளமாக கொச்சின் பின்னாளில் ஆனது.

•

காப்ரல் ஊர் திரும்பியதற்கு ஆறு மாதங்கள் கழித்து வாஸ்கோ ட காமா மீண்டும் இந்தியா வந்தார். அவர் 10 பிப்ரவரி 1502 அன்று 15 கப்பல்களுடன் போர்ச்சுலில் இருந்து புறப்பட்டார். கிழக்கு ஆஃப்ரிக்காவுக்கு சற்று தொலைவில் மேலும் 5 கப்பல்கள் அவருடன் சேர்ந்து கொண்டன. மலபாரில் வலிமையான கிறிஸ்தவ சாம்ராஜ்ஜியம் எதுவும் இல்லை என்பது உறுதி ஆகிவிட்டிருந்தது. இந்த இரண்டாவது பயணமானது முழுக்கவே வணிக நோக்கம் கொண்டதுதான். இந்தியாவுடனான வணிகம் போர்ச்சுகலின் ஏகபோக உரிமையாகவே இருக்கவேண்டும் என்று விரும்பிய போர்ச்சுகல் அரசரே இந்தப் பயணத்துக்கு ஏற்பாடு செய்திருந்தார்.

மலபார் கடற்கரை வந்தடைந்த வாஸ்கோ ட காமாவின் கப்பல் குழுவானது மெக்காவிலிருந்து புனித யாத்ரிகர்களைச் சுமந்து வந்த 'மீரி' என்ற கப்பல் ஒன்றைச் சந்திக்க நேர்ந்தது. போர்ச்சுகீசியர்கள் அந்தக் கப்பலில் ஏறியபோது செல்வந்த வணிகர்கள் ட காமாவுடன் ஓர் ஒப்பந்தம் பற்றிப் பேசினார்கள். ஆனால் அவர் அதை மறுத்துவிட்டார். போர்ச்சுகீசியர்களுக்கு சில விலைமதிப்பு மிகுந்த பொருள்கள் தரப்பட்டன. ஆனால் அதோடு நிறுத்தாமல் புனிதப் பயணிகளின் கப்பலில் இருந்த உணவுப் பொருட்களையும் போர்ச்சுகீசியர் எடுத்துக்கொண்டனர். விரும்பியவற்றை எல்லாம் எடுத்துக்கொண்ட பின் வாஸ்கோ ட காமா அந்த மீரி கப்பலை தீ வைத்துக் கொளுத்த உத்தரவிட்டார். அந்தப் புனித பயணிகள்

எப்படியோ ஒருவழியாக அந்தத் தீயை அணைத்துவிட்டனர். ஆனால் ட காமாவின் ஆட்கள் மீண்டும் தீ வைக்க வந்தனர்.

'மீரி கப்பலில் பெண்கள் தம்மிடம் இருந்த நகைகளைக் காட்டி, அதை எடுத்துக்கொண்டு தங்களை உயிருடன் விடும்படிக் கேட்டுக்கொண்டனர். பச்சிளம் குழந்தைகளைக் கைகளில் ஏந்தியபடி, நாங்கள் அப்பாவியான அவர்கள் மீது கருணை காட்ட வேண்டும் என்று கெஞ்சினர்' என்று அந்தச் சம்பவத்தை நேரில் பார்த்த போர்ச்சுகீசியர் ஒருவர் எழுதியிருக்கிறார். இன்னொரு போர்ச்சுகீசியர் மிகவும் வெளிப்படையாகவே நடந்தவற்றைப் பதிவு செய்திருக்கிறார்.

'மெக்காவிலிருந்து வந்த கப்பலை நாங்கள் சிறைப்பிடித்தோம். அதில் 380 ஆண்களும் பெண்களும் குழந்தைகளும் இருந்தனர். அவர்களிடமிருந்து 12000 ட்யூக்கட்களைக் கவர்ந்தோம். மேலும் 10000 மதிப்புள்ள பொருட்களையும் கவர்ந்தோம். அதன்பின் எங்களிடம் இருந்த வெடிமருந்தை கொண்டு அந்தக் கப்பலையும் அதில் இருந்த அனைவரையும் எரித்தோம்'.

போர்ச்சுகீசிய குழு அதன்பின் கோழிக்கோடுக்குச் சற்று தொலைவில் நங்கூரமிட்டது. அதன் மன்னருக்கு காப்ரல் மூலம் நகருக்கு ஏற்பட்ட இழப்பும் இப்போது மீரி கப்பலுக்கு நேர்ந்த கதியும் தெரியும். எனவே, வாஸ்கோ ட காமாவுடன் அமைதி தூது அனுப்பினார். பதிலுக்கு வாஸ்கோ ட காமா, காப்ரலின் ஆட்களுக்கு ஏற்பட்ட இழப்புகளுக்கு நஷ்டஈடு கேட்டார். அதோடு கோழிக்கோட்டில் இருந்து அனைத்து அரேபிய வணிகர்களையும் வெளியேற்றும்படிச் சொன்னார்.

மன்னரோ, போர்ச்சுகீசியருடனான மோதலில் அதிக இழப்பு தங்களுக்குத் தானென்றும் மீரி கப்பலிலிருந்து கிடைத்த செல்வம் போர்ச்சுகீசியர் இழந்ததைவிடப் பல மடங்கு அதிகம் என்றும் பதில் அனுப்பினார். கோழிக்கோட்டில் இருந்த ஆயிரக்கணக்கான அரேபியர்களை வெளியேற்ற மறுத்துவிட்டார். தான் சொன்ன வற்றைச் செய்யவில்லை என்றால் மறுநாள் கோழிக்கோட்டைக் குண்டு வீசித் தகர்த்து விடுவேன் என்று மிரட்டினார் வாஸ்கோ ட காமா.

போர்ச்சுகீசியர்கள் பல சிறிய படகுகளையும் அதில் இருந்தவர் களையும் சிறைப்பிடித்தனர். 1 நவம்பர் 1502 அன்று நள்ளிரவில் சிறைபிடித்தவர்களையெல்லாம் தூக்கிலிட்டுக் கொல்லத் தொடங்கினர். 34 படகோட்டிகள் அப்படிக் கொல்லப்பட்டனர்.

இந்தியா அடிமைப்படுத்தப்பட்ட வரலாறு | 33

கொல்லப்பட்டவர்களைத் தூக்குமேடையில் இருந்து இறக்கி, கைகள், கால்கள், தலை எல்லாம் தனித்தனியாக வெட்டப்பட்டன. இவையெல்லாம் ஒரு படகில் போடப்பட்டு, காப்ரலின் ஆட்களைக் கொன்றவர்கள் இதைவிடக் கொடூரமான மரணத்தைச் சந்திக்க வேண்டியிருக்கும் என்ற செய்தியையும் அனுப்பினர். படகில் போடப்பட்ட உடல் பாகங்களைக் கடலில் வீசி எறிந்தனர். கடல் அலைகள் அவற்றை கரை கொண்டு சேர்த்தன. அதன் பிறகு கோழிக்கோட்டின் மீது குண்டுவீச்சு தொடங்கியது.

பதினாறாம் நூற்றாண்டின் ஆரம்ப வருடங்களைச் சேர்ந்த ஐரோப்பிய கப்பல்களில் கனரக பீரங்கிகள் இருந்திருக்கவில்லை. அவற்றின் பேரல்கள் எல்லாம் வார்ப்பிரும்பின் மெல்லிய தகடுகளால் ஆனவை. அப்படியான பீரங்கிகளைக் கொண்டு அதிக வெடிமருந்துகளை வெடிக்கச் செய்ய முடியாது. தாக்குதல் எல்லையானது 200 அடிகளுக்கு உட்பட்டதுதான். ஏற்கெனவே காப்ரெல் மேற்கொண்ட தாக்குதலைத் தொடர்ந்து பனைமரத் தடிகளைக் கொண்டு வேலித் தடுப்பு ஒன்றை அமைத்திருந்தார் அந்த மன்னர். அவரிடம் குறைவான ஆயுதங்களே இருந்தன. அதனால் வாஸ்கோ ட காமா தனது கப்பல்களைக் கரைக்கு அருகில் எளிதில் கொண்டுவந்து நிறுத்த முடிந்தது. தாக்குதல் தொடங்கிய முதல் நாளிலும் அடுத்த நாளிலும் பலர் கொல்லப்பட்டனர். கோழிக்கோடு துறைமுகத்தை முற்றுகையிட்டு ஆறு கப்பல்களை அங்கு நிறுத்தி வைத்துவிட்டு கொச்சினை நோக்கிப் புறப்பட்டார் வாஸ்கோ ட காமா.

வாஸ்கோ ட காமா புறப்பட்டுச் சென்றதும் கண்ணனூர் ராஜாவிடம் இருந்து ஒரு கப்பல் செய்தி தாங்கி வந்தது. அதாவது ஓர் அரேபிய வியாபாரி உரிய கட்டணம் செலுத்தாமல் தப்பி வந்துவிட்டதாக அது சொன்னது. வாஸ்கோ ட காமா அந்த அரபு வியாபாரியைத் தேடிப்பிடித்துக் கட்டணத்தை வசூலித்தார். அரபு வியாபாரியோ மன்னரைச் சபித்தார். போர்ச்சுகீசியர்கள் மயங்கி விழும்வரை அவரை அடித்தனர். அவருடைய வாயில் பன்றி இறைச்சியையும், மலத்தையும் திணித்து அவருடைய கப்பலுக்குத் திருப்பி அனுப்பினர்.

கொச்சினில் வாஸ்கோ ட காமா அந்த மன்னருடன் நல்லுறவை ஏற்படுத்திக்கொள்ள, தானே சென்றார். இஸ்லாமிய வணிகர்கள் கோழிக்கோட்டில் என்ன நடந்து என்பதைத் தெரிந்து கொண்டிருந்தனர். எனவே மிகுந்த கோபத்துடன் இருந்தனர். முஸ்லிம்களை மேலும் ஒதுக்கி இந்து மன்னருடன் நட்புறவை

வளர்க்க வாஸ்கோ ட காமா முயன்றார். சில முஸ்லிம்கள் போர்ச்சுகீசியர்களுக்கு ஒரு பசுவை இறைச்சிக்காகக் கொடுத்திருந்தனர். இந்து ராஜா இதைத் தடுக்கும்படி வாஸ்கோ ட காமாவிடம் கேட்டுக்கொண்டார். அவரும் அந்தப் பசுவைக் காப்பாற்றினார். முஸ்லிம்கள் மீண்டும் வேறு ஒரு பசுவை விற்கக் கொண்டுவந்தபோது வாஸ்கோ ட காமா அவர்களைச் சிறைப் பிடித்து அதிகாரிகளிடம் கொடுத்தனர். அவர்கள் தூக்கிலிடப் பட்டனர்.

வாஸ்கோ ட காமா தனது காட்டுமிராண்டித்தனத்தை முஸ்லிம்களோடு நிறுத்திக்கொண்டுவிடவில்லை. அவர் கொச்சினில் இருந்தபோது ஓர் இந்து பூசாரி கோழிக்கோடு மன்னரிடமிருந்து ஒரு செய்தியைக் கொண்டுவந்திருந்தார். அவரைப் பிடித்து சித்திரவதை செய்ததைத் தொடர்ந்து தானொரு ஒற்றர் என்பதை ஒப்புக்கொண்டார். தானே தற்கொலை செய்து கொள்ளவும் முன்வந்தார்.

தான் சொல்லும் செய்தியை மன்னருக்குக் கொண்டு செல்ல வேண்டும் என்று சொல்லி அவரைத் தற்கொலை செய்து கொள்வதில் இருந்து தடுத்தார் வாஸ்கோ ட காமா. ஆனால் அந்த பிராமணரை கோழிக்கோட்டுக்குத் திருப்பி அனுப்பும் போது அவருடைய உதடுகளை வெட்டி எறிந்தார். அந்த பிராமணரின் காதை அறுத்தார். தன்னுடன் கொண்டு வந்த நாயின் காதை அறுத்து அதை பிராமணரின் காது இருந்த இடத்தில் கட்டி அனுப்பினார்.

கொச்சினில் போர்ச்சுகீசியர்கள் தேவையான நறுமணப் பொருட்கள் வாங்கிக்கொண்டனர். தமது கப்பல்களைப் பழுது நீக்கிக் கொண்டனர். கொல்லம் மற்றும் பிற தென்பகுதி துறைமுகங்களில் இருந்து நறுமணப் பொருட்கள் சேகரித்துக் கொள்ள கொச்சினை மையத்தளமாகப் பயன்படுத்திக்கொண்டனர். கொச்சினில் இருந்து வாஸ்கோ ட காமா புறப்படுவதற்கு முன்பாக அதன் ராஜாவுடன் போர்ச்சுகீசிய வியாபார மையம் ஒன்றை அங்கு அமைப்பது தொடர்பாக ஒரு ஒப்பந்தம் செய்துகொண்டார். வருங்காலத்தில் மிளகு போன்றவற்றை வாங்கி போர்ச்சுகலுக்கு அனுப்பும் பணியை அந்த மையம் கவனித்துக்கொள்ளும். கிளார்க்குகள், காவல் பணியாளர்கள், போன்ற பணிகளுக்குச் சிலரை இங்கே விட்டுச் சென்றார்.

வடக்குப்புறமாக பயணம் செய்து கண்ணனூரில் இஞ்சி கொள்முதல் செய்தார். கோழிக்கோடு ராஜா அனுப்பிய பெரிய கப்பல் படை ஒன்று வாஸ்கோ ட காமாவின் கப்பல்களைத் தாக்கியது.

மன்னருடைய படையில் 32 பெரிய கப்பல்கள் இருந்தன. ஒவ்வொன்றிலும் சில நூறு வீரர்கள் இருந்தனர். வேறு பல சிறிய படகுகளும் இருந்தன. போர்ச்சுகீசியர்களிடம் வெடி மருந்தும் பீரங்கிகளும் மட்டும் இல்லாமல் இருந்திருந்தால் மலபார் மன்னரின் படையானது அவர்களை எளிதில் வென்றிருக்கும். ஆனால் அவர்களிடம் இருந்த கனரக ஆயுதங்கள் எதிரிகளை நிலைகுலைய வைத்தன. சமுத்திரன் மன்னருடைய சில கப்பல்கள் மூழ்கின. எஞ்சியவை தீ வைத்துக் கொளுத்தப்பட்டன. கோழிக்கோட்டுக்குத் தப்பி ஓடிய அவை மன்னரின் கண்முன்னே எரிந்து சாம்பலாக வேண்டியிருந்தது.

வாஸ்கோ ட காமா கண்ணனூர் சென்று சேர்ந்தார். அங்கு அவர் நறுமணப் பொருட்களை ஏற்றிக்கொண்டார். அங்கும் ஒரு வியாபார மையம் அமைத்து அவருடைய ஆட்கள் சிலரை நியமித்துவிட்டுச் சென்றார். தனது மாமா வின்சன்ட் சோட்ரே தலைமையில் ஐந்து கப்பல்களைத் தந்துவிட்டுச் சென்றார். கண்ணனூர் மற்றும் கொச்சினில் இருக்கும் வர்த்தக மையங்களை காவல் காக்கும் பொறுப்பு அவரிடம் விடப்பட்டது. 28 டிசம்பர், 1502 அன்று வாஸ்கோ ட காமா போர்ச்சுகலுக்குப் புறப்பட்டார்.

வாஸ்கோ ட காமா 1524-ல் இந்தியாவுக்கு சிறிது காலம் வைஸ்ராயாக வந்து பணிபுரிந்தார். மூன்று மாதங்கள் கழித்து இறந்தவர் கொச்சியில் இருந்த சாண்டோ அண்டோனினோ சர்ச்சில் அடக்கம் செய்யப்பட்டார். பின்னாளில் அது செயிண்ட் பிரான்சிஸ் சர்ச் என்று பெயர் மாற்றம் பெற்றது. 1539-ல் வாஸ்கோ ட காமாவின் உடல் போர்ச்சுகலுக்கு எடுத்துச்செல்லப்பட்டது.

•

அத்தியாயம்-2

போர்ச்சுகீசியர்கள்

ஆக்கிரமிப்பு, தோட்டப் பணிகள், திருச்சபை, மதப் படுகொலைகள்

எவ்வளவு அதிகக் கோட்டைகள் உங்கள் வசம் இருக்கின்றனவோ அவ்வளவு குறைவாக உங்கள் அதிகாரம் இருக்கும். நமது வலிமை முழுவதும் கடலில் குவியட்டும். ஏனென்றால் கடலில் நாம் வலிமையுடன் திகழவில்லை என்றால் (கடவுள் நம்மை கைவிடாது இருக்கட்டும்) எல்லாமே நமக்கு எதிராகிவிடும்.

டாம் பிரான்சிஸ்கோ தே அல்மெய்டா,
போர்ச்சுகல் மன்னர், 1508.

1502-ல் வாஸ்கோ ட காமா இந்தியாவைவிட்டுச் சென்றதும் அவருடைய மாமா வின்சென்ட் சோட்ரே செல்வ வளம் மிகுந்த அரேபியக் கப்பல்களைக் கைப்பற்றும் நோக்கில் வடக்குப் பக்கமாக பயணம் செய்தார். அரேபியாவுக்கு அருகில் புயலில் சிக்கி அவருடைய கப்பல் மூழ்கியது. கோழிக்கோட்டின் மன்னர் சமுத்திரன் தனக்குக் கிடைத்த நல்வாய்ப்பாக இதைப் பார்த்தார். வாஸ்கோ ட காமா கொச்சினில் விட்டுச் சென்றிருக்கும் நபர்களைத் தன்னிடம் சரணடையச் செய்யும்படி கொச்சின் மகாராஜாவிடம் உத்தரவிட்டார். அந்த மன்னரோ அதற்கு சம்மதிக்கவில்லை. எனவே, அவர்கள் இருவருக்கும் இடையில் போர் மூண்டது.

சமுத்திரன் மன்னருடைய படை கொச்சினைக் கைப்பற்றித் தீக்கிரையாக்கியது. உயிர் தப்பிய படையினரும் போர்ச்சுகீசியர்களும் பக்கத்திலிருந்த வைப்பின் தீவுக்குத் தப்பி ஓடினர். அதிர்ஷ்டவசமாக அல்பான்சோ தே அல்பெகர்க்யூவின் தலைமையிலான கப்பல்கள் அங்கு அவர்களுக்கு உதவிக்கு வந்தது. கொச்சினில் கோட்டை ஒன்று கட்டிக்கொள்ள அந்த மன்னர் சம்மதித்தார். இரண்டு அடுக்கு பனை மரத்தடிகளும் நடுவில் மண்ணும் போட்டு இறுக்கப்பட்ட சதுர வடிவிலான கோட்டை ஒன்று கட்டப்பட்டது. கோட்டையின் ஒவ்வொரு முனையிலும் பீரங்கிகள் பொருத்தப்பட்டன. முழுக் கோட்டையைச் சுற்றிலும் அகழி வெட்டப்பட்டது. 1 ஆகஸ்ட் 1503 அன்று பிரான்சிஸ்கன் மதபோதகர் இந்தியாவில் முதல் ஐரோப்பியக் கோட்டைக்குப் பெயர் சூட்டினார். போர்ச்சுக்கல் மன்னரின் நினைவாக மேனுவல் கோட்டை என்று பெயரிடப்பட்டது. பின்னாளில் பல கோட்டைகள் கட்டப்பட்டன. ஆனால் அரபிக் கடல் மீது செல்வாக்கு செலுத்துவதற்காகக் கட்டப்பட்ட முதல் கோட்டை இதுவே.

•

போர்ச்சுகீசியர்கள் மலபாருக்கு முதன்முதலாக வந்தபோது அரேபியர்களுக்கோ இந்தியர்களுக்கோ இந்தியப் பெருங்கடலில் வலிமையான கப்பல் படை எதுவும் இருக்கவில்லை. அரேபியர்கள் வர்த்தகத்துக்கு மட்டுமே வந்திருந்தனர்; அந்தப் பகுதிகளைக் கைப்பற்றுவதற்கு அல்ல. இந்திய மன்னர்கள் வசம் சிறிய கப்பல்களைக் கொண்ட பெரிய படைகள் இருந்தன. ஆனால் அவையெல்லாம் கடல் கொள்ளையர்களை அடக்கவும், கடலோரப் பகுதிகளைக் கண்காணிக்கவும் படைகளைக் ஓரிடத்தில் இருந்து இன்னொரு இடத்துக்குக் கொண்டுசெல்லவும் மட்டுமே பயன் பட்டன. அந்தக் கப்பல்கள் எல்லாம் துடுப்பு கொண்டு பயணிக்கும் வகையைச் சேர்ந்தவை. சில நேரங்களில் அவற்றில் துணைநிலை பாய் மரங்கள் இருந்தன. ஆனால் அவை பெரிதும் துடுப்புகள் கொண்டே பயணித்தன. எனவே, கடல் பயணங்களுக்கு உகந்தவை அல்ல.

போர்ச்சுகீசிய போர்க்கப்பல்கள் வந்ததைத் தொடர்ந்து அரேபியர்கள் தரப்பிலும் எதிர்வினைகள் எழுந்தன. செங்கடலில் எகிப்தியர்களுக்கு ஒரு கடற்படை இருந்தது. 1507-ல் போர்ச்சுகீசியர்களுடன் போரிடுவதற்காக அது அரபிக்கடலில் நுழைந்தது. குஜராத்துக்குச் சற்று தொலைவில் இருந்த தியூ தீவுக்குச் சென்றது. அவர்களை அதன் ஆளுநராக இருந்த மாலிக் அயாஸ் (இஸ்லாமுக்கு

மாறிய ரஷ்யர்) வரவேற்றார். கோழிக்கோடு மன்னருடைய படைகளுடன் அவர்கள் சேர்ந்துகொண்டனர். இந்தக் கூட்டணிப் படையானது போர்ச்சுகீசியர்களைத் தாக்குவதற்காக தெற்கு நோக்கிப் புறப்பட்டன. வைஸ்ராயின் மகன் லாரன்சோ தெ அல்மெய்டா தலைமையிலான போர்ச்சுகீசிய படையானது வடக்கு நோக்கி முன்னேறியது. இரண்டு படைகளும் ஷாகுல் பகுதியில் மோதிக்கொண்டன. இந்தப் போரில் போர்ச்சுகீசிய படை தோற்றுப் பின்வாங்கியது. வைஸ்ராயின் மகன் கொல்லப்பட்டார்.

வைஸ்ராய் பிரான்சிஸ்கோ தெ அல்மெய்டா இரண்டு ஆண்டுகளுக்கு முன்புதான் பதவியேற்றிருந்தார். இந்தியாவின் வைஸ்ராய் என்ற மதிப்புக்குரிய பதவியேற்ற முதல் போர்ச்சுகீசியர் அவரே. ஆஃப்ரிக்காவுக்கு கிழக்கே இருந்த பகுதிகளில் போர்ச்சுகீசிய நலன் சார்ந்த விஷயங்களில் முழு அதிகாரமும் அவருக்குத் தரப்பட்டிருந்தது. எந்த ஒப்பந்தம் வேண்டுமானாலும் செய்து கொள்ளலாம். எந்தப் போரில் வேண்டுமானாலும் ஈடுபட்டு கொள்ளலாம் என்ற அதிகாரம் தரப்பட்டிருந்தது. தனது மகன் கொல்லப்பட்ட செய்தியைக் கேட்டதும் ‘சேவல் குஞ்சைத் தின்றவன் சேவலையும் தின்றாகவேண்டும். இல்லையென்றால் அதற்கான விலையைக் கொடுத்தாக வேண்டியிருக்கும் (மகனைக் கொன்றவன் தந்தையையும் கொன்றிருக்கவேண்டும். இல்லை என்றால் தந்தையின் கோபத்தை எதிர்கொண்டேயாகவேண்டும்)’ என்று அவர் சொன்னதாகத் தெரிகிறது.

பிப்ரவரி 3, 1509 அன்று அவருடைய கப்பல் படை தியூ தீவில் எகிப்திய படையுடன் மோதியது. தியூ தீவின் ஆளுநர் சக இஸ்லாமியர்களுக்குத் துரோகம் செய்தார். தந்திரமாகப் போர்ச்சுகீசியர்களுடன் சேர்ந்துகொண்டு எகிப்தியப் படைகளுக்குத் தேவையான உதவிகள் செய்ய மறுத்தார். போர் தொடங்கியதும் போர்ச்சுகீசியர்களின் கப்பல்கள் சமுத்திரன் மன்னரின் கப்பல்களைச் சின்னாபின்னமாக்கின. போர்ச்சுகீசியர்களைத் தோற்கடிப்பது கடினம் என்பதைப் புரிந்துகொண்ட எகிப்தியர்கள் திரும்பி ஓடிவிட்டனர். அதன் பின் அவர்கள் வரவே இல்லை. இந்தியக் கடலோரப் பகுதிகளில் அவ்வப்போது ஓரிரு எதிர்ப்புகளைச் சந்திக்க நேர்ந்த போதிலும் போர்ச்சுகீசியர்கள் அதன்பின் அந்தப் பகுதியில் முழு ஆதிக்கம் செலுத்தினர்.

அல்மெய்டா கொச்சினில் இருந்த தனது முகாம் நோக்கிச் சென்றார். பலரைச் சிறைப்பிடித்திருந்தார். தென் திசை நோக்கிய பயணத்தில் வழிநெடுக அவர்களைக் கூட்டம் கூட்டமாகக் கொன்று

போட்டபடிச் சென்றார். இஸ்லாமிய நகரங்களில் பீரங்கிகளின் முன்னால் அவர்களைக் கட்டிவைத்து வெடித்துச் சிதற வைத்தார்.

பிரான்சிஸ்கோ தெ அல்மெய்டா ஒரு காலாட் படை வீரர்தான். போர்ச்சுகீசியர்களின் வலிமை என்பது கப்பல் படையிலும் அதன் பீரங்கி, துப்பாக்கிகளிலும்தான் இருக்கிறது என்பது அவருக்குத் தெரியும். 'கடல்படை வலிமையாக இருந்தால் இந்திய வர்த்தகம் முழுவதுமே உங்கள் கட்டுப்பாட்டில்தான். வலிமையான கப்பல் படை இல்லையென்றால் கரையோர நிலங்களில் இருக்கும் கோட்டைகளால் எந்த ஒரு பலனும் இருக்காது' என்று சொன்னார். மிகவும் தந்திரசாலி. போர்க்கலையில் தேர்ந்தவர். திமோஜா என்ற இந்து வணிகரிடம் இருந்து ஆலோசனை பெற்றுச் செயல்பட்டார். அவர் ஹானோவர் மன்னரின் சார்பில் இஸ்லாமியர்களுக்கு எதிராக செயல்பட்டார். அந்த மன்னரோ விஜயநகர மன்னரின் கீழ் இருந்தார்.

கிருஷ்ணா நதி, துங்கபத்திரா நதி ஆகியவற்றுக்கு தெற்கே இருந்த இந்தியப் பகுதிகள் முழுவதையும் விஜயநகர மன்னர் தன் ஆளுகையின் கீழ் வைத்திருந்தார். மிகப் பெரிய இந்து சாம்ராஜ்யமாக அது இருந்தது. விஜயநகர மன்னருக்கு நட்பு சக்தியாக இருந்தால் அவர்கள் இருவரும் சேர்ந்து கொண்டு இஸ்லாமிய அரசுகளைத் தமக்கு சாதகமான முறையில் பயன்படுத்திக் கொள்ளலாம் என்று போர்ச்சுகீசியர் திட்டமிட்டனர். இந்தக் கொள்கையானது அல்மெய்டாவுக்கு அடுத்ததாக வந்த அல்பெகர்க்யூவின் மூலம் மேலும் வளர்த்தெடுக்கப்பட்டது.

•

அல்மெய்டாவுடனான மோதலுக்குப் பின்னர் அல்போன்சா தெ அல்பெகர்க்யூ தன்னிடமிருந்த அதிகாரத்தைத் திருப்பிக் கொடுக்க மறுத்து 1509-ல் இந்தியாவின் கவர்னர் என்ற பதவியை எடுத்துக் கொண்டார். இந்தியாவில் உண்மையில் போர்ச்சுகீசிய ஆதிக்கத்தை நிலைநாட்டியது வாஸ்கோ ட காமா அல்ல; அல்பெகர்க்யூதான். பதவியேற்றதும் உடனேயே கோவாவைக் கைப்பற்றத் தீர்மானித்தார்.

தீஸ்வாதிக்குத் தெற்கே இருந்த கோவாபுரி என்ற துறைமுகத்தில் இருந்து கோவா என்ற பெயர் வந்தது. மத்திய காலகட்டத்தில் இந்தத் துறைமுகம் மண்ணால் மூடப்பட ஆரம்பித்தது. இதனால் அந்தத் தீவின் வடக்குப் பகுதியில் துறைமுகம் உருவாக்கப்பட்டது. இதுவே கோவா என்றும் பின்னாளில் பழைய கோவா என்றும் பெயர் பெற்றது. அங்கே துறைமுகம் அமைப்பதற்குத் தோதான சூழல்

நிலவியது. மாண்டோவி ஆறுடன் நீர்வழிப் போக்குவரத்துக்கு உகந்ததாக இருந்தது. அது மழைக்காலங்களில் வெள்ளம் பெருகாத அளவுக்குப் பாதுகாப்புப் பெற்றிருந்தது. அந்த ஆறில் முதலைகள் மிகுதியாக இருந்ததால் முறையற்ற வகையில் யாரும் வந்துபோக முடியாத வகையில் இருந்தது. 14, 15-ம் நூற்றாண்டுகளில் இந்தத் தீவானது இந்து மற்றும் முஸ்லிம் மன்னர்களால் மாறி மாறி ஆளப்பட்டு வந்துள்ளது. 1470க்குப்பின் இஸ்லாமியர்களின் கட்டுப் பாட்டுக்கு வந்தது. 1510-ல் அது பீஜப்பூர் சுல்தான் யூசுப் அடில் ஷாவின் ஆளுகையின் கீழ் இருந்தது.

மகத்தான அரசரான யூசுப் அடில் ஷா, ஓட்டோமான் பேரரசரின் இளைய மகன் என்று சொல்லப்படுகிறது. தந்தை இறந்ததும் தனக்குப் போட்டியாக வர வாய்ப்பு உள்ளவர்களை அழிக்க மூத்த மகன் திட்டமிட்டார். இளைய மகன் யூசுப்பைக் கொல்லும்படி உத்தரவிட்டார். அவருடைய தாய் ஒரு அடிமையைக் கொலைக்குக் கொடுத்துவிட்டு யூசுப்பை பாரசீகத்துக்குத் தப்பியோடச் செய்தார். அங்கிருந்து ஓர் இறை அருள்வாக்கின்படி இந்தியாவுக்கு கப்பல் ஏறி வந்தார். முதலில் அடிமைப் போர் வீரராக இருந்த அவர் பாமினி சுல்தானின் படையில் மிகப் பெரிய பதவிக்கு உயர்ந்தார். பின்னர் அந்த சுல்தானிடம் இருந்து விலகி பிஜப்பூரின் முதல் மன்னராக முடிசூட்டிக் கொண்டார்.

அல்பெகர்க்யூ 1510-ல் கொச்சினில் இருந்து வடக்குப் பக்கமாகப் பயணம் செய்து கோவாவுக்கு 20 கப்பல்களுடன் சென்றார். ஹோனோவரில் திமோஜாவை ரகசியமாகச் சந்தித்தார். அவர்தான் அதன் கப்பல் படைத் தளபதியாக இருந்தார். வெறும் 200 துருக்கிய வீரர்கள் மட்டுமே கோவாவுக்குக் காவலிருக்கிறார்கள் என்ற உளவுத் தகவலை திமோஜா அல்பெகர்க்யூவுக்குத் தெரிவித்தார்.

பிப்ரவரி மாதத்தின் நடுப்பகுதிவாக்கில் இந்தக் கூட்டுப் படையானது மாண்டோவி ஆற்றுக்கு வந்து சேர்ந்து பன்ஜிம் பகுதியைத் தாக்கியது. பெரிய எதிர்ப்பு எதுவும் இருந்திருக்க வில்லை. பழைய கோவாவுக்கு வீரர்கள் தப்பி ஓடினர். அங்கிருந்த மக்கள் சரணடைந்தனர். அல்பெகர்க்யூ ஈட்டி ஏந்திய வீரர்கள் சூழ அற்புதமாக உடை அணிந்துகொண்டு அந்தப் பகுதிக்கு வந்து சேர்ந்தார். அந்தப் பகுதியின் செல்வாக்கு மிகுந்த எட்டு முக்கியஸ்தர்கள் அவர் முன் மண்டியிட்டு நகரத்தின் சாவிகளை அவரிடம் ஒப்படைத்தனர். அவர்கள் கொடுத்த குதிரையில் ஏறி நகர்வலம் வந்தார். மக்கள் பூக்களைத் தூவி அவரை வரவேற்றனர். எஞ்சிய துருக்கியர்கள் உயிரைக் கையில் பிடித்துக்கொண்டு தப்பி ஓடினர். அப்படியாக கோவாவின் மன்னரானார் அல்பெகர்க்யூ.

இரண்டு மாதங்கள் கழித்து, யூசுஃப் அடில் ஷா தன் படையுடன் வந்து சேர்ந்தார். கிட்டத்தட்ட 60,000 வீரர்கள் அவரிடம் இருந்தனர். பொதுவாக ஜூன் நடுப்பகுதி வாக்கில் வரும் மழைக்காலமானது அம்முறை சற்று முன்னதாகவே வந்தது. மே 15, 1510 அன்று பெரு மழை பொழிந்த இரவில் அடில் ஷாவின் வீரர்கள் பிரதான நிலப்பகுதிக்குள் நுழைந்தனர். தீவு விரைவிலேயே கைப்பற்றப் பட்டது. பழைய கோவாவில் இருந்த கோட்டைக்குள் போர்ச்சுகீசியர்கள் சிறைப்பிடிக்கப்பட்டனர். அடில் ஷாவுக்கு ஆதரவாக கோட்டைக்குள் இருந்த சில இஸ்லாமியர்கள் போர்ச்சுகீசியர்களைத் துன்புறுத்தினர். ஒரு வாரப் போருக்குப் பின்னர், தன்னால் தாக்குப்பிடிக்க முடியாது என்பதை உணர்ந்த அல்பெகர்க்யூ தப்பி ஓட முடிவு செய்தார்.

முதலில் பழைய கோவாவில் இருந்த இஸ்லாமியர்கள் அனைவரையும் படுகொலை செய்தார். சில குழந்தைகளை மட்டும் மதம் மாற்றுவதற்காகக் கொண்டு சென்றார். சில செல்வந்தர்களைப் பணயமாக வைத்துக்கொண்டார். சில இஸ்லாமியப் பெண்களை மனைவிகளாக ஆக்கிக்கொள்ள உடன் அழைத்துச் சென்றார். எஞ்சிய ஆண்கள், பெண்கள், குழந்தைகள் அனைவரையும் படுகொலை செய்தார்.

சிறைப்பிடித்தவர்களுடன் போர்ச்சுகீசியர்கள் தமது கப்பல்களுக்குத் தப்பிச் சென்றனர். ஆனால், மழைக் காற்று வீசியதால் மாண்டவி ஆற்றைக் கடந்து செல்லமுடியவில்லை. பன்ஜிம் பகுதிக்கு அருகில் தமது கப்பல்களை நங்கூரமிட்டனர். போதிய உணவு இல்லை. அடில் ஷா ஒரு தூதுப் படகை உணவுடன் அனுப்பியதாகச் சொல்லப்படுகிறது. ஆனால் போர்ச்சுகீசியர்கள் அதை நிராகரித்ததோடு நோயாளிகளுக்கு வைத்திருந்த உணவை எடுத்து போலியான விருந்து ஒன்றை நடத்தியதாகவும் சொல்லப்படுகிறது. சில பணயக் கைதிகளைப் பயன்படுத்தித் தேவையான உணவைப் பெற்றுக்கொண்டனர். என்றாலும் எலிகளைத் தின்று காலம் தள்ள வேண்டிய நிலைக்குத் தள்ளப்பட்டனர். ஆகஸ்ட் மாதத் தொடக்கத்தில் மழை குறைந்ததும் கப்பல்கள் தப்பித்துச் சென்றன. அல்பெகர்க்யூ நேரம் கனியும்போது திரும்பி வரவேண்டும் என்ற எண்ணத்துடனே சென்றார்.

கோவாவுக்கு எட்டு மைல் தெற்கே, அல்பெகர்க்யூ வேறு சில போர்ச்சுகீசியக் கப்பல்களைப் பார்த்தார். அதன் தளபதிகளின் எதிர்ப்பையும் மீறிப் பல கப்பல்களைத் தன் வசம் எடுத்துக் கொண்டார். 1700 வீரர்கள் கொண்ட 28 கப்பல் படை ஒன்றை

உருவாக்கிக் கொண்டார். மீண்டும் திமோஜா ஏராளமான இந்து வீரர்கள், கப்பல்களுடன் இவருடன் சேர்ந்துகொண்டார். இந்தக் கூட்டுப் படையானது 1510 நவம்பரில் மீண்டும் கோவா மீது படையெடுத்தன.

இதனிடையில் யூசுஃப் அடில் ஷா இறந்துவிட்டிருந்தார். அவருடைய பச்சிளம் பாலகன் இஸ்மாயில் அடில் ஷாவிடம் ஆட்சிப் பொறுப்பு போயிருந்தது. தலைமை இல்லாததால் போரிட விரும்பாமல் அவருடைய படை கோவாவில் இருந்து வெளியேறியது. 8000 பாரசீக, துருக்கியப் படை வீரர்களை அங்கேயே விட்டுவிட்டுச் சென்றது.

நவம்பர் 25, 1510-ல் போர்ச்சுகீசியர்கள் தாக்கினர். மாண்டவி ஆற்றுக்கும் பழைய கோவாவுக்கும் இடைப்பட்ட பகுதியை முதலில் தாக்கினர். அதைத் தற்காத்து வந்தவர்கள் சிறைப்பிடிக்கப் பட்டுக் கொல்லப்பட்டனர். கோட்டை மதில்களின் மேல் ஏறிச் சென்று நகருக்குள் இறங்கினர். முழுவதுமான வெறித்தனமான தாக்குதலாக இருந்தது. எதிர்த்துப் போரிட்ட அனைவரும் வெட்டிக் கொல்லப்பட்டனர். கத்தோலிக்க 'தேங்க்ஸ் கிவ்விங்' விழாவை போர்ச்சுகீசியர்கள் கொண்டாடினர். அந்த விழா முடிந்ததும் எஞ்சிய இஸ்லாமியர்களையும் கொன்று குவிக்கும்படி அல்பெகர்க்யூ உத்தரவிட்டார். நகரில் இருந்த அனைவரையும் தேடிப் பிடித்துக் கொல்ல மூன்று நாட்கள் ஆனது. ஆண்கள், பெண்கள், குழந்தைகள் என மசூதியில் தஞ்சமடைந்து தொழுகை செய்துவந்த நிலையில் அனைவரையும் எரித்துக் கொன்றார். போரின் முடிவில் நாற்பது போர்ச்சுகீசியர்கள் இறந்திருந்தனர். 6,000 இஸ்லாமியர்கள் கொல்லப்பட்டிருந்தனர்.

அடுத்த சில மாதங்களில் அல்பெகர்க்யூ அந்த நகரத்தைப் புனரமைத்தார். புதிய கோட்டை ஒன்றைக் கட்டிக் கொண்டார். ஒரு மருத்துவமனை கட்டப்பட்டது. சுங்கச் சாவடியும் செயிண்ட் கேத்ரீனுக்குச் சிறிய சர்ச்சும் கட்டப்பட்டது. அவருக்கான விருந்து நாளில்தான் கோவா கைப்பற்றப்பட்டது. இஸ்லாமியக் கல்லறைகளில் இருந்த கற்களைப் பெயர்த்தெடுத்து இந்தக் கட்டு மானங்கள் எல்லாம் கட்டப்பட்டன. காவல்துறை, வருவாய்த்துறை போன்ற நிர்வாகப் பொறுப்புகள் எல்லாம் ஹானவர் மன்னரின் உறவினரான திம்மையாவிடம் தரப்பட்டது.

அல்பெகர்க்யூ 1512, பிப்ரவரியில் இந்தியா திரும்பினார். அடில் ஷாவின் படைகள் மீண்டும் கோவாவை முற்றுகையிட்டதைத் தெரிந்துகொண்டார். தீவுக்குக் கிழக்குப் பக்கத்தில் இருந்த

இந்தியா அடிமைப்படுத்தப்பட்ட வரலாறு | 43

பாணஸ்தரிம் பகுதியைக் கைப்பற்றி பிரதான நிலத்தில் இருந்து வரும் ஆறின் ஆழமற்ற பகுதியைக் காவல் காக்கும் பொருட்டு அங்கு ஒரு கோட்டையைக் கட்டிக்கொண்டிருந்தார். அந்த ஆழமற்ற பகுதியானது ஆற்றின் இரு பக்கமும் தடுப்புப் பலகைகள் போட்டுப் பாதுக்கப்பட்டிருந்தது. கோட்டையில் இருந்து ஆறாயிரம் துருக்கியர்களும் 3000 பிற வீரர்களும் வெகுவான கனரக ஆயுதங்களுடன் பழைய கோவாவை முற்றுகையிட்டனர். போர்ச்சுகீசியர்களின் படையில் இருந்தும் பலர் விலகி வந்திருந்தனர். அவர்களில் சிலருக்கு துப்பாக்கிகள், பீரங்கிகள் இயக்கத் தெரியும். பாணஸ்தரிம் வழியாக இந்தப் படைகளுக்குத் தேவையான ஆயுதங்கள், உணவுப் பொருட்கள் தரப்பட்டன. அந்தப் பகுதியை நோக்கிய நீர் வழியானது ஆழம் குறைவானது என்பதால் போர்ச்சுகீசிய கப்பல்கள் அதன் வழியாகச் சென்று தாக்க முடியாதென்பதால் அந்த இடம் தேர்ந்தெடுக்கப்பட்டது.

அல்பெகர்க்யூ 16 கப்பல்களுடன் கொச்சினில் இருந்து வந்து சேர்ந்தார். சிறிய இந்தியப் படகுகள், மற்றும் தன்னிடம் இருந்த சிறிய கப்பல்கள் மூலமாக பாணஸ்தரிம் பகுதி வரைக்குமான ஆழமற்ற காயலில் படையை நகர்த்தினார். பீரங்கிகளின் கடுமையான தாக்குதலினால் அங்கு வைக்கப்பட்டிருந்த தடுப்பு வேலிகள் எல்லாம் தகர்க்கப்பட்டன. அப்படியான ஆற்றைக் கடந்து சென்று பாணஸ்தரிம் பகுதியில் இருந்து எந்த உதவியும் கிடைக்கவிடாமல் தடுத்தார். அதோடு அடில் ஷாவின் படை அந்த வழியாகத் தப்பிச் செல்லவும் விடாமல் தடுத்தார். கோட்டைக்குக் கீழே நங்கூரமிட்டுக் கொண்டவர்கள் குண்டு வீச்சைத் தொடங்கினர். வில் அம்புகளும் ஈட்டிகளும் இடைவிடாது அவர்கள் மீது பாய்ந்த போதிலும் போர்ச்சுகீசியர்கள் இடைவிடாமல் எட்டு நாட்கள் பீரங்கிகளால் தாக்கினர். ஒருவழியாக அடில் ஷாவின் படையினரைத் தோற்கடித்தனர்.

இதனிடையில் அல்பெகர்க்யூவின் பிற கப்பல்கள் பழைய கோவாவில் இருந்த கோட்டைப் பாதுகாப்புக்குச் சென்றது. இந்தத் தகவல் தெரிந்தும் அங்கிருந்தவர்கள் பாணஸ்தரிம் கோட்டைக்குத் தப்பி ஓடினர். அங்கே அவர்கள் பழைய கோவா மற்றும் ஆழமற்ற ஆற்றுப் பகுதியில் இருந்த அல்பெகர்க்யூவின் படையினர் ஆகியோருக்கு இடையே மாட்டிக்கொண்டனர். போர்ச்சுகீசியர்களை ஒப்பிடுகையில் அடில் ஷாவுக்கு மிகப் பெரிய படை இருந்தது. இறுதியில் போர்ச்சுகீசியர்கள் கோட்டையைக் கைப்பற்ற முடிந்தது என்னவோ உண்மைதான். ஆனால், அல்பெகர்க்யூவின் படையினர் பலர் உயிர் துறக்க நேர்ந்தது. எனவே அல்பெகர்க்யூ

இஸ்லாமியப் படையை ஆழம் குறைவான பகுதி வழியாக வெளியே போகவிட்டுவிடலாம் என்று தீர்மானித்தார். போர்ச்சுகீசிய படையில் இருந்து விலகிச் சென்றவர்கள் சரணடைந்தாகவேண்டும்; அவர்களை நிச்சயம் தூக்கிலிட்டுக் கொல்லமாட்டேனென்று உறுதியளித்தார். கொடுத்த வாக்குறுதியை அவர் காப்பாற்றினார். அதிருப்தியாளர்களின் மூக்கு, காது, வலது கை, இடது கட்டைவிரல் இவற்றை மட்டுமே வெட்டி எறிந்தார்!

•

கோவாவைக் கைப்பற்றிய இந்த நிகழ்வானது மாமன்னர் அலெக்சாண்டர் இந்தியாவின் மீது படையெடுத்ததற்கு அடுத்ததாக நடந்த முக்கிய ஐரோப்பிய ஆக்கிரமிப்பு. கீழைத்தேய நாடுகளில் போர்ச்சுகீசியர்களின் ஆதிக்கத்தை மாற்றி அமைத்தது. உலகின் மிக அருமையான துறைமுகங்களில் ஒன்று கோவா துறைமுகம். புயல்காற்றுகளில் இருந்து எளிதில் காப்பாற்ற முடியும்படியான சூழல் அமைவு கொண்டது. இந்தப் பாதுகாப்பான தளத்தில் இருந்துகொண்டு போர்ச்சுகீசியத் துறைமுகங்கள் தமது அபாரமான துப்பாக்கி, பீரங்கி சக்திகளுடன் இந்தியாவின் மேற்குக் கடலோரம் முழுவதையும் தமது கட்டுப்பாட்டுக்குள் கொண்டுவந்தது. அந்தப் பகுதி வழியிலான வர்த்தகத்தின் மீது முழு ஆதிக்கம் செலுத்தியது. பிற கப்பல்கள் எல்லாம் போர்ச்சுகீசியர்களின் அனுமதி பெற்றே இங்கு வந்துபோக முடியும். மிளகுப் பொருட்கள், குதிரை ஆகியவற்றில் தமது வணிகத்தைத் தீவிரப்படுத்தினர்.

இந்தியாவில் பொதுவாக போர்கள் எல்லாம் பெரிதும் குதிரைப் படையையே சார்ந்திருந்தன. இந்திய மன்னர்களின் படைகளில் குதிரைகளுக்கு மிகுந்த முக்கியத்துவம் இருந்தது. ஆனால், இந்தியாவில் வெகு குறைவான உயர் ரகக் குதிரை வகைகளே இருந்தன. மீதியெல்லாம் பெரிதும் அரபு நாடுகளில் இருந்து கொண்டுவரப்பட்டுப் பெருக்கப்பட்டவையே. அல்பர்க்யூ இதில் இருக்கும் வணிக வாய்ப்பை நன்கு புரிந்துகொண்டார். போர்ச்சுகல் மன்னருக்கு ஒரு கடிதம் அனுப்பினார்:

'அரேபிய, பாரசீகக் குதிரைகள் எல்லாமே உங்கள் கைகளில் இருக்கவேண்டும் என்று நான் இரண்டு காரணங்களுக்காக விரும்புகிறேன். முதலாவதாக அவற்றின் மூலம் கிடைக்கும் மிக அதிக வரி. இரண்டாவதாக விஜய நகர மன்னரும் பிற தக்காணப் பகுதி மன்னர்களும் உங்களைச் சார்ந்து நிற்க வேண்டிய அவசியம் வரும். ஏனென்றால் இங்கு யாரிடம் குதிரைகள் அதிகம் இருக்கின்றனவோ அவர்களே வெல்ல முடியும்'.

இந்தியா அடிமைப்படுத்தப்பட்ட வரலாறு | 45

அரேபியா மற்றும் பாரசீகத்தில் இருந்து வரும் குதிரைகள் அனைத்துமே கோவாவில் இறக்கப்படவேண்டுமென்று அல்பெகர்க்யூ உத்தரவிட்டார். கோவாவில் குதிரைகளை விற்கக்கொண்டு வந்தவர்களுக்கும் அங்கிருந்து குதிரைகளை வாங்கியவர்களுக்கும் விசேஷ சலுகைகள் தரப்பட்டன. குதிரைகள் மீது இறக்குமதி வரி எதுவும் சுமத்தப்படவில்லை. ஆனால், குதிரை ஏற்றுமதிக்கு மிகக் கடுமையான வரியை விதித்தார். கோவாவின் மொத்த போர்ச்சுகீசிய வருமானத்தில் பாதிக்கு மேல் அதிலிருந்தே கிடைத்தது.

அல்பெகர்க்யூவின் முன்னாள் பகைவரான அடில் ஷாவும் விஜய நகர மன்னரும் கோவாவுக்குத் தமது தூதுவர்களை அனுப்பினர். தென்னிந்திய இந்துக்களும் வட பகுதி இஸ்லாமியர்களும் எப்போதும் தமக்குள் சண்டையிட்டு வந்தனர். போர்ச்சுகீசியரிடம் இருவரும் நட்புக்கரம் நீட்டினர். கோவாவில் இருந்து கிடைக்கும் குதிரைகள் முழுவதையும் தாமே வாங்கிச் செல்ல விரும்பினர். அல்பெகர்க்யூ அவர்கள் இருவரையும் தமக்குள் மோதவிட்டார். இருவருக்கும் குதிரைகளை விற்றார்.

கோவாவில் போர்ச்சுகீசிய ஆதிக்கத்தின் பொருளாதார மற்றும் அரசியல் எதிர்காலத்தை வலுவாக அடித்தளமிட்டுக் கொண்ட அல்பெகர்க்யூ ஒரு சில நூறு பேர்களைக் கொண்ட தனது படையினர் வசிக்கும் பகுதியைத் தன்னிறைவு பெற்ற குடியேற்றப் பகுதியாக ஆக்க விரும்பினார். அல்பெகர்க்யூ திருமணம் செய்துகொள்ள வில்லை. அவருக்கு ஆஃப்ரிக்க ஆசை நாயகி மூலம் ஒரு குழந்தை இருந்தது. அவர் சிறைப்பிடித்த இஸ்லாமிய, இந்து பெண்களை தனது படைவீரர்கள் மணம் முடித்துக்கொள்ள அனுமதித்தார். அந்த தம்பதிகளுக்கு சொத்துகளும் கொடுத்தார். இந்தத் திருமணத்தின் மூலம் அந்தப் பெண்கள் கிறிஸ்தவ மதத்துக்கு மாற்றப்பட்டதால் அவர்களில் பலர் தற்கொலை செய்து கொண்டனர். சிலர் வேறு வழியின்றி திருமணத்துக்கு சம்மதித்தனர். பெரும்பாலும் போர்ச்சுகீசியர்களில் ஏழ்மையில் இருந்தவர்களே இப்படியான திருமணத்தைச் செய்துகொண்டனர். இவர்கள் மூலமாக உருவான வர்க்கமானது போர்ச்சுகீசிய இந்திய அரசின் பெரும்பாலான கடைநிலைப் பணிகளை எடுத்துக்கொண்டது.

பழைய கோவாவுக்கு வெளியே இருந்த முப்பது கிராம சமூகங்களை முன்பு போலவே தம்மை நிர்வகித்துக்கொள்ள அல்பெகர்க்யூ அனுமதித்தார். கிறிஸ்தவர்களுக்கே அனைத்திலும் முன்னுரிமை தரப்பட்டது. ஆனால் இந்துக்கள் தமது வழிபாட்டைத் தொடர்ந்து கொள்ள அனுமதிக்கப்பட்டனர். விதவைகளை எரிக்கும் சதி வழக்கம் தடை செய்யப்பட்டது.

அல்பெகர்க்யூவுக்கு வயது ஐம்பதைத் தாண்டியிருந்தது. தாடி மார்பில் புரளும் அளவுக்கு வளர்ந்திருந்தது. ஆனால், மனதில் லட்சியக் கனல் தொடர்ந்து கனன்றது. 'நைல் நதியைத் திருப்பிவிட்டு எகிப்தைப் பட்டினி போட்டுக் கொல்ல விரும்பினார். அலெக்சாண்ட்ரியாவையும் சூயஸையும் கைப்பற்ற நினைத்தார். மெக்காவை எரிக்க நினைத்தார்'. 1513-ல் ஏடெனுக்குப் பயணம் செய்தவர் செங்கடலில் நுழைவதைத் தடுத்துக் கண்காணிக்க உதவும் கோட்டையைக் கைப்பற்ற விரும்பினார். அந்த முயற்சி தோல்வியில் முடிந்தது. போர்ச்சுகீசியர்கள் மிகப் பெரிய இழப்பைச் சந்திக்க நேரந்தது.

1515-ல் அல்பெகர்க்யூ ஓர்முஸ் பகுதிக்குப் கடல் பயணம் மேற்கொண்டார். பாரசீக வளைகுடாவின் நுழைவாயிலில் இருந்த அந்தத் தீவானது அங்கிருந்த சந்தைக்காகப் புகழ்பெற்றது. இந்தப் பகுதியில் அல்பெகர்க்யூ ஒரு ராஜ தந்திரியாகச் செயல்பட்டார். அங்கு வம்சாவளிப் போர் நிலவி வந்தது. அந்தத் தீவின் மன்னரை அவருடைய மருமகன் சிறை வைத்திருந்தார். ஆட்சியைக் கைப்பற்றிய அவர் பிற 15 இளவரசர்களின் கண்களைக் கொதிக்கும் வெண்கலக் கலயத்தைக்கொண்டு குருடாக்கிவிட்டார்.

அல்பெகர்க்யூ சிறைப்பிடிக்கப்பட்ட மன்னரை விடுவிக்கும்படி மருமகனிடம் கேட்டுக்கொண்டார். அமைதிப் பேச்சுவார்த்தைக்கு அழைத்து மன்னராகியிருந்த மருமகனைக் கொலை செய்தார். அதன் பின் மன்னரை தனது கைப்பாவையாக ஆட்சிக்கட்டிலில் அமர்த்தினார். அல்பெகர்க்யூ பாரசீகத்துக்கும் இந்தியாவுக்கும் இடையிலான வணிகத்தைக் கட்டுப்படுத்த ஒரு கோட்டை ஒன்றைக் கட்டினார். அவருடைய உடல் நலம் குன்றத் தொடங்கியது. வயிற்றுப்போக்கினால் பெரிதும் அவதிப்பட்டவர் கோவா திரும்பத் தீர்மானித்தார்.

திரும்பி வரும் வழியில், போர்ச்சுகீசிய மன்னரிடமிருந்து அல்பெகர்க்யூவை பதவி நீக்கம் செய்யச் சொல்லும் செய்தியுடன் வந்த ஒரு கப்பலைக் கைப்பற்றித் தன் வசம் கொண்டுவந்தார். லிஸ்பனில் இருந்த அவருடைய எதிரிகள் அவருடைய வீழ்ச்சியைத் துரிதப்படுத்தினர். மாண்டவி ஆற்றினுள் கப்பல் நுழைந்தது. நோய்வாய்ப்பட்ட அல்பெகர்க்யூ தனது படுக்கையில் இருந்து மெள்ளத் தடுமாறியபடியே எழுந்து நின்று பழைய கோவாவைப் பார்த்தார். பல வருடங்களுக்கு முன் முதன் முதலாக காலடிவைத்த போது பார்த்ததுபோலவே இருந்தன கடலும் கரையும். அல்பெகர்க்யூதான் மாறிவிட்டார். கப்பல் அங்கு நங்கூரமிட்டது. அல்பெகர்க்யூவின் வாழ்க்கைப் பயணமும் முடிவுக்கு வந்தது.

‘அவர் லேடி ஆஃப் த மவுண்ட்’ சர்ச்சில் அல்பெகர்க்யூவின் உடல் புதைகப்பட்டது. போர்ச்சுகலின் மன்னர், ஏற்கெனவே அல்பெகர்க்யூவை வைஸ்ராயாக நியமித்தது தவறென்று உணர்ந்து அவரைப் பதவியிலிருந்து விலக்கி உத்தரவிட்டிருந்தார். அவர் அல்பெகர்க்யூவின் உடலை கோவாவிலேயே இருக்கும்படிச் சொல்லிவிட்டார். இறுதியில் போப் தலையிட்டதன் பேரில் 1566-ல் அல்பெகர்க்யூவின் உடல் போர்ச்சுகலுக்குக் கொண்டுசெல்லப்பட்டு நல்லடக்கம் செய்யப்பட்டது.

விஜய நகர அரசுடன் நட்புறவில் இருப்பது என்ற அல்பெகர்க்யூவின் கொள்கையானது போர்ச்சுகீசியர்களுக்குப் பல வகைகளில் உதவிகரமாகவே அமைந்தது. கோவாவுக்கு வெகு அப்பால் அடில் ஷாவை விரட்டிய விஜய நகரம் அந்தப் பகுதியை போர்ச்சுகீசியர் ஆக்கிரமிக்க உதவியது. அதோடு அடில் ஷாவின் ஆட்சிக்குப் போட்டியிட்ட வேறு சிலருடனும் ஒப்பந்தம் செய்துகொண்டு பர்தேஷ், சால்செட் போன்ற பகுதிகளையும் போர்ச்சுகீசியர் கைப்பற்றினர். இதனால் போர்ச்சுகீசியர் வசம் இருந்த கோவாவின் எல்லை நான்கு மடங்கு அதிகரித்தது.

•

போர்ச்சுகீசிய வெற்றிக்குத் தேவையான அனைத்தையும் கத்தோலிக்க சர்ச் செய்து கொடுத்தது. போருக்குச் செல்வதற்கு முன்பாக போர்ச்சுகீசிய வீரர்களுக்கு நற்கருணை ஆராதனை நிகழ்த்தப்பட்டது. போரில் அவர்கள் இறந்தால் அவர்களுக்கு சொர்க்கம் கிடைக்கும் என்று சர்ச்சுகள் ஆசி வழங்கின. இந்தியாவில் கிறிஸ்தவத்தைப் பரப்புவது போர்ச்சுகீசியர்களின் மிக முக்கியமான நோக்கமாகவே இருந்தது. எனினும் முதலில் அதற்கு அதிக முக்கியத்துவம் தரப்படவில்லை.

1538-ல்தான் முதல் போர்ச்சுகீசிய பிஷப் இந்தியாவுக்கு வந்தார். போர்ச்சுகீசிய கிறிஸ்தவர்களுக்கும் இந்திய இந்துக்களுக்கும் இடையிலான நல்லுறவை முடிவுக்குக் கொண்டுவந்தார். 1540-ல் இந்து கோவில்கள் அழிக்கப்பட்டன. மத மாற்றம் தீவிரமடைந்தது. அடுத்த ஆண்டுக்குள் கோவாவில் இருந்த அனைத்து கோவில் நிலங்களும் சர்ச்சினால் ஆக்கிரமிக்கப்பட்டுவிட்டன.

1542-ல் கோவாவுக்கு முதல் ஜெசூயிட் பிரசாரகர் ஃபிரான்சிஸ் சேவியர் வந்தார். அபாரமான ஆளுமை கொண்டவர். இந்தியாவிலும் தூரக் கிழக்கு நாடுகளில் அவர் இருந்த பத்தே ஆண்டுகளில் ஏராளமானோரை மதம் மாற்றினார். ஒரு மாதத்தில்

தென் மலபார் பகுதியில் இருந்த 10,000 கிராமத்தினரை மதம் மாற்றினார் என்று சொல்லப்படுகிறது. கோவாவிலும் நூற்றுக் கணக்கானோரைக் கூட்டாக மதம் மாற்றியிருக்கிறார். மத நிர்வாகம், பள்ளி என அனைத்தையும் மாற்றியமைத்தார். ஏராளமான சர்ச்சுகள் கட்டப்பட்டன. ஏற்கெனவே இருந்த சர்ச்சுகளும் மடாலயங்களும் கான்வெண்ட்களும் பெரிதுபடுத்தப்பட்டு அவற்றின் பணிகள் தீவிரப்படுத்தப்பட்டன.

ஃபிரான்சிஸ் சேவியர் சீனாவில் கடலோரப்பகுதியில் 1522-ல் இறந்தார். அவருடைய உடல் முதலில் மலாக்காவில் புதைக்கப் பட்டது. பின்னர் தெய்வ அதிசயமாக பாதுகாக்கப்பட்டு 1554-ல் கோவாவுக்குக் கொண்டுவரப்பட்டு பாம் ஜீசஸ் பசிலிக்காவில் நல்லடக்கம் செய்யப்பட்டது. அவருடைய கல்லறை 1622-ல் அவருக்கு புனிதர் பட்டம் தரப்பட்டதைத் தொடர்ந்து மிகப் பெரிய வழிபாட்டுக்குரியதாக ஆனது. காலப்போக்கில் அவருடைய உடலானது பல முறை பொது மக்களின் பார்வைக்கு வைக்கப் பட்டது. அந்த உடலானது அழுகாது என்ற நம்பிக்கை பொய்க்கத் தொடங்கியதும் உடம்பின் பல அங்கங்கள் பலமுறை வெட்டியெடுக்கப்பட்டு பல இடங்களுக்கு அனுப்பப்பட்டன. முதல் காட்சிப்படுத்தலின்போது காலானது கடித்து எடுத்துச் செல்லப்பட்டுவிட்டது. வலது கரமானது போப்புக்கு அனுப்பப்பட்டது. தோள்பட்டை எலும்புகள் கொச்சின், மலாக்கா, மகோவ் ஆகிய பகுதிகளுக்கு அனுப்பப்பட்டன. முழங்கையானது ஜப்பானுக்கு அனுப்பப்பட்டது. உடல் உள்ளுறுப்புகள் எல்லாம் புனிதப் பொருட்களாகப் பல பகுதிகளுக்கு வெட்டி அனுப்பப்பட்டுள்ளன. காட்சிப்பொருளாக வைக்கப்பட்ட காலத்தில் சடங்காசாரமான முத்தமிடலில் வேறு பல அங்கங்களும் சிதைந்து போயின.

●

ஃபிரான்சிஸ் சேவியர் இறப்பதற்கு முன்பாக, புனித அநீதி விசாரணை (இன்க்யிசிஷன்) மன்றத்தைத் தொடங்கும்படி போப்பிடம் கேட்டுக்கொண்டார். 1560-ல் அது அமைக்கப்பட்டது. முந்தைய ஆண்டுதான் ஐந்து அவிசுவாசிகள் பொதுவெளியில் எரித்துக் கொல்லப்பட்டனர். அடில் ஷாவின் பழைய நீதிமன்றத்தை போர்ச்சுகீசியர் கைப்பற்றினர். அவிசுவாசிகள் மீதான விசாரணை என்பதில் பொதுவாக கிறிஸ்தவத்தில் இருந்து சர்ச்சுக்கு எதிராகச் செயல்படுபவர்களைத்தான் குறிவைப்பது வழக்கம். எனினும் கிறிஸ்தவத்துக்கு எதிராக இருக்கும் கிறிஸ்தவரல்லாதவர்களும்

இந்தியா அடிமைப்படுத்தப்பட்ட வரலாறு | 49

குறிவைக்கப்பட்டனர். இதனால், ஏராளமான இந்துக்கள் கூட்டம் கூட்டமாக கிறிஸ்தவத்துக்கு மாறினர். தாழ்ந்த ஜாதியைச் சேர்ந்த இந்துக்கள் சிலர் தாமாக மதம் மாறினர்.

கிறிஸ்தவ தம்பதிக்குப் பிறந்தவர்களுக்குத்தான் நில உரிமை என்ற நிலை வந்துவிட்டதால் சிலர் தமது குடும்பத்தினரை கிறிஸ்தவத்துக்கு மாறினர். எஞ்சிய இந்துக்கள் எல்லாம் வலுக்கட்டாயத்தின்பேரில் மதம் மாற்றப்பட்டனர். போர்ச்சுகீசிய மத பிரசாரகர்கள், இந்துக்கள் வாழும் பகுதிக்குச் சென்று தமது அடிமைகளின் உதவியால் அவர்களைச் சிறைப்பிடித்து சில நாட்கள் கழித்துக் கூட்டமாக மதம் மாற்றுவது தொடர்பாக குறிப்புகள் பதிவு செய்யப்பட்டுள்ளன. இப்படிச் சிறைப்பிடிக்கப்படுபவர்களின் வாயில் மாட்டுக்கறியைத் திணிப்பார்கள். ஜாதியை இழந்து 'தீண்டத்தகாதவர்களாக' இப்படி ஆனதும் மதம் மாறுவதைத் தவிர அவர்களுக்கு வேறு வழியே இல்லாமல் போய்விடும்.

கிறிஸ்தவத்துக்கு மாறிய பலர் பழைய பழக்க வழக்கங்களைத் தொடர்ந்து பின்பற்றினர். இஸ்லாமுக்கும் யூத மதத்துக்கும் மாறியவர்கள் இருந்தனர். புனித அநீதி விசாரணை மூலம் புற வழிபாடுமட்டும் தடைசெய்யப்படவில்லை. கிறிஸ்தவம் சாராத பழக்கவழக்கங்களைப் பின்பற்றுவதும் தடை செய்யப்பட்டது. உப்பு போடாமல் அரிசியை வேகவைப்பது, நீத்தார் விழாவில் விருந்து ஏற்பாடு செய்வது, திருமண விழாக்களில் மலர் மாலை அணிவது போன்றவை எல்லாமே தடை செய்யப்பட்டன. பன்றி இறைச்சி சாப்பிட மறுத்தால் தண்டனை தரப்பட்டது.

16,172 நபர்கள் புனித அநீதி விசாரணைக்கு உட்படுத்தப்பட்டனர். 1774-ல் இந்த நடைமுறை முடிவுக்கு வந்தது. 1778-ல் சிறிது மாற்றப்பட்டு மீண்டும் கொண்டுவரப்பட்டது. இறுதியாக 1812-ல் முற்றாக முடிவுக்குக் கொண்டுவரப்பட்டது. இது தொடர்பான ஆவணங்கள் பலவும் அழிக்கப்பட்டுவிட்டன. பெரிதும் திட்டமிட்டே அழிக்கப்பட்டன. எத்தனை அவிசுவாசிகள் எரிக்கப் பட்டனர் அல்லது இருட்சிறைகளில் அடைக்கப்பட்டுக் கொல்லப் பட்டனர் என்பது பற்றி எந்தவொரு தகவலும் தெரிந்துகொள்ள வழியில்லை. ஆயிரக்கணக்கானவர்களின் மகிழ்ச்சியை, வாழ்க்கையை கோவாவின் புனித அநீதி விசாரணை அழித்தது என்பது மட்டும் உண்மை.

1674-ல் கேப்ரியல் டெலன் என்ற பிரெஞ்சு மருத்துவர் டாமன் கோட்டை பகுதியில் போர்ச்சுகீசியர்களால் சிறைப்பிடிக்கப் பட்டார். தனது மகனை ரத்த வெள்ளத்தில் ஆழ்த்தும்படி ஆளுநர்

அவருக்கு உத்தரவிட்டார். தந்தத்தாலான செயிண்ட் ஆண்டனியின் உருவம் ஒன்றை அந்தச் சிறுவன் கைகளில் கட்டியிருந்தான். டெலன் அதை அவிழ்க்கும்படித் தன் மகனிடம் கேட்டுக் கொண்டார். ரத்தம் சிந்தும்போது வலி இருக்காமல் தடுக்க அந்த செயிண்ட்டின் உருவம் தன் உடம்பில் இருக்கவேண்டும் என்று சொல்லி மகன் அதைக் கழற்ற மறுத்துவிட்டான். மூட நம்பிக்கைகொண்டு முட்டாள்தனமாகப் பேசாதே என்று தந்தையான டாக்டர் டெலன் நிலைமை புரியாமல் அவனைக் கடிந்துகொண்டிருக்கிறார்.

டாக்டர் டெலனை கோவாவுக்கு விசாரணைக்குக் கொண்டு சென்றார்கள். இரண்டு வருடங்கள் விசாரணை நடந்தது. நிலைமை மோசமாகவே தற்கொலை செய்துகொள்ள முயன்றிருக்கிறார். மேலும் ஐந்து வருடங்கள் சிறைத் தண்டனை விதிக்கப்பட்டு அதன்பின் போர்ச்சுகலுக்கு கப்பலில் அனுப்பிவைக்கப்பட்டார்.

ஒரு மருத்துவர் இவரைப்பற்றி ராணியிடம் தகவல் தெரிவித்தார். 1677 டாக்டர் டெலன் விடுவிக்கப்பட்டார். கோவாவில் தனக்கு நேர்ந்ததை அவர் மிக விரிவாக எழுதி வைத்தார்:

> நவம்பர் மற்றும் டிசம்பர் மாதங்களில் தினமும் அதிகாலையில் சித்ரவதைக்கு உள்ளானவர்களின் கூக்குரல்களைக் கேட்டு வருகிறேன். தண்டனைகள் மிகக் கொடூரமாக இருக்கின்றன. ஆண்களும் பெண்களுமாக கை கால் உடைந்தவர்கள் சிகிச்சைக்காக அனுப்பி என்னிடம் வைக்கப்பட்டனர்.
>
> புனித அநீதி விசாரணையில் ஒருவர் ஆணா பெண்ணா, அவருடைய வயது என்ன, அவருடைய அந்தஸ்து என்ற எதுவும் கணக்கில் கொள்ளப்படவில்லை. அனைவருமே மிகவும் கொடூரமாக நடத்தப்பட்டனர். பல நேரங்களில் அவர்கள் நிர்வாணமாக்கப்பட்டு சித்ரவதை செய்யப்பட்டனர்.

புனித அநீதி விசாரணையில் உயிருள்ளவர்களை மட்டுமே சித்ரவதைக்கு உள்ளாக்குவதோடு நின்றுவிடவில்லை. கார்சியா தெ ஓர்டா என்பவர் ஸ்பானியக் குடும்பத்தைச் சேர்ந்தவர். ஸ்பெயின் நாட்டில் யூதர்கள் விரட்டியடிக்கப்பட்டபோது அவர்கள் போர்ச்சுகலுக்கு வந்து சேர்ந்திருந்தனர். அந்த யூதர்கள் வலுக் கட்டாயமாக அங்கு மதம்மாற்றப்பட்டனர். 'புதிய கிறிஸ்தவர்கள்' என்று அழைக்கப்பட்டனர். டே ஓர்டா மருத்துவப் படிப்பை முடித்தார். பின் கோவாவுக்கு 1534-ல் வந்து சேர்ந்தார். மிகவும் உயர்வாக மதிக்கப்பட்ட அவருக்கு இப்போது மும்பை என்று

அழைக்கப்படும் பம்பாயின் மீதான உரிமைகூட குத்தகைக்கு வழங்கப்பட்டது. அவர் எழுதிய இந்திய மருத்துவ மூலிகைகள் பற்றிய புத்தகம் கோவாவில் 1563-ல் வெளியானது. ஏராளமான வார்த்தைப் பிழைகள் கொண்ட புத்தகம் என்றவகையிலும் பல புத்தகப் பிரியர்கள் இந்தப் புத்தகத்தை வாங்கி வைத்துக் கொள்வதுண்டு.

டெ ஓர்டா 1568-ல் இறந்தார். அதைத் தொடர்ந்து சிறிது காலத்துக் குள்ளாகவே அவருடைய குடும்பத்தின் விசாரணைக்கு உத்தரவிடப் பட்டது. உறவினர்கள் சித்ரவதை செய்யப்பட்டனர். 1569-ல் அவருடைய சகோதரி உயிருடன் எரிக்கப்பட்டார். 1580-ல் கார்சியா டெ ஓர்டாவின் உடம்பானது கல்லறையில் இருந்து தோண்டி எடுக்கப்பட்டு விசாரணைக்கு உட்படுத்தப்பட்டது. நல்ல கிறிஸ்தவராக அவர் இருந்திருக்கவில்லை என்று தீர்ப்பு வழங்கப்பட்டு உடம்பின் சிதிலங்கள் எல்லாம் எரிக்கப்பட்டன.

1564-ல் பம்பாய்க்கு வடக்கே இருக்கும் பசேய்ன் (வசய் என்றும் அழைப்பார்கள்) கோட்டையில் நடந்த நிகழ்வுகள் இந்து பழக்க வழக்கங்களை ஒடுக்குவதில் போர்ச்சுகீசிய மத குருமார்கள் எந்த அளவுக்குச் சென்றார்கள் என்பதை விளக்குகின்றன. பசேய்ன் பகுதியில் இருந்த நீரோடையில் புனித நீராடுவது இந்துக்களின் வழக்கம். அந்த நீரோடையின் கரையெங்கும் மதகுருமார்கள் சிலுவையை நட்டுவைத்தனர். இந்து பக்தர்கள் அருகில் இருந்த வேறொரு நீர் நிலைக்குச் சென்றனர். அதைப் பார்த்ததும் மதகுருவின் உத்தரவின் பேரில் பசேய்ன் கோட்டையின் தளபதி தனது காலாட்படை மற்றும் குதிரைப்படை வீரர்களை அங்கு அனுப்பித் தாக்கி விரட்டச் சொன்னார். மேலும் அந்த ஏரிக்கரைக் கோவிலும் சிலைகளும் இடித்துத் தரைமட்டமாக்கப்பட்டன. இதோடு நிறுத்தாமல் ஒரு பசுவைக் கொன்று அதன் ரத்தத்தை அந்தப் புனித நீர்நிலையில் தெளித்தனர்.

•

இப்படியான கொடூரங்கள் இருந்தபோதிலும் கோவாவில் இந்தியர்களின் எண்ணிக்கை அதிகமாகவே இருந்துவந்தது. அதாவது கிறிஸ்தவர்கள், இந்துக்கள் அதிகம் இருந்தனர். ஆண்டுக்கு 2000 போர்ச்சுகீசியர்கள் இந்தியாவுக்கு வந்து சேர்ந்தனர். ‘இந்தியாவுக்குச் செல்லும் நூறு பேரில் ஒருவர்கூட ஊர் திரும்புவதில்லை’ என்று போர்ச்சுகலில் ஒரு பழமொழியே இருக்கிறது. பலர் பயண வழியிலேயே இறந்துவிடுவார்கள். இந்தியா வந்து சேர்ந்தால் அங்கும் பலர் இறந்துவிடுவார்கள். 16-ம்

நூற்றாண்டின் இறுதிவாக்கில் பழைய கோவாவின் மக்கள்தொகை என்பது 75,000. அவர்களில் போர்ச்சுகீசியர்கள், ஐரோப்பியர்கள் அல்லது கலப்பு தேசத்தினர் 2000 மட்டுமே. ஆம், இந்தச் சிறு குழுதான் ஒட்டுமொத்த செல்வத்தையும் வளங்களையும் தன் கட்டுப்பாட்டில் வைத்திருந்தது.

பிரிட்டிஷ் மேல் தட்டினருக்கு இந்தியாவில் இருந்த பிரிட்டிஷ் ஆட்சியானது விசேஷ சலுகைபோல் தரப்பட்டிருந்ததாகச் சொல்லப்படுவதுண்டு. உண்மையில் இது போர்ச்சுகீசியர்கள் விஷயத்தில் மிக மிக உண்மையே. இங்கு வந்து சேர்ந்த போர்ச்சுகீசிய மேல்தட்டினருக்குப் பெரும் பதவிகளும் செல்வ வளங்களைக் குவிக்கும் வாய்ப்பு வசதிகளும் எளிதில் கிடைத்தன. ராஜ வம்சத்தினர், நிலப்பிரபுக்களின் முறைதவறிப் பிறந்தவர்களுக்கான சொர்க்க பூமியாக கோவா திகழ்ந்தது. உயிர் பிழைக்க முடிந்தவர்கள் எல்லாம் கோவாவில் பெரும் செல்வத்தைக் குவித்தனர். ஏனென்றால் கோவாவானது போர்ச்சுகீசியர்களின் சாம்ராஜ்ஜியத்தின் தலைநகர்போல் இருந்தது.

அதேநேரம் இந்த போர்ச்சுகீசியர்கள் பெரும் சிரமங்களையும் சந்திக்க நேர்ந்தது. கடல் பயணத்துக்குத் தேவையான ஆட்கள், படைக்குத் தேவையான ஆட்கள் கிடைப்பது சிரமமாகவே இருந்தது. ஆதாயங்கள் கிடைக்குமா என்பதும் சந்தேகமே. ஆனால், உயிரைப் பணயம் வைக்க வேண்டியிருக்கும் என்பது நிச்சயமே என்பதால் கௌரவமான நில உடமையாளர்கள், பிற தொழிலாளர்கள் யாரும் கோவாவுக்கு வரத் தயாராக இருந்திருக்கவில்லை. கடல் கடந்த பகுதியில் இருக்கும் சாம்ராஜ்ஜியத்துக்கு யாரும் வரத் தயாராக இல்லை என்பதால், குற்றவாளிகளை ராணுவத்தில் நியமித்து இங்கு அனுப்பிவிட்டார்கள். போர்ச்சுகலில் கொலைக்குற்றம் சுமத்தப்பட்டு தூக்கிலிடப்படவிருந்தவர்கள் கிழக்கு நாடுகளுக்குப் போவதாகத் தாமாக முன்வந்து சொன்னால் அனுப்பிவைக்கப்பட்டனர். இந்தியாவுக்கு வந்த பல மாதங்களுக்குக்கூட இவர்களுக்கு சம்பளம் என்று எதுவும் தரப்படவே இல்லை. கையில் காசில்லாத இந்த துரதிர்ஷ்டசாலிகள் கொள்ளையடித்தும் திருடியும் தங்கள் வாழ்க்கையை வாழ வேண்டியிருந்தது. பலர் தனியார் வசம் விடப்பட்ட நிர்வாகத் துறையில் சேர்ந்துகொண்டு லஞ்ச ஊழல், சுரண்டல்களில் ஈடுபட்டனர். 1539 வாக்கில் போர்ச்சுகல் மன்னருக்கு வைஸ்ராய் எழுதிய கடிதத்தில் சம்பளப்பட்டியலில் இருந்த 16,000 பேரில் வெறும் 2000 பேர் மட்டுமே பணியில் இருப்பதாகக் குறிப்பிட்டிருந்தார்.

சொற்ப போர்ச்சுகீசியப் பெண்களே இந்தியாவுக்கு வந்தனர். வந்தவர்களிலும் மரியாதைக்குரிய வர்க்கத்தினர் குறைவே. எனவே, இந்தியா வந்த போர்ச்சுகீசிய ஆண்கள் அனைவரும் ஆசை நாயகிகளைத் தேர்ந்தெடுத்துக்கொண்டு, அவர்களில் சிலரைத் திருமணம் செய்துகொண்டனர். வேறு பலரை பெண் அடிமை களாகவே பயன்படுத்தினர். கோவாவில் பெருமளவிலான அடிமைகள் இருந்தனர். ஒரு கடைநிலை போர்ச்சுகீசியருக்குக்கூட 20க்கு மேற்பட்ட அடிமைகள் இருந்தனர். மேல் தட்டு போர்ச்சுகீசியருக்கோ நூறுக்குமேல் அடிமைகள் இருந்தனர். பெண் அடிமைகள் அரை நிர்வாண நிலையில் ஏலத்தில் விற்கப்பட்டனர். கன்னிகள் என்றால் அவர்களின் விலை அதிகம்.

சுமார் ஒரு நூற்றாண்டு காலத்துக்கு போர்ச்சுகீசியர்கள் இந்தியப் பெருங்கடலில் கோலோச்சினர். 1538-ல் ஒரே ஒரு முறை துருக்கியர்களிடமிருந்து எதிர்ப்பு கிளம்பியது. அதையும் போர்ச்சுகீசியர்கள் எளிதில் முறியடித்துவிட்டனர். 1565-ல் விஜய நகரப் பேரரசானது இஸ்லாமியர்களால் வீழ்த்தப்பட்டதைத் தொடர்ந்து இஸ்லாமிய மன்னர்கள் ஒன்று சேர்ந்து போர்ச்சுகீசிய கோட்டைகளைத் தாக்கினர். 1570-ல் கோவா பத்து மாதங்களுக்கு முற்றுகையிடப்பட்டது. போர்ச்சுகீசியர்கள் அதைச் சமாளித்து அதன் பின்பும் இந்தியப் பெருங்கடலில் தமது ஆதிக்கத்தைத் தக்க வைத்துக்கொண்டதோடு நறுமணப் பொருள்களின் வணிகத்தையும் தமது கட்டுக்குள் வைத்திருந்தனர்.

போர்ச்சுகீசியர்களின் ஆதிக்கமானது கர்டஸ் (Curtz) மூலம் அமலுக்கு வந்தது. இது எழுத்து மூலமான அனுமதிச் சான்றிதழ். இது போர்ச்சுகீசியர்களின் ஆளுகைக்கு உட்பட்ட கடல் பகுதியில் கப்பல்கள் பாதுகாப்பாக வந்துபோக வழிசெய்தது. எந்தப் பாதையில் ஒரு கப்பல் செல்லவேண்டும்; என்னென்ன பொருட்களைக் கொண்டுசெல்லவேண்டும் என்பதை அந்தச் சான்றிதழே தீர்மானித்தது.

போர்ச்சுகீசியர்கள் நறுமணப் பொருளின் வணிகம் போன்ற சில விஷயங்களில் தமது ஏகாதிபத்தியத்தை நிலைநிறுத்திக் கொண்டனர். குதிரைகள் போன்றவை கோவாவில்தான் இறக்கப் படவேண்டும் என்ற கட்டுப்பாடு இருந்தது. இந்த சான்றிதழ் இல்லாமல் அல்லது அதில் சொல்லப்பட்டிருக்கும் விதி முறைகளுக்கு மாறாக ஏதேனும் கப்பல் செயல்பட்டால் உடனே அது கைப்பற்றப்பட்டு அதில் உள்ளவை போர்ச்சுகீசியர்களால் எடுத்துக்கொள்ளப்படும். இந்த கர்டஸ் விதிமுறையை அமல்படுத்த

போர்ச்சுகீசியர்கள் ஆயுதம் தாங்கிய கப்பல்கள் பலவற்றை ரோந்துப் பணிகளுக்கு நியமித்திருந்தனர்.

•

போர்ச்சுகீசியர்களுக்குக் கடுமையான எதிர்ப்பு கோழிக்கோட்டில் இருந்து வந்தது. போர்ச்சுகீசியர்களுடன் ஓர் அமைதி ஒப்பந்தத்தை உருவாக்க ஆரம்பத்தில் முயற்சி செய்த கோழிக்கோடு மன்னர்கள் பின்னர் பரம எதிரிகளாக ஆனார்கள். கடல் படை, வணிகம் ஆகியவற்றில் சிறந்து விளங்கிய குஞ்சாலி மரைக்காயர்கள் மன்னருக்கு இந்த விஷயத்தில் பெரிதும் உதவினர். கோழிக்கோடு மன்னர் முதலில் போர்ச்சுகீசியரை எதிர்க்கும் போரில் கோழிக்கோட்டில் வணிகம் செய்துவந்த அரபு நாட்டவரின் துணையைத்தான் நம்பியிருந்தார். அது நடந்தேறியிருக்கவில்லை. 1506-ல் பெரும்பாலான அரபு வணிகர்கள் போர்ச்சுகீசியர்களைக் கண்டு அஞ்சி நீண்ட நெடுங்காலமாக கோழிக்கோடு பகுதியில் செய்து வந்த வணிகத்தை நிறுத்திவிட்டு, இருந்த சொத்துகளை எல்லாம் விற்றுவிட்டு ஊர் திரும்பத் தீர்மானித்தனர். அவர்கள் அரேபியாவுக்குச் செல்லும் வழியில் பந்தளாயினி கொல்லம் பகுதியில் போர்ச்சுகீசியர்களால் முற்றுகையிடப்பட்டனர். போர்ச்சுகீசியர்கள் பெருமளவிலான தங்கத்தை அவர்களிடமிருந்து கைப்பற்றினர். 2000 அரேபியர்கள் கொல்லப்பட்டதாகவும் சொல்லப்படுகிறது.

குஞ்சாலி மரைக்காயர்கள் உள்ளூர் முஸ்லிம்களான மாப்ளாக்கள். அவர்கள் செல்வந்த வணிகர்களாக இருந்தனர். அயல்நாட்டு முஸ்லிம்களைப் போலல்லாமல் அவர்கள் போர்ச்சுகீசியர்களை எதிர்க்க முன்வந்தனர். இந்து சமுத்திரன் மன்னர்களுக்கு தமது ஆதரவை வழங்கினர். போர்ச்சுகீசிய கடற்படையை எதிர்க்க மன்னரின் கடல் படையில் தளபதிகளாகச் சேர்ந்துகொண்டனர்.

மூத்த சமுத்திரன் மன்னர் இறந்தார். அவருடைய வாரிசு போர்ச்சுகீசியரிடம் கொஞ்சம் மிதமாகவே நடந்துகொண்டார். அவர்களுடன் நட்புறவை உருவாக்க முடியும் என்று நம்பினார். அல்பெகர்க்யூவுடன் ஓர் ஒப்பந்தத்தைச் செய்துகொண்டார். கோழிக்கோட்டில் போர்ச்சுகீசியர்கள் கோட்டை ஒன்றைக் கட்டிக் கொள்ள அனுமதித்தார். அல்பெகர்க்யூ மரணமடைவதுவரை எல்லாம் நல்லபடியாகவே நடந்தன. அதன் பின்னர் போர்ச்சுகீசியர்கள் அந்த ஒப்பந்தத்தை மீறத் தொடங்கினர். மிளகுப் பொருள் வணிகத்தில் மேலாதிக்கம் பெற வன்முறையைப் பயன்படுத்த ஆரம்பித்தனர்.

இந்தியக் கப்பல்கள் சிலவற்றைக் கைப்பற்றவும் செய்தனர். 1522-ல் போர்ச்சுகீசியர்களிடம் நட்புறவு பாராட்டிய மன்னர் இறந்தார். புதிய மன்னர் போர்ச்சுகீசியர்களைத் தாக்க உத்தரவிட்டார். குஞ்சாலி மரைக்காயர்கள் குறிப்பாக குட்டி அலி இந்தத் தாக்குதலில் மன்னருக்குப் பெரிதும் உதவிகரமாக விளங்கினார்.

போர்ச்சுகீசியர்களுடைய போர்க்கப்பல்களை எதிர்த்துப் போரிடுவது கடினம் என்பதைப் புரிந்துகொண்ட சமுத்திரன் மன்னர் ஏராளமான சிறிய படகுகளைப் பயன்படுத்தி கெரில்லாத் தாக்குதலில் ஈடுபட்டார். 30-40 பேர் துடுப்புகள் போட்டு இயக்கிய அந்தப் படகுகளின் பக்கவாட்டில் சிறிய பீரங்கி, துப்பாக்கித் தாக்குதலில் இருந்து தப்பிக்க பஞ்சு மூட்டைகளைக் கட்டிவைத்துக் கொண்டனர். போர்ச்சுகீசியர்களிடம் இருந்த பீரங்கிகள் எல்லாம் அவர்களுடைய கப்பல்களைப் போலவே பெரிதாக இருந்தவற்றைத் தாக்கும்வகையிலேயே வடிவமைக்கப்பட்டிருந்தன. எனவே இந்தச் சிறிய படகுகளை அவர்களால் எதிர்பார்த்தவகையில் தாக்க முடியவில்லை. அப்படியே பீரங்கி குண்டை வீசினாலும் அதன் மூலம் ஒரே ஒரு சிறிய படகைத்தான் மூழ்கடிக்க முடிந்தது.

மலபார் கடற்கரையில் இந்தியர்கள் இதுபோல் நூற்றுக்கணக்கான படகுகளை மறைத்து வைத்திருந்தனர். போர்ச்சுகீசியர்களின் கப்பல்கள் கடலோரத்துக்கு வரும்போது அந்தப் பகுதிகளை மறித்து நின்று முடக்கினர். கேரளத்தினரிடம் ஒரு விசேஷமான சமிக்ஞை முறை இருந்தது. அதன் மூலம் சக படகு வீரர்களை அந்த இடத்துக்குச் சீக்கிரம் அழைக்க முடிந்தது. காற்று வீசுவது மந்தமாகும்போது போர்ச்சுகீசியர்களுக்கு அது பாதகமாகவே முடிந்தது. போர்ச்சுகீசியக் கப்பல்கள் நகரமுடியாமல் நிற்க மன்னரின் சிறிய படகுகள் அதிவேகமாகத் துடுப்பு போடப்பட்டு பாய்ந்து முன்னேறின. போர்ச்சுகீசிய கப்பலைச் சுற்றி நின்று எரி அம்புகளால் தாக்கியதோடு அதனுள் ஏறி அந்தக் கப்பலையும் கைப்பற்றினர். போர்ச்சுகீசியர்களின் எண்ணிக்கை மிகவும் குறைவு என்பதால் இந்திய வாள் வீரர்கள் அவர்களை எளிதில் வெட்டிக் கொன்றனர்.

இப்படியான போர்களில் சில நேரங்களில் போர்ச்சுகீசியர்கள் வெல்வார்கள். சில நேரங்களில் இந்தியர்கள் வெல்வார்கள். எந்தவொரு பிரிவுக்கும் முழு வெற்றி கிடைத்ததில்லை. இதனிடையே போர்ச்சுகீசியரின் கட்டுப்பாட்டை மீறி ஏராளமான மிளகுப் பொருட்கள் அரேபியாவுக்கும் ஐரோப்பாவுக்கும் கொண்டு செல்லப்பட்டன.

போர்ச்சுகீசியர்களுக்கும் சமுத்திரன் மன்னருடைய கடல் படையினரான மரைக்காயர்களுக்கும் இடையிலான போரானது 16-ம் நூற்றாண்டுவரை நீடித்தது. அந்த நூற்றாண்டின் முடிவு வாக்கில் சமுத்திரன் மன்னருக்கும் மரைக்காயர்களுக்கும் இடையிலான நட்பு சிதையத் தொடங்கியது. பலகீனமான சமுத்திரன் மன்னர் போர்ச்சுகீசியர்களை ஏற்கெனவே மரைக்காயர்கள் தளம் அமைத்திருந்த பொன்னணி என்ற இடத்தில் கோட்டை கட்டிக்கொள்ள அனுமதித்தார். மரைக்காயர்கள் தமது தளத்தை அங்கிருந்து கோழிக்கோடுக்கு வடக்கே மாற்றிக் கொண்டனர். கோட்டா ஆற்றின் கழிமுகத்தில் ஒரு கோட்டையைக் கட்டிக்கொண்டு போர்ச்சுகீசிய கப்பல்களை மேற்கு மற்றும் கிழக்கு கடலோரமாக இரு பக்கமிருந்தும் தாக்கினர். முகம்மது குஞ்ஞாலி மரைக்காயர் சமுத்திரன் மன்னரிடமிருந்து தன்னை விடுவித்துக் கொண்டு கோடா பகுதியின் மன்னராகத் தன்னைத்தானே அறிவித்துக்கொண்டார்.

இந்த வாய்ப்பைப் பயன்படுத்திக்கொண்ட போர்ச்சுகீசியர்கள் சமுத்திரன் மன்னருடன் சேர்ந்துகொண்டு கோட்டா மீது தாக்குதல் தொடுக்கத் தீர்மானித்தனர். உண்மையில் மரைக்காயர்களைத் தன் பக்கம் மீண்டும் கொண்டுவந்துவிடும்படி எச்சரிக்கவே போர்ச்சுகீசியருடன் நட்பு பாராட்டுவதுபோல் மன்னர் செயல் பட்டிருக்கக்கூடும். ஆனால், மரைக்காயர்கள் இதை வேறுவிதமாகப் புரிந்துகொண்டு மன்னருக்கு நெருக்கடி கொடுக்க முடிவெடுத்தனர். மன்னருடைய கொட்டிலில் இருந்து ஒரு யானையைக் கடத்திச் சென்று அதன் வாலை வெட்டி மன்னருக்கு அனுப்பிவைத்தார். நிலப்பரப்பில் இருந்து மன்னர் கோட்டா பகுதியைத் தாக்க முற்பட்டார். போர்ச்சுகீசியர்கள் கடலில் இருந்து கோட்டாவைத் தாக்கத் தயாராகினர்.

4 மார்ச் 1599 அதிகாலையில் இந்த இருபுறத் தாக்குதல் நடத்தத் திட்டமிடப்பட்டிருந்தது. முக்கியமான இருங்கல் பாறை உச்சியில் இருந்து எரியும் ஈட்டியை உயர்த்திக் காண்பித்து இந்தத் தாக்குதலுக்கான சமிக்ஞை தரப்படும் என்று தீர்மானிக்கப்பட்டது. ஏதோ காரணத்தினால் அதிகாலையில் காட்ட வேண்டிய சமிக்ஞையை அந்த நபர் நள்ளிரவிலேயே ஐந்து மணி நேரம் முன்னதாகவே காட்டிவிட்டார். இந்தக் குழப்பத்தினால் போர்ச்சுகீசியர்களுக்கும் சமுத்திரன் மன்னரின் படைக்கும் தகவல் குழப்பம் ஏற்பட்டுவிடவே இரு தரப்பும் பெரும் இழப்பைச்சந்திக்க நேர்ந்தது. அந்தத் தாக்குதல் தோல்வியில் முடிந்தது.

1599-ல் சமுத்திரன் மன்னரும் போர்ச்சுகீசியர்களும் இன்னொரு தாக்குதலுக்குத் திட்டமிட்டனர். சமுத்திரன் மன்னருடைய படையினர் மற்றும் யானைகளின் துணையினால் சில கப்பல்களை ஆற்றுக்குள் இழுத்துவந்தனர். வலிமையான பீரங்கிகளைக் கரையோரம் நிறுத்தி கோட்டை மீது தாக்கத் தீர்மானித்தனர். போர்ச்சுகீசியர்கள், கோட்டையின் வெளிப்பகுதிகளைப் பிடித்ததோடு தம்மை அங்கு நிலைநிறுத்திக்கொண்டனர். பீரங்கிகளை அங்கிருந்து நகர்த்திச் சென்று கோட்டையைத் தகர்ப்பதாகத் திட்டம். உண்மையில் அது சம பலமற்ற சக்திகளுக்கு இடையிலான போர்தான். மரைக்காயர்கள் சீக்கிரமே தோல்வியைத் தழுவினர். அமைதி உடன்படிக்கைக்கு சம்மதித்தனர்.

மரைக்காயர் சரணடைந்தால் போதும் என்று சமுத்திரன் மன்னர் சொன்னார். ஆனால் போர்ச்சுகீசியர்களோ கொன்றுவிட விரும்பினர். இதைத் தெரிந்திருந்த மரைக்காயர்கள் மன்னர் முன்பாக சரணடைந்தனர். அவர் அவர்களைக் கொல்லமாட்டேன் என்று வாக்குறுதி தந்திருந்தார்.

16, மார்ச், 1600 அன்று தலைமை மரைக்காயர் சரணடைந்தார். பிரதான வாசலின் இரு பக்கமும் போர்ச்சுகீசியப் படையும் சமுத்திரன் மன்னரின் படையும் அணிவகுத்து நின்றன. நானூறு மரைக்காயர்கள் நடந்துவந்து மன்னரிடம் சரனடைந்தனர். அவர் அவர்களை விடுதலை செய்தார். அதன் பின் தலைமை மரைக்காயர் கறுப்பு தலைப்பாகை அணிந்து வாளைத் தாழ்த்திப் பிடித்தபடி நடந்து வந்து மன்னர் முன் சரணடைந்தார். மன்னரிடம் தன் வாளை ஒப்படைத்து அவர் காலில் விழுந்தார். அதன் பின் போர்ச்சுகீசிர்கள் பாய்ந்து வந்து அவரைச் சிறைப்பிடித்தனர்.

மன்னரின் படைவீரர்கள் இந்தத் துரோகத்தைப் பார்த்து அதிர்ச்சியில் உறைந்தனர். போர்ச்சுகீசியர்களைத் தடுக்க முயன்றனர். ஆனால், தமது கைக்குக் கிடைத்த எதிரிகளின் தலைவரையும் அவருடைய நாற்பது படைவீரர்களையும் இழுத்துக்கொண்டு தமது கோட்டைக்குச் சென்றுவிட்டனர். கோட்டா பகுதி சூறையாடப்பட்டு எரியூட்டப்பட்டது. இந்தச் சரணாகதி நடந்த ஒரு வாரம் கழித்து போர்ச்சுகீசியர்கள் மரைக்காயரையும் அவருடைய ஆட்களையும் சங்கிலி போட்டு கோவா அழைத்துச் சென்றனர்.

கோவாவில் பெரும் விழா கொண்டாடப்பட்டது. டிரம்கள், ட்ரெம்பட்கள், பேக்பைப்கள் முழங்க துப்பாக்கி வணக்கம் வைக்கப்பட்டு வெற்றி வீரர்கள் வரவேற்கப்பட்டனர். கப்பலில் இருந்து கால் பதித்த முதல் கைதிகள் குழு கல் எறிந்து

கொல்லப்பட்டது. புனித அநீதி விசாரணை அமைப்பினால் அமைக்கப்பட்ட ட்ரான்கோ சிறைக்கு தலைமை மரைக்காயர் கொண்டுசெல்லப்பட்டார். போலி விசாரணை நடத்தப்பட்டு மரண தண்டனை வழங்கப்பட்டது. மிகப் பெரிய கூட்டம் கூடியிருக்க வைஸ்ராய் தலைமையில் ஆர்ச் பிஷப் அனுமதி கொடுக்க மரைக்காயருக்கு மரண தண்டனை நிறைவேற்றப்பட்டது. கோடாலியால் அவருடைய தலை வெட்டப்பட்டது. உடம்பு கண்டந்துண்டமாக வெட்டப்பட்டு கடற்கரைப் பகுதியில் காட்சிக்கு வைக்கப்பட்டது. தலைப்பகுதியில் உப்பு தடவப்பட்டு கண்ணனூருக்கு அனுப்பிவைக்கப்பட்டது. இஸ்லாமியர்களுக்குப் பயத்தை ஊட்டுவதற்காகப் பொது இடத்தில் கம்பத்தில் குத்தி வைக்கப்பட்டது. இதன் பின்னர் எஞ்சியிருந்த அவருடைய படைவீரர்கள் அனைவருக்கும் மரண தண்டனை நிறைவேற்றப்பட்டது.

மரைக்காயர்களைத் தோற்கடிக்க போர்ச்சுகீசியர்களுடன் நட்புறவு பாராட்டிய சமுத்திரன் மன்னரின் வீழ்ச்சியும் அதைத் தொடர்ந்து வந்தது. போர்ச்சுகீசியர்களை எதிர்க்கக்கூடிய வலிமையான கடற் படை அழிந்துபோய் பலவீனப்பட்டு நின்றது.

●

16-ம் நூற்றாண்டுவாக்கில் இந்தியாவில் போர்ச்சுகீசியர்கள் அற்புதமான கோட்டைகள், வர்த்தக மையங்கள் ஆகியவற்றைக் கட்டினர். இந்தக் கோட்டைகள் எல்லாம் அவர்களுடைய வர்த்தக மையங்களைக் காப்பாற்றவும் மிளகுப் பொருட்கள் உட்பட பிற பொருட்களின் வணிகத்தில் ஏகபோகத்தை நிலைநாட்டவும் பயன்படுத்தப்பட்டன.

பல கோட்டைகள் மிகப் பெரியதாகவும் பெரிய கொத்தளங்கள் கொண்டதாகவும் இருந்தன. போர்ச்சுகீசிய கடற்படையுடன் ஒருங்கிணைந்து செயல்பட்ட இந்தக் கோட்டைகள் இந்தியத் துறைமுகங்களில் வந்துபோகும் கப்பல்கள் அனைத்தையும் கண்காணிக்கும் வலிமை பெற்றிருந்தன. இந்தியப் பெருங்கடல் வழியாகச் செல்லும் அனைத்து கப்பல்களும் போர்ச்சுகீசிய கர்டஸ் அனுமதி பெற்றாக வேண்டும் என்று உத்தரவிடப்பட்டது.

1503-ல் கொச்சினில் சிறிய கோட்டை ஒன்றைக் கட்டியதைத் தொடர்ந்து ஏராளமான கோட்டைகள் வேகமாகக் கட்டப்பட்டன. கோவாவில் முக்கியமான பல கோட்டைகளின் தொகுதிகள் கட்டப்பட்டன. டையூ, டாமன், பஸின், சாகுல், கண்ணனூர்,

கொடுங்கலூர் எனப் பல இடங்களில் பெரிய கோட்டைகள் எழுந்தன. இவற்றோடு கொச்சினில் மிக பிரம்மாண்டமான வணிக மையம் கட்டப்பட்டது. சோழமண்டலக் கடற்கரையோரமும் வங்காள விரிகுடா கடலோரமும் பல கோட்டைகள் கட்டப்பட்டன. ஒட்டுமொத்தமாக இந்தியாவில் சுமார் 50க்கும் மேற்பட்ட பெரிய போர்ச்சுகீசிய கோட்டைகள் அப்போது இருந்தன. பல சிறிய கோட்டைகளும் இருந்தன.

போர்ச்சுகீசியர்களின் மொத்த மக்கள் தொகையே 10 லட்சம்தான். எனவே இந்தியாவில் இருந்த கோட்டைகள், தூர கிழக்கு நாடுகள், ஆப்பிரிக்கா போன்ற இடங்களில் இருந்த கோட்டைகளுக்கான காவலர்கள், கப்பல் படை வீரர்கள் ஆகியவர்களைக் கொண்டு வருவது மிகவும் சிரமமாக இருந்தது. அதோடு போர்ச்சுகீசியர்கள் தமது மனித செல்வ வளங்கள் முழுவதையும் பிரேசிலின் வளர்ச்சிக்காகப் பயன்படுத்தி வந்தனர். ஆனால் கீழைத்தேய நாடுகளில் தனது ஏகாதிபத்தியத்தை நிலைநாட்டியிருக்கும் வரையில் இந்த கோட்டைகளைத் தக்கவைக்க முடியும். அந்த ஏகாதிபத்தியத்துக்கு ஏதேனும் இடையூறு வந்தாலே இவை அழிவைச் சந்திக்கும் என்ற நிலை இருந்தது.

கடல்மீது முழு கட்டுப்பாடு இருந்தபோதிலும் நறுமணப் பொருள்கள் வணிகத்தின் முழுக்கட்டுப்பாடு போர்ச்சுகீசியர் வசம் வந்திருக்கவில்லை. மலபாரில் இருந்த வணிகர்கள் மத்திய கிழக்கு மற்றும் ஐரோப்பாவுக்கு விலங்குகள் மற்றும் மனிதர்கள் மூலம் தரைமார்க்கமாகக் கொண்டு சென்றார்கள். அல்லது மேற்கு கடலோரமாகக் கண்காணிப்பு மிகுந்த துறைமுகங்களுக்கு அப்பால் சிறிய படகுகளில் ரகசியமாக கடத்திச் சென்றனர். நாளடைவில் இந்தப் புதிய வழித்தடங்கள் முக்கியத்துவம் பெறத் தொடங்கின. இதனால் போர்ச்சுகல் வசம் இழந்த வணிகத்தை வெனிஸ் நகரம் சீக்கிரமே ஓரளவுக்கு மீட்டுக்கொண்டது. போர்ச்சுகீசியர்கள் இந்த நிலையிலும் பெரும் செல்வத்தைக் குவித்துவந்தனர். போர்ச்சுகலுக்கு ஏராளமான நறுமணப் பொருட்கள் மற்றும் பிற பொருட்களை ஏற்றிச் சென்றனர். அதோடு இந்தியக் கடல் வழியில் தங்களுடைய கர்டஸ் வரிவிதிப்பின் மூலம் பெரும் வருவாயும் ஈட்டினர். ஆனால் டச்சுக்காரர்கள், பிரிட்டிஷார் ஆகியோரின் வருகையைத் தொடர்ந்து எல்லாம் மாறின.

•

அத்தியாயம் 3

ஆங்கிலேயர்

துணிகர முதலீட்டாளர்கள்,
சாகசவிரும்பிகள்

லாபம் ஈட்ட வேண்டுமா கடலில் அமைதியாக வணிகம் செய்து அதை ஈட்டிக்கொள்ளுங்கள். இந்தியாவில் நிலத்தில் சண்டையிடுவதும் கோட்டைகளைத் தாக்குவதும் பலன் தராது.

சர் தாமஸ் ரோ - மன்னர் ஜஹாங்கிருடைய அரசவையில் இருந்து கிழக்கிந்திய கம்பெனிக்கு, 1616-ல்.

ஆர்டிக் கடல் பகுதியில் மேற்கொண்ட பயணங்கள் இங்கிலாந்தின் கிழக்கிந்திய கம்பெனி உருவாக்கத்துக்கு முன்னோடியாக இருக்கும் என்று யாரும் எதிர்பார்த்திருக்கவில்லை. 16-ம் நூற்றாண்டில் இங்கிலாந்தின் பொருளாதாரம் ஐரோப்பியக் கண்டத்துக்குப் பெருமளவில் கம்பளியை ஏற்றுமதி செய்ததன் மூலம் வளர்ந்தது. கிழக்கு நாடுகளிலிருந்து இறக்குமதி அதிகரித்தது. இவையெல்லாம் மத்திய தரைக்கடல் பகுதிகளிலும் நிலவழி வணிக பாதைகளிலும் தமது ஆதிக்கத்தை நிலைநாட்டி இருந்த இத்தாலிய வணிகர்களால் வாங்கப்பட்டன. அந்த நூற்றாண்டில் காலப்போக்கில் நறுமணப் பொருட்களின் விலை குறையத் தொடங்கியது. அதேநேரம் சந்தையின் அளவு பெருகியது. மேல் நடுத்தரவர்க்க மக்களின் விசேஷ உபயோகப்பொருளாக இருந்துவந்த மிளகு அனைவருக்கும் கிடைக்கத் தொடங்கியது.

1545-ல் இங்கிலாந்து போர்க்கப்பல் மேரி ரோஸ் மூழ்கியது. 1982-ல் தோண்டியெடுக்கப்பட்டபோது அந்தக் கப்பலில் இருந்த அனைவரும், குறைவான சம்பளம் பெற்ற சாதாரண கப்பல் பணியாளர்களிடம் கூட மிளகு இருந்தது தெரியவந்தது. 16-ம் நூற்றாண்டின் நடுப்பகுதியில் மிளகு உள்ளிட்ட வாசனைப் பொருட்கள் பிற கீழைத்தேயப் பொருட்களின் வணிகத்தின் மூலம் மிகப் பெரும் செல்வம் ஈட்டப்பட்டிருக்கிறது. இந்த வணிகத்தையும் லாபத்தையும் கைப்பற்ற இதுவே சரியான தருணம் என்று ஆங்கிலேயர்கள் தீர்மானித்தனர்.

1533-ல் சில லண்டன் வணிகர்கள் ரஷ்யாவின் வட பகுதி வழியாக இந்தியாவுக்குச் செல்ல மூன்று கப்பல்களுக்கு நிதி உதவி அளித்தனர். இப்படியான சுற்றுப்பயணமானது தென் பகுதிக் கடல்கள் மீது ஆதிக்கம் செலுத்தும் ஸ்பானிய, போர்ச்சுகீசிய கப்பல்களுடனான மோதல்களில் இருந்து தப்பிக்க உதவும் என்பதால் அப்படிச் செய்தனர். இது உண்மையிலேயே மிகவும் கடினமான பயணம். இரண்டு கப்பல்களில் பயணம் செய்தவர்கள் பனியில் உறைந்து இறந்தனர். மூன்றாவது கப்பலில் இருந்தவர்கள் கிழக்கு நாடுகளுக்கு இல்லாத பாதையைத் தேடித் தோற்றும் போயினர். எனினும் அவர்கள் வெண்கடலை அடைந்து அங்கிருந்து மாஸ்கோவுக்குச் சென்று ஜார் மன்னரைச் சந்தித்தனர். தனது ராஜ்ஜியம் முழுவதும் வணிகம் செய்துகொள்ள அவர்களுக்கு அனுமதி கொடுத்தார்.

முந்தைய நூற்றாண்டுகளில் இங்கிலாந்து வணிகர்கள் ஒரு தொழில் குழுவாக, கூட்டாகவே செயல்பட்டனர். தமது வணிகத்தையும் நடைமுறைகளையும் சில விதிமுறைகளுக்குள் கொண்டு வந்திருந்தனர். இந்த விதிமுறைகளுக்கு உட்பட்டு கூட்டாக அல்லது தனியாக வணிகம் செய்தனர். தனிப்பட்ட முறையில் முதலீடு செய்து லாப நஷ்டத்தை ஏற்றுக்கொண்டனர். இந்தக் கடல் பயணங்களுக்கு நிதி உதவி அளித்த வணிகர்கள் வட கிழக்கு திசை வழியாக ஒரு பாதையைக் கண்டுபிடிக்க முயன்றனர்.

இங்கிலாந்துக்கான புதிய பொருளாதாரக் கட்டமைப்பை உருவாக்கும் முயற்சியிலும் அந்த வணிகர்கள் இருந்தனர். அதாவது, அது ஒரு நிறுவனமாக இருக்கும். அதன் உறுப்பினர்கள் மூலம் அதற்கான முதலீடு கிடைக்கும். உறுப்பினர்கள் தரும் தொகைக்கு ஏற்ற விகிதத்தில் லாபமானது பகிர்ந்து தரப்படும். ஒட்டு மொத்த வணிகமும் ஒரு நிறுவனத்தின் பெயரில் முன்னெடுக்கப் படும். இந்தப் புதிய வகை நிறுவனமானது தொலை தூர நகரங்களில்

வணிக மையங்கள் அமைக்க அவசியம் என்று தீர்மானிக்கப்பட்டது. ஏனென்றால், அதற்கு மிகப் பெரிய முதலீடு தேவை. அதோடு ஏதேனும் இழப்பு ஏற்பட்டால் தனிநபர் என்றால் மீண்டு எழ பல வருடங்கள் ஆகும். இப்படியான நிறுவன அமைப்பில் ஒருவர் நினைத்தபோது முதலீடு செய்யவும் முடியும். தேவைப்படும்போது பங்குகளை விற்றுப் பணம் பெற்றுக்கொள்ளவும் முடியும்.

வட கிழக்கு திசையிலான கடல் பயணத்தில் ஈடுபடவிரும்பிய லண்டன் வணிகர்கள் அயல் நாடுகளில் வணிகம் செய்வதற்கான பிரிட்டிஷ் அரசின் அனுமதி பெற்றுவிட்டனர். ஆனால், மன்னர் ஆறாம் எட்வர்டுக்கு உடல் நலம் சரியில்லாததால் நிறுவனம் முறைப்படி அமைக்கப்பட காலதாமதமானது. அந்த வணிகர்கள் ஒரு பங்கின் விலை 25 பவுண்ட் என்ற விகிதத்தில் ஆறாயிரம் பவுண்ட்களை முதலீடாகச் சேகரித்திருந்தனர். மூன்று கப்பல்களுக்கு நிதி உதவி அளிக்க முதலில் தீர்மானித்தனர். 'இங்கிலாந்தின் சாகஸ வணிகர்களான' 199 ஆண்கள், இரண்டு பெண்கள் கொண்ட நிறுவனத்துக்கு 1555-ல் அரசின் அனுமதிச் சான்றிதழ் தரப்பட்டது. மாஸ்கோ நிறுவனம் அல்லது ரஷ்ய நிறுவனம் என்று அழைக்கப்பட்டது. இந்த நிறுவனம் முன்னெடுக்கும் வணிக அபாயத்தைக் கருத்தில் கொண்டு ரஷ்யா முழுவதிலும் மற்றும் பிற சந்தைகளிலும் ஏகபோக வணிக உரிமையை அந்த நிறுவனத்துக்குத் தந்தார்கள். இந்த நிறுவனம் உருவாக்கப்பட்டு மன்னருடன் சந்திப்பு முடிந்த தருணத்தில் இரண்டு கப்பல்கள் மூழ்கிய செய்தி வந்து சேர்ந்தது. வணிகத்தை முன்னெடுக்க மேலும் பணம் தேவைப்படும் என்பது புரிந்தது. அத்தனை உறுப்பினர்களும் பத்து வருடங்களுக்குள் 200 பவுண்ட் வீதம் கொடுக்கவேண்டுமென்று தீர்மானமானது. நிறுவனம் ஆரம்பத்தில் மந்தமாகவே பங்கு வர்த்தகம் செய்தது. சில வருடங்கள் வெற்றிகரமாகச் செய்தது. அதன் பின் மெள்ள வீழ்ச்சியடைந்து 1917-ல் ரஷ்யப் புரட்சியோடு முடிவுக்கு வந்தது.

•

1575-ல் இரண்டு லண்டன் வணிகர்கள் கான்ஸ்டாண்டிநோபிளுக்குத் தமது சொந்தச் செலவில் இரண்டு பிரதிநிதிகளை அனுப்பினர். இங்கிலாந்தினருக்கு துருக்கிய சுல்தான் தமது நாட்டில் வர்த்தகம் செய்ய சந்தையைத் திறந்துவிட்டார். எலிசபெத் ராணிக்கும் துருக்கிய சுல்தானுக்கும் இடையே இது தொடர்பாகப் பேச்சுவார்த்தை நடந்தது. 1581-ல் ரஷ்ய நிறுவனத்தைப் போலவே இந்த லெவண்ட் நிறுவனம் நிறுவப்பட்டு துருக்கியுடனான

வணிகத்தில் ஏகபோக உரிமை தரப்பட்டது. லண்டனின் பல செல்வந்த வணிகர்கள் முதலீடு செய்தனர். ராணி 10,000 எடை வெள்ளியைக் கடனாகத் தந்தார். தொடக்க கட்டத்திலிருந்தே இந்த நிறுவனம் லாபகரமாக விளங்கியது. கான்ஸ்டாண்டிநோபிள், சிரியா, எகிப்து எனப் பல நாடுகளுடன் இந்த லெவண்ட் நிறுவனம் பெரிய அளவில் வணிகத்தில் ஈடுபட்டது. இந்தியா மற்றும் தூர கிழக்கு நாடுகளில் இருந்து வரும் நறுமணப்பொருட்கள் வணிகத்தில் இங்கிலாந்தின் முக்கிய நிறுவனமாக திகழ்ந்தது.

1587-ல் சர் ஃபிரான்சிஸ் ட்ரேக், ‘சான் ஃபெலிபி’ என்ற போர்ச்சுகீசிய கப்பலை அஸோரஸ்க்கு சற்று தொலையில் கைப்பற்றினார். கோவாவில் இருந்து ஏராளமான பொருட்களை அது ஏற்றி வந்தது. ப்ளைமவுத்தில் அதில் இருந்த பொருட்கள் இறக்கப்பட்டன. வெல்வட், பட்டு, சில தங்க கட்டிகள், நகைகள் மட்டுமே அதில் இருந்தன. ஆனால், 3,00,000 ட்யூகட்கள் பணம் அதில் இருந்ததாகவும் அனைத்தும் ரகசியமாகக் கொண்டு செல்லப் பட்டுவிட்டதாகவும் வதந்தி பரவியது. இந்த வதந்திகள் உண்மையாகக்கூட இருந்திருக்கலாம். அவை இங்கிலாந்தினரின் கற்பனைக் குதிரையையும் சாகச வேட்கையையும் தூண்டிவிட்டன (இங்கிலாந்தினர் என்று சொல்கிறேன். பிரிட்டிஷ் என்பதே மேலும் பொருத்தமான பெயராக இருக்கக்கூடும். கிழக்கிந்திய நிறுவனம் இங்கிலாந்தில் ஆரம்பிக்கப்பட்டது. ஆனால், அதன் பெரும்பாலான பணியாளர்கள் ஒட்டுமொத்த பிரிட்டிஷ் தீவுகளில் இருந்தே வந்தனர்).

1580லிருந்து போர்ச்சுக்கல் மற்றும் ஸ்பெயின் அரசியல் ஒன்றிணைந்தன. 1588-ல் ஸ்பானிஷ் அர்மடாவை இங்கிலாந்து தோற்கடித்தபோது போர்ச்சுகலுக்கு எதிரான வெற்றியாகவும் அது பார்க்கப்பட்டது. ஸ்பெயின் நாட்டுக் கடற்படையை இங்கிலாந்தினால் தோற்கடிக்க முடிந்தால் இந்தியப் பெருங்கடலில் போர்ச்சுகீசியர்களின் ஆதிக்கத்தை முறியடித்து அவர்களின் வணிகத்தைக் கைப்பற்ற முடியும் என்று சிலர் நினைத்தனர்.

இங்கிலாந்தின் லட்சியங்கள் வேறுவகையிலும் தூண்டப்பட்டன. லண்டனின் செல்வந்த வணிகரான தாமஸ் ஸ்டீபன்ஸின் மகன் வெளிநாட்டுக்குச் சென்று ஜெசூயிட் மதபோதகராக ஆகியிருந்தார். லிஸ்பனில் இருந்து 1579-ல் அவர் கோவாவுக்குச் சென்றார். உள்ளூர் மொழியான கொங்கணியில் அபாரமான கல்வியறிவு பெற்ற அவர் பல்வேறு கிறிஸ்தவ காவியங்கள் எழுதினார். கோவாவின் செல்வச் செழிப்பு பற்றி தன் தந்தைக்குக் கடிதம் எழுதினார். லண்டன்

வணிகர்கள் மத்தியில் இந்தியா குறித்த ஆர்வத்தை அது கிளப்பிவிட்டது.

•

இங்கிலாந்தினருக்கு தொடக்கம் சரியாக அமையவில்லை. அர்மடா வெற்றிக்குப் பின்னர் சில வணிகர்கள், (அவர்களுடைய பெயர்கள் தெரியவில்லை. அநேகமாக லேவண்ட் வணிக நிறுவனத்தில் இருந்தவர்களாக இருக்கக்கூடும்) அவர்கள் ஆஃப்ரிக்காவின் முனை வழியாக இந்தியாவுக்கும் கிழக்கு நாடுகளுக்கும் செல்லும் கப்பல்களுக்கு நிதியுதவி அளிக்க முன்வந்தனர். பிரிட்டிஷ் அரசிடம் ஒரு விண்ணப்பம் வைத்து வெற்றிகரமாக அதைப் பெற்றுக் கொண்டனர். 'இந்தப் பயணத்தின் மூலம் நமக்கு மிகப் பெரிய அளவில் நன்மைகள் கிடைக்கும். ஸ்பானியர்கள், போர்ச்சுகீசியர்களை வீழ்த்தவும் முடியும்' என்று சொல்லி இருந்தார்கள். வெறும் வணிகர்களாக மட்டுமல்லாமல் தனியார் கப்பல் முதலாளியாகவும் செயல்பட்டனர்.

எட்வர்ட் போனவென்ச்சர், பெனெலொப், மெர்ச்சண்ட் ராயல் ஆகிய மூன்று கப்பல்கள் 1591-ல் ப்ளைமவுத் துறைமுகம் விட்டுப் புறப்பட்டன. காற்று சரியாக வீசாததால் ஒரு மாத காலம் நிற்க நேர்ந்த இந்தக் கப்பல் ஒருவழியாக கேப் டவுனை அடைந்தபோது பலர் இறந்துவிட்டிருந்தனர். அல்லது ஸ்கர்வி நோய் பீடிக்கப் பட்டிருந்தனர். நோயாளிகளைச் சுமந்த மெர்ச்சன்ட் ராயல் கப்பல் இங்கிலாந்துக்குத் திருப்பியனுப்பப்பட்டது. மீதி இரண்டு கப்பல்கள் 200 பேரை ஏற்றிக்கொண்டு கிழக்கு நாடுகள் நோக்கிய பயணத்தைத் தொடர்ந்தது. ஆனால், நான்கு நாட்களுக்குள் பெனோலோப் கப்பல் புயலில் சிக்கி மூழ்கியது. கேப்டன் ஜார்ஜ் ரேமண்ட் உட்பட அனைவரும் அதில் மூழ்கிவிட்டனர்.

இன்னொரு கப்பலான எட்மண்ட் போனவென்ச்சர் ஜேம்ஸ் லங்காஸ்டரால் வழிநடத்தப்பட்டது. அவர் ஒரு வணிகர் மட்டுமல்ல; தேர்ந்த கப்பல் மாலுமியும்கூட. ஸ்பானிஷ் அர்மடா தாக்குதலில் கப்பலை வழிநடத்தியவரும் அவரே. கொமோரோ தீவுகளுக்குக் கிழக்கே எட்மண்ட் போனவென்ச்சர் மீது மின்னல் தாக்கியது. நான்கு பேர் கொல்லப்பட்டனர். பலர் காயமுற்றனர். ஆனால், ஒருவழியாக மலாய் தீபகற்பத்தை அந்தக் கப்பல் சென்று சேர்ந்தது. மரணம், மின்னல், நோய் இவற்றால் பலர் பாதிக்கப் பட்டிருக்க 22 பேர் மட்டுமே கப்பலில் நல்ல நிலையில் இருந்தனர். இருந்தும் லங்காஸ்டர் துணிந்து கப்பலை ஓட்டிச் சென்று மிளகும்

பிற பொருட்களும் மிகுதியாக இருந்த போர்ச்சுகீசிய கப்பல்கள் மூன்றைக் கைப்பற்றினார். இந்தச் செல்வத்துடன் எட்மண்ட் போனவென்ச்சர் கப்பல் தொடர்ந்து பயணித்தது. சிலோனுக்கு வந்தபோது லங்காஸ்டருக்கு நோய் வந்தது. அவருடைய குழுவினர் இங்கிலாந்துக்கு உடனே திரும்பவேண்டும் என்று கலகம் செய்தனர்.

எட்மண்ட் போனவென்ச்சர் கப்பலை மேலும் துரதிஷ்டம் துரத்தியது. கரீபியன் தீவுகள் பக்கமாக புயல்காற்றில் சிக்கிக் கொண்டது. அங்கு பாய்மரங்கள் எல்லாம் கிழிந்துபோயின. ஒரு ஃபிரெஞ்சுக் கப்பலில் இருந்து பாய்மரத்துணியைப் பெற்றுக் கொண்டு நியூஃபவுண்ட்லாந்துக்குப் புறப்பட்டது. ஆனால், மீண்டும் கரீபியன் தீவுகளுக்கே திரும்ப நேர்ந்தது. லங்காஸ்டரும் அவருடைய குழுவினரும் மோனோ தீவில் கரையில் இருந்தபோது எட்மண்ட் போனவென்ச்சர் கப்பலானது கடலுக்குள் காற்றால் அடித்துச் செல்லப்பட்டுவிட்டது. அதில் அப்போது ஐந்து நபர்களும் ஒரே ஒரு சிறுவனும் மட்டுமே இருந்தனர். சாண்டோ டோமின்கோ பகுதியில் இருந்து வந்த ஸ்பானியர்களால் தாக்கப்பட்டு கொண்டுவந்த செல்வம் அனைத்தையும் இழந்தது. லங்காஸ்டரும் அவருடைய ஆட்களும் ஒரு ஃபிரெஞ்சு கப்பலில் ஏறி ஐரோப்பா திரும்பினர். அந்தக் கடல் பயணம் முழுத் தோல்வியில் முடிந்தது. மூன்று கப்பல்களில் இரண்டு அழிந்துவிட்டன. கைவசம் எந்தப் பொருளும் கிடைத்திருக்கவில்லை. ஆஃப்ரிக்க முனைவழியாக கிழக்கு நாடுகளுக்கான கடல் பயணத்தை அதன் பின் வணிகர்கள் அனுப்ப கொஞ்ச காலம் எடுத்தது.

•

இங்கிலாந்தின் கிழக்கிந்திய கம்பெனியின் உருவாக்கத்துக்கு முக்கிய காரணமாக இருந்தவர் தாமஸ் ஸ்மைதி (Thomas Smythe). அயல் நாட்டு வணிகத்தில் ஈடுபட்ட லண்டனின் 200-300 வணிகர்களில் ஒருவர். வரி வசூலிக்கும் பணியில் இருந்த அவருடைய தந்தை பெரும் செல்வத்தை விட்டுச் சென்றிருந்தார். அவர் தவறான லஞ்ச, ஊழல் வழியில் பணம் சேர்த்ததாகவும் சிலர் சொல்கிறார்கள். ரஷ்ய நிறுவனம் மற்றும் லெவண்ட் நிறுவனம் ஆகிய இரண்டிலுமே தாமஸ் ஸ்மைதி உறுப்பினராக இருந்தார். வர்ஜினியாவை காலனியாக்கும் திட்டங்கள் வைத்திருந்தார். அமெரிக்காவின் வடக்குப்புறமாகச் சுற்றி கீழைத்தேய நாடுகளுக்குச் செல்லும் கடல் வழியைக் கண்டுபிடிக்கும் முயற்சிகளுக்கு ஆதரவளித்தார்.

1599-ல் அல்லது அதற்கு முன்பாகவும் இருக்கலாம். ஸ்மைதி ஆஃப்ரிக்க முனையைச் சுற்றி கிழக்கு நாடுகள் நோக்கிய பயணம் ஒன்றை மேற்கொண்டார். 22 செப்டெம்பர் 1599 அன்று நடைபெற்றதாகப் பதிவு செய்யப்பட்டிருக்கும் கூட்டத்தில் அவருடைய சக வணிகர்களிடமிருந்து அதிகாரபூர்வமற்ற முறையில் சம்மதம் பெற்றுக்கொண்டதாகத் தெரிகிறது. லண்டனின் லார்ட் மேயர் பங்குபெற்ற இந்தக் கூட்டத்தில் 101 வணிகர்கள் நூறு பவுண்ட் முதல் ஆயிரம் பவுண்ட்வரை ஒவ்வொருவரும் முதலீடு செய்தனர். கீழைத்தேய நாடுகளை நோக்கிய கடல் பயணத்துக்கு 30,000 பவுண்ட் மொத்தமாகத் தருவதாகவும் அரசியிடமிருந்து அனுமதி பெற்றுத்தருவதாகவும் தீர்மானமானது.

அரசின் அனுமதி கிடைத்துவிடும் என்றே முதலில் தோன்றியது. 17 அக்டோபர் 1599 அன்று ஒரு குழு அரசப் பிரதிநிதிகளைச் சந்திக்கும்படி அழைப்பு வந்தது. ஸ்பெயினுடனான அமைதிப் பேச்சுவார்த்தையானது இந்தக் கடல் பயணத்தினால் நெருக்கடிக்கு ஆளாகிவிடும் என்று சொல்லி அந்த விண்ணப்பம் நிராகரிக்கப் பட்டது. ஆனால் இங்கிலாந்துக்கும் ஸ்பெயினுக்கும் இடையிலான பேச்சுவார்த்தையும் பின்னர் முறிந்தது. கிழக்கு நாடுகளில் இருந்து ஆறு டச்சு கப்பல்கள் ஹாலந்துக்கு ஏராளமான மிளகுப் பொருட்களுடன் வந்து சேர்ந்ததைப் பார்த்ததும் லண்டன் வணிகர்களின் கோரிக்கைக்கு மீண்டும் முக்கியத்துவம் வந்தது.

செப் 1600 வாக்கில் லண்டன் வணிகர்களுக்கு தாம் விரும்பிய கடல் பயண ஏற்பாடுகளைச் செய்துகொள்ள உத்தரவு வந்தது. விரைவில் அதிகாரபூர்வ அனுமதி தரப்படும். அதன் பின் கடல் பயணத்தைத் தொடங்கலாம் என்று சொல்லப்பட்டது.

நான்கு கப்பல்கள் வாங்கப்பட்டு பயணத்துக்குத் தேவையானவை எல்லாம் வாங்கிக் கொள்ளப்பட்டன. கடந்தமுறை ஏற்பட்ட இழப்பை இந்த முறை ஈடுகட்டிவிடவேண்டும் என்று வணிகர்கள் நினைத்தனர். பணியாளர்கள் வேலையை விட்டுவிட்டுக் குடிக்கச் செல்வதைத் தடுக்கவும் வேலை நேரத்தில் வேலையிலேயே ஈடுபடவைக்கவும் நாளொன்றுக்கு ஒரு பேரல் பீர் தரப்பட்டது.

கவர்னருக்கும் கிழக்கிந்திய நாடுகளுக்குப் பயணம் மேற்கொள்ளும் லண்டன் வணிகர்களின் குழுவுக்கும் இடையிலான ஒப்பந்தம் 31, டிசம்பர் 1600-ல் கையெழுத்தானது. கவர்னராலும் 24 இயக்குநர் களாலும் அந்த நிறுவனம் நிர்வகிக்கப்படும் என்று தீர்மானிக்கப் பட்டது. கிழக்கிந்திய நாடுகளில் வணிகம் செய்ய ஏகபோக உரிமையை அரசின் அந்த உத்தரவு அளித்தது. மிக அரிதான

பொருட்கள் உட்பட எதையும் ஏற்றுமதி செய்ய அனுமதி தரப்பட்டது.

நிறுவனம் வணிகத்தை மட்டுமே பார்த்துக்கொள்ளவேண்டும். காலனியாக்கும் முயற்சிகளிலோ நாடுபிடிக்கும் பணிகளிலோ ஈடுபடக்கூடாது என்று அழுத்திச் சொல்லப்பட்டது. கம்பெனி கப்பல்களில் ஆயுதங்கள் இருக்கும். ஆனால் அது தற்காப்புக்காக மட்டுமே. ஐரோப்பா தாண்டி கடல் வணிகத்தில் ஈடுபட்ட பிற ஐரோப்பிய நாடுகளின் வழிமுறைக்கு முற்றிலும் மாறான விதிமுறையாக இது இருந்தது. வணிகச் செயல்பாடுகளுக்குத் தரப்பட்ட இந்த முக்கியத்துவமே அந்த நூற்றாண்டின் இறுதி வாக்கில் பிற ஐரோப்பிய சக்திகளைவிட இந்தியாவில் கிழக்கிந்திய கம்பெனி வெற்றிகரமாகத் திகழ வழிவகுத்தது.

அந்த கம்பெனியின் முதல் கவர்னராக தாமஸ் ஸ்மைதி நியமிக்கப்பட்டார். ரஷ்ய நிறுவனம், லெவண்ட் நிறுவனம் ஆகிய வற்றுக்கும் அப்போதுதான் கவர்னராக நியமனம் பெற்றுமிருந்தார். பிற வணிகர்களைவிட ஸ்மைதி பலவகைகளில் மேலானவராக இருந்தார். எய்ல்ஸ்பரிக்கு நாடாளுமன்ற உறுப்பினராகத் தேர்ந்தெடுக்கப்பட்டிருந்தார். நகரத்தின் மிகப் பெரிய தொழில் கூட்டமைப்பான ஹேபர்டேஷர்ஸின் தலைவராக இருந்தார்.

லண்டனில் ஃபென்சர்ச் தெருவுக்கு அருகில் ஃபில்போட் லேனில் அவருடைய வீடு இருந்தது. அந்த வீடு மிகப் பெரியதாகவே இருந்திருக்கவேண்டும். ஏனென்றால் 1619-ல் ஃபிரெஞ்சு தூதர் தனது 120 அதிகாரிகளுடன் அங்கு தங்கிச் சென்றதாகக் குறிப்பு உள்ளது. அந்த வீட்டில் மிகப் பிரமாண்டமான ஒரு ஹால் இருந்தது. கிழக்கு நாடுகளுக்கு வட மேற்குக் கடல் வழியாக பாதை கண்டுபிடிக்கும் தனது ஆர்வத்தைப் பிரதிபலிக்கும்விதமாக ஒரு மிகப் பெரிய திரை ஓவியத்தை அங்கு கூரையில் இருந்து தொங்கவிட்டிருந்தார். கிழக்கிந்திய கம்பெனியின் ஆரம்பகாலக் கூட்டங்கள் அங்குதான் நடந்தன. அந்த வீட்டில் வைத்துத்தான் மாலுமிகள் நேர்காணல் செய்யப்பட்டனர். சம்பளமும் அங்குதான் தரப்பட்டது. மாலுமிகள் பயணம் முடித்துத் திரும்பும்வரையில் ஊரில் இருக்கும் அவர்களுடைய மனைவிகளுக்கான உதவிகள் இங்கிருந்தே தரப்பட்டன.

சமூகத்தின் அனைத்துத் தரப்பினராலும் ஸ்மைதி மதிக்கப்பட்டார். அவர் அனுப்பும் பணியாளர்கள் பல அற்புதமான, அரிய பொருட்களை அவருக்குக் கொண்டுவந்து அன்புடன் பரிசளிப்பார்கள். இரண்டு மாதச் சம்பளத்துக்கு இணையான

நிறுவனப் பங்குகள் ஆரம்பகாலக் கடல் பயணிகளுக்குத் தரப்பட்டன. தாமஸ் ஸ்மைதி ஒரு கடல் பயணத்தைத் தீர்மானித்தால் மாலுமிகள் வரிசைகட்டி வந்து நிற்பார்கள்.

ஸ்மைதியின் வீட்டில் இருந்தபடி கிழக்கிந்திய கம்பெனி மிகவும் சிக்கனமாக நிர்வகிக்கப்பட்டது. தனது பணியாளர்களில் ஒருவரை, பகுதி நேர செகரட்டரியாக இருந்து, கம்பெனி நிர்வாகத்தைப் பார்த்துக்கொள்ளச் சொன்னார். பணி நியமனம் பெற்ற ஒரே நபர் சந்தா புத்தகத்தைக் கையில் ஏந்திக்கொண்டு கூட்டங்கள் பற்றிய அறிவிப்புகளை பலருக்கும் விளம்பரப்படுத்தினார். அது மட்டுமே அவருடைய வேலை. கப்பல்களை வாங்குவது, பயணத்துக்கான பொருட்களை வாங்குவது, கடல் பயணத்துக்கு ஆட்களைத் தேர்ந்தெடுப்பது, கணக்கு வழக்குகளைக் கவனித்துக்கொள்வது, முக்கியமான கடிதப் போக்குவரத்தைச் செய்வது எல்லாமே தாமஸ் ஸ்மைதியால் அல்லது கம்பெனியின் பிற உறுப்பினர்களால் செய்யப்பட்டன.

இரண்டு ஆண்டுகளுக்கு ஒருமுறை அரசு அந்த ஒப்பந்தத்தைப் புதுப்பிக்கும். அப்படிப் புதுப்பிக்கவில்லையென்றால் 1615-ல் கடல் பயண, வணிக உரிமை ரத்தாகும். வணிகர்களுக்கு இருந்த இன்னொரு நெருக்கடி என்னவென்றால், கிழக்கத்திய நாடுகளுக்கு வட மேற்கு கடல் வழிப் பாதையைக் கண்டுபிடித்தாகவேண்டும். அதுதான் மிக மிக அவசியம். அதுவே அந்தப் பயணத்தின் அவர்களுடைய முயற்சிகளின் வெற்றிக்கு அடித்தளம் அமைக்கும்.

தாமஸ் ஸ்மைதி தனது செயல்பாடுகளைப் பெரிதும் வணிகத்துடனே நிறுத்திக்கொள்வதில் மிகவும் கவனமாக இருந்தார். நாடாளுமன்றத்தில் அவர் வணிக விஷயங்களில் மட்டுமே அக்கறை செலுத்தினார். அரச சபையில் மிகவும் மதிப்புக்குரியவராக இருந்தார். பிறரைப்போல் அரச அதிகார வர்க்கத்துக்கு எந்தவொரு லஞ்சமோ கடனோ கொடுக்கவில்லை. அவர் வாழ்ந்தது உண்மையில் மிகவும் அபாயகரமான காலகட்டத்தில்தான். 1601 பிப்ரவரியில் அவர் எஸ்ஸெக்ஸ் எர்லுடன் பேசியதைப் பார்த்துவிட்டிருந்தார்கள். எஸ்ஸெக்ஸின் சதிகாரக் கூட்டத்தில் அவரும் ஒருவர் என்று சந்தேகிக்கப்பட்டு லண்டன் டவரில் சிறைவைக்கப்பட்டார். ஆனால், பெரும் அபராதம் கட்டி வெளியே வந்துவிட்டார். அதே டவரில் 1603-ல் ஒன்றாம் ஜேம்ஸ் மன்னரால் அவர் பின்னர் 'நைட் பட்டம்' பெற்றதென்பது அற்புதமான விஷயம்தான். சிற்சில தடைகள் நீங்கலாக சர் தாமஸ் ஸ்மைதி 1621

வரை கிழக்கிந்திய கம்பெனியின் கவர்னராக இருந்தார். கம்பெனியின் ஆரம்பகால இடர்பாடுகளைக் களைந்ததில் இவருடைய பங்கு மிக அதிகம்.

•

ஜேம்ஸ் லங்காஸ்டர் கிழக்கத்திய நாடுகள் நோக்கிய முதல் கடல் பயணத்தின் கேப்டனாக நியமிக்கப்பட்டார். 1591-ல் மலாய் தீபகற்பத்துக்கு கப்பலை சுமுகமாக ஓட்டிச் சென்றுவந்தவர். அவருடைய முந்தைய பயணம் பொருளாதார ரீதியாகப் பெரும் தோல்வியில் முடிவடைந்திருந்த நிலையிலும் மிக நல்ல அனுபவமும் தேவையான பயணத் தகவல்களையும் பெற்றிருந்தார். கம்பெனியானது அரசுடன் ஒப்பந்தம் செய்துகொண்டபோது அவர் தந்த தகவல்களே பெரிதும் உபயோகமாக இருந்தன. அதோடு அவர் தனது பணத்தை முதலீடாகப் போட்டு அந்த நிறுவனத்தில் உறுப்பினராகவும் ஆகியிருந்தார். அரச சபையில் இருந்தவர்கள் ஒரு 'கனவானை' கப்பலின் கேப்டனாக நியமிக்க விரும்பினர். ஆனால், லண்டன் வணிகர்கள் 'தம்மைப் போன்ற குணம் கொண்ட ஒருவரே அந்தப் பணிக்குப் பொருத்தமானவர்' என்று சொல்லி அதில் வெற்றியும் பெற்றுவிட்டனர்.

ஆரம்பத்தில் கம்பெனிக்கு நிரந்தர முதலீடு எதுவும் இருந்திருக்கவில்லை. ஒவ்வொரு கடல் பயணத்துக்கும் தனியாக நிதி சேகரிக்கப்படும் என்றே முதலில் தீர்மானிக்கப்பட்டது. காலப்போக்கில் ஒவ்வொரு பயணத்தின் கணக்குகளைத் தனியாக வைத்துக்கொள்வதும் ஒன்று மற்றொன்றுடன் கலப்பதும் பல சிக்கல்களைக் கொண்டுவந்தன. எனவே நிரந்தரமான முதலீடு என்ற வழிமுறைக்கு மாறினார்கள். ஆரம்பத்தில் சொல்லப்பட்டதுபோல் உண்மையான ஸ்டாக் கம்பெனியாக அது செயல்பட சுமார் 50 ஆண்டுகள் ஆனது. ஆரம்பத்தில் இருந்த 101 உறுப்பினர்கள் 208 ஆக உயர்ந்தனர். வருமானத்தைவிட செலவுகளே அதிகமாக இருந்தது. ஒவ்வொரு உறுப்பினரும் ஆரம்பத்தில் பத்து சதவிகித அதிகம் தரவேண்டியிருந்தது. அதன் பின் மேலும் பத்து சதவிகிதக் கடனும் அதிகரித்தது. சில உறுப்பினர்கள் முதலில் தாம் தருவதாக ஒப்புக்கொண்ட தொகையைத் தாமதமாகவே செலுத்தினர். அரசு சிறைத் தண்டனை வழங்கப்போவதாக மிரட்டியே அந்தப் பணத்தைச் சேகரிக்க முடிந்தது. ஒருவழியாக கம்பெனி 68,000 பவுண்ட் முதலீட்டைச் சேகரித்தது. திறமை வாய்ந்த கைவினைக் கலைஞருக்கு ஆண்டுக்கு பத்து பவுண்ட் கிடைத்தாலே நல்ல

சம்பளமாக இருந்த காலகட்டத்தில் இந்தத் தொகை மிக மிகப் பெரியதுதான். 40,000 பவுண்ட் கப்பல்கள் வாங்கவும் கடல் பயணத்துக்குத் தேவையான உணவு மற்றும் பிற பொருட்கள் வாங்கவும் பயன்படுத்தப்பட்டது. விற்பனைக்கு அல்லது பரிமாற்றிக்கொள்வதற்கான பொருட்களுக்காக ஏழாயிரம் பவுண்ட் செலவிடப்பட்டது. கிழக்கத்திய நாடுகளில் பொருட்கள் வாங்குவதற்கு 21,000 பவுண்ட் வைத்துக்கொள்ளப்பட்டது.

உலக அளவில் பரிமாற்றத்துக்கு உகந்த பணத்தைச் சேகரிப்பதுதான் சிரமமாக இருந்தது. இங்கிலாந்து நாணயத்தை வெளிநாடுகளுக்கு அனுப்புவது சட்டவிரோதம். போர்ச்சுகீசியர்கள் மற்றும் பிற ஐரோப்பியர்களால் கிழக்கத்திய நாடுகளில் ஸ்பானியப் பணமே பயன்படுத்தப்பட்டது. குறிப்பாக எட்டு ரியால் வெள்ளி நாணயங்கள். கடல் சாகசக் கதைகளில் சொல்லப்படும் 'எட்டு அணாக்கள்'. இங்கிலாந்து ஸ்பெயினுடன் சண்டையில்தான் இருந்தது. எனவே, அவற்றைப் பெற வாய்ப்பு இல்லை. சர் ப்ரான்சிஸ் ட்ரேக் போன்ற இங்கிலாந்து கொள்ளையர்களிடமிருந்து கொஞ்சத்தைப் பெற்றுக்கொள்ளமுடியும். பிறவற்றை அந்தக் கண்டத்தில் பெற்றுக்கொள்ளமுடியும். உறுப்பினர்கள் தமது சந்தா (பங்கு) பணத்தை ஸ்பானிய நாணயமாகக் கொடுக்கும்படி கம்பெனி கேட்டுக்கொண்டது. எனினும் போதிய அளவுக்கு அது கிடைக்கவில்லை.

இங்கிலாந்து அரசு ஸ்பானிய நாணயங்களை அச்சிட்டுக் கொடுக்கமுடியுமா என்று கூடக் கேட்டார்கள். எதிரி நாட்டு நாணயத்தை அச்சிட அரசி விரும்பவில்லை. எனினும் கொஞ்ச நாணயங்கள் அச்சிடப்பட்டன. மேலோட்டமாகப் பார்த்தால் அவை ஸ்பானிய நாணயங்களைப் போலவே இருக்கும். ஒருபக்கம் பிரிட்டிஷ் அரச முத்திரை அடையாளம். மறுபக்கம் சிறைக்கதவு அடையாளம். இந்தப் பரிசோதனை முயற்சி வெற்றிகரமாக அமையவில்லை. ஏனென்றால் ஏராளமான போலி ஸ்பானிய நாணயங்கள் புழக்கத்தில் இருந்தன. கிழக்கு நாடுகளில் இருந்த மக்கள் புதிய நாணயங்களை வாங்கத் தயக்கம் காட்டினர். ஆனால், எதிர்காலக் கடல் வாணிபத்துக்கு போதுமான ஸ்பானிய ரியால்களை எப்படியோ அது ஈட்டிவிட்டது.

கிழக்கிந்திய கம்பெனியின் நான்கு கப்பல்களும் ஓர் உணவுப் பொருள் கப்பலும் 1601- ல் பயணத்தைத் தொடங்கின. சுமத்ரா, ஜாவா தீவுகளில் இருந்து நான்கும் 1603-ல் நல்லபடியாகத் திரும்பின. லங்காஸ்டர் பயணம் செய்த கப்பல் 'ரெட் டிராகன்' (அதன் முந்தைய

உரிமையாளர் அதற்கு 'ஸ்கரேஜ் ஆஃப் மாலிஸ்' என்று எதிரிகளுக்கு அச்சத்தை ஊட்டும் வகையில் பெயரிட்டிருந்தார். இப்போது பயணத்தின் நல்லெண்ணத்தைப் பிரதிபலிக்கும் வகையில் பெயர் மாற்றம் பெற்றது) ஒரு சிலரை மட்டுமே இழந்து மீண்டது. ஸ்கர்வி நோய்க்கு எதிராக நிறைய எலுமிச்சை சாறு கொடுத்து லங்காஸ்டர் அவர்களைக் காப்பாற்றியிருந்தார். சுமார் 200 ஆண்டுகள் கடல் பயணத்துக்குப் பின்பே இந்த எளிய வழி கண்டுபிடிக்கப்பட்டது. அதற்கு முந்தைய பயணங்களில் இதைப் பயன்படுத்தியிருந்தால் எண்ணற்ற பேரைக் காப்பாற்றியிருக்கமுடியும். பிற மூன்று கப்பல்கள் மூன்றில் ஒரு பங்கை இழந்துவிட்டன.

ஒட்டு மொத்தமாகப் பார்த்தால் இந்தக் கடல் பயணம் மிகப் பெரிய வெற்றியாகவே அமைந்தது. 500 டன் மிளகு கொண்டுவரப்பட்டது. இந்தியாவில் இருந்து பெரும் செல்வத்துடன் சென்ற போர்ச்சுகீசிய கப்பல் ஒன்றும் இவர்களால் கைப்பற்றப்பட்டது. ஆனால், இந்தக் கடல் பயணமும் இதற்கு அடுத்ததாக மேற்கொள்ளப்பட்ட இன்னொரு பயணமும் உண்மையில் இந்தியாவுக்கு வந்திருக்கவே இல்லை. இந்தோனேஷியத் தீவுக் கூட்டத்தில் கிடைத்த கிராம்பு, மிளகு, லவங்கம் போன்றவையே மிகப் பெரிய லாபத்தைத் தருவதாக அமைந்தது.

•

கம்பெனியின் மூன்றாவது கடல் பயணத்தின்போது ஒருவழியாக இந்தியா தேர்ந்தெடுக்கப்பட்டது. கிழக்கத்தியத் தீவுகளிலிருந்து நறுமணப் பொருட்களைச் சேகரித்தல் என்பதுதான் முக்கிய நோக்கமாக இருந்தது. நறுமணப் பொருட்களுக்குப் பதிலாக இங்கிலாந்து கம்பளியை எந்த அளவுக்கு விற்க முடியும் என்பதைத் தெரிந்து கொள்வதும் இந்தப் பயணத்தின் நோக்கமாக இருந்தது. அதோடு தூரக்கிழக்கு நாடுகளில் நறுமணப் பொருட்களை வாங்குவதற்கு இந்தியாவில் பருத்தித் துணிகளை வாங்கி பரிமாறிக்கொள்வது எந்த அளவுக்கு சாத்தியமாகும் என்பதையும் தெரிந்துகொள்ள விரும்பினார்கள்.

1607-ல் மூன்று கப்பல்கள் இங்கிலாந்தில் இருந்து புறப்பட்டன. கன்செண்ட் என்ற கப்பல் முதலில் புறப்பட்டுச் சென்றது. அது நிச்சயித்த வணிகத்துக்கு நிச்சயித்த திசையில் செல்ல முடிந்தது. அதற்கு உகந்த காற்று அப்போது வீசியது. 'டிராகன்' என்ற கப்பலுக்கு வில்லியம் கீலிங் கேப்டனாக இருந்தார். 'ஹெக்டர்' கப்பலுக்கு வில்லியம் ஹாக்கின்ஸ் கேப்டனாக இருந்தார். தாமதமாகப் புறப்பட்ட இந்த இரண்டு கப்பல்களும் பாதகமான

காற்றில் சிக்கிக்கொண்டன. பிரேசிலை நோக்கி அடித்துச் செல்லப்பட்டுவிட்டன. அதன் பின்னர் மேற்கு ஆஃப்ரிக்காவுக்குக் கொண்டு செல்லப்பட்டன. இதனால் ஆறு மாத கால இழப்பு ஏற்பட்டது. அங்கு கேப் முனையைச் சுற்றிச் செல்வதற்கு உகந்த காற்று வீசும் வரை காத்திருக்க நேர்ந்தது.

கேப்டன் கீலிங்கின் ஆட்கள் ஹேம்லெட், இரண்டாம் ரிச்சர்ட் போன்ற நாடகங்கள் நடித்தனர். இந்தியப் பெருங்கடலில் ஏடென் நோக்கிய காற்று சாதகமற்ற நிலையில் இருந்தது. 'டிராகன்' கப்பல் நேராக கிழக்கு நாடுகளுக்குச் செல்லவேண்டுமென்றும் 'ஹெக்டர்' கப்பல் இந்தியாவுக்குச் செல்லவேண்டுமென்றும் தீர்மானிக்கப்பட்டது.

கேப்டன் ஹாக்கின்ஸின் பின்புலம் சரியாகத் தெரியவில்லை. அவர் இந்தியாவுடனான வணிகம் பற்றி மிகுந்த ஆர்வத்துடன் தெரிந்துகொள்ள விரும்பினார். ஹெக்டர் கப்பலை முகலாயர்களின் மிகப் பெரிய துறைமுகமான சூரத் நோக்கிச் செலுத்தினார். 24 ஆகஸ்ட் 1608-ல் அங்கே நங்கூரம் இட்டார். சிறிய படகில் ஏறி நகருக்குச் சென்றார். சூரத்தின் அப்போதைய ஆட்சியாளர் போர்ச்சுகீசியர்களுடன் நட்புறவில் இருந்தார். இங்கிலாந்து கப்பல் கொண்டுவந்த பொருட்களை அவர்கள் கைப்பற்றினர். இங்கிலாந்தினரின் 2 படகுகளை போர்ச்சுகீசியர்கள் கைப்பற்றிக் கொள்ளவும் கப்பலில் வந்த சிலரை கோவாவுக்குக் கைதிகளாகப் பிடித்துச் செல்லவும் அந்த மன்னர் அனுமதித்தார்.

கேப்டன் ஹாக்கின்ஸ் மற்றும் சக மாலுமி வில்லியம் பிளின்ச் ஆகிய இருவரையும் சூரத்தில் விட்டுவிட்டு ஹெக்டர் கப்பல் தூர கிழக்கு நாடுகள் நோக்கிப் பயணித்தது. அவர்கள் இருவரும் கைப்பற்றப்பட்ட பொருள்களுக்கு நஷ்ட ஈடு கிடைக்கவும் அங்கு வணிகத்தில் ஈடுபடவும் அனுமதி கேட்டனர். ஆனால் எதுவும் கிடைக்கவில்லை. போர்ச்சுகீசியர்கள் அவர்களைக் கொல்ல முயற்சி செய்தனர். அவர்களிடமிருந்து தப்பித்த வில்லியம் ஹாக்கின்ஸ் பதான் வீரரைக் காவல் துணையாகக் கொண்டு 700 மைல் தொலைவிலிருந்த ஆக்ராவுக்கு சென்று முகலாய மன்னரிடம் நேரடியாக முறையிட்டார்.

17-ம் நூற்றாண்டின் தொடக்கத்தில் இந்தியாவின் பெரும்பகுதி முகலாயர்களின் கட்டுப்பாட்டில் இருந்தது. மேற்கே பாரசீகம் வரையிலும் கிழக்கே வங்காளம் வரையிலும் வடக்கே இமயமலை தொடங்கி தெற்கே கோதாவரி நதி வரை பரவியிருந்தது. தெற்கு நோக்கி மேலும் விரிவடைந்து கொண்டும் இருந்தது. ஹாக்கின்ஸ்

ஆக்ராவை அடைந்தபோது அக்பரின் மகன் ஜஹாங்கீர் அப்போதுதான் பதவி ஏற்றிருந்தார். ஹாக்கின்ஸும் ஜஹாங்கீரும் நெருங்கிய நண்பர்களாகிவிட்டனர். ஒன்று சேர்ந்து மது அருந்தினர். ஹாக்கின்ஸுக்கு ஓர் அர்மெனிய கிறிஸ்தவப் பெண்ணை திருமணம் செய்துவைத்து தனது அரசவையில் ஒரு பதவியும் கொடுத்தார். சூரத்தில் வியாபாரம் செய்யும் உரிமையைத் தரும்படி ஹாக்கின்ஸ் முதலில் கேட்டார் . ஆனால் பேராசை பிடித்த முகலாய அதிகாரிகள் மற்றும் போர்ச்சுகீசிய மதகுருக்களின் மூலம் ஹாக்கின்ஸின் முக்கியத்துவம் குறைக்கப்பட்டது. அதோடு சிதிலமடைந்த 'அசென்ஷன்' என்ற கம்பெனி கப்பலிலிருந்து வந்துசேர்ந்த சில குடிகார இங்கிலாந்து மாலுமிகளினால் ஹாக்கின்ஸின் மதிப்பு வெகுவாகக் குறைந்தது. அந்த இங்கிலாந்து மாலுமிகள் 'போதை தலைக்கேறி பெண்களுடன் கூத்தடித்து நோய்வாய்ப்பட்டனர்'.

ஹாக்கின்ஸ் ஆக்ராவில் இரண்டு வருடங்களுக்கு மேலாக இருந்தார். ஆனால், கம்பெனிக்கு சாதகமாக எந்த ஒரு ஒப்பந்தமும் சலுகையும் பெறமுடியாமல் திரும்பினார். சூரத்தில் இன்னொரு இங்கிலாந்து கடல் பயண குழுவைச் சந்தித்தார். சர் ஹென்றி மிடில்டன் தலைமையிலான அந்தக் குழுவும் இந்தியாவுடன் வர்த்தக உறவை உருவாக்க முடியாமல் தோற்றுவிட்டது. 1612 பிப்ரவரியில் மிடில்டன் ஜாவாவுக்குப் புறப்பட்டபோது ஹாக்கின்ஸும் அவருடன் சேர்ந்துகொண்டார். தூரக்கிழக்கு நாடுகளில் ஐந்து வருடங்கள் கழித்தபின் ஹாக்கின்ஸ் தனது கப்பலை சந்தித்தார். அந்த கப்பல் 'சாலமன்', 'தாமஸ்' ஆகிய கப்பல்களுடன் இங்கிலாந்து திரும்பவிருந்தது. ஹாக்கின்ஸும் அவருடைய மனைவியும் 'தாமஸ்' கப்பலில் ஏறினர். திரும்பி வரும் வழியில் பலரும் நோய்வாய்ப்பட்டு இறந்தனர். அயர்லாந்து நெருங்குகையில் ஹாக்கின்ஸும் இறந்தார்.

ஹாக்கின்ஸின் அர்மேனிய மனைவி 'ஹெக்டர்' கப்பலின் கேப்டன் கேப்ரியல் டவர்சனைத் திருமணம் செய்துகொண்டார். அந்த தம்பதி இந்தியாவுக்குத் திரும்பிச் சென்றது. டவர்சன் திரும்பியபோது ஆக்ராவிலிருந்து தனது குடும்பத்தினர் மற்றும் நண்பர்களுடன் அர்மேனிய மனைவி தங்கிவிட்டார்.

•

இந்தியர்களுக்கு எதிராக அல்ல; போர்ச்சுகீசியர்களுக்கு எதிராக ஒரு தாக்குதலை நடத்திய பின்பே இங்கிலாந்து கடற்படைக்கு சூரத்தில்

வணிக வாய்ப்புகளை உருவாக்க முடிந்தது. கிழக்கிந்திய கம்பெனியின் பத்தாவது கடல் பயணத்தின் தலைவராக இருந்த தாமஸ் பெஸ்ட் 1612- பிப்ரவரியில் கிரேவ்ஸ்எண்ட் பகுதியில் இருந்து புறப்பட்டார். மிடில்டனும் ஹாக்கின்ஸூம் சூரத்தில் இருந்து புறப்பட்ட அதே மாதம். அவருடைய டிராகன் கப்பல் 600 டன் எடை கொண்டது. அதனுடன் 3 சிறிய கப்பல்களும் புறப்பட்டன. செப்டம்பர் மாதத்தில் சூரத்தை வந்தடைந்தார். முகலாயர்கள் இங்கிலாந்துடன் பேச்சுவார்த்தையை ஆரம்பிக்கத் தயாராக இருந்தனர். தம்மைப் பற்றிய நல்ல எண்ணத்தை உருவாக்கும் நோக்கில் கேப்டன் பெஸ்ட், 100 வீரர்களுடனும் ட்ரம்ஸ், டிரம்பெட் முழங்க கம்பீரமாகக் தரையிறங்கினார். 40 நாட்களுக்கு வியாபாரம் செய்துகொள்ளத் தற்காலிக அனுமதி தரப்பட்டது. முகலாய மன்னர் பின்னர் அதை நிரந்தரமாக ஆக்குவார் என்றும் சொல்லப்பட்டது. அதோடு கோட்டையில் இருந்த அரசவைக்கு ஒரு விருந்துக்கு வருமாறும் அழைப்பு விடுக்கப்பட்டது.

மன்னர் ஜேம்ஸிடமிருந்து ஒரு கடிதமும் பரிசுப்பொருட்களும் கொண்டு கொடுக்கப்பட்டன. வீனஸ் ஓவியங்கள் மற்றும் இசைக் கருவிகள் அந்த பரிசுப் பொருளில் இருந்தன. சில இசைக் கலைஞர்களும் அந்த கருவிகளில் பயிற்சி கொடுக்க அனுப்பி வைக்கப்பட்டனர். கார்னட் இசைக்கருவியைக் கற்றுக் கொடுக்கச் சென்ற இசைக்கலைஞர் ராபர்ட் ட்ருலி ஜஹாங்கீரின் நெருங்கிய நண்பரானார். இந்தியாவில் தங்கத் தீர்மானித்த அவர் இஸ்லாமுக்கு மாறினார். சூரத்துக்கு போர்ச்சுகீசிய கப்பல் குழு வரும் வரையில் எல்லாம் நல்லபடியாக நடந்தன.

கேப்டன் பெஸ்ட் நங்கூரமிட்டு நிறுத்தியிருந்த கப்பலை போர்ச்சுகீசியக் குழு தாக்கியது. இங்கிலாந்து கப்பல்கள் மிகவும் சிறியவைதான். ஆனால் அவற்றில் போதுமான ஆயுதங்கள் இருந்தன. எல்லாவற்றுக்கும் மேலாக அந்தக் கப்பல்களை நகர்த்துவது மிகவும் எளிதாக இருந்தது. போர்ச்சுகீசியர்கள் எதிரிகளின் கப்பல்களுக்கு அருகில் சென்று தாக்குவதையே தங்கள் வழிமுறையாக வைத்திருந்தனர். இங்கிலாந்து கடற்படையினர் வேகவேகமாக வந்து எறிகணைகளால் தாக்கிவிட்டுச் சட்டென்று பின்வாங்கிச் சென்றனர். பிறகு மீண்டும் திடீரென்று வந்து தாக்கினர். இப்படியான முறையில் போர்ச்சுகீசியர்களின் மூன்று கப்பல்கள் தாக்கி அழிக்கப்பட்டன.

கடலுக்கு உள்ளே சற்று தொலைவில் நிறுத்தப்பட்டிருந்த வேறு நான்கு போர்ச்சுகீசிய கப்பல்களையும் இங்கிலாந்து படை தாக்கி

விரட்டி அடித்தது. போர்ச்சுகீசியர்கள் கடல் போரில் வெல்ல முடியாதவர்கள் அல்ல என்பது தெரிந்ததும் 7 ஜனவரி 1613-ல் ஜஹாங்கீர் இங்கிலாந்தினர் சூரத்தில் இருந்து வியாபாரம் செய்யலாம் என்று அனுமதி கொடுத்தார். மேலும் தமது வணிகக் கிடங்குகளைப் பாதுகாக்க கோட்டை கட்டிக்கொள்ளவும் அனுமதித்தார். இந்தப் போர் முடிந்தபின் தாமஸ் பெஸ்ட் ஊர் திரும்பினார். சூரத்தில் கோட்டை அமைத்து இங்கிலாந்தின் வணிகச் செயல்பாடுகளை வேரூன்றச் செய்த பெருமை தாமஸ் ஆல்டுவர்த்துக்கே சேரும். இந்தியாவில் இருப்பதற்குத் தானாகவே விருப்பம் தெரிவித்த அவரே கிழக்கிந்திய கம்பெனியின் முதல் தலைவர் ஆனார்.

ஆனால் போர்ச்சுகீசியர்கள் ஒரேடியாக அழிக்கப்பட்டிருக்கவில்லை. 1615-ல் அவர்கள் இங்கிலாந்து படையை சூரத்தில் வைத்துத் தாக்கினர். இங்கிலாந்து படையினரின் கப்பல்கள் அதிக ஆழமில்லாத கடலிலிருந்து போர் புரிந்தன. போர்ச்சுகீசியர்களின் கப்பல்களுக்கு அங்கு வந்து தாக்க முடியவில்லை. அந்தப் போரில் சுமார் 500 போர்ச்சுகீசியர்கள் கொல்லப்பட்டனர் என்றும் 5 ஆங்கிலேயர்கள் மட்டுமே இறந்தார்கள் என்றும் சொல்லப்பட்டது.

•

இந்தியாவில் இங்கிலாந்தினர் அமைத்த முதல் வணிகக் கிடங்கு சூரத்தில் அல்ல. இங்கிலாந்தின் முதல் கப்பல் சூரத்துக்கு வந்துசேர்ந்த 1608-க்கும் கோட்டை அமைத்துக்கொள்ள அனுமதி தரப்பட்ட 1613-க்கும் இடையே கிழக்கு கடற்கரையில் வேறொரு வெற்றி இங்கிலாந்துக்குக் கிடைத்திருந்தது. 1606-ல் டச்சுக்காரர்கள் அங்கே வர்த்தகம் செய்யத் தொடங்கியிருந்தார்கள். அதிருப்தியுற்ற இரண்டு டச்சு வணிகர்கள் இங்கிலாந்தின் கிழக்கிந்திய கம்பெனியும் வணிகக் கிடங்கு அமைத்துக்கொள்ள உதவ முன்வந்தனர். 1611-ல் கோல்கொண்டா சுல்தான் ஆளுகைக்குள் இருந்த சோழமண்டலக் கடலோரத்தில் மசூலிப்பட்டினம் பகுதியில் கிழக்கிந்திய கம்பெனிக்கு வணிகக் கிடங்கு அமைக்க அனுமதி கிடைத்தது. துணி வியாபாரத்தில் கம்பெனியின் முக்கிய மையமாக அது மாறியது.

•

1615-ல் வில்லியம் கீலிங் இந்தியாவுக்கும் தூரக்கிழக்கு நாடுகளுக்குமான கடல் பயணம் ஒன்றை மேற்கொண்டார். ஷேக்ஸ்பியரின் நாடகங்களுக்கான அமெச்சூர் தயாரிப்பாளரான அவர் கப்பலின் கமாண்டர் இன் சீஃப் ஆக்கப்பட்டு இருந்தார்.

கம்பெனியின் செயல்பாடுகளைப் பல பகுதிகளுக்கு விரிவுபடுத்த விரும்பினார். இந்தியக் கடலோரமாகப் பயணித்து போர்ச்சுகீசிய கப்பல்களுடன் பல மோதல்களில் ஈடுபட்டார். மார்ச் 1616-ல் கொடுங்கலூர் பகுதிக்கு அருகில் கோழிக்கோடு மன்னரின் தூதுவர் ஒருவரைச் சந்தித்தார். அந்த மன்னர் கொடுங்கலூரில் இருந்த போர்ச்சுகீசியக் கோட்டை ஒன்றைத் தாக்கத் திட்டமிட்டிருந்தார். இங்கிலாந்து படை அதற்கு உதவிபுரிந்தால் கோழிக்கோட்டில் வர்த்தகம் செய்துகொள்ள அனுமதிப்பதாக மன்னர் சொன்னார்.

இது தொடர்பான ஒப்பந்தம் தீர்மானமானது. அங்கு ஒரு வணிக மையம் அமைக்க நான்கு பேரையும் 26 வயது ஆன இளைஞர் ஒருவரையும் நியமித்தார். ஈயம், பித்தளை, துணி, மணமுள்ள பசை அரை டன் ஆகியவற்றை போர்ச்சுகீசியரிடமிருந்து கைப்பற்றி இருந்தனர். அவர்களிடம் கணிசமான அளவு வெடி மருந்தும் இருந்தது. அவர் அங்கு விட்டுசென்றவர்களில் ஒருவருக்கு பீரங்கி பயன்படுத்தத் தெரியும். சமுத்திரன் மன்னருக்கு கீலிங் கொடுத்த சிறிய பீரங்கியை எப்படி பயன்படுத்தவேண்டும் என்பதை அந்த ஆங்கிலேயர் இந்தியர்களுக்குக் கற்றுக்கொடுத்தார்.

மலபார் கடற்கரையில் அமைக்கப்பட்ட முதல் வணிகக் கிடங்கு வெற்றி பெறவில்லை. கீலிங் விடைபெற்றுச் சென்றதும் இங்கிலாந்தினரிடமிருந்து பெற்ற உதவி போதுமானதாக இல்லை என்று வருத்தப்பட்ட மன்னர் அவர்களுக்குப் போதிய மிளகுப் பொருட்களைத் தரவில்லை. ஒரு ஆண்டு கழித்து தூர கிழக்கு நாடுகளிலிருந்து இங்கிலாந்து கப்பல் குழு திரும்பியபோது அந்த மையத்தில் இருந்த மூன்று ஆங்கிலேயர்களும் திரும்பி அழைத்துச் செல்லப்பட்டு விட்டனர். ஒரே ஒரு நபரும் 26 வயது இளைஞனும் இந்திய மொழி கற்றுக்கொள்ள இங்கே விடப்பட்டனர். அந்த மூத்த ஆங்கிலேயர் வயிற்றுப்போக்கினால் உயிர் துறந்தார். அந்த இளைஞர் எட்வேர்ட் பியர்ஸ். அவர் 25 ஆண்டுகள் கழித்து பஸ்ரா பகுதியில் கம்பெனியின் வர்த்தகத்தை ஆரம்பித்தார்.

•

இங்கிலாந்து படை போர்ச்சுகீசியர்களுடன் கடலில் போரிட்ட காலத்தில் சில போர்ச்சுகீசியர்கள் முகலாய மன்னருடன் பேச்சுவார்த்தை நடத்தினர். கீலிங்குடன் வந்திருந்த பிரிட்டிஷ் பிரதிநிதி அஜ்மீர் அரச சபைக்குச் சென்று பேச்சுவார்த்தை நடத்தியபோது இங்கிலாந்துடனான வர்த்தகத்தைத் தடை செய்ய முகலாய மன்னர் சம்மதித்தார்.

முதலாம் ஜேம்ஸ் மன்னர் சர் தாமஸ் ரோவை 1609-ல் ஜஹாங்கீருடன் கம்பெனியின் வர்த்தகம் தொடர்பாகப் பேச அனுப்பிவைத்தார். இங்கிலாந்து அரசவையில் முக்கிய உறுப்பினராக இருந்ததோடு தாமஸ் ரோவுக்கு வணிக நோக்கங்களும் இருந்தன. விர்ஜீனியா கம்பெனியின் இயக்குனர் குழுவிலும் இருந்தார். அவருடைய தாத்தாவும் மாமாவும் லண்டனின் லார்ட் மேயர்களாக இருந்தனர். 1616-ல் முகலாயர் அரசவைக்கு வந்தார் தாமஸ் ரோ. மன்னரைத் திருப்திபடுத்த ஏராளமான பரிசுகள் கொண்டுவந்திருந்தார். அதில் ஓர் அழகான இங்கிலாந்து சாரட் வண்டியும் இருந்தது. அதை ஜஹாங்கீர் மிகுந்த விருப்பத்துடன் பயன்படுத்தினார்.

தாமஸ் ரோ மூன்றாண்டுகள் இந்தியாவில் இருந்தார். ஏராளமான பரிசுப் பொருட்கள் கம்பெனி மூலம் தொடர்ந்து அனுப்பப்பட்டன. அப்படி அனுப்பப்பட்ட மதுவகைகள் ஜஹாங்கீர்க்கு மிகவும் பிடித்திருந்தன. மன்னருக்கு இரண்டு இங்கிலாந்து 'மஸ்டிஃப்' நாய்கள் பரிசாகத் தரப்பட்டன. அவற்றில் ஒன்று யானையையே எதிர்த்துத் தாக்கியதைப் பார்த்து ஜஹாங்கீர் பெரிதும் மகிழ்ந்தார். ஒவ்வொரு நாய்க்கும் நான்கு பணியாளர்களை நியமித்தார். இருவர் அந்த நாய்களைப் பல்லக்கில் தூக்கிச்சென்றனர். இருவர் ஈக்கள் அண்டவிடாமல் விசிறியால் வீசினர்.

இதனிடையில் போர்ச்சுகீசியர்களும் மன்னருக்கு விலைமதிப்பு மிகுந்த பரிசுகளைத் தந்தனர். ஆங்கிலேயர்களை ஓரங்கட்டுவதற்காக மன்னருக்கு ஐந்து அவுன்ஸ் எடைகொண்ட பவளம் போன்ற ரத்தினக்கல் ஒன்றையும் பரிசாகக் கொடுத்தனர். ஜஹாங்கீர் சூரத்தில் வர்த்தகம் செய்ய இங்கிலாந்துக்கு அனுமதி கொடுத்தார். ஆனால் தாமஸ் ரோ விரும்பியது போன்ற ஒப்பந்தம் ஒன்றில் கையெழுத்திட மறுத்துவிட்டார்.

ரோ வருத்தப்படும் வகையில் மன்னர் டச்சுக்காரர்களுடன் பேச்சுவார்த்தை நடத்தி அவர்களுக்கும் சூரத்தில் வணிகம் செய்யும் உரிமையைத் தந்தார்.

இப்படியான பின்னடைவுகள் இருந்தபோதிலும் தாமஸ் ரோ ஒரு தேர்ந்த ராஜதந்திரி. கம்பெனிக்குத் தேவையான ஆலோசனைகளைத் தொடர்ந்து வழங்கினார். கம்பெனி தனது பலத்தைக் கடல் போரில் மட்டுமே காட்டவேண்டும் என்று சொன்னார். 2,00,000 வீரர்களுக்கு மேலான முகலாயர்களின் பிரமாண்டமான படையை அவர் பார்த்திருக்கிறார். முகலாயர்களை நிலத்தில் நடக்கும் போரில் வெல்ல முடியாது என்பதைப் புரிந்துகொண்டார். போர்ச்சுகீசியர்கள்

தமது கோட்டைகளில் பல வீரர்களைக் காவலுக்கு நிறுத்தி இருக்கிறார்கள். இதனால் அவர்களுக்குப் பெரிய லாபம் எதுவும் இல்லை. அதுபோலவே பெரிய படைகளை வைத்திருக்கும் டச்சுக்காரர்களுக்கும் அது பெரும் செலவையே இழுத்து விட்டிருக்கிறது. 'ஏதேனும் ஆதாயம் கிடைக்க வேண்டுமென்றால் அது கடல் போரில்தான் கிடைக்கும். அமைதியான வணிகத்தின் மூலம்தான் கிடைக்கும். இந்தியாவில் கோட்டைகளைத் தாக்கி நிலத்தில் போர் செய்தால் பெரும் இழப்பு ஏற்படும்' என்று சொன்னார். கம்பெனி அவருடைய ஆலோசனையை ஏற்றுக் கொண்டது. தொடர்ந்துவந்த நூற்றாண்டிலும் அதையே பின்பற்றி நன்மை அடைந்தது.

•

அத்தியாயம் 4

ஆங்கிலேயர்

அற்புதமும் நோய்களும்

> ஆங்கிலேய கிழக்கிந்திய கம்பெனி இங்கிலாந்து தேசத்தின் பெருமிதம். இந்தியாவில் இருக்கும் அதன் பிரதான சேவகர்களை கண்ணியமாகவும் பெருமிதத்துடனும் வாழ வைக்கிறது.
>
> ஜான் ஓவிங்டன் - சூரத்துக்கு ஒரு பயணம், 1689.

லண்டனில் கிழக்கிந்திய கம்பெனி ஆரம்பத்தில் இருந்த சொற்ப பணியாளர்களில் (ஒன்றரை பணியாளர் - தலைவரும் ஒரு பகுதி நேர ஊழியரும்) இருந்து அதிக உறுப்பினர்களைக் கொண்டதாக ஆனது. ஆனால் இப்போதும் ஆட்கள் குறைவாகவே இருந்தனர். பெரும்பாலான வேலைகள் இயக்குனர்களாலேயே செய்யப் பட்டன. 1621-ல் சர் தாமஸ் ஸ்மைதியின் வீட்டிலிருந்து வேறு இடத்துக்கு மாறியது. பிஷப் கேட் பகுதியில் இருந்த கிரோஸ்பி ஹவுஸ்க்கு மாறியது. அதில் ஒரு பகுதியானது ஏற்கனவே சேமிப்புக் கிடங்காக இருந்தது. 1638-ல் அந்த குத்தகை காலம் முடிவடைந்ததும் அதன் நிர்வாகியின் சொந்த வீட்டுக்கு மாறியது.

லண்டனிலும் வெளிநாடுகளிலும் கம்பெனியின் பணியாளர்களாக இருந்தவர்கள் மிகவும் தெளிவான விதிகளுக்கு உட்பட்டு நடக்க

வேண்டியிருந்தது. பொருளாளர் முதல் கடைநிலை செய்தி பரப்பும் நபர் வரை ஒவ்வொருவருடைய பணிகளும் 'சட்டம் மற்றும் விதிமுறைகள்' என்ற அறிவிப்பில் மிகத் தெளிவாக வரையறுக்கப் பட்டிருந்தன. என்னென்ன கணக்குகள், அறிக்கைகள் தேவை என்ற விவரணை மட்டுமல்லாது பொருட்களை நிர்வகிக்க எப்படியான பணியாளர்களைத் தேர்ந்தெடுக்கவேண்டும்; நாற்பது நாட்களுக்கு ஒருமுறை ஒவ்வொருவரும் முடிவெட்டிக்கொள்கிறார்களா என்பதைக் கண்காணிக்க ஒரு மருத்துவர் வேண்டும் என அனைத்துப் பணிகள் பற்றியும் தெளிவான விதிமுறைகள் வகுக்கப்பட்டிருந்தன.

•

போர்ச்சுகீசியர்கள் வசமிருந்த அரபிக்கடலின் மீதான ஆளுகை ஒருவழியாக முடிவுக்கு வந்தது. இந்தியாவுக்கும் அரேபியா, துருக்கி, ஐரோப்பிய நாடுகள் ஆகியவற்றுடனான வர்த்தகம் அந்தக் கடல் வழியில்தான் நடந்துவந்தது. அல்பெகர்க்யூ பாரசீக வளைகுடாவில் ஓர்முஸ் பகுதியில் கட்டிய கோட்டையைத் தாக்கி அழித்ததைத் தொடர்ந்து போர்ச்சுகீசியர்களின் கடல் ஆதிக்கம் முடிவுக்கு வந்தது. கிழக்கிந்திய கம்பெனி சார்பில் சூரத்தில் இருந்தவர்கள் பாரசீகத்துடன் வர்த்தகம் செய்ய மிகுந்த ஆர்வத்துடன் இருந்தனர். 1618-ல் பாரசீகப் பட்டுகள் இஸ்ஃபகான் மற்றும் ஷிராஸ் பகுதிகளில் இருந்து கம்பெனியின் வணிக மையங்கள் மூலமாக முதன் முதலாக சூரத்தை வந்தடைந்தன.

1620-ல் இங்கிலாந்தினருக்கும் போர்ச்சுகீசியர்களுக்கும் இடையில் இறுதி யுத்தம் பாரசீகக் கடலோரம் நடைபெற்றது. போர்ச்சுகீசியர்கள் பாரசீகத்தின் ஏற்றுமதி முழுவதையும் தமது கட்டுப்பாட்டில் கொண்டுவர விரும்பும் போர்ச்சுகீசியர்கள் மீது எரிச்சலுற்ற பாரசீகத்தின் ஷா ஓர்முஸ் கோட்டையில் இருந்த போர்ச்சுகீசியர்களை அப்புறப்படுத்த விரும்பினார். ஆனால், ஓர்முஸ் ஒரு தீவு. பாரசீகர்களிடம் முறையான கடற்படை இல்லை. எனவே, அவர்களுடைய முயற்சி தோல்வியில் முடிந்தது.

1621-ன் இறுதிவாக்கில் ஜான் வெட்டெல் தலைமையில் நான்கு கிழக்கிந்திய கம்பெனி கப்பல்கள் ஓர்முஸ் பகுதிக்கு வந்து சேர்ந்தன. கிறிஸ்தவரான வெட்டெல்லுக்கு கிறிஸ்தவர்களை (போர்ச்சுகீசியர்களை) எதிர்க்க முஸ்லிம்களுடன் சேர்ந்து போரிடுவது குறித்து தயக்கங்கள் இருந்தன. உண்மையில் கிறிஸ்தவர்களான போர்ச்சுகீசியர்களுடன் இங்கிலாந்தினர் நட்புறவுதான் கொள்ளவேண்டும் என்று விரும்பினார். அதோடு

ஓர்முஸ் பகுதியைத் தாக்க அவருக்கு எந்த அதிகாரமும் கிடையாது. லண்டனில் இருந்த கிழக்கிந்திய கம்பெனியின் இயக்குநர்கள் ராணுவ விரிவாக்கமெல்லாம் செய்யக்கூடாது; வணிகத்தை மட்டுமே கவனிக்கவேண்டும் என்றுதான் கம்பெனியினருக்கு உத்தரவிட்டிருந்தனர். ஆனால், கம்பெனியின் உறுப்பினர்கள் அந்த உத்தரவை மீறினர். அப்படி மீறியது அது கடைசி முறை ஒன்றும் அல்ல. வணிக வாய்ப்புகள் பெருகத் தரப்பட்ட உத்தரவாதங்கள், அந்தத் தாக்குதலில் தனக்குக் கிடைக்கவிருந்த செல்வம் இவற்றால் தூண்டப்பட்டு கடைசியில் வெட்டெல் 'எதிரிகளுக்கு சீறிப் பாயும் துப்பாக்கிக் குண்டுகளைப் பரிசளிக்கத்' தயாரானார்.

முதலில், பாரசீகர்களும் இங்கிலாந்தினரும் ஓர்மஸுக்கு அருகில் இருந்த க்யுஸிம் தீவைக் கைப்பற்றினர். அங்கிருந்துதான் போர்ச்சுகீசியர்கள் தமக்குத் தேவையான நல்ல குடிநீரைப் பெற்று வந்தனர். வெட்டெல் அதன் பிறகு பாரசீகர்களை அழைத்துக் கொண்டு ஓர்மஸ் கோட்டையைத் தாக்கச் சென்றார். பாரசீகர்கள் கோட்டையைத் தாக்கினர். இங்கிலாந்து கடல் படையினர் போர்ச்சுகீசியர்களின் ஐந்து பெரிய கப்பல்களைத் தாக்கச் சென்றனர். இரண்டு மாத சண்டை மற்றும் நோய்த்தொற்று காரணமாக போர்ச்சுகீசியர்கள் தோல்வியைத் தழுவ நேர்ந்தது.

அதன் பிறகும் இங்கிலாந்து, டச்சு கூட்டுப் படையுடன் போர்ச்சுகீசியர்கள் அடிக்கடி சிறிய அளவில் மோதினர். ஆனால், ஓர்மஸ் கோட்டையைக் கைப்பற்றியதும் கிழக்குக் கடலில் டச்சுக்காரர்கள், போர்ச்சுகீசியர்கள்மீது பெற்ற வெற்றிகளும் இந்தியப் பெருங்கடலில் போர்ச்சுகீசியர்களின் ஆதிக்கத்தை முடிவுக்குக் கொண்டுவந்தன. 1633-ல் இங்கிலாந்தினரும் போர்ச்சுகீசியர்களும் ஓர் ஒப்பந்தம் செய்துகொண்டனர். கோவா உட்படப் பல்வேறு போர்ச்சுகீசிய தளங்களை இங்கிலாந்து வணிகர்களுக்கும் வர்த்தகம் செய்யத் திறந்துவிட்டனர்.

●

இந்தக் காலகட்டம்வரையிலும் முகலாய இந்தியா செல்வச் செழிப்பில் திளைக்கும் தேசம் என்ற எண்ணம் ஐரோப்பா முழுவதிலும் இருந்தது. இந்தியா வந்து சென்ற பயணிகள் இந்திய மன்னர்களின் மார்பில் புரளும் தங்க நகைகள், முத்து மாலைகள், பளிங்கு அரண்மனைகள் பற்றி ஏராளமான கதைகளைப் பரப்பி இருந்தனர். மிக மோசமாக நிர்வகிக்கப்பட்ட பொருளாதாரமும் ஏராளமான மக்கள் ஏழ்மையிலும் வாழ்ந்துவரும் உண்மைகளும் யாருக்கும் சொல்லப்பட்டிருக்கவில்லை. முகலாயர்கள் தமது

ஆட்சிக்கு உட்பட்ட பகுதிகளில் ஒருவித அமைதியைக் கொண்டு வந்திருந்தது உண்மை. அது அந்தப் பகுதி மக்களுக்கு சில நன்மைகள் தந்ததும் உண்மை. ஆனால், அவர்களுடைய ஆட்சி நிர்வாகம் மிக மோசமாகத் தோற்றுப்போனதாகவே இருந்தது.

இந்தியா உண்மையில் பயிர்த்தொழில் செய்பவர்களின் தேசம். விளைநிலத்தில் இருந்து கிடைப்பதில் அவருடைய வாழ்க்கையின் அடிப்படைத் தேவையானதை எடுத்துக்கொள்ள உரிமை இருந்தது. 'உபரி'யானது அரசுக்கு உரியது. அது விளைபொருளாகவே எடுத்துக் கொள்ளப்பட்டது. அல்லது அதற்கு இணையான பணமாகப் பெற்றுக்கொள்ளப்பட்டது. கொள்கை அளவில் மூன்றில் ஒரு பங்கு விளைச்சலானது அரசுக்குத் தந்தாகவேண்டும். ஆனால், நடை முறையில் லஞ்சம், பேராசை காரணமாக மூன்றில் இரண்டு பங்கு அல்லது பாதி பங்கு பிடுங்கப்பட்டது. பல அயல்நாட்டுப் பயணிகள் எழுதி வைத்திருப்பவை நம்மை மலைக்க வைப்பவையே. டச்சுக்காரரான ஃபிரான்சிஸ்கோ பெல்சரெத் 1626-ல் எழுதியது:

> 'இந்திய விளைநிலத்தில் வளமான விளைச்சல் கிடைத்தது. விவசாயிகள் கொடுமைப்படுத்தப்பட்டு ஒடுக்கப்படவில்லை என்றால் சில நேரங்களில் நம்பவே முடியாத அளவுக்குக் கிடைக்கும். ஏதாவது நிலத்தில் விளைச்சல் குறைவாக இருந்து விட்டால் முழு வரியைச் செலுத்த முடியாமல் போய்விடும். அதற்கு ஈடாக மனைவி, குழந்தைகளை விற்க வேண்டிவந்தது. வரி ஒழுங்காகச் செலுத்தாததென்பது கலகமாகக் கருதப்பட்டது. செல்வந்தர்கள் முழு அதிகாரத்துடன் அபரிமிதமான செல்வத்துடன் இருந்தனர். எளிய மக்களோ ஏழ்மையிலும் அடிமைத்தனத்திலும் இருந்தனர்.'

சில நிலங்களின் வருவாய் நேரடியாக மன்னருக்குத் தரப்பட்டது. பெரும்பாலான நிலங்களின் வருவாயானது அரச பதவிகளில் இருந்தவர்கள், அதிகாரவர்க்கம், நிர்வாகிகள் ஆகியோருக்கான சம்பளமாகத் தரப்பட்டது. பதிலுக்குப் படைகளை அனுப்பும் பொறுப்பு அவர்களுக்குத் தரப்பட்டிருந்தது. இவர்கள் எல்லாம் கிராமத்தினருடன் நெருங்கிய தொடர்பு கொள்ளவிடாமல் தடுக்கப்பட்டிருந்தனர். கிராமத்தின் தலைமையானது மூன்று நான்கு வருடங்களுக்கு ஒருமுறை மாற்றி அமைக்கப்பட்டது. கிராமத்தினருடன் சேர்ந்து அவர்கள் கலகத்தில் ஈடுபடுவதைத் தவிர்க்க அப்படிச் செய்யப்பட்டது.

வருவாயைப் பெறுபவர்களுக்கு எந்த ஊக்கத்தொகையோ சன்மானமோ கிடைக்கவில்லை என்பதால் நிலங்களின்

இந்தியா அடிமைப்படுத்தப்பட்ட வரலாறு | 83

வருவாயைப் பெருக்குவதில் அக்கறை எதுவும் அவர்கள் காட்ட வில்லை. வரி வசூலிக்கும் அதிகாரமானது ஏலத்தில் விடப்பட்டது. அதிக ஏலத்தொகை கொடுத்து அந்த அதிகாரத்தைப் பெற்றவர்கள் மிக அதிக வரியை வசூலிக்கத் தொடங்கினர். ஒரு செல்வந்தர் இறந்துவிட்டால் அவருடைய சொத்து வாரிசுகளுக்குச் செல்லாது; மன்னருக்கே தரப்பட்டுவிடும் என்பதால் முகலாய அதிகாரிகள் யாரும் தமது வருமானத்தை ஆக்கபூர்வமான முறையில் முதலீடு செய்யவில்லை. முகலாய மன்னர்கள் கலை, கட்டடக்கலை, பாடல்கள், நடனம் ஆகியவற்றைப் பெரிதும் ஆதரித்தனர். ஆனால், அக்பருடைய காலம் நீங்கலாகப் பொருளாதாரத்தை மேம்படுத்தவோ எளிய மக்களின் வாழ்க்கைத் தரத்தை உயர்த்தவோ முகலாய மன்னர்கள் எதுவுமே செய்யவில்லை.

•

17-ம் நூற்றாண்டின் முதல் பாதியில் கிழக்கிந்திய கம்பெனியில் வேலை பார்ப்பது எப்படி இருந்தது என்பது பற்றி எழுதப்பட்ட வற்றில் மிகவும் சிறந்த படைப்பு பீட்டர் மண்டி (Peter Mundy) எழுதியதுதான்.

1596-ல் கார்வாலில் பிறந்த அவர் ஒரு மீன் வியாபாரியின் மகன். உள்ளூர் பள்ளிக்குச் சென்றார். 12 வயதில் ஃபிரெஞ்சு மொழியைக் கற்றுக்கொள்ள அப்பா அவரை ஃபிரான்ஸுக்கு அனுப்பினார். மூன்று ஆண்டுகள் கழித்து கப்பல் ஒன்றில் கேபின் பாய் ஆனார். மத்திய தரைக்கடல் பயணம் மேற்கொண்ட இங்கிலாந்து வணிக மையங்களைப் பார்வையிடச் சென்ற கேப்டனுக்கு உதவியாளர் போன்ற பணி. ஸ்பெயினில் நான்கு ஆண்டுகள் கழித்தார். அந்த மொழியையும் கற்றுக்கொண்டார். கான்ஸ்டாண்டிநோபிளுக்குச் சென்று அங்கும் நான்கு ஆண்டுகள் இருந்தார். 1620-ல் ஊர் திரும்பியதும், தான் பார்த்தவற்றையெல்லாம் டைரிக்குறிப்பாக எழுத ஆரம்பித்தார். அதைத் தனது வாழ்நாள் முழுவதும் பின்பற்றவும் செய்தார். மிகச் சிறந்த தொழில்நுட்ப வரைகலைஞர் (ட்ராஃப்ட்ஸ்மன்). தான் பார்த்த கட்டடங்கள், மக்கள், விலங்குகள், தாவரங்கள் என அனைத்தையும் வரைந்தார். 1627-ல் அவர் எழுதியது:

> ‘வேலை தேடியும் அயல் நாடுகளைப் பார்க்கும் ஆர்வத்திலும் லண்டனுக்கு மீண்டும் வந்தேன். இங்கிலாந்து வணிகர்கள் கிழக்கிந்திய பகுதிக்கு வர்த்தகத்துக்காகப் புறப்பட்டுக் கொண்டிருப்பதைப் பார்த்தேன்’.

ஆண்டு சம்பளம் 25 பவுண்ட் என்ற வகையில் ஐந்து ஆண்டு களுக்கான ஒப்பந்தத்தில் சூரத்துக்கு செப் 1628-ல் வந்து சேர்ந்தார். கரையிறங்கும் முன்பாக கிழக்கு லண்டனில் வயதான மற்றும் உடல் ஊனமுற்றவர்களுக்கான காப்பகம் ஒன்றுக்காக கம்பெனி சார்பில் நன்கொடை சேகரித்தார்கள். மண்டி 3 பவுண்ட் பணத்தை சந்தோஷமாகக் கொடுத்தார். அடுத்த இரண்டு ஆண்டுகளுக்கு கிளார்க்காக நியமிக்கப்பட்டார். 1630-ல் ஆக்ராவில் இருந்த கம்பெனியின் வணிக மையத்துக்கு அவரை அக்கவுன்டண்டாகவும் செகண்ட் இன் கமாண்ட் ஆகவும் பணி இட மாற்றம் செய்யத் தீர்மானிக்கப்பட்டது. தனது ஜூனியரான ஜான் யார்டுடன் சூரத்தைவிட்டு 11 நவம்பர் புறப்பட்டார். அந்தப் பயண வழித் தடத்தில் கொள்ளையர்கள் அதிகம் என்பதால் பர்ஹான்பூருக்குப் போய்க்கொண்டிருந்த பாரசீகப் பயணக்குழுவுடன் சேர்ந்து பயணித்தார். அந்தக் குழுவில் 150 ஆட்களும் 15-20 வண்டிகளும் சில ஒட்டகங்களும் கொண்ட கிழக்கு திசையிலான அந்தப் பயணப் பாதை ஆக்ராவுக்கு வடக்கே சென்று சேரக்கூடியது.

'அது பஞ்சமும் வறட்சியும் நிலவிய காலகட்டம். சூரத்துக்கு அருகே சில பெண்கள் தமது குழந்தைகளை 12 பணத்துக்கு அல்லது அதற்கும் குறைவான விலைக்கு விற்றுக் கொண்டிருந்தனர். நந்தர்பர் போகும் வழியில் சில மைல்கள் தொலைவில் பாதை முழுவதும் மக்கள் இறந்து விழுந்துகிடந்தனர். காற்றில் எங்கும் பிண வாடை. குறிப்பாக ஊர் எல்லைகளில். ஏனென்றால் ஊரில் பட்டினியால் வாடுபவர்களை இழுத்துவந்து ஊருக்கு வெளியே பாதையில் அப்படியே நிர்வாணமாக, எல்லா வயதைச் சேர்ந்தவர் களையும் விட்டுவிட்டுச் சென்றார்கள். இந்தப் பயணக்குழு நந்தர்பாருக்குச் சென்றபோது கூடாரம் அமைக்க சிறு இடம் தேடிக் கண்டுபிடிப்பதுகூட மிகவும் சிரமமாக இருந்தது. ஏனென்றால் ஊர் முழுவதும் இறந்த உடல்கள் ஆங்காங்கே சிதறிக் கிடந்தன. அந்தக் பிணங்களுக்கு நடுவே எங்கள் கூடாரத்தை அமைத்துக் கொண்டோம்'.

அடுத்த நாள் நந்தர்பர் பகுதியில் அவர்கள் போனபோது, மிக மிக மோசமான வாடை அடித்திருக்கிறது. அவர்கள் அங்குப் போய்ப் பார்த்தபோது ஒரு பெரிய குழியில் ஏராளமான உடல்கள் அழுகிக் கொண்டிருந்திருக்கின்றன. 'பயணக் குழுவினரின் மாடுகள், குதிரைகள், பிற விலங்குகளின் கழிவில் செரிமானம் ஆகாமல் இருக்கும் தானியங்களைச் சேகரிக்க ஏழை மக்கள் கூட்டம் முண்டியடித்தது'. இதைப் பார்த்து மண்டி அதிர்ச்சியில் உறைந்திருக்கிறார்.

இந்தியா அடிமைப்படுத்தப்பட்ட வரலாறு | 85

அடுத்த நாள் அந்தப் பயணக்கூட்டத்தினருடன் பஞ்சத்தில் இருந்து தப்பிக்க விரும்பிய கிராமத்தினர் பலர் சேர்ந்துகொண்டனர். 1700 மக்கள், 250 மாட்டு வண்டிகள் என மிகப் பெரிய கூட்டம் கலந்துகொண்டது. நிம்கல் பகுதிக்கு அவர்கள் சென்று சேர்ந்த போது, அவர்களுக்கும் அவர்களுடைய வளர்ப்பு விலங்குகளுக்கும் உணவு கிடைத்தது. அங்கும் பலர் தெருக்களில் இறந்துகிடந்தனர். 27, நவம்பரில் யாவல் பகுதியைச் சென்றடைந்தனர். அங்கு கரும்பு, பழங்கள் என வளமான விளை நிலங்கள் இருந்தன. அடுத்த நாள் அவர்கள் நவி பகுதியைச் சென்றடைந்தனர். இங்கும் சந்தைப் பகுதியில் பலர் இறந்து கிடந்தனர். பலர் குற்றுயிரும் குலையுயிருமாக இருந்தனர். உணவை வாயில் அள்ளிப் போட்ட படியே உயிரைவிட்டுக் கொண்டிருந்தனர். வேறு உணவை வாங்க அவர்களிடம் பணம் எதுவும் இருந்திருக்கவும் இல்லை.

பயணக்குழு பர்ஹான்பூரை 30 நவம்பர் அன்று சென்றடைந்தது. இதனிடையில் பஞ்சம் மறையத் தொடங்கியிருந்தது. கம்பெனி பண்டி பகுதியின் மன்னருக்கு விற்றிருந்த அழகிய திரைச் சீலைக்கான பணத்தைப் பெற்றுக்கொள்ளும்படி மண்டியிடம் கேட்டுக்கொண்டிருந்தார்கள். ஆனால், ராஜா எங்கோ வெளியில் போயிருந்தார். எனவே மண்டியும் யார்டும் பாரசீகப் பயணக் குழுவை போகச் சொல்லிவிட்டு அங்கேயே சில நாள் தங்க நேர்ந்தது. சில நாட்கள் கழித்து ஒட்டகங்கள் வாங்கிக் கொண்டு தமது பயணத்தைத் தொடர்ந்தனர்.

டிசம்பர் ஆறாம் தேதி ஆக்ராவுக்கு மண்டியும் அவருடைய கூட்டத்தினரும் புறப்பட்டனர். பாரசீகக் குழு உடன் வராத போதிலும் தமக்குத் தேவையான பொருட்களை வாங்கிக் கொள்வதில் எந்தச் சிரமமும் இவர்களுக்கு இருந்திருக்கவில்லை. திருடர்களின் தொல்லையும் இருந்திருக்கவில்லை. வழி நெடுக இருந்த வயல்களில் பயிர்கள் செழித்து வளர்ந்திருந்தன. முகலாய ராணுவத்துக்கு உணவுப் பொருட்களை ஏற்றிக்கொண்டு தென் திசையில் மிகப் பெரிய மாட்டு வண்டிக் கூட்டம் சுமார் ஒன்றரை மைல் நீளத்துக்குப் போய்க்கொண்டிருப்பதைப் பார்த்தனர்.

கிறிஸ்துமஸ் நாளில் அவர்கள் நலமாக இருக்கிறார்களா என்று அறிந்துவர ஆக்ராவில் இருந்த கம்பெனியின் வணிக மையத்தில் இருந்து அனுப்பப்பட்டிருந்த ஒருவர் வந்து சேர்ந்தார். அன்றைய விருந்தின் முக்கியமான உணவு வறுத்த மாட்டிறைச்சி (அன்றைய தினம் அதற்கு பெரிய கிராக்கி). 'உண்மையில் அது எருமை இறைச்சி. சாப்பிட மிகவும் கடினமானதாக இருந்தது. தாடைக்கும்

வயிற்றுக்கும் கடுமையான வேலையைக் கொடுத்தது. நன்கு ஜீரணமாக நாங்கள் கொஞ்சம் வைன் சேர்த்துக்கொண்டோம்'.

'அடுத்த நாள் டோங்கிருக்குப் போனோம். வழியில் சூரத்துக்குப் போய்க்கொண்டிருந்த இரண்டு டச்சுக்காரர்களைப் பார்த்தோம். 800 ஒட்டகங்களில் இண்டிகோவும் வெடியுப்பும் கொண்டுசென்று கொண்டிருந்த கூட்டத்துடன் அவர்கள் வந்திருந்தனர். எங்களுக்கு எதிர்த்திசையில் அந்த ஒட்டகக்கூட்டம் செல்வதற்கு முன்பாக டச்சுக்காரர்கள் எங்களுக்கு விருந்து கொடுத்தனர்'.

30 டிசம்பர் அன்று மண்டி குவாலியர் சென்று சேர்ந்தார். அங்கிருந்த அற்புதமான கோட்டையைப் பார்த்து அவர் அதிசயித்தார். அதை ஓவியமாக வரைந்தார். 1, ஜன, 1631 அன்று கொள்ளைக்கூட்டங்கள் மிகுந்து இருந்த சம்பல் நதியைக் கடந்து சென்றனர். 'உண்மையில் கொள்ளையர்கள் ஆயிரக்கணக்கில் இருந்தனர். நாங்கள் அதன் வழியே சென்றது புத்திசாலித்தனமான செயல் அல்ல'.

3, ஜனவரி, 1631 அன்று பீட்டர் மண்டியும் அவருடைய குழுவினரும் ஆக்ரா வந்தடைந்தனர். கம்பெனியின் வணிகக் கிடங்கின் தலைவர் வில்லியம் ஃபிரெம்லென் மற்றும் அவருடைய சக அதிகாரி இவரைச் சந்திக்க வந்தனர். அதன் பின்னர் டச்சு வணிகக் கிடங்கின் தலைவரும் இவர்களை வந்து சந்தித்தார். இவர்கள் அனைவரும் சேர்ந்து மன்னருடைய தோட்டத்துக்குச் சென்றனர். அங்கிருந்த இங்கிலாந்தினருக்கான வீட்டில் மண்டி இரண்டு மூன்று நாட்கள் தங்கினார். பல டச்சு வணிகர்கள், ஒரு இத்தாலியர், ஃபிரெஞ்சுக் காரர் ஆகியோரைச் சந்தித்தார்.

எட்டு வாரப் பயணமாக, 551.5 மைல் தொலைவை மண்டி கடந்திருக்கிறார். நல்லபடியாக வந்து சேர்ந்தவர், 'எங்களை நல்லபடியாகக் கொண்டுசேர்த்ததற்கு கர்த்தருக்கு ஸ்தோத்திரம்' என்று டைரியில் எழுதிவைத்தார்.

•

பீட்டர் மண்டி ஆக்ராவில் முதல் வருடம் என்ன செய்தார் என்று எந்தக் குறிப்பும் இல்லை. 1631 முடியும் தறுவாயில் ஆக்ராவுக்கு வடக்கே ஒரு மாத கால பயணம் சென்றிருக்கிறார். இண்டிகோ மற்றும் கம்பெனியின் மிக முக்கியமான ஏற்றுமதிப் பொருளான வெடி மருந்தில் பயன்படுத்தப்படக்கூடிய வெடியுப்பு ஆகியவற்றை வாங்க கோலி, சேர்கர் பகுதிக்குச் சென்றிருக்கிறார். கோலி பகுதியில் இருந்த மாந்தோப்பில் கொள்ளையர்களின்

இந்தியா அடிமைப்படுத்தப்பட்ட வரலாறு | 87

தலையில்லா முண்டங்கள் தலைகீழாகக் கட்டப்பட்டு இருந்ததை பீட்டர் மண்டி பார்த்திருக்கிறார். வெட்டப்பட்ட தலைகள் பல கம்பங்களில் பூசி மொழுகி வைக்கப்பட்டிருந்தன. மண்டி அதை ஓவியமாக வரைந்தார். ஊர் முழுவதும் பல உடல்கள் கம்பங்களில் தொங்கிக் கொண்டிருந்தன.

முகலாய அதிகாரிகளின் கொடூரங்கள் பற்றிக் குறிப்பிட்டிருக்கிறார். 'இந்துக்களைக் கடுமையாக வேலை வாங்கும் அந்த அதிகாரிகள் அவர்களிடமிருந்து உழைப்பின் மூலம்கிடைக்கும் அனைத்தையும் பறித்துக் கொண்டனர். கூரை வேய்ந்த மண் குடிசைகளில் வாழும் அந்த வேலையாட்களிடம் உழுவதற்கு ஓரிரு காளைகள் மட்டுமே இருந்தன'.

வணிகப் பயணங்களில் இருந்து சிறிது ஓய்வெடுத்துக்கொண்டு கங்கை நதியைப் பார்க்க பீட்டர் மண்டி சென்றார். கோடை காலம் என்பதால் அரை மைல் அகலத்தில்தான் நதி ஓடியிருக்கிறது. ஒரு படகில் ஏறி மறுகரைக்குச் சென்றார். ஆனால் திரும்பிவரும்போது நீந்தியே வந்துவிட்டார். கோலி பகுதியில் இண்டிகோவை நிறுத்து வாங்கிக்கொண்டார். சேர்கர் பகுதிக்குச் சென்று 400 பொதி வெடியுப்பு வாங்கிக்கொண்டு ஆக்ரா திரும்பினார்.

ஆக்ராவில் பீட்டர் மண்டி தாஜ்மஹால் கட்டுவதைக் கண்டார் – 'மறைந்த ராணியின் நினைவாக மன்னர் தாஜ்மஹால் என்று ஒரு மாளிகை கட்டிவருகிறார். உலகின் பிற கட்டடங்கள் அனைத்தையும்விட அது அற்புதமானதாக இருக்கவேண்டும் என்று மன்னர் விரும்புகிறார்'.

•

ஆகஸ்ட், 1632-ல் பீட்டர் மண்டி மீண்டும் ஆக்ராவில் இருந்து புறப்பட்டு வெளியே சென்றார். கிழக்கே பாட்னா நோக்கிய ஏழு வாரப் பயணம். கம்பெனியிடம் மிகுதியாக இருந்த பாதரசம், பாதரச சல்ஃபைடு ஆகியவற்றை விற்றுவிட விரும்பினர். பாட்னாவில் அதற்கு நல்ல விலை கிடைக்காது என்று பீட்டர் மண்டி சொன்னது போலவே நடந்தது. பாட்னா பகுதியில் துணிகளை விற்று வாங்கிக் கொள்ளவும் அவரிடம் கேட்டுக்கொள்ளப்பட்டிருந்தது. லாபகரமாகச் செய்ய போதிய நேரம் இருக்காது என்று அவர் கருதினார். எனினும் இந்தியாவைச் சுற்றிப் பார்க்கக் கிடைத்த வாய்ப்பு என்ற வகையில் அந்தப் பயணத்துக்கு சம்மதித்தார்.

ஆக்ராவில் இருந்து எட்டு மாட்டு வண்டிகளில் யமுனை நதிக்கு நேர் வடக்கிலிருந்து பனாரஸ் நோக்கிப் புறப்பட்டார். அந்தப் பகுதியில்

கொள்ளையர் நடமாட்டம் அதிகம். முகலாயப் படையின் 20 ஆயிரம் காலாட்படையினர், 12,000 குதிரைப்படையினர் வந்து அவர்களை அடக்கி ஒடுக்கியிருந்தனர். பல ஊர்கள் சிதிலமடைந்திருந்தன. குழந்தைகள், பெண்கள் எல்லாரும் அடிமைப்படுத்தப்பட்டிருந்தனர். ஆண்கள் எல்லாரும் கொல்லப்பட்டிருந்தனர். முப்பது நாற்பது வெட்டுண்ட தலைகளைக் கட்டிவிட்டிருந்த 200க்கும் மேற்பட்ட கூம்பு மாடங்களைப் பார்த்தார்.

கௌதம்பூரில் ஒரு இந்து மாட்டு வண்டிக்காரர் நெருப்பு மூட்டி சமைப்பதைப் பார்த்து ஆச்சரியப்பட்ட பீட்டர் மண்டி கூடாரம் அடிக்கப் பயன்படுத்தப்படும் கொக்கியை வீசி அந்தப் பானையை உடைத்தார். சுகாதாரமற்ற முறையில் அதைச் சமைத்ததே காரணம். அந்த உணவை அதன் பின் மாடுகளுக்குக் கொடுத்தார். அவர்கள் உணவு வாங்கிக்கொள்ள மண்டி பணம் கொடுக்கவேண்டி வந்தது. மழை அதிகமாகப் பெய்தது. 'சாலை குண்டும் குழியுமாக நீர் தேங்கி நின்றது. வண்டிகள் அடிக்கடி சேற்றில் சிக்கிக்கொண்டன'. ஆக்ராவுக்கு தானியங்கள் கொண்டு சென்ற 14,000 மாட்டுவண்டிக் கூட்டத்தையும் சர்க்கரை கொண்டு சென்ற 20,000 மாட்டுவண்டிக் கூட்டத்தையும் வழியில் பார்த்தார்.

அலஹாபாத்தில் கங்கை நதியுடன் யமுனை கலக்கும் இடத்தில் மண்டியின் எட்டு வண்டிகளும் முக்கால் மைல் அகலத்துக்குப் பாய்ந்து சென்ற கங்கையைப் படகில் கடந்து செல்லக் காத்து நிற்க வேண்டியிருந்தது. கங்கையைக் கடந்ததும் இடி, மின்னலுடன் மழை கொட்டியது. முட்டளவு நீர் அவர்களைச் சூழ்ந்துகொண்டது. கொள்ளையர்களால் இருமுறை தடுக்கப்பட்டனர். மண்டி அவர்களுக்கு சிறிய தொகையைக் கொடுத்துவிட்டுப் பயணத்தைத் தொடரவேண்டியிருந்தது. பனாரஸில் முகலாய அதிகாரிகள் லஞ்சம் கேட்டு மண்டியை மிரட்டினர். அவர்களுக்கும் கேட்டதைக் கொடுக்கவேண்டியிருந்தது. அதன் பிறகு ஒரு வழியாக 44 நாட்கள் கழித்து பாட்னா சென்று சேர்ந்தார். அங்கு தங்குவதற்கு இடம் தேடினார். வண்டிகள் மூன்று நாட்கள் கழித்து வந்து சேர்ந்தன.

பீட்டர் மண்டி வியாபாரத்தை ஆரம்பித்தார். அவர் எதிர் பார்த்ததுபோலவே லாபமே இருக்கவில்லை. பாதரசத்துக்கும் பாதரச சல்ஃபைடுக்கும் மிக மிகக் குறைவான விலையே கிடைத்தது. தகவலை ஆக்ராவுக்கு அனுப்பி என்ன செய்ய என்று கேட்டுவரச் சொன்னார். கிடைத்த விலைக்கு விற்கும்படி உத்தரவு வந்தது. அப்படியே செய்தார். அக்கம்பக்கத்து பகுதிகளில் அவர் வாங்கி வந்திருந்த ஆடைகளையும் மிகக் குறைந்த தொகைக்கே

விற்க முடிந்தது. தவறான ஊருக்கு வியாபாரத்துக்கு அனுப்பி விட்டனர். உண்மையில் ஆக்ராவுக்கு வடக்கே இருந்த சமானா பகுதிக்குத்தான் சென்றிருக்கவேண்டும் என்பது அவருக்கு நன்கு புரிந்தது. எனினும் கம்பெனிக்கு எதிர்காலத்தில் நன்மை பயக்கும் சில தகவல்களை பீட்டர் மண்டி சேகரிக்க முடிந்தது. வங்காளக் கடலோரம் இருக்கும் துறைமுகங்கள் பற்றிய தகவலைக் கேட்டுத் தெரிந்துகொண்டார். பாட்னாவில் என்னென்ன பொருட்களைக் குறைந்த விலையில் வாங்கிக் கொள்ளமுடியும் என்பதையும் தெரிந்துகொண்டார்.

திரும்பி வரும்வழியில் பனாரஸ் பகுதியானது பத்தில் ஒன்பது பேர் இறந்தோ வெள்ளத்தில் சிக்கியோ இருப்பதைப் பார்க்க நேர்ந்தது. அதோடு முகலாயர்களுக்கும் கலகக்காரர்களுக்கும் இடையிலான மோதலும் நடந்தவண்ணம் இருந்தது. வழி நெடுக படை வீரர்கள் நின்றவண்ணம் இருந்தனர். கிராமங்கள் எல்லாம் ஆள் இன்றிக் கைவிடப்பட்டிருந்தன. மாந்தோப்புகளில் ஐம்பது அறுபது கொள்ளையர்களின் வெட்டப்பட்ட தலைகள் மூக்கில் கயிறு கட்டித் தொங்கவிடப்பட்டிருந்தன. ஒவ்வொரு மாடத்திலும் முப்பது நாற்பது தலைகள் கட்டப்பட்டிருந்தன. எடாவா பகுதியில் வெட்டப்பட்ட தலைகளைக் குவித்துவைத்து கோபுரம் போல் ஆக்கிவைக்கப்பட்டிருப்பதைப் பார்த்தார்.

22 டிசம்பரில் மண்டியும் அவருடைய ஆட்களும் ஆக்ரா வந்தடைந்தனர். அவர் தலைமை தாங்கி வழிநடத்த வேண்டிய வண்டிக் கூட்டம் ஏற்கெனவே சூரத்துக்குப் பயணம் புறப்பட்டு விட்டது என்பதைத் தெரிந்துகொண்டபோது வருந்தினார். அப்படியானால் 1632-ல் இங்கிலாந்து திரும்பும் கப்பலில் அவரால் ஊர் திரும்ப முடியாது என்று அர்த்தம். இன்னொரு வருடம் இந்தியாவிலேயே இருந்தாகவேண்டும்.

•

ஆக்ராவில் மேலும் இரண்டு மாதங்கள் கழித்தார். மன்னரின் இரண்டு மகன்களின் திருமண விழாக்களில் பங்கெடுத்தார். சூரத்துக்குப் புறப்படும் அந்த வருடத்தின் கடைசிப் பயணக் குழுவுக்குத் தலைவராக நியமிக்கப்பட்டார். 268 ஒட்டகங்கள், 109 மாட்டுவண்டிகள் கொண்ட பயணக்குழு. இண்டிகோ, வெடியுப்பு ஏற்றிக்கொண்டு அந்தக்குழு 25, பிப்ரவரியில் புறப்பட்டது. இந்த முறை முற்றிலும் புதிய வழித்தடத்தில் சென்றனர். மார்வார்க்கு மேற்கே பயணித்து தெற்கே குஜராத் வழிகாக சூரத்தைச் சென்று

சேரும் பாதை. சிற்சில சிரமங்களைக் கொண்ட மூன்று மாதப் பயணம்.

பயணம் எளிதாக ஆரம்பித்தது. வில்லியம் ஃபிரெம்லன் முதல் வாரம் கூடவே வந்தார். குஜராத்தின் ஆட்சியாளர் தனது பட்டாளத்துடன் வந்திருந்தார். அதனுடன் இவர்கள் கலந்துகொண்டனர். அவர்களுக்கு நல்ல பாதுகாப்பாக அது அமைந்தது. ஆனால், அவர்களுக்கு இணையாக இவர்களால் வேகமாக நகரமுடிய வில்லை. முகலாயர்களின் கைவிடப்பட்ட நகரமான ஃபதேபூர் சிக்ரியைப் பார்த்து பீட்டர் மண்டி ஆச்சரியத்தில் உறைந்தார். பயனாவுக்கு அருகில் சாலையில் 300 கலகக்காரர்களின் கொல்லப்பட்ட உடல் குவிந்து கிடந்ததைப் பார்த்தார். அவருடைய வண்டிகளில் இரண்டு உடைந்துபோனது. ஒன்று ஆற்றைக் கடக்கும்போது உடைந்தது. எனவே, அதில் இருந்த இண்டிகோ மூட்டைகள் கொஞ்சம் நாசமடைந்துவிட்டன. ஃபிரெம்லன் ஆக்ரா திரும்பினார். மண்டி தன் வழியில் தொடர்ந்து பயணித்தார்

ஃபிரெம்லன் விடைபெற்றுச் சென்ற பின்னர் மண்டிக்கு பெரும் நெருக்கடியைச் சந்திக்க நேர்ந்தது. அவருடைய வண்டிகள் அடிக்கடி சேதமடைந்தன. குஜராத் ஆட்சியாளருடைய படையுடன் சேர்ந்து செல்ல முடியாமல் போனது. இதனால் அவருடைய ஆட்களில் ஒருவர் கொள்ளைக்காரரால் கொல்லப்பட்டார். மாட்டு வண்டி ஓட்டி வந்தவர்களுக்கும் ஒட்டகங்களைக் கொண்டு வந்தவர்களுக்கும் இடையில் மோதல் ஏற்பட்டது. ஒருவருக் கொருவர் கத்தியால் குத்திக்கொண்டனர். சுங்க காவலர்கள் சிலரை திருடர்கள் என்று மண்டி தவறாகக் கருதி எதிர்த்துவிட்டார். ஒருவர் ‘தவறாக நடத்தப்பட்டார்’. மண்டியின் ஒரு ஆள் கொல்லப்பட்டார். இதனால் பீட்டர் மண்டிக்கு இரு மடங்கு வரி கொடுக்க வேண்டிவந்தது. கொல்லப்பட்ட உடல்கள் சாலையோரங்களில் சர்வ சாதாரணமாகக் காணக்கிடைத்தன. சாலைகள் மிக மோசமாகவும் இருந்தன. 28 ஏப்ரலில் அகமதாபாத்தில் இருந்த கம்பெனியின் வணிக மையத்தில் இருந்து இரண்டு நபர்கள் மண்டியின் பயணக்குழுவைச் சந்திக்கப் புறப்பட்டு மறுநாள் வந்து சேர்ந்தனர்.

அஹமதாபாத்தில் மண்டி இரண்டு வாரங்களைக் கழித்தார். மிக விசாலமான, வசதியான, சுத்தமான அந்த ஊரின் சந்தை, தெருக்கள் ஆகியவற்றைப் பார்த்து ஆச்சரியத்தில் ஆழ்ந்தார். ஆனால் சமீபத்திய பஞ்சத்தின் காரணமாக மக்கள் தொகை அங்கு குறைந்திருந்தது. கம்பெனியின் பிற மூன்று இங்கிலாந்து

வணிகர்களையும் லெஃப்டினட் ஸ்மித்தையும் சந்தித்தார். சூரத் மையத்துக்கு பணம் கொண்டு சென்ற 15 ஆங்கிலேய பிரதிநிதி களையும் பார்த்தார். பல டச்சு வணிகர்களுடன் அறிமுகப்படுத்தப் பட்டார். புதிய கவர்னருக்கு தனது பரிசுகளைக் கொடுக்கச் சென்றார். ஆக்ராவில் இருந்து அவருடைய பயணக்குழு புறப்பட்டபோது தொடக்கத்தில் தரப்பட்ட பாதுகாப்புக்காக பெரும் தொகை அவரிடமிருந்து பறிக்கப்பட்டது.

பீட்டர் மண்டி 15 மே அன்று சூரத்துக்குப் புறப்பட்டார். பரோடா செல்லும் வழியில் பல இடங்களில் ஆயுதம் ஏந்திய குழுக்களால் தடுத்து நிறுத்தப்பட்டார். அவர்கள் கேட்ட தொகையைக் கொடுக்கவேண்டியும் இருந்தது. ப்ரோச் பகுதியில் கம்பெனி அதிகாரிகள் இருவரைச் சந்தித்தார். அவர்களில் ஒருவர் பீட்டர் மண்டியுடன் முன்பு சேர்ந்திருந்த ஜான் யார்ட். பஞ்சத்தாலும் நோயாலும் அந்தப் பகுதி பெரிதும் பாதிக்கப்பட்டிருந்தது. பத்தில் ஒருவர்தான் அங்கு உயிருடன் இருந்தார்.

25 மே 1633-ல் மண்டி சூரத் வந்து சேர்ந்தார். நல்லதொரு சந்திப்பாக இருந்திருக்கவேண்டியது பெரிதும் வேதனை நிறைந்ததாக ஆகிவிட்டிருந்தது. அவர் அங்கு விட்டுச் சென்றிருந்த 21 ஆங்கிலேயர்களில் ஏழு பேர் மட்டுமே உயிருடன் இருந்தனர். அந்த ஏழு பேரிலும் மூவர் சீக்கிரமே இறந்தும்விட்டனர். 'வியாபாரமோ எந்தவித லாபமும் இல்லாமல் போய்விட்டது. கணக்கு எழுதக்கூட ஒரு ஆள் இல்லாமல் போய்விட்டது'.

அடுத்த ஆண்டின் ஆரம்ப மாதங்கள்வரை பீட்டர் மண்டி சூரத்திலேயே இருந்தார். போதிய பணியாளர்கள் இல்லாததால், கப்பலில் பொருட்கள் ஏற்றி இறக்கப்படுவதை அவரே முன்னின்று மேற்பார்வை செய்தார். 1 பிப்ரவரி 1634-ல் இங்கிலாந்து திரும்பினார். அடுத்த வருடமே வேறு பதவி பெற்று இந்தியா திரும்பினார்.

●

போர்ச்சுகீசியருடன் 1633-ல் செய்துகொண்ட ஒப்பந்தமானது இந்தியாவில் இங்கிலாந்தினரின் வணிகத்தை விரிவுபடுத்த உதவியிருக்கவேண்டும். ஆனால், இன்னொரு எதிரியுடனான போரில் அவர்களுக்கு ஈடுபடவேண்டிவந்துவிட்டது. இன்னொரு இங்கிலாந்து எதிரி!

1603-ல் இந்தியாவின் மேற்குப் பகுதிகளில் மழை பொய்த்து அறுவடை குறைந்ததைத் தொடர்ந்து கம்பெனியின் பிரச்னைகள்

அதிகரித்தன. அடுத்த ஆண்டில் புயலும் வெள்ளமும் வந்து முழு விளைச்சலும் நீரில் மூழ்கிப் போயின. டைஃபாய்டு காய்ச்சல் பெருமளவில் அனைவரையும் பாதித்தது. மே 1631-ல் பீட்டர் மண்டி ஆக்ராவில் இருந்தபோது, ஒரு டச்சு வணிகர் உள் நாட்டில் பயணம் முடித்துத் திரும்பி வந்திருந்தார்:

'சூரத்துக்கு வந்தபோது உயிருடன் இருந்த ஒருவரைக் கூடப் பார்க்கமுடியவில்லை. அங்கு அதற்கு முன் ஆயிரக்கணக்கில் மக்கள் இருந்தனர். தெருவோரங்களில் ஒருவர் மேல் ஒருவர் என கூட்டம் கூட்டமாக இறந்துகிடந்தனர். ஊர் முழுவதும் பிண வாடை வீசியது. சுமார் முப்பது ஆயிரத்துக்கும் மேல் இறந்திருப்பார்கள்.'

இப்படியான பேரிழப்புகள் வியாபாரத்தை முடக்கிப் போட்டன. சூரத் வணிக மையம் பெரும் நஷ்டத்தைச் சந்தித்தது. ஐரோப்பிய சந்தைக்குப் பிற நாட்டு வணிக சக்திகளும் போட்டியிட்டதால் மிளகு போன்றவற்றின் விலை வெகுவாகக் குறைந்தது. முழு உரிமையைத் தந்த பின்னரும் கிழக்கிந்திய கம்பெனி சரிவரச் செயல்படவில்லை என்ற எண்ணம் லண்டனில் இருந்தவர்களிடையே எழுந்தது. 1635-ல் மன்னர் முதலாம் சார்லஸ் கம்பெனிக்கு வழங்கிய அரச ஒப்பந்தத்தில் சில மாற்றங்கள் செய்தார். சர் வில்லியம் கோர்ட்டின் தலைமையில் இன்னொரு நிறுவனத்துக்கும் அனுமதி கொடுத்தார்.

'உலகம் முழுவதிலும் இருக்கும் கடல்களில் பயணம் செய்து செல்வம், வணிகம், பொருட்கள் சேர்த்துக்கொள்ளலாம்; தனது திறமைக்கு ஏற்ப வருவாய், லாபம் ஈட்டிக்கொள்ளலாம். எந்த நிலப்பிரபு அல்லது குறு நில மன்னர், இளவரசர் ஆகியோருடனும் நட்புறவு அமைத்துக்கொள்ளலாம் என்றெல்லாம் அனுமதி தரப்பட்டது.'

இது கிழக்கிந்திய கம்பெனிக்கு மிகப் பெரிய போட்டியை உருவாக்கும் செயல். ஆசியாவில் கிழக்கிந்திய கம்பெனியின் வணிக, ராஜாங்க உறவுகளைப் பாதிக்கும் செயல். கம்பெனியின் சந்தைகளில் போட்டியிட இன்னொரு இங்கிலாந்து நிறுவனத்துக்குத் தரப்பட்ட அனுமதி. கம்பெனி இதை எதிர்த்துக் கடுமையாகப் போராடிப் பார்த்தது. ஆனால் பலன் இல்லை. சர் கோர்ட்டன் மன்னர் சார்லஸுக்கு பெரும் தொகையை முன் பணமாகத் தந்திருந்தார். அதோடு மன்னரும் அந்தப் புதிய நிறுவனத்தில் பத்தாயிரம் பவுண்ட் பணத்தை முதலீடு செய்துமிருந்தார். சொந்த கப்பல்கள் நிறைய வைத்திருக்கும் சர் வில்லியம் கோர்ட்டன் ஐரோப்பாவிலும் அமெரிக்கப் பகுதிகளிலும்

வர்த்தகம் செய்து நல்ல அனுபவமும் பெரும் செல்வமும் குவித்தவர். எனவே, கம்பெனிக்கு அவருடைய நிறுவனம் நிச்சயம் பெரும் சவாலாகவே அமையும்.

கோர்ட்டனின் முதல் கடல் பயணம் கம்பெனியின் பயத்தை மேலும் உறுதிப்படுத்தியது. ஏடென் நகருக்கு இரண்டு கப்பல்களை அனுப்பினார். ஒன்று வழியில் மூழ்கிவிட்டது. ஆனால், இங்கிலாந்து ராயல் நேவியில் பணிபுரிந்த வில்லியம் கோபே கேப்டனாக இருந்த இன்னொரு கப்பல் இரண்டு இந்தியக் கப்பல்களைக் கைப்பற்றியது. சூரத்தில் இருந்த முக்கியமான வணிகர் ஒருவரின் கப்பல் அது. கப்பலில் எவ்வளவு செல்வம் இருக்கிறது என்பதைத் தெரிந்துகொள்ள அதன் கேப்டனைப் பிடித்து விசாரித்தனர்.

> 'கைகள் இரண்டு கட்டப்பட்ட அவர் கை விரல்களில் தீக்குச்சிகளை அடிக்கி வைத்து எரித்தனர். கையை அது சுட்டதும் வலி தாங்காமல் அவர் உண்மையைச் சொன்னார். பணம் இருக்கும் இடம் தெரிந்ததும் கேப்டனை எரித்துக் கொன்று விட்டனர். கப்பலில் இருந்த வணிகர்கள், பணியாளர்கள் என அனைவரிடமிருந்தும் அனைத்தையும் கவர்ந்தபின் அவர்களையும் கொன்று குவித்தனர்.'

சூரத்தில் இருந்த கிழக்கிந்திய கம்பெனியில் இது பெரும் அதிர்ச்சியை ஏற்படுத்தியது. அதன் தலைவர் கைது செய்யப்பட்டு சிறையில் அடைக்கப்பட்டார். பணம் கொடுத்தோ எப்படியோ ஒருவழியாக அவர் விடுதலையானார். கொலை, கொள்ளையடிப்பு நடந்த அந்த கப்பலை கமோரோஸ் தீவுகளில் கம்பெனியினர் வளைத்துப் பிடித்தனர். சில களவு போன செல்வமும் நகைகளும் மீட்கப்பட்டு உரிமையாளர் வசம் தரப்பட்டன. வில்லியம் கோபே 40 ஆயிரம் பவுண்ட்களுடன் இங்கிலாந்துக்குத் தப்பிச் சென்றார். அது அவரிடமிருந்து மீட்கப்படவே இல்லை. இந்தக் கொள்ளைக்கும் கிழக்கிந்திய கம்பெனிக்கும் எந்த சம்பந்தமும் இல்லை என்பதை முகலாய மன்னருக்குப் புரியவைத்தனர். எனவே அவர்களுக்கு இந்தியாவில் எந்தச் சிக்கலும் வராமல் தடுக்கப்பட்டது.

கோர்ட்டன் புதிய நிறுவனம் ஒன்றை ஆரம்பித்தார். போர்ச்சுகல் நாட்டினரின் கட்டுக்குள் இருக்கும் கிழக்கு நாடுகளில் வணிகம் செய்ய இங்கிலாந்து அரசு அந்த நிறுவனத்துக்கு அனுமதி தந்தது. கிழக்கிந்திய கம்பெனியிலிருந்து நீக்கப்பட்ட சிலரைத் தன் நிறுவனத்தில் சேர்த்துக்கொண்டார். தி கோர்ட்டன் அசோசியேஷன் நான்கு பெரிய கப்பல்களையும் இரண்டு துணை கப்பல்களையும்

வாங்கியது. ஓர்மஸ் தாக்குதலில் வெற்றி வீரராகத் திகழ்ந்த ஜான் வெட்டெலைத் தலைமை கேப்டனாக நியமித்தார். 1636 ஏப்ரலில் கிழக்கு நாடுகள் நோக்கிப் பயணத்தை ஆரம்பித்தது. சர் வில்லியம் கோர்ட்டன் விரைவிலேயே இறந்துவிட அவருடைய மகன் தலைமைப் பொறுப்புக்கு வந்தார். அக்டோபர் மாதத்தில் கப்பல்கள் கோவா வந்து சேர்ந்தன.

வெட்டெலின் குழுவிலிருந்தவர்களில் ஒருவர் பீட்டர் மண்டி! இங்கிலாந்தில் இரண்டு வருடம் இருந்ததே அவருக்குப் போதுமென்று தோன்றிவிட்டது. பணம் மீதான ஆர்வத்தைவிட பயணத்தில் இருந்த ஆர்வத்தினால் இந்தப் புதிய கடல் பயணத்தில் சேர்ந்துகொண்டார். தான் பார்த்த பகுதிகளுக்கு இடையிலான தூரத்தை அளக்கும் ஆர்வம் எப்படியோ அவருக்கு வந்திருக்கவே அனைத்தையும் விரிவாக தனது டைரிகளில் குறித்துவந்தார். 1611-ல் ஆரம்பித்து 1647 வரையிலும் அவர் சுமார் 1,00,833 மைல், ஐந்து ஃபர்லாங்குகள் பயணம் செய்திருந்தார். கோவாவில் பீட்டர் மண்டியும் வேட்டெலும் மூன்று மாதங்கள் தங்கினர். ‘கால தாமதம், இனிப்பான வாக்குறுதிகள், வாக்குறுதி மீறல்கள்’ இவற்றை மட்டுமே கேட்க முடிந்தது.

கோவாவைச் சுற்றிப் பார்க்க பீட்டர் மண்டிக்கு நிறைய நேரம் கிடைத்தது. அதன் தெருக்கள், சர்ச்சுகள், கோட்டைகள் ஆகியவற்றைப் பார்த்து வியந்தார். உலகம் முழுவதிலுமிருந்து வணிகர்களை வரவழைத்து அது தன்னை வளமாக்கிக் கொண்டதைப் பார்த்து ஆச்சரியமடைந்தார்.

ஆனால், காலம் மாறத் தொடங்கியிருந்ததையும் அவர் பார்த்தார். இங்கிலாந்தினர், டச்சுக்காரர்களின் வருகைக்குப் பின் நிலைமை மந்தமாகத் தொடங்கிவருவதை உணர்ந்தார். டச்சுக்காரர்கள் கோவாவை உண்மையில் முடக்கிவிட்டிருந்தனர். வெட்டெலின் கப்பல் தென் திசையில் பயணித்ததற்கு சற்று முன்பு நடந்த மோதலில் அவர்களே வென்றிருந்தனர்.

பிப்ரவரி 1637-ல் வெட்டெல் மலபார் கடற்கரையோரத்தில் கோவாவுக்கும் மங்களூருக்கும் இடையில் இருந்த பத்கல் பகுதிக்குச் சென்றார். அங்கு ஒரு வணிக மையத்தை அமைத்துக் கொள்ள அனுமதி கேட்டு பத்கலின் மன்னரைச் சந்திக்க பீட்டர் மண்டியும் வேறொரு ஆங்கிலேயரும் உள்நாட்டுக்குப் பயணம் மேற்கொண்டனர். நான்கு நாள் பயணம் செய்து இக்கெரி பகுதியை அடைந்து மன்னரிடம் அனுமதி பெற்றனர். திரும்பி வந்து பார்த்தால் அவருடன் வந்திருந்த எட்டு பேர் காய்ச்சலினால் இறந்து

விட்டிருந்தனர். இருந்தும் அவருடைய குழுவில் எஞ்சி இருந்த 15 பேரும் தைரியமாக அங்கே வணிகக் கிடங்கு அமைத்துத் தங்கிக் கொள்ள முடிவெடுத்தனர்.

கிழக்குப் பக்கமாகப் பயணம் செய்து வெட்டெல் சுமத்ராவுக்குச் சென்றார். அதன் பிறகு அங்கிருந்து மகாவ், கேண்டன் பகுதிகளுக்குப் பயணம் செய்தார். அப்படியாக சீனர்களுடன் வணிகம் செய்த முதல் இங்கிலாந்துக்காரரானார். மார்ச் 1638-ல் பத்கலுக்குத் திரும்பினார். அங்கு ஒருவருமே இருந்திருக்கவில்லை. அங்கு தங்கிய 15 பேரில் எட்டு பேர் இறந்திருந்தனர்.

இரண்டாம் கமாண்டராக இருந்தவர் வணிகக் கிடங்கின் தலைவரையும் பிற இருவரையும் கொன்றுவிட்டு கம்பெனியின் பொருட்கள், பணம் அனைத்தையும் எடுத்துக்கொண்டு கோவாவுக்குச் சென்றுவிட்டார். வெட்டெல் மீண்டும் பத்கல் வணிகக் கிடங்கைப் புதுப்பித்தார். 1630-ல் கண்ணனூரில் இருந்து இரண்டு கப்பல்களில் பெரும் செல்வத்தையும் பொருட்களையும் ஏற்றிக்கொண்டு இங்கிலாந்து திரும்பினார். வழியில் இரண்டு கப்பல்களும் மறைந்து விட்டன. அநேகமாக கடலில் மூழ்கியிருக்கவேண்டும். பீட்டர் மண்டி தனது வழக்கமான அதிர்ஷ்டத்தின் மூலம் வேறொரு கப்பலில் பயணம் செய்திருந்தார். இங்கிலாந்துக்கு பத்திரமாகத் திரும்பினார். இருபது வருடங்கள் கழித்து மீண்டும் இந்தியா சென்றார்.

1639-ல் பின்னர் பத்கல் பகுதியின் மன்னர் போர்ச்சுகீசிய வைஸ்ராயின் நெருக்குதலினால் கோர்ட்டனின் நிறுவனத்துக்குத் தந்த வர்த்தக உரிமையை ரத்து செய்தார். பல உயிர்களை இழந்து உருவாக்கப்பட்டிருந்த அந்த வணிகக் கிடங்கு கைவிடப்பட்டது. கோவாவுக்க்குத் தெற்கே ஐம்பது மைல் தொலைவில் இருந்த கன்வர் பகுதிக்கு அந்தக் கிடங்கு இடம் மாற்றப்பட்டது. கோவாவுக்கு வடக்கே நூறு மைல் தொலைவில் இருந்த ராஜாபூருடனும் அந்த வணிகக்கிடங்கு வர்த்தகம் செய்தது.

சூரத்தில் இருந்த கிழக்கிந்திய கம்பெனிக்கு இது எரிச்சலை ஊட்டியது. ஏனென்றால் ராஜாபூரில் ஏற்கெனவே அவர்கள் ஒரு வணிக கிடங்கு அமைத்திருந்தார்கள். இந்த நிறுவனம் போட்டிக்கு வந்துவிட்டது. உண்மையில் அவர்கள் இது குறித்து பெரிதாகக் கவலைப்பட்டிருக்கவேண்டாம். ஏனென்றால் கோர்ட்டனின் நிறுவனம் ஏற்கெனவே பெரும் நஷ்டத்தில் இருந்தது. வெட்டெலின் கப்பல்கள் மூழ்கியதென்பது மிகப் பெரிய இழப்பு.

கிழக்கு நாடுகளுக்கு மேலும் சில கப்பல்கள் பின்னர் அனுப்பப் பட்டன என்றாலும் அந்த நிறுவனத்திடம் போதிய வளங்கள் இருந்திருக்கவில்லை.

1641-ல் வில்லியம் கோர்ட்டன் தனது நிறுவனத்தையும் நிறுவனத்தின் உடமைகளையும் கிழக்கிந்திய கம்பெனிக்குக் கொடுத்துவிட்டு அதற்கு ஈடான பணம் பெற்றுக்கொண்டு ஒதுங்கிவிடத் தீர்மானித்தார். இந்தப் பேச்சுவார்த்தை ஒரு முடிவை எட்ட முடியாமல் பல வருடங்கள் நீடித்தது. நிறுவனத்தின் நிதி நிலை மேலும் மோசமடைந்தது. மடகாஸ்கரில் கோர்ட்டனின் நிறுவனம் போலி நாணயங்கள் அச்சிடுவதாகக்கூடப் புரளிகள் கிளம்பின. 1649-ல் புதிய இயக்குநர்களின் தலைமையில் (கோர்ட்டன் கடன்காரர்களின் தொல்லை தாங்காமல் தலை மறைவாகிவிட்டார்) கோர்ட்டனின் நிறுவனமானது கிழக்கிந்திய கம்பெனியுடன் தன்னை இணைத்துக்கொண்டுவிட்டது. அது பெரியதொரு தோல்விகரமான நிறுவனமாகிவிட்டது. ஏராளமான பொருள் இழப்பு. ஆனால், இந்தியாவின் மேற்குக் கடலோரப் பகுதிகளில் பல வணிகக் கிடங்குகளை அமைத்திருந்தது. கிழக்கிந்திய கம்பெனிக்கு அது பெரிதும் வசதியாக அமைந்தது.

பத்கல் வணிகக் கிடங்கை மூடியதைத் தொடர்ந்து வேறொரு விஷயமும் நடந்தது. 1688-ல் இந்தியாவுக்கு வந்த அலெக்சாண்டர் ஹாமில்டன் ஒரு விஷயம் பற்றிக் குறிப்பிட்டிருக்கிறார். 35 வருடங்களுக்கு மேலாக, கப்பல்கள், சிறு படகுகளை நிர்வகித்து வந்திருந்த அவர் சொன்ன இந்த விஷயம் பிற சான்றுகள் மூலம் உறுதிப்பட்டிருக்கவில்லை. ஆனால், அவர் நம்பகமானவர். அவர் சொன்ன விஷயம் இட்டுக்கட்டிச் சொல்லப்பட்டிருக்கும் என்று நம்ப இடமில்லை.

> ‘கிழக்கிந்திய கம்பெனிக்கு அங்கு ஒரு வணிகக் கிடங்கு இருந்தது. 1670-ல் ஒரு இங்கிலாந்து கப்பல் அங்கு வந்து சேர்ந்தது. அதில் ஒரு அருமையான இங்கிலாந்து புல்டாக் இருந்தது. வணிகக் கிடங்கின் தலைவர் கேப்டனிடம் அதைத் தனக்குத் தரும்படிக் கேட்டார். கப்பல் போன பிறகு 18 பேரைக் கொண்டிருந்த அந்த வணிக வளாகத்தில் இருந்தவர்கள் அந்த நாயுடன் வேட்டைக்குச் சென்றனர். போகும் வழியில் கோவிலுக்கு நேர்ந்துவிடப்பட்ட பசு ஒன்றை அந்த நாய் தாக்கிக் கொன்றுவிட்டது. கோவில் பூசாரிகள் ஆட்களைத் திரட்டிக் கொண்டுவந்து வணிக வளாகத்தில் இருந்த அனைவரையும் கொன்றுவிட்டார்களாம். இங்கிலாந்துக்காரர்களுக்கு நண்பர்களாக இருந்த உள்ளூர்வாசிகள் சிலர் இறந்தவர்களுக்குக்

கல்லறை கட்டியிருக்கிறர்கள். ஜான் பெஸ்ட் மற்றும் 17 பேரின் கல்லறைதான் அது. ஆத்திரம் தலைக்கேறிய பூசாரிகள் மற்றும் கும்பலின் கொலை வெறிக்கு பலியானவர்களின் கல்லறை.'

•

17-ம் நூற்றாண்டில் ஒன்றரை அல்லது இரண்டு லட்சம் மக்கள்தொகையுடன் சூரத் மிகப் பெரியதொரு நகரமாக இருந்தது. தபி ஆற்றின் கரையில் கடலில் இருந்து பத்து மைல் தொலைவில் அமைந்திருந்தது. கிழக்கே 400 மைல் தொலைவில் தொடங்கும் அந்த நதியின் கழிமுகமானது மண்மூடிவிட்டிருந்தது. அலைகள் அதிகமாக இருக்கும்போது கப்பல்கள் ஆறின் வழியாகப் பயணம் செய்து நகருக்கு வெகு அருகே வரை வரமுடியும். எனினும் பொதுவாக மணல் குன்றுகளால் பாதுகாப்புப் பெற்றிருக்கும் சிறிய துறைமுகத்தில்தான், அதாவது, தபி நதியின் கடல் சேர் கழிமுகப் பகுதியில் வடக்கே இருந்த ஸ்வாலி ஹோல் பகுதியில்தான் கப்பல்களை நிறுத்தவேண்டியிருந்தது.

சூரத் நகரத்தின் முக்கியமான அம்சம் அதன் கோட்டைதான். 1530-ல் சூரத்தைத் தாக்கிய போர்ச்சுகீசியர்களிடமிருந்து பாதுகாப்பு பெற 1540-ல் கட்டப்பட்டது. உயரமான கருங்கல் மதிலை உடையது. நான்கு மூலைகளிலும் ஒரு கண்காணிப்பு கோபுரம் இருக்கும். ஒரு பக்கம் ஆறு அரணாக விளங்கியது. ஆற்று நீர் வழிந்து சென்ற ஓடைகள் பிற திசைகளில் அரணாகத் திகழ்ந்தன. சிறிய கடைகள் கொண்ட தெருவீதிகள் இருந்தன. எனினும் திறந்த வெளியிலேயே வணிகம் நடந்தது. க்ரீன் கோட்டை என்று அழைக்கப்படும் கோட்டைக்கு அருகில் அந்த சந்தை இருந்தது.

சூரத்தில் சமணக் கோவில்கள் நிறைய உண்டு. பல அழகிய மசூதிகளும் உண்டு. பெரும்பாலான இந்து கோவில்கள் இஸ்லாமிய ஆக்கிரமிப்பாளர்களால் இடித்துத் தரைமட்டமாக்கப்பட்டு விட்டன. சூரத்தில் இருந்த பெரிய தோட்டங்கள், பூங்காக்கள், கோபி குளம் (அற்புதமான படிக்கட்டுகள், நடைபாதைகள் கொண்டது) என இங்கிருக்கும் பல கட்டுமானங்கள் காண்பவர்களை மயக்கும். இஸ்லாமிய அரசு அதிகாரிகள், வணிகர்களின் மிகப் பிரமாண்டமான வீடுகளும் அங்கு உண்டு. எனினும் பிற இஸ்லாமியரல்லாத பிற வணிகர்கள் தமது சொத்து பறிக்கப்பட்டு விடும் என்று அஞ்சி சாதாரண வீடுகளில் வசித்தனர். பெரும்பாலான மக்கள் குடிசைகளில் வசித்தனர். மதம் சார்ந்தும் தொழில் சார்ந்தும் குடியிருப்புகள் தனித்தனியாக இருந்தன. சுகாதாரம் மிகவும்

மோசமாகவே இருந்தது. வீடுகளில் கழிவறைகள் இல்லை. ஒவ்வொரு வீடும் குப்பை மேடு போல் நாற்றமடித்தன.

மொஸாம்பிக் மற்றும் மடகாஸ்கரிலும் இருந்து கொண்டுவரப்பட்ட ஏராளமான அடிமைகள் இருந்தனர். செல்வந்த இஸ்லாமியர்களுக்கு அவர்கள் பணிவிடை செய்தனர். ஐரோப்பியர்களும் தமது பணியாளர்களாக அல்லது காவலர்களாக அடிமைகளை நியமித்திருந்தனர்.

17-ம் நூற்றாண்டில் சூரத் எப்படி இருந்தது என்றும் அங்கு ஆங்கிலேயர்களின் வாழ்க்கை எப்படி இருந்தது என்பதுபற்றியும் பல நூல்கள், விவரணைகள் எழுதப்பட்டுள்ளன. ஜெர்மானிய ராஜாங்க அதிகாரியான ஜோனன் அல்ப்ரெக்ட் வான் மாண்டெல்ஸ்லோ 1638-ல் சூரத்துக்கு வந்தார். கிழக்கிந்திய கம்பெனியின் வணிகக்கிடங்கு மற்றும் அதை ஒட்டிய குடியேற்றப் பகுதியில் வாழ்க்கை மிகவும் ஒழுங்குக்கு உட்பட்டதாக இருந்ததாக மாண்டெல்ஸோ எழுதியிருக்கிறார்:

> 'கம்பெனி வணிகக் கிடங்கின் தலைவர் மீது பிற வணிகர்கள் மிகுந்த மரியாதையும் நம்பிக்கையும் வைத்திருந்தனர். காலையில் ஆறு மணி, இரவில் எட்டு மணிக்கு என தினமும் இரண்டு நேரம் சர்ச் வழிபாடு மிகுந்த கட்டுக்கோப்புடன் நடந்தது. ஞாயிற்றுக் கிழமைகளில் மூன்று முறை நடந்தது. விசேஷக் காரணம் இல்லாமல் யாரும் வீட்டில் அந்த நேரத்தில் இருப்பதில்லை. ஒவ்வொருவருக்கும் வேலைக்கு, பொழுதுபோக்குக்கு என்று நேரங்கள் திட்டமிட்டு வரையறுக்கப்பட்டிருந்தன.'

பகலில் தேநீர் அருந்தப்பட்டன. மாலைகளில் திராட்சை மது. வெள்ளிக்கிழமை மாலைகளில் திருமணமானவர்கள் தனியாக வந்து மது அருந்தினார்கள். சிலர் இந்த வாய்ப்பைப் பயன்படுத்திக் கொண்டு அளவுக்கு அதிகமாகக் குடித்துவிடுவதுண்டு. விரும்பியதை விரும்பிய வகையில் கலந்து அருந்த அனுமதி உண்டு. அல்லது ரோஸ் வாட்டர், சர்க்கரை, பழச்சாறுகள் கலந்த பலெபந்தஸ் என்பதையும் அருந்தலாம்.

காலை நேரங்கள் சர்ச்களில் பிரார்த்தனைகளுடன் தொடங்கும். அதன் பின்னர் வணிக மையம் திறக்கப்படும். ஒரு மணி தொடங்கி நான்கு மணி வரை உண்டு உறங்க இடைவேளை. அதன் பின் இரவு எட்டு மணிவரை பணிகள் நடக்கும். அதன் பின் இரவு நேரப் பிரார்த்தனைக்குச் செல்வார்கள். இரவு 11 மணிக்கு வணிக மையத்தின் கதவுகள் மூடப்படும். அதன் பின் யாரும் உள்ளும் புறமும் அனுமதிக்கப்படமாட்டார்கள்.

1649-ல் ஒரு பெரிய அதிர்ச்சிகர சம்பவம் நடந்தது. வணிக மையத்தில் இருந்த ஜோஷுவா பிளாக்வெல் ஞாயிறு காலைநேரப் பிரார்த்தனையை முடித்துக்கொண்ட பின்னர் ஆக்ராவின் ஆட்சியாளரைச் சந்திக்கச் சென்றார். கிறிஸ்தவ மதத்தில் இருந்து தான் விலகுவதாகவும் தன்னை ஒரு மூர் முஸ்லிம் என்றும் சொல்லிக்கொண்டார். உடனே அவருக்கு சுன்னத் செய்யப்பட்டது. 'மீட்சியே சாத்தியமில்லாத அளவுக்கு வீழ்ந்துவிட்டார்'. கூடவே அவர் கம்பெனியின் பணியை ராஜினாமாவும் செய்தார். ஒரு வருடம் கழித்து, பிளாக்வெல் தன் தவறை நினைத்து வருந்தி மன்னிப்புக் கேட்டார். சூரத் கம்பெனிக்கு வந்து கிறிஸ்தவத்துக்கு மீண்டும் மாறினார். இஸ்லாமியர்களின் எதிர்ப்புக்கு அஞ்சி அவரை உடனே ரகசியமாக இங்கிலாந்துக்கு அனுப்பினர்.

சூரத் நகரம் பல்வேறு ஊர்களுக்கான பயண வழித்தடத்தில் இருந்தது. பல பகுதிகளில் இருந்து பொருட்கள் வந்து போயின. இந்தியாவின் உள் நாட்டுப் பகுதிகளில் இருந்து மாட்டுவண்டிகள், ஒட்டகங்கள், கழுதைகள், மனிதர்கள் என சுமை ஏற்றப்பட்டு கொண்டுவரப்பட்டன. மேற்குக் கடற்கரையின் பிற பகுதிகளில் இருந்து சிறிய படகுகள், கப்பல்கள் மூலமும் பொருட்கள் கொண்டுவரப்பட்டன.

தூர கிழக்கு நாடுகள், அரேபியா போன்ற அயல் நாடுகளிலிருந்தும் பொருட்கள் கொண்டுவரப்படும் இடமாக சூரத் இருந்தது. ஜாவா, சுமத்ரா வழியாக சீனா முதலான கிழக்கத்திய நாடுகளிலிருந்து பீங்கான், தேயிலை, சர்க்கரை, தாமிரம், பாதரசம், தங்கம், தந்தம் என பல பொருட்கள் கொண்டுவரப்பட்டன. அரேபியா, பாரசீகம் ஆகியவற்றிலிருந்து காஃபியும் போதைப் பொருட்களும் வந்தன. மலபாரில் இருந்து மிளகு போன்ற நறுமணப் பொருட்கள் ஏற்றுமதியாகின. எனினும் நெசவு ஆடைகளே இந்தியாவில் இருந்து மிகுதியும் ஏற்றுமதியாகின. குஜராத்தில் இருந்து ஏராளமான பட்டு, பூத்தையல் ஆடைகள் உருவாக்கப்பட்டு ஏற்றுமதி செய்யப்பட்டன. ஆக்ரா மற்றும் பிற வட மாவட்டங்களில் இருந்தும் தென்னிந்தியாவிலிருந்தும் அற்புதமான மெல்லிய துணிகள் வந்தன. கிழக்கிந்திய கம்பெனி ஆண்டுக்கு 50,000 ஆடைகளை ஏற்றுமதி செய்தன. இண்டிகோ, ரத்தினக் கற்கள், ஓபியம் போன்றவையும் மிகுதியாகக் கொண்டுசெல்லப்பட்டன. பல்வேறு இடைத்தரகர்களை கம்பெனி பணிக்கு நியமித்திருந்தது. அர்மேனியர், பார்ஸிகள் போன்ற நாட்டு வணிகர்களும் இந்தப் பணியில் ஈடுபட்டனர். இவர்கள் சூரத்தில் வெகு நீண்ட காலமாகவே காலூன்றியிருந்தனர்.

பார்ஸிக்கள் இந்தியாவில் பல நூற்றாண்டுகளாக வசித்து வருகின்றனர். இஸ்லாமின் எழுச்சியைத் தொடர்ந்து பாரசீகத்தில் இருந்து தப்பி வந்த ஜொராஸ்டிரியர்களின் வம்சாவளியினர் 8-ம் நூற்றாண்டில் சூரத்துக்கு 70 மைல் தெற்கே இருந்த சஞ்சன் பகுதியில் முதலில் குடியேறியதாகச் சொல்லப்படுகிறது. பரோச், சூரத் போன்ற பிற பகுதிகளுக்குப் பின்னர் இடம்பெயர்ந்தனர்.

17-ம் நூற்றாண்டின் நடுப்பகுதியில் சூரத்தில் முக்கிய வணிக சக்தியாக உருவெடுத்திருந்தனர். பரோச் பகுதியில் ஒரு பார்ஸி முக்கியமான வணிகராகவும் பல கப்பல்களுக்குச் சொந்தக் காரராகவும் இருந்தார். பாஸ்ரா உட்பட பல மேற்குக் கடலோரப் பகுதிகளில் வர்த்தகம் செய்து வந்தார். 1650-ல் கிழக்கிந்திய கம்பெனி அவருடைய மகன் ஹிரா வோராவை சூரத்தில் தமது இடைத்தரகராக நியமித்தனர்.

அர்மேனியர்கள் அதற்கும் முன்பிருந்தே இந்தியாவில் வசித்து வருகின்றனர். மாமன்னர் அலெக்ஸாண்டருடன் அவர்கள் வந்திருந்தனர். எட்டாம் நூற்றாண்டில் மலபார் கடற்கரைக்கு வந்து சேர்ந்தவர்கள் அங்கிருந்து மிளகுப் பொருட்களை ஏற்றுமதி செய்துவந்தனர். 17-ம் நூற்றாண்டில் ஆக்ராவில் வந்து வசிக்கும்படி அர்மேனியர்களுக்கு முகலாய மன்னர் அழைப்பு விடுத்தார். சூரத்துக்கும் பிற இஸ்ளாமிய நகரங்களுக்கும் அதன்பின் இடம்பெயர்ந்தனர். கிழக்கிந்திய கம்பெனி அவர்களுடனும் பல வணிக நடவடிக்கைகளை மேற்கொண்டது. இங்கிலாந்துக்குச் சென்ற கம்பெனியின் கப்பல்களுக்குத் தலைமைப் பொறுப்பில்கூட அர்மேனியர்களை நியமித்தனர்.

சர்வதேச வர்த்தகத்தின் லாபம் அபரிமிதமாக இருந்தது. பொருட்களை நேரடியாக ஐரோப்பாவுக்கு அனுப்பி விற்பதைவிட தூர கிழக்கு நாடுகளுக்கு விற்பது மிகுந்த லாபத்தைத் தந்தது. இந்தியாவில் இருந்து வாங்கிச் செல்வதை தூர கிழக்கு நாடுகளில் விற்றுவிட்டு அங்கு வாங்கும் பொருட்களை ஐரோப்பாவுக்குக் கொண்டுசெல்வார்கள். அல்லது திரும்பவும் சூரத்துக்கே கொண்டு சென்று விற்றார்கள். சூரத்தில் 100 பவுண்டுக்கு வாங்கும் பொருளை தூர கிழக்கு நாடுகளில் 300 பவுண்டுக்கு விற்றனர். அங்கு வாங்குபவற்றை இங்கிலாந்தில் 900 பவுண்டுக்கு விற்றனர்.

சூரத்தில் இங்கிலாந்தினருக்குப் பெரும் எதிரியாக இருந்தது போர்ச்சுகீசியர்தான். இங்கிலாந்தினர் அமைத்தது போலவே மிகப் பெரிய வணிகக் கிடங்கை அமைத்து பெரும் போட்டியாகத் திகழ்ந்தனர். இந்தோனேஷியத் தீவுக்கூட்டத்தில் பெரும்பகுதி

அவர்களுடைய வணிக ஆதிக்கத்துக்குள் இருந்தது. அங்கு கிடைக்கும் மிளகுப்பொருள் மீதான ஏகபோக வர்த்தக அதிகாரத்தைப் பெற்றிருந்தனர். அவற்றுக்கு சூரத்தில் நல்ல கிராக்கி இருந்தது. 17-ம் நூற்றாண்டு முழுவதும் இந்த விஷயம் போர்ச்சுகீசியருக்கு ஆங்கிலேயரைவிட மிகவும் சாதகமான விஷயமாக அமைந்தது. சூரத்தில் ஃபிரெஞ்சுக்காரர்கள் 1667-ல் தமது வணிகக் கிடங்கை அமைத்தனர். ஆங்கிலேயருக்கோ டச்சுக்காரர்களுக்கோ அளவிலோ லாபத்திலோ ஒருபோதும் அது போட்டியாக இருந்திருக்கவில்லை. ஆரம்பம் முதலே ஆடம்பரம், உள் மோதல்களால் பீடிக்கப்பட்டிருந்த அது 25 ஆண்டுகள் கழித்து மூடப்பட்டுவிட்டது.

சூரத்தில் இந்திய வணிகர்களும் மிகப் பெரிய அளவில் வணிகம் செய்தனர். ஐரோப்பிய கம்பெனிகளையும்விட மிக அதிக அளவு வர்த்தகத்தில் 17-ம் நூற்றாண்டில் அவர்கள் ஈடுபட்டனர். அப்படியான இஸ்லாமிய வணிகர்களில் முக்கியமானவர் அப்துல் கஃபர். ஒரே ஆண்டு 300-400 டன் எடை கொண்ட இருபது கப்பல்களைப் பிற நாடுகளுக்கு அனுப்பி வணிகம் செய்தார். இந்தியாவுக்கு உள்ளாக மட்டுமல்லாமல் செங்கடல், தூர கிழக்கு நாடுகள் என பல பகுதிகளில் வர்த்தகத்தில் ஈடுபட்டார்.

ஜெயின் சமூகத்தைச் சேர்ந்த விர்ஜி வோராதான் கிழக்கிந்திய கம்பெனி தொடர்பில் இருந்த மிக முக்கியமான இந்திய வணிகர். 1619-1675 வரையான காலகட்டத்தில் வணிகரும் வங்கியாளருமான இவர் ஏராளமான பொருட்களை விற்று லாபம் சம்பாதித்தார். கிழக்கிந்திய கம்பெனி கொண்டுவந்த தங்கம், வெள்ளி ஆகியவற்றை உள் நாட்டுப் பணமாக மாற்றிக் கொடுத்தார். கிழக்கிந்திய கம்பெனி இறக்குமதி செய்த பவழங்களில் ஏகபோக உரிமையை நிலைநாட்டியிருந்தார். மலபாரில் இருந்து கிடைத்த மிளகுப் பொருட்கள், துணி ஆகியவற்றை கம்பெனிக்கு விற்றார். கம்பெனியின் வங்கியாளராகவும் இவரே இருந்தார். தங்கத்தையும் வெள்ளியையும் அதிகமாக இங்கிலாந்தில் இருந்து இந்தியாவுக்கு ஏற்றுமதி செய்து அந்நியப் பொருட்களை வாங்கிக் கொண்டால் நாணயத்தின் மதிப்பு வெகுவாகக் குறைந்துவிடும் என்று கருதினர்.

எனவே தங்கம், வெள்ளி ஆகியவற்றின் ஏற்றுமதியானது மிகவும் கூர்ந்து கண்காணிக்கப்பட்டது. கிழக்கிந்திய கம்பெனியின் வர்த்தகம் விரிவடையத் தொடங்கியதும் நிதித்தேவைகளுக்காக விர்ஜி வோராவையே அவர்கள் சார்ந்து நிற்க வேண்டிவந்தது.

1669-ல் அவருக்கும் அவருடைய நிறுவனத்தினருக்கும் சுமார் நான்கு லட்ச ரூபாய் கொடுக்கவேண்டியிருந்தது. அவருடைய உதவி இல்லையென்றால் கிழக்கிந்திய கம்பெனியின் வர்த்தகம் சிதைந்துபோயிருக்கும். அதோடு, கம்பெனியின் ஆட்களுக்கு வோரா தனிப்பட்ட முறையிலும் கடன் வழங்கினார். இதனால் கம்பெனியுடனான பரிமாற்றங்களில் வோராவால் தனக்கு சாதகமான தீர்மானங்களை எடுக்கவைக்கவும் முடிந்தது. அதன் மூலம் பெரும் லாபத்தை சம்பாதிக்கவும் முடிந்தது.

காம்பே, பரோச், பரோடா, அஹமதாபாத், ஆக்ரா என பல இடங்களில் துணை வணிக மையங்களை கம்பெனியின் சூரத் கிளை அமைத்திருந்தது. ஆக்ராவில் இருந்து லாகூர்வரை பயணம் செய்து பொருட்களை வாங்கிவந்தனர். குமஸ்தா எனப்படும் இந்திய ஏஜெண்ட்களையே இதற்குப் பயன்படுத்தினர். செல்வந்தர்களான இவர்கள் நெசவாளர்களுக்குக் கடன் கொடுத்து பதிலுக்கு அவர்கள் நெய்யும் ஆடைகளை வாங்கிக்கொள்வார்கள். இப்படி முன் கூட்டியே கடன் கொடுப்பதால் வாங்கிக்கொள்ளும் பொருளின் மீது விரும்பிய விலையை வைக்கும் வசதியையும் ஏகபோக கொள்முதல் உரிமையையும் அவர்களுக்குத் தந்தது. இதனால் என்ன ஆனதென்றால், ஐரோப்பிய சந்தையில் இந்தியப் பொருட்கள் அதிகம் விற்றபோதிலும் கைவினைக் கலைஞர்களின் வாழ்க்கைத் தரத்தில் பெரிய மாற்றம் ஏற்பட்டிருக்கவே இல்லை.

ரெவரண்ட் ஜான் ஓவிங்டன் 1689-ல் சூரத்துக்கு வந்தார். கம்பெனியின் சர்ச்சில் இரண்டு வருடங்கள் போதகராக இருந்தார். கம்பெனியில் ஆங்கிலேயர்கள் வாழ்ந்தவிதம் பற்றி அருமையான தகவல் நிறைந்த நூல் ஒன்றை எழுதியிருக்கிறார். கம்பெனியின் வணிகக் கிடங்கின் தலைவரும் பணியாளர்களும் அற்புதமான வாழ்க்கை வாழ்ந்தனர். அவர்களுடைய வரிசையான தொகுப்பு வீடுகள் மன்னரால் ஆண்டுக்கு 60 பவுண்ட் தொகையில் குத்தகைக்கு விடப்பட்டிருந்தது. அந்த வீடுகளில் வசதி வாய்ப்புகளை விரும்பிய அளவுக்குப் பெருக்கிக்கொள்ளவும் அனுமதி தரப்பட்டிருந்தது. இஸ்லாமியர்களுடைய மனதை நோகடித்துவிடக்கூடாதென்று சர்ச் மிகவும் எளிமையாக எந்தவித மதச் சின்னமும் இல்லாமல் அமைக்கப்பட்டிருந்தது. கம்பெனியின் வணிக வளாகத்தில் நாற்பது சேமிப்புக் கிடங்குகளும், தரையடிக் கிடங்குகளும், நீச்சல்குளமும், ஆடம்பரமான துருக்கிய குளியல் அறையும்கூட இருந்தன. கம்பெனியின் செலவில் சமூக விருந்துகள் அடிக்கடி நடத்தப் பட்டன. அதில் அருமையான மாமிசம், அளவுக்கதிகமான ஷிராஸ்

மது, வடிகட்டிய சாராயம் பரிமாறப்பட்டன. அனைவருடைய நாவையும் திருப்திப்படுத்த இங்கிலாந்து, போர்ச்சுகல், இந்திய சமையல் பணியாளர்கள் எனப் பலரும் நியமிக்கப்பட்டிருந்தனர். ஐரோப்பிய மது, ஐரோப்பிய பீர் ஆகியவையும் வாங்கி வைக்கப்பட்டன. உணவுத் தட்டுகள், மதுக் கோப்பைகள் எல்லாம் வெள்ளியில் செய்யப்பட்டிருந்தன.

ஞாயிறு மற்றும் விடுமுறை நாட்களில் இந்திய வணிகர்கள் அல்லது அரச அதிகாரிகளுக்கு வரவேற்பு கொடுக்கும் நாட்களில் 16 வகையான உணவு தயாரிக்கப்படுவதுண்டு. மான், மயில், முயல் மாமிசங்களும் ஏப்ரிகாட், ப்ளம்ஸ், செர்ரி, பிஸ்தா போன்றவையும் பரிமாறப்படும். மன்னருக்கும், கம்பெனிக்கும், கம்பெனி தலைவருக்கும் வாழ்த்துகள் முழங்கியபடி ஐரோப்பிய, பாரசீக மது பானங்கள் அருந்தப்படும். மாலை நேரங்களில் நதிக்கரையோரம் அமைக்கப்பட்டிருக்கும் பூங்காவுக்குச் சென்று காலாற நடப்பார்கள். உணவு, திராட்சை மது அருந்தியபடியேயும் சில மணி நேரங்களைச் செலவிடுவார்கள்.

கம்பெனியின் பிற வணிக மையங்களிலும் கிட்டத்தட்ட இப்படியான, சற்றே எளிய கூட்டு வாழ்க்கையே வாழப்பட்டது. ஆரம்பத்தில் கம்பெனிப் பணியாளர்கள் எல்லாம் தனியாக, துணை இன்றியே இருக்கவேண்டும் என்றே கம்பெனி சொன்னது. காலப்போக்கில் அந்த விதி மாற்றப்பட்டது. குறிப்பாக முதியவர்கள் தம்பதியாக இருந்துகொள்ள அனுமதிக்கப்பட்டனர். இருந்தும் 1644-49 வரையான காலகட்டத்தில் சூரத் வணிக மையத்தின் தலைவராக இருந்த ஃபிரான்சிஸ் பேக்கன்போல் பலர் தனித்து இருப்பதையே விரும்பினர். அவருடைய கல்லறையில் பொறிக்கப்பட்டிருக்கும் வாசகம்:

'இங்கே துயில்கிறார் ஃபிரான்சிஸ் பேக்கன். தனது பணியை மிக நேர்த்தியாகவும் மிக நேர்மையாகவும் முடித்தவர்; திருமணம் செய்து கொள்ளாமலே ஜூலை 1, 1649-ல் விண்ணுலகத்துக்கு சென்றார்'.

வணிக மையத்துக்கு வெளியே இந்தியப் பெண்களுடன் முறையற்ற உறவுகள் இருந்தன. இது ஆரம்ப காலங்களில் மிகுதியாக இருந்தது. 1616-ல் மத போதகர் வில்லியம் லெஸ்கே துப்புரவுப் பணியாளப் பெண்ணுடன் தொடர்பில் இருந்தார். பின்னர் அவர் சர்ச்சில் இருந்து நீக்கப்பட்டார். இதுபோன்ற விஷயங்கள் பின்னாளில் சர்ச்சுக்குள் குறைந்துபோனாலும் கம்பெனியில் இருந்த ஆங்கிலேயர்கள் தமது இஸ்லாமிய அண்டை வீட்டினரைப்

போலவே ஸெனானா (அந்தப்புரம்) வைத்துக்கொள்ள ஆரம்பித்தனர். சூரத்தில் இருந்த மேலதிகாரிகளின் கழுகுக் கண் பார்வையிலிருந்து தள்ளி வெகு தொலைவில் இருந்த ஆங்கிலேயர்களுக்கு, தடை செய்யப்பட்ட சந்தோஷங்களைத் துய்ப்பதில் எந்தத் தயக்கமும் இருந்திருக்கவில்லை.

சூரத்திலிருந்து பரோடாவுக்கு ஜோஹனன் அல்ப்ரெக்ட் வான் மண்டெல்ஸ்லா சென்றார். 'ஆங்கிலேயரின் விடுதிக்குச் சென்றோம். நம்ப முடியாத கேளிக்கைகள் அங்கு கிடைத்தன'. இந்தியாவில் ஆங்கிலேயர்கள் அணியத் தொடங்கிய உள்ளூர் உடையில் அல்லாமல் ஜெர்மானிய உடையிலேயே அவர் இருந்தார். ஆங்கிலேயர் சில உள்ளூர் பெண்களை அழைத்து வந்தார். அவர்களை மண்டெஸ்லாவிடம் அனுப்பி வைத்தார். 'எனக்கு அதில் விருப்பம் இல்லை என்பது தெரிந்ததும் உடலுறவு தவிர வேறு எது வேண்டுமானாலும் செய்யலாம்' என்று சொன்னதும் குழம்பிப்போய் அவர்கள் போய்விட்டார்கள்.

•

கிழக்கிந்திய கம்பெனி பணியாளர் ஒருவர் இந்தியப் பெண்ணைத் 'திருமணம்' செய்துகொண்டது 1626-ல்தான் முதலில் தெரியவந்தது. 1615-ல் ஜான் லீச்லாந்து சூரத்துக்கு வந்து சேர்ந்திருந்தார். குஜராத்திலும் மேலும் கிழக்கு பக்கம் இருந்த பகுதிகளிலும் மிகவும் சிறப்பாக வணிகப் பணிகளை நிர்வகித்துவந்தார். 1626-ல் மான்யா என்ற பெண் மூலம் அவருக்குப் பிறந்த குழந்தை இறந்தபோதுதான் அவர்கள் திருமணம் செய்துகொண்ட விவரம் வெளியே தெரியவந்தது. சூரத் வணிகவளாகத்தின் தலைவர் அந்தப் பெண்ணை விட்டுவிடும்படிக் கேட்டுக்கொண்டார். லீச்லாந்து அதற்கு மறுத்துவிட்டார். தன்னைப் பதவியில் இருந்து நீக்கினாலும் பரவாயில்லை; அந்தப் பெண்ணைக் கைவிடமாட்டேன் என்று சொல்லிவிட்டார். இறுதியில் அவரே பதவியை விட்டு வெளியேறியும்விட்டார்.

1632-ல் கம்பெனியின் பல பணியாளர்கள் நோயால் இறந்ததைத் தொடர்ந்து லீச்லாந்தை மறுபடியும் பணிக்குச் சேர்த்துக் கொண்டனர். மான்யாவுடன்தான் வசித்து வந்தார். அவர்களுக்கு மேரி என்றொரு பெண் குழந்தையும் இருந்தது. ஆக்ராவுக்கு ஒரு வணிகக் குழுவை வழிநடத்திச் சென்று சூரத் திரும்பினார். ஆனால் 1634-ல் உயிர் பிரிந்தார். மரணப்படுக்கையில் இருக்கும்போது தனது சொத்துகள், சம்பளம் எல்லாவற்றையும் மனைவிக்கும் குழந்தைக்கும் தரவேண்டும் என்று கேட்டுக்கொண்டார்.

ஞானஸ்நானம் பெற்றிருந்த தனது மகளை கிறிஸ்தவராகவே வளர்க்க வேண்டும் என்றும் கேட்டுக்கொண்டார். லீச்லாந்தின் கோரிக்கையை லண்டனில் இருந்தவர்களுக்குத் தெரியப்படுத்தினார்கள். இதனிடையில் மனைவிக்கும் மகளுக்கும் ஊக்கத்தொகை கொடுத்தார்கள். லண்டனில் இருந்தவர்கள் லீச்லாந்தின் சொத்துக்களை அந்தப் பெண்ணுக்குக் கொடுக்க விரும்பவில்லை. கொடுத்த பணம் திரும்பப் பெறப்பட்டது.

கம்பெனியின் பணியாளர்கள் அந்த குழந்தைக்கும் தாய்க்கும் தொடர்ந்து உதவினார்கள். இங்கிலாந்தில் இருந்த குழந்தையின் மாமா, தானே எடுத்து வளர்க்க விரும்புவதாகச் சொன்னார். ஆனால், குழந்தையின் அம்மா அதற்கு சம்மதிக்கவில்லை. 1643-ல் மேரிக்கு 18 வயதானபோது சூரத்தில் டெய்லராகப் பணிபுரிந்துவந்த வில்லியம் ஆப்பிள்டனுடன் திருமணம் செய்துவைக்க கம்பெனியிடம் அனுமதி கேட்டார். கம்பெனியில் சர்ச்சில் இந்த திருமணம் நல்லமுறையில் நடந்தது. திருமணத்துக்குப் பின்னரும் அந்தச் சக பணியாளர்கள் அந்தக் குடும்பத்துக்குத் தொடர்ந்து உதவிகள் செய்து வந்தனர். ஜான் லீச்லாந்தின் சம்பளப் பணம், சொத்துகளை அவர்களுக்குப் பெற்றுக் கொடுக்க முயற்சிகள் மேற்கொண்டுவந்தனர்.

●

சூரத்தில் இருந்த கம்பெனியின் விதிமுறைகளை மீறியவர்களுக்குத் தண்டனைகளும் தரப்பட்டன. இரவில் கம்பெனியின் வணிக மையத்தின் கதவுகள் மூடப்படுவதற்கு முன்பாக வரவில்லை என்றால் இரண்டு பவுண்ட் அபராதம் தரவேண்டும். ஞாயிறு பிரார்த்தனைக்கு வரவில்லையென்றால் ஐந்து ஷில்லிங் அபராதம். வார நாட்களில் என்றால் அதில் பாதி தரவேண்டும். தவறான பேச்சுக்கு ஒரு ஷில்லிங். சர்ச்சுக்கு மது அருந்தி வந்தால் இரண்டு ஷில்லிங் ஆறு பென்ஸ். கம்பெனியின் பணியில் இல்லாதவர்களை அடித்தாலோ தவறாகப் பேசினாலோ மூன்று நாட்கள் சிறைத் தண்டனை. ஆண்டுக்கு 20 பவுண்ட் சம்பளத்தில் வரும் இளைஞர் ஒருவருக்கு இவையெல்லாம் கடுமையான தண்டனைகள்.

சூதாட்டம் இதைவிடக் கடுமையான தண்டனையைப் பெற்றுத் தந்தது. வேலையில் இருந்து டிஸ்மிஸ் செய்து இங்கிலாந்துக்குத் திருப்பி அனுப்பிவிடுவார்கள். எனினும் சீட்டாட்டம் ஆடியும் பகடையாட்டம் ஆடியும் பல வருட சம்பளத்தை இழந்த கதைகளும் உண்டு. ஒரே இரவில் பத்தாயிரம் பவுண்ட் பணத்தைச் சூதாட்டத்தில் இழந்ததும் உண்டு.

சூரத்தில் இருந்த கம்பெனியின் தலைவருக்கு 17-ம் நூற்றாண்டும் நடுப்பகுதிவாக்கில் 500 பவுண்ட் சம்பளம் தரப்பட்டது. அதோடு பல அலவன்ஸ்களும் சலுகைகளும் உண்டு. அவருடைய அடுத்த கட்ட பணியாளர்களுக்கு அதிகபட்சமாக 150 பவுண்ட். இளம் எழுத்தர்களுக்கு 20 பவுண்ட். லண்டனில் இதே பணியில் இருந்தவர்களுக்குக் கிடைத்ததில் பாதிதான் இது. இது எதிர்பார்க்க முடிந்த விஷயம்தான். ஆனால், இந்தியாவில் இருந்தவர்களுக்கு சொந்தமாகப் பணம் ஈட்டிக்கொள்ள வாய்ப்புகள் இருந்தன. இந்த விஷயங்களில் ஒரு கட்டுப்பாடு கொண்டுவரவேண்டும் என்று நினைத்து கம்பெனி, கப்பல்களில் குறிப்பிட்ட அளவு இடத்தை அவர்களுக்கு ஒதுக்கித் தந்தது. அதற்குள் அவர்களால் எவ்வளவு பொருட்களை ஏற்றிக்கொள்ள முடியுமோ ஏற்றிக்கொள்ளலாம். அவற்றை விற்றுக் கிடைக்கும் தொகையை அவர்கள் எடுத்துக் கொள்ளலாம். 4x18x18 என்ற அளவு இடம் தரப்பட்டது.

ஆனால், செல்வம் சேர்த்துக்கொள்ள கம்பெனியினருக்கு வேறு பல வழிகள் இருந்தன. தமது சொந்தக் காசைக் கொடுத்துப் பொருளை இடைத்தரகர்களிடமிருந்து வாங்கிக் கொண்டு அதை கம்பெனிக்கே கொழுத்த லாபம்வைத்து விற்பதும் உண்டு. அல்லது டச்சுக்காரர், போர்ச்சுகீசியர் ஆகியோருக்குப் பெரும் லாபத்தில் விற்பதும் உண்டு. 'கம்பெனியின் பயிர்களைத் திருட்டுத்தனமாக மேய்பவர்களுக்கு' லண்டனில் இருந்த இயக்குநர்கள் கடுமையான அபராதம் விதிப்பதுண்டு. இந்தியாவில் இருந்த கம்பெனிப் பணியாளர்கள் அபராதத்தைக் கட்டிவிட்டுத் துணிந்து அதே தவறைச் செய்து வந்தனர்.

சூரத்தில் இருந்த கிழக்கிந்திய கம்பெனி அதிசயப்படும் வகையில் வெகு சொற்ப ஆங்கிலேயர்களையே பணிக்கு நியமித்திருந்தது. 1618-ல் வெறும் ஆறு பேர்தான் ஆங்கிலேயர்கள். அதிலும் இருவர் இளைஞர்கள். 1674-ல் மொத்த ஆங்கிலேயரின் எண்ணிக்கை வெறும் 28 தான். ஆனால், கம்பெனி மிகவும் வலிமையானது; செல்வச் செழிப்பு மிகுந்தது; வலிமையான தேசத்தின் பிரதிநிதி என்ற தோற்றத்தைக் காட்டுவதில் படு மும்மரமாக இருந்தது. உதாரணமாக எப்போதேனும் கம்பெனி வணிக மையத் தலைவர் குடும்பத்தினருடன் இன்பச் சுற்றுலா சென்றால் பெரும் புடை சூழவே செல்வார். இரண்டு பெரிய கொடிகளுடன் செயிண்ட் ஜார்ஜின் சிலுவை முன்னால் செல்லும். கொடி பிடித்துச் செல்பவர் களுக்குப் பின்னால் குதிரைப் படை. குதிரைகள் வெள்ளியாலும் வெல்வெட் கொண்டும் அலங்கரிக்கப்பட்டிருக்கும்.

தலைவர் மற்றும் அவருடைய மனைவியைப் பல்லக்கில் சுமந்தபடி செல்வார்கள். உடன் நாற்பது அல்லது ஐம்பது காவலர்கள் இருப்பார்கள். அவர்களுக்குப் பின்னால் கவுன்சில் உறுப்பினர்கள் தமது மனைவியருடன் கூரை திறந்த வண்டிகளில் வெண்ணிறக் காளைகள் இழுத்துச் செல்ல பின்தொடர்வார்கள். அவர்களுடன் வெள்ளி பூண் அணிந்த வேல் கம்புகளுடன் பலர் வருவார்கள். அவர்களுக்குப் பின்னால் கம்பெனியின் ஆட்கள் குதிரைகளில் அல்லது வண்டிகளில் அருமையான உடை அணிந்தபடி வருவார்கள்.

●

போர்ச்சுகீசியர்களைப் போல் ராணுவ வெற்றி பெறவேண்டும் என்ற எண்ணம் ஆங்கிலேயர்களுக்கு முதலில் இருந்திருக்க வில்லை. அவர்கள் அமைதியாக வணிகத்தில் ஈடுபட்டாலே போதும் என்று நினைத்தனர். கிழக்கிந்திய கம்பெனியும் வணிகர் குலத்தில் இருந்தே ஆட்களை நியமித்தது. போர்களில் ஆர்வம் கொண்ட குடும்பங்களில் இருந்து யாரையும் பணிக்கு எடுக்கவில்லை.

இந்தியா அப்போது அமைதியாக ஒன்றும் இருந்திருக்கவில்லை. இந்தியாவின் மேற்குப் பகுதிகளில் முகலாய அரசருக்கு எதிராக இந்துக்களின் வீரம் நிறைந்த மன்னர் சிவாஜி முளைத்து எழுந்திருந்தார். அற்புதமான போர்த் திறமைகள் கொண்ட அவர் முகலாயர்களிடமிருந்து முதல் கோட்டையை 1647ல் கைப்பற்றியிருந்தார். 1660-ல் ஏராளமான கோட்டைகளைக் கைப்பற்றிவிட்டார். 1661-ல் ராஜாபூரில் இருந்த கிழக்கிந்திய கம்பெனியின் வணிக வளாகத்தைக் கைப்பற்றினார். 1664-ல் சூரத்தைத் தாக்கி அந்த நகரின் பெரும்பகுதியை அழித்தார். 1670-ல் சூரத்தை மீண்டும் தாக்கினார். இந்த இரண்டு நேரங்களிலும் கிழக்கிந்திய கம்பெனி முழுவதும் அழிக்கப்படுவதில் இருந்து தப்பிவிட்டது. ஆனால், அதன் வணிகம் வெகுவாகப் பாதிக்கப் பட்டது. இதனிடையில் மதராஸிலும் பம்பாயிலும் கம்பெனி நிலங்களை வாங்கிவிட்டிருந்தது. இனி அந்த இடங்களில்தான் தனது செயல்பாடுகளை விரிவுபடுத்தவேண்டும் என்றும் தீர்மானித்தது.

●

அத்தியாயம் 5

ஆங்கிலேயர்

மத சுதந்தரம், அமைதியான வணிகம்

சூரத், காம்பயா, அஹமதாபாத், பரோச், டையு, டாமன் போன்ற பகுதிகளில் இருந்து எவ்வளவு முடியுமோ அவ்வளவு வணிகர்களை (பனியாக்கள், மூர்கள், பாரசீகர்கள்) இங்கு வரவைப்பதுதான் என் இப்போதைய இலக்கு. அதற்கு உதவும் வகையில் கோவில்கள், மசூதிகள் எனக் கட்டி அவர்களுடைய மதத்தை வெளிப்படையாகப் பின்பற்ற வழி செய்து தர மேதகு மன்னர் எனக்கு அனுமதி தரவேண்டும். அப்படியெல்லாம் செய்தால் இந்தத் துறைமுகம் நிச்சயம் புகழ்வாய்ந்ததாகவும் வளமானதாகவும் விரைவில் ஆகிவிடும்.

மன்னர் இரண்டாம் சார்லஸின் செக்ரட்டரி ஆஃப் ஸ்டேட்க்கு,
ஹென்றி கேரி, பம்பாய் செயலர், 1665.

இந்தியாவின் கிழக்கே சோழமண்டலக் கடலோரத்தில் 1611-ல் கிழக்கிந்திய கம்பெனி மசூலிப்பட்டணத்தில் தமது வணிக வளாகத்தை அமைத்திருந்தது. அதையும் தாண்டி இருக்கும் தென் பகுதிகளில் ஆடைகள், துணிகள் மிகவும் மலிவான விலையில் கிடைக்கும் என்பது அவர்களுக்குத் தெரிந்துவிட்டிருந்தது. கர்நாடக தேசத்தின் அதிபதியான தர்மல வெங்கடப்பா நாயகரிடமிருந்து 1639-ல் அங்கிருக்கும் மதராஸ பட்டணத்தில் இருந்து வர்த்தகம்

செய்துகொள்ளும்படி கிழக்கிந்திய கம்பெனிக்கு அழைப்பு வந்திருந்தது. சுங்க வரியில் பாதி அவருக்குக் கிடைக்கும். ஃபிரான்சிஸ் டே அங்கு ஒரு வணிக வளாகத்தை அமைத்துக் கொள்ளும் அனுமதியைப் பெற்றார். அதோடு போர்ச்சுகீசியர் மற்றும் டச்சுக்காரர்களின் தாக்குதலில் இருந்து அதைக் காத்துக்கொள்ள சுற்றி ஒரு கோட்டை கட்டிக்கொள்ளவும் அனுமதி பெற்றார்.

ஆறு, கடலில் சென்று சேரும் இடத்தில் இருந்த ஒரு மணல் திட்டை அடையாளம் கண்டுகொண்டார். அது மூன்று மைல் நீளமும் ஒரு மைல் அகலமும் கொண்டதாக இருந்தது. சூரத் போன்ற பிற பகுதிகளில் கிழக்கிந்திய கம்பெனியினர் அமைத்த வணிக வளாகங்கள், கோட்டைகள் எல்லாம் குத்தகைக்கு எடுக்கப்பட்ட நிலத்தில்தான் அமைந்திருந்தன. இந்தியாவில் கிழக்கிந்திய கம்பெனி சொந்தமாக வாங்கிய முதல் இடம் இந்த மணல் திட்டுதான். அந்த இடம் எந்த மன்னரின் ஆளுகைக்குள்ளும் இருந்திருக்கவில்லை. மன்னரின் கீழ் இருந்த நிலப்பிரபுவுக்கு சொந்தமானதாக இருந்தது. எனினும் அவரிடமிருந்து வாங்கிய பகுதியில் தனது விதிமுறைகளை அமல்படுத்த கம்பெனிக்கு முடிந்தது.

1647-ல் கோல்கொண்டா சுல்தான் அந்தப் பகுதியைக் கைப்பற்றினார். ஆனால், கம்பெனி தனது வர்த்தகத்தைத் தொடர்ந்து செய்துவர அனுமதி தந்தார். கோட்டையானது 900 சதுர அடிகள் கொண்டது. ஒவ்வொரு முனையிலும் ஒரு கொத்தளம் இருந்தது. 1640-ல் முதல் கொத்தளம் அமைக்கப்பட்டது. செயின்ட் ஜார்ஜ் கோட்டை என்று பெயரிடப்பட்ட அது கட்டி முடிக்கப்பட பல ஆண்டுகள் ஆனது. வணிக வளாகம் அந்தக் கோட்டைக்குள் இருந்தது.

புதிய கட்டுமானம் விரைவிலேயே நல்ல பலனைத் தந்தது. 35 ஆங்கிலேயர்கள் அதில் பணியமர்த்தப்பட்டிருந்தனர். அதே அளவுக்கு இந்தியர்களும் பணியில் இருந்தனர். மத சகிப்புத் தன்மையை முழுமையாகப் பின்பற்றியது. சாந்தோம் பகுதியில் இருந்த போர்ச்சுகீசிய கத்தோலிக்கர்களுக்கு வேலை வாய்ப்பு தரப்பட்டு அங்கு குடியேற முன்னுரிமை தரப்பட்டது. பிற கடலோரப் பகுதிகளில் இருந்த போர்ச்சுகீசியர்களுக்கு கடனுதவி தரப்பட்டு அங்கு வீடுகள் கட்டிக்கொள்ள அனுமதிக்கப்பட்டனர். முக்கியமாக ஏராளமான இந்திய நெசவாளர்கள் அங்கு குடியேறினர். இவர்கள் எல்லாம்சேர்ந்து ஒரு நகரத்தை அங்கு உருவாக்கினர்.

அதுதான் மதராஸ் என்றும் இந்நாளில் சென்னை என்றும் அழைக்கப்படும் பகுதி.

கிழக்கிந்திய கம்பெனி இப்போது தனது பணிகளை சூரத் மற்றும் பன்டம் (Bantam) என இரண்டு பிரஸிடென்ஸிகளில் பிரித்துக் கொண்டது. கோவாவுக்கு வடக்குப் பகுதிகளில் நடந்த கம்பெனியின் செயல்பாடுகளை சூரத் கவனித்துக்கொண்டது. ஜாவா தீவில் இருந்த பன்டம் பகுதியானது இந்தியாவின் பிற பகுதிகளிலும் தூர கிழக்கு நாடுகளிலும் கம்பெனியின் செயல்பாடுகளைக் கவனித்துக்கொண்டது. தூர கிழக்கு நாடுகளின் வர்த்தக நடவடிக்கைகளில் பெரும்பகுதியை டச்சுக்காரர்கள் கைப்பற்றியதைத் தொடர்ந்து 1652-ல் கிழக்கு பிரஸிடென்ஸி நிர்வாகம் மதராஸுக்கு மாற்றப்பட்டது.

மதராஸ் வெகு வேகமாக வளர்ச்சி கண்டது. 1670-ல் 300 ஆங்கிலேயர், 3000 போர்ச்சுகீசியர்கள், 40,000 இந்தியர்கள் அங்கு இருந்தனர். 1673-ல் கம்பெனியின் அறுவை சிகிச்சை மருத்துவர் ஜான் ஃபிரெயர் அங்கு சென்றார். தூய்மையான தெருக்கள், வரிசையான வீடுகள், இத்தாலிய பாணி போர்டிகோக்கள், டெரஸ்கள் கொண்ட இங்கிலீஷ் டவுன் அங்கு இருந்தது பற்றி விவரித்திருக்கிறார். இந்தியர்கள் அதற்கு வெளியே வசித்தனர். புறச்சமயத்தினரின் டவுன் (கறுப்பர் நகரம்) பகுதியில் நீளமான தெருக்கள், சந்தை, கோவில் எல்லாமிருந்தன.

கம்பெனியின் கவர்னர் ஆடம்பரமான வாழ்க்கை வாழ்ந்தார். அவருக்கு 300-400 காவலர்கள், பணியாளர்கள் இருந்தனர். 1500 பேர் கூப்பிட்டால் உதவிக்கு வரும் நிலையில் இருந்தனர். வெளியே எங்கு சென்றாலும் டிரம்கள், டிரம்பெட்கள், சிவப்பு மைதானத்தில் இரண்டு பந்துகள் கொண்ட கொடி இல்லாமல் போவதில்லை. அவருடன் கம்பெனி பணியாளர்கள், வணிக மையத்தினர் குதிரைகளில் வருவார்கள். அவர்களுடைய மனைவிகள் பல்லக்குகளில் ஏறி வருவார்கள். கம்பெனி சார்பில் நீதிபதிகள் நியமிக்கப்பட்டிருந்தனர். அவர்கள் மரண தண்டனை வழங்கும் அதிகாரமும் பெற்றிருந்தனர். ஆனால், ஆங்கிலேயருக்கு மரண தண்டனை விதிக்கப்படுவதில்லை. தாமிர, தங்க நாணயங்களை அச்சிடும் மையத்தை கம்பெனி, தானே அமைத்துக்கொண்டிருந்தது.

ஒழுக்கச் சீர்கேடு, குடி ஆகியவற்றுக்கு மதராஸ் பேர்போனதாக இருந்தது. கோட்டைக்குள் வசிப்பவர்கள் கதவுகள் மூடப்பட்ட பின்னர் இரவுகளில் வெளியே போகக்கூடாது என்று கடுமையான கறாரான விதி இருந்தது. ஆனால், இள வயது ஆங்கிலேயர்கள்

மதில் ஏறிக்குதித்தும் ஜன்னல் வழியாக வெளியேறியும் வெளியே செல்வதை அது தடுக்கவில்லை. 1704-ல் இங்கு வந்த சார்லஸ் லாக்யர் இதுபற்றி எழுதியிருக்கிறார். நியூ ஹவுஸில் இருந்த படைவீரர்கள் பெரும் குடிகாரர்களாக இருந்தனர். அனைவருமே விலைமகளை அழைத்துவரத் தமக்கென வேலைக்காரர்களை வைத்திருந்தனர். பத்து வயதேயான அந்த சிறுவன் அவர்களுடைய அந்தரங்கக் காரியதரிசிபோல் இருந்தான். 1676-ல் கம்பெனி மதபோதகர் லண்டனுக்கு எழுதியது:

> 'மன்னர் பெருமானே... உங்களுடைய பணியாளர்களால் கர்த்தர் எப்படியெல்லாம் அவமதிக்கப்படுகிறார், அவருடைய நாமம் எப்படியெல்லாம் அவதூறு செய்யப்படுகிறது, அவர் காட்டிய வழி எப்படியெல்லாம் சீரழிக்கப்படுகிறது என்பதை நீங்கள் தெரிந்துகொண்டால் கண்களில் ஆறாக நீர் பெருகி ஓடும். திருமணம் செய்து கொள்ளாமலும் இங்கிலாந்தில் மனைவிகளை விட்டுவிட்டும் வந்திருக்கும் அனைவரும் இங்கு பாவச் செயல்களில் ஈடுபடுகிறார்கள். திருமணம் செய்து மனைவியை அழைத்து வந்திருப்பவர்களைப் பார்த்தால் அவர்களுக்குத் திருமணம் நடந்ததா என்றே சந்தேகம் வரும்படியாக இருக்கிறது. சுய நினைவு இழப்பதுவரை குடிப்பதென்பது பெருமைக்குரிய செயலாகப் பார்க்கப்படுகிறது. ஆடைகள் அவிழ்ந்த நிலையில் அவர்களை வீடுகளுக்குத் தூக்கிச் செல்ல வேண்டியிருக்கிறது'.

நான்கு ஆண்டுகள் கழித்து முதல் ஆங்கிலேய சர்ச் கட்டப்பட்டதைத் தொடர்ந்து அந்த மத போதகருக்குக் கொஞ்சம் ஆசுவாசம் பிறந்திருக்கும். ஆனால், ஒழுக்க நடத்தைகள் பெரிதாக மேம்பட்டதாகத் தெரியவில்லை. கம்பெனி மதுவுக்கு சில கட்டுப்பாடுகள் விதித்தது.

> 'யாரும் அரை பிண்டுக்கு மேலே சாராயமோ பிராந்தியோ, ஒரு க்வார்ட்டுக்கு மேல் திராட்சை ரசமோ அருந்தக்கூடாது. யாருக்கேனும் அதற்கு அதிகமாகக் கொடுத்தால் விடுதிக் காரருக்கு ஒரு பகோடா அபராதம். நிர்ணயிக்கப்பட்ட அளவைவிட அதிகமாகக் குடிப்பவருக்கு 12 பணம் அபராதம்'.

17-ம் நூற்றாண்டின் இறுதியில் மதராஸ் மற்றும் சோழமண்டலக் கடலோரங்களில் இருந்த ஆங்கிலேய மக்களின் எண்ணிக்கை 119 ஆண்கள், 71 பெண்கள். 47 ஆங்கிலேய மனைவிகளில் 26 பேர்தான் உண்மையான ஆங்கிலேயப் பெண்கள். 14 பேர் போர்ச்சுகீசியர்கள். நான்கு பேர் போர்ச்சுகீசிய-இந்திய கலப்பினர், இரண்டு

ஃபிரெஞ்சுப் பெண்கள், ஒரு ஜார்ஜியப் பெண். 14 விதவைகள், பத்து திருமணமாகாத ஆங்கிலேய இளம் பெண்கள். படைவீரர்களையும் சேர்த்து ஆங்கிலேயர்களின் எண்ணிக்கை 400. ஐரோப்பியர் அல்லாதவர்களின் எண்ணிக்கை கணிசமாக உயர்ந்த வண்ணம் இருந்தது. 1704-ல் கறுப்பர் நகரத்தில் 3,00,000 பேர் இருந்ததாக லாக்யர் குறிப்பிட்டிருக்கிறார்.

மதராஸில் அடிமைகளும் சகஜமாகக் காணக்கிடைத்தனர். கம்பெனி பணியாளர்கள் மட்டுமல்ல; கம்பெனி நிர்வாகமுமேகூட தனது சேவைக்கு அடிமைகளை வாங்கி வைத்திருந்தது. பல அடிமைகள் ஏற்றுமதியும் செய்யப்பட்டனர். 1687-ல் சுமார் 665 அடிமைகள் ஏற்றுமதி செய்யப்பட்டதாக செப்டெம்பர் மாதக் கணக்குகள் தெரிவிக்கின்றன.

1683-ல் சூரத், மதராஸ் கிளைகளுக்கு கம்பெனி எழுதியது:

> 'மேதகு மன்னர் ஓர் ஆண் மற்றும் இரண்டு பெண் கறுப்பு அடிமைகள் தேவை என்று உத்தரவிட்டிருக்கிறார். அவர்கள் குள்ளர்களாகவே இருக்கவேண்டும். எவ்வளவு குள்ளமாக முடியுமோ அவ்வளவு நல்லது. ஆண் அடிமைக்கு வயது 17; பெண் அடிமைக்கு வயது 14 ஆக இருக்கவேண்டும். உயரம் குறித்த அந்த விதிமுறைக்கு அடுத்ததாக, பிற விஷயங்களில் எல்லாம் அவர்கள் சிறப்பாக இருந்தாகவேண்டும். நமது கப்பல்கள் எதிலாவது அவர்களை ஏற்றி அனுப்பவும். மிகுந்த அக்கறையுடன் அவர்களுக்கு எல்லா வசதிகளும் செய்து தரவும். குறிப்பாக பெண் அடிமைக்கு பயணத்தின்போது எந்தவொரு இடையூறும் கடலோடி யாராலும் ஏற்படவே கூடாது'.

மன்னர் இரண்டாம் சார்லஸ் 1685-ல் இறந்ததைத் தொடர்ந்து அந்த உத்தரவை கம்பெனி ரத்து செய்தது. உண்மையில் மன்னருடைய ஆசை நாயகியான போர்ட்ஸ்மவுத்தைச் சேர்ந்த சீமாட்டிக்குப் பணிவிடை புரியத்தான் அந்த அடிமைகளை அனுப்பச் சொல்லியிருந்தார்கள். மன்னர் இறந்ததைத் தொடர்ந்து அந்த ஆசை நாயகி சமயோஜிதமாக ஃபிரான்ஸுக்குச் சென்றுவிட்டார்.

மதராஸில் இருந்து கம்பெனி பிரதானமாக ஆடைகளையே ஏற்றுமதி செய்தது. ஈயம், வெள்ளீயம் ஆகியவற்றையும்கூட ஏற்றுமதி செய்தது. திராட்சை மது, பீர் பாட்டில்கள், பேரல்கள், சிடர், சாராயம், செர்ரி பிராந்தி என மதுபானங்கள் மிகுதியாக இறக்குமதியும் ஆகின.

•

போர்ச்சுகீசியர்கள் ஆங்கிலேயர்களுக்கு பம்பாயைக் கொடுத்தனர். 1509-ல் அந்தப் பகுதியை போர்ச்சுகீசியர்கள் ஆக்கிரமித்திருந்தனர். 'எங்கள் ஆட்கள் பல பசுக்களையும் கறுப்பர்கள் சிலரையும் புதர் மறைவிலிருந்து சிறைப்பிடித்தனர். நல்லவற்றை வைத்துக் கொண்டு எஞ்சியவற்றைக் கொன்றுவிட்டோம்'.

இன்று இருப்பதுபோல் அந்நாளில் பம்பாய் பெரிய ஒரு தீவின் முனையாக இல்லை. ஏழு தீவுகள்கொண்ட தொகுப்பாக இருந்தது. அவை அனைத்தும் ஒன்றுடன் ஒன்று இணைக்கவும்பட்டிருந்தன. தீவுகளுக்கு இடையிலான பகுதிகள் நிரப்பப்பட்டு ஆரம்பத்தில் இருந்ததைவிட இரு மடங்கு நிலப்பகுதியாக பின்னாளில் ஆனது. படையெடுத்து வந்த முகலாயர்களிடமிருந்து பாதுகாப்பு பெறுவதற்காக குஜராத் மன்னர் போர்ச்சுகீசியர்களின் உதவியை நாடினார். அதற்குப் பதிலுதவியாக இந்தப் பகுதியை போர்ச்சுகீசியர்களுக்குக் கொடுத்தார். போர்ச்சுகீசியர்கள் அங்கிருந்த கோவில்களை இடித்துத்தள்ளி சர்ச்சுகள் கட்டினர். 16-ம் நூற்றாண்டின் பிற்பகுதியில் கார்சியா தெ ஓர்ட்டாவுக்கு இந்தப் பகுதியை போர்ச்சுகீசியர்கள் தந்தனர். அவர் இங்கு ஒரு மனார் ஹவுஸ் கட்டிக்கொண்டார். பின்னாளில் இதே தெ ஓர்ட்டாவின் கல்லறையைத் தோண்டி எடுத்து அவருக்கு மரண தண்டனையை புனித அநீதி விசாரணை காலத்தில் தீர்ப்பு வழங்கினர் போர்ச்சுகீசியர்கள்.

மன்னர் இரண்டாம் சார்லஸ் போர்ச்சுகல் மன்னரின் மகளான பிராங்கனஸாவைச் சேர்ந்த கேத்ரீனைத் திருமணம் செய்து கொண்டார். ஒரு வருடத்துக்கு முன்பே நிச்சயமான திருமண ஒப்பந்தத்தின்படி பம்பாய் தீவு மீதான உரிமையானது இங்கிலாந்து மன்னருக்கு எழுதித் தரப்பட்டது. இங்கிலாந்தினருக்கு அந்தத் தீவு பற்றி முன்பே தெரிந்துதான் இருந்தது. 1626-ல் போர்ச்சுகீசிய கப்பல்களைப் பின்தொடர்ந்து வந்த ஆங்கிலேய-டச்சு கப்பல் குழுவுக்கு பம்பாய் என்று அழைக்கப்படும் ஒரு துறைமுகப் பகுதியில் தமது கப்பல்களைப் பழுதி நீக்கி, ஓய்வெடுத்துச் செல்வதாகத் தகவல் தெரிந்துகொண்டிருக்கின்றனர். வேகமாகப் போய்ப் பார்த்தபோது போர்ச்சுகீயர் கப்பல்கள் அங்கிருந்து சென்று விட்டன. பழிவாங்கும் நோக்கில் 'பெரிய வீடு (அது சேமிப்புக் கிடங்காகவும் மத வழிபாட்டிடமாகவும் இருந்திருக்கிறது), கோட்டை, வேறு சில வீடுகள் எல்லாம் தீவைக்கப்பட்டன'.

இரண்டாம் சார்லஸ் மன்னர் விரைந்து செயல்பட்டார். தனது திருமணத்துக்கு இரண்டு மாதங்களுக்கு முன்பாக மால்பரோ எர்ல்

தலைமையில் ஐந்து கப்பல்களை அனுப்பி பம்பாய் தீவை சொந்தமாக்கிக்கொள்ள விரும்பினார். மோதல் ஏற்பட்டது. இங்கிலாந்து படைகளின் தலைவர் சர் ஆப்ரஹாம் ஷிப்மேனுடன் மட்டுமே பேச்சுவார்த்தை நடத்துவோம் என்று போர்ச்சுகீசியர்கள் சொன்னார்கள். துரதிஷ்டவசமாக ஷிப்மேன் இங்கிலாந்திலேயே தங்கியிருந்தார். பின்னர் அவர் புறப்பட்டு வந்தார். அவர் சொல்வதில் சில குழப்பங்களிருப்பதாக போர்ச்சுகீசியர்கள் சொன்னார்கள். சார்லஸ் மன்னருக்கு போர்ச்சுகீசிய மன்னர் வழங்கிய ஸ்ரீதனத்தில் எந்தத் தீவுகள் அடங்கும் என்பதில் கருத்து வேறுபாடு ஏற்பட்டது. மார்ல்பரோ வெறுங்கையுடன் திரும்பினார். ராஜாங்கப் பேச்சுவார்த்தைகள் தொடர்ந்து நடந்தன.

பம்பாயில் இருந்த இந்துக்கள் ஆங்கிலேயர் வெற்றி பெறவேண்டும் என்பதில் மிகுந்த ஆர்வத்துடன் இருந்தனர். போர்ச்சுகீசியர்களின் அடக்குமுறையால் துவண்டு போயிருந்த அவர்கள் இங்கிலாந்தினர் மத சுதந்தரம் தருவார்கள் என்று உறுதியாக நம்பினர். சூரத்தில் இருந்த கம்பெனியினரைச் சந்திக்க ஒரு பிராமணரை அனுப்பினர். போர்ச்சுகீசியரிடமிருந்து பம்பாயை இங்கிலாந்தினர் போரிட்டுக் கைப்பற்ற முயற்சி செய்தால் அதற்கு ஆதரவளிப்பதாகச் சொன்னார்கள்.

கோவாவில் இருந்த வைஸ்ராய் பம்பாயின் முக்கியத்துவத்தைப் புரிந்துகொண்டிருந்ததால் அதை விட்டுக் கொடுக்கத் தயங்கினார். போர்ச்சுகீசிய மன்னருடன் பேசிப் பார்க்கத் தீர்மானித்தார். கோவாவுக்கு தெற்கே இருந்த அஞ்சுதீப் என்ற பகுதிக்கு ஷிப்மன் தனது படையை நகர்த்தினார். அங்கு அவருடைய படையினர் 300 பேர் உணவுப் பற்றாக்குறையினாலும் நோயினாலும் இறந்தனர். ஷிப்மனும் இறந்தார். அவருடைய துணை அதிகாரியாக இருந்த ஹம்ப்ரி குக்கீ வசம் அந்தப் பொறுப்பு வந்தது. முதலில் போர்ச்சுகீசியர்கள் சட்ட விதிகளை எடுத்துக்காட்டி அவருடன் பேச மறுத்தனர். பின்னர் ஒருவழியாக பேச்சுவார்த்தைக்கு முன்வந்தனர். பம்பாயின் உரிமை தொடர்பாக மிக நீண்ட வாக்குவாதம் இரு தரப்புக்கும் இடையில் நடந்தது. ஒருவழியாக ஆறு தீவுகள் மீதான உரிமை ஹம்ப்ரி குக்கீக்குக் கிடைத்தது. 1665, பிப், 18-ம் தேதி முழுமையாக உரிமை மாற்றம் செய்யப்பட்டது.

•

பம்பாய் மீதான உரிமை ஆரம்பத்தில் பெரிய தோல்வியையே தந்தது. சாமுவேல் பெப்பிஸ், ‘மிகவும் வசதி வாய்ப்புகள் குறைவான இடம். மன்னரிடம் சொன்ன அளவுக்கு இல்லை’ என்று

குறிப்பிட்டிருக்கிறார். ஒரு அரசாங்க விடுதி இருக்கிறது. அதற்கு கோட்டை பாதுகாப்பு உள்ளது. கொள்ளையர்களைக் கண்காணித்துத் தாக்கும் வகையில் கொத்தளங்கள் உள்ளன. சில தென்னந்தோப்புகள், சில வீடுகள், சர்ச்சுகள் உள்ளன. கிழக்கிந்திய கம்பெனியில் இருக்கும் சிலர் பம்பாய் நல்ல துறைமுகமாக இருக்க வாய்ப்பு உள்ளதாகச் சொல்கிறார்கள். சூரத்போல் அல்லாமல் ஓர் இந்திய ஆட்சியாளருடன் நேரடியாகத் தொடர்பு கொள்ள முடியாத நிலையில் இருக்கிறது. மன்னர் இரண்டாம் சார்லஸ் பம்பாயில் இருந்து பெரிய வருமானம் எதுவும் வராத நிலையில் கோட்டையின் பாதுகாப்புக்கான செலவும் அதிகரித்துவருவதால் கிழக்கிந்திய கம்பெனிவசம் பம்பாயைக் கொடுத்துவிட மகிழ்ச்சியுடன் முன்வந்தார். மேலும் அவருக்கு 50,000 பவுண்ட் தொகை கடனுதவியும் கிடைத்தது. 27 மார்ச் 1668-ல் ஆண்டு வாடகை பத்து பவுண்ட் என்ற விகிதத்தில் கம்பெனிக்குக் கொடுக்கப்பட்டது.

அடுத்த வருடம் ஜெரால்ட் ஆங்கியர் சூரத்தில் இருந்த கம்பெனியின் வணிக மையத்துக்குத் தலைவராகவும் பம்பாய்க்கு கவர்னராகவும் ஆனார். பம்பாய் தீவுகளை வளர்த்தெடுக்க முன்வந்தார். 1672-லிருந்து மூன்று ஆண்டுகள் சூரத்தில் வசித்தார். நீதிமன்றம், நாணய சாலை ஆகியவற்றை அமைத்தார். கோட்டைகளைக் கட்டி, கப்பல் படையைப் பலப்படுத்தினார்.

ஆரம்பத்தில் இருந்தே சூரத்தில் இருந்து இந்திய வணிகர்களையும் பிற நாட்டு வணிகர்களையும் பம்பாய்க்கு இடம்பெயரும்படிக் கேட்டுக்கொண்டுவந்தது. பம்பாயில் இருந்த மூத்த அதிகாரி இரண்டாம் சார்லஸ் மன்னரின் ஸ்டேட் செகரட்டரிக்கு மத சகிப்புத்தன்மை குறித்து ஒருகடிதம் எழுதினார்:

'சூரத், காம்பயா, அஹமதாபாத், பரோச், டையு, டாமன் போன்ற பகுதிகளில் இருந்து எவ்வளவு முடியுமோ அவ்வளவு வணிகர்களை (பனியாக்கள், மூர்கள், பாரசீகர்கள்) இங்கு வரவைப்பதுதான் என் இப்போதைய இலக்கு. அதற்கு உதவும் வகையில் கோவில்கள், மசூதிகள் எனக் கட்டி அவர்களுடைய மதத்தை வெளிப்படையாகப் பின்பற்ற வழிசெய்துதர மேதகு மன்னர் எனக்கு அனுமதி தரவேண்டும். அப்படியெல்லாம் செய்தால் இந்தத் துறைமுகம் நிச்சயம் புகழ்வாய்ந்ததாகவும் வளமானதாகவும் விரைவில் ஆகிவிடும்.'

இந்துக்கள், சமணர்கள், பார்ஸிகள், அர்மேனியர்கள் எனப் பலரும் குஜராத்திலிருந்து இடம்பெயரத் தயாராக இருந்தனர். மாமன்னர் அக்பர் 1556-ல் முகலாய அரியணையில் ஏறியிருந்தார். முஸ்லிம்

அல்லாதவர்கள்மீது விதிக்கப்பட்டிருந்த பல சமத்துவமற்ற கெடுபிடிகள் அவருடைய நீண்ட நெடிய ஆட்சி காலத்தில் விலக்கப்பட்டது. மத சகிப்புத்தன்மையைக் கொண்டுவந்தார். இஸ்லாமியர் அல்லாதவர்கள் மீது விதிக்கப்பட்ட ஜிஸியா வரியை நீக்கினார். அவருக்குப் பின்னால் வந்த ஜஹாங்கீரின் ஆட்சியிலும் இந்த நல்ல மாற்றங்கள் தொடர்ந்து பின்பற்றப்பட்டன.

1627-ல் ஷாஜஹான் ஆட்சிக்கு வந்தார். முதலில் தன் அப்பா, தாத்தாவின் வழித்தடத்தில் பயணித்தவர் மெள்ள இஸ்லாமிய தீவிரம் கொண்டவரானார். 1632-ல் புதிதாகக் கட்டப்பட்ட இந்து கோவில்களை இடிக்கும்படி உத்தரவிட்டார். எனினும் முகலாய இந்தியாவில் மத சகிப்புத்தன்மை கணிசமான அளவுக்கு இருந்தது. பிற இஸ்லாமிய நாடுகளைவிட பெரும்பாலான ஐரோப்பிய நாடுகளைவிட மத சகிப்புத்தன்மை அதிகம் இருந்தது.

ஷாஜஹானின் மகன் ஔரங்கஜீப் மத வெறி பிடித்தவராக இருந்தார். குஜராத்தின் கெட்ட காலம் 1645-ல் அவருடைய தந்தை குஜராத்துக்கு அவரை நிர்வாகப் பொறுப்பில் நியமித்தார். இஸ்லாமியர் அல்லாதவரின் வாழ்க்கை குஜராத்தில் சீர்குலைந்தது. சூரத்தில் இருந்த சமணர் கோவிலானது மசூதியாக மாற்றப்பட்டது. 1658-ல் ஔரங்கஜீப் மன்னரானார். தனது தந்தையையும் அண்ணனையும் சிறையில் அடைத்தார். துரோகி என்று கருதியதால் இன்னொரு சகோதரரைத் தலையை வெட்டிக் கொன்றார். ராஜஸ்தானிய மன்னர்களுடன் அவருடைய முன்னோர்கள் நட்புறவு கொண்டிருந்தனர். ஔரங்கஜீப்போ ராஜஸ்தானியர்களைத் தாக்கி அவர்கள் மீது போர் தொடுத்தார்.

அவருடைய வாழ்நாளின் இறுதிக்காலம் வரையிலும் அந்தப் போர்கள் நீடித்தன. 1707 வரை சுமார் ஐம்பது ஆண்டுகள் அவர் ஆட்சி புரிந்தார். தனது சாம்ராஜ்ஜியத்தை அழிவின் விளிம்புக்குக் கொண்டு சென்றார். மேலும் மத சகிப்புத்தன்மை நிலவிய காலத்து நன் மதிப்பை அழித்தார். மத மோதலை மோசமான எல்லைக்குக் கொண்டுசென்றார். இன்றளவும் அதன் தாக்கம் நீடித்துவருகிறது. ஜிஸியா வரியை இஸ்லாமியர் அல்லாதவர் மீது விதித்தார். இடைவிடாது நடந்த போர்கள், அதிகப்படியான வரி இவை எல்லாம் இந்துக்களை வெகுவாக நிலைகுலையச் செய்தன. இவற்றோடு ஒவ்வொரு ஊர்களிலும் இருந்த இஸ்லாமிய அரசு அதிகாரிகளின் கொடுமையும் மிக அதிகமாகவே இருந்தது.

1667-ல் சூரத்தில் இருந்த கம்பெனி பிரதிநிதி லண்டனுக்கு எழுதிய கடிதத்தில், 'ஔரங்கஜீப்பின் மத வெறியானது ஒட்டுமொத்த

தேசத்தையே வெகுவாக அழித்துவிட்டது' என்று குறிப்பிட்டிருந்தார். 'முழு வீச்சில் மத மாற்றத்தில் ஈடுபடுகிறார். உருவ வழிபாட்டுமையங்களை இடித்துத்தள்ளி அந்த இடத்தில் மசூதிகளைக் கட்டுகிறார். இந்துவிடமிருந்து வாங்கிய கடனைத் திருப்பித் தரும்படி ஒரு முஸ்லீமிடம் கேட்க முடியாது. அப்படிக் கேட்டால், அந்த இந்து, முகம்மது நபியைத் தரக்குறைவாகப் பேசியதாக பொய்ப் புகார் கொடுத்துவிடுவார். அடுத்த நிமிடமே அந்த இந்துவை வலுக்கட்டாயமாக சுன்னத் செய்து முஸ்லீமாக மாற்றிவிடுவார்கள்.' ஔரங்கஜீப்பின் இப்படியான அடக்கு முறைகளினால் முஸ்லிம் அல்லாதவர்கள் பம்பாய்க்கு அடைக்கலம் தேடி நகர்ந்தனர்.

சூரத்தில் இருந்து மக்களை பம்பாய்க்கு நகரச் செய்யும் கம்பெனியின் செயலானது ஔரங்கஜீப்புக்கு ஆத்திரத்தை மூட்டியது. சூரத்தில் இருக்கும் கம்பெனி அதிகாரிகள் இதை எதிர்த்துத் தடுத்து நிறுத்தவேண்டுமென்றும் இல்லையென்றால் முகலாய ராஜ்ஜியத்தில் இருந்து கம்பெனியினரை வெளியேற்றி விடுவோம் என்றும் சூரத்தில் இருந்த இஸ்லாமிய ஆட்சியாளர் கம்பெனிக்குக் கடிதம் எழுதினார். சூரத்தில் இருந்த வணிகர்களை வரிசையாக ஒவ்வொருவராக வரச்சொல்லி கம்பெனியிடமிருந்து எந்த அழைப்பும் வந்ததா என்று கேட்டு உறுதிப்படுத்திக் கொண்டார்.

அர்மேனிய வணிகரான காவ்கா மினாஸ் உண்மையை மென்று முழுங்கினார். அவரை நெருக்கிக் கேட்டபோது பம்பாயின் கம்பெனியின் துணை ஆளுநர் அங்கு வந்துவிடும்படி தன் கையொப்பமிட்டு ஒரு கடிதம் எழுதியிருப்பதாக ஒப்புக்கொண்டார். பம்பாயில் இருந்த கம்பெனியைத் தொடர்புகொண்டு கேட்டபோது தமக்கும் அதற்கும் எந்த சம்பந்தமும் இல்லையென்றும் அவர் தானாகவே எழுதிக் கொண்ட கடிதம் அது என்றும் சொல்லி விட்டது. இதனால் காவ்கா மினாஸின் வர்த்தகத்துக்கும் அர்மேனியர்களுக்கும் பெரும் பிரச்னை ஏற்பட்டது. பேரரசருக்கு இது தொடர்பாகக் கடிதம் எழுதியபோது 'செருப்பாலும் கம்பாலும் அடிக்கப்பட்டு கிட்டத்தட்ட கொல்லும் அளவுக்கு நிலைமை மோசமானது'.

ஆங்கியரின் நல்ல அணுகுமுறையின் மூலம் உருவான நிலைத் தன்மை, கம்பெனியின் மத சகிப்புத்தன்மை இவை எல்லாம் பம்பாய்க்குப் பலரை விரும்பி வரவைத்தது. அர்மேனியர்கள், பார்ஸிகள் ஆகியோர் வந்தனர். பார்ஸிகளுக்கு அவர்களுடைய

அக்னி கோவிலைக் கட்டிக்கொள்ள அனுமதி தரப்பட்டது. பல நெசவாளர்கள் வந்தனர். குஜராத்தில் இருந்து மட்டுமல்ல, பம்பாய்க்குத் தெற்கே இருந்தும் பலர் வந்தனர். அந்தப் பகுதிகளிலும் நெசவுத் தொழில் பாரம்பரியமாக நீண்ட காலமாகப் பின்பற்றப்பட்டுவந்தது. இதனால் பம்பாய்க்கு வருமானம் அதிகரித்தது. ஆங்கியர் அந்தப் பணத்தைக் கொண்டு கம்பெனியின் நிதி நிலையை லாபத்துக்குக் கொண்டுவந்தார்.

ஆங்கிலேயப் பெண்களை நாடு திருப்பி அனுப்ப முயற்சி எடுத்தார். அது போதிய வெற்றியைத் தரவில்லை. போர்ச்சுகீசிய ரத்தம் பாயும் பெண்களுடன் ஆங்கிலேயர்கள் இணைவதைத் தடுக்க விரும்பினார். ஏனென்றால், ஆங்கிலேயரையும் அவர்களுக்குப் பிறக்கும் குழந்தையையும் கத்தோலிக்கராக ஆக்கிவிடுவார்கள் என்று அஞ்சினார்.

எல்லாப் பெண்களும் கண்ணியமான முறையில் நடந்துகொள்ள வில்லை. எனவே, 'இதமாகவும் கிறிஸ்தவ பண்புடனும் நடந்துகொள்ளவேண்டுமென்றும் இல்லையென்றால் சுதந்தரமாக வெளியே சென்று உணவு, உடை, உறையுள் என தேடிக்கொள்ள முடியாதவகையில் சிறையில் அடைக்கப்பட்டுவிடுவார்கள்; அதன் பின் இங்கிலாந்துக்கும் அனுப்பப்படுவார்கள்' என்று கடுமையான விதிமுறை வகுக்கப்பட்டது. இந்தப் பரிசோதனை முயற்சி சீக்கிரமே முடிவுக்குக் கொண்டுவரப்பட்டது.

பெரும்பாலான ஆங்கிலேயர்கள் சொந்தமாக அடிமைகள் வைத்திருந்தனர். சிலர் அரபு வணிகர்களிடமிருந்து வாங்கிய ஆஃப்ரிக்கர்களை அடிமையாக வைத்திருந்தனர். சிலர் இந்தியர்களை அடிமைகளாக வைத்திருந்தனர். மலபாரில் இருந்து இள வயதினரை அடிமைகளாக வைத்துக்கொள்வது வழக்கமாக இருந்தது. ஆங்கிலேயப் பெண்கள் சிறுமிகளையும் ஆங்கிலேய ஆண்கள் சிறுவர்களையும் பணிவிடைக்கு வைத்துக்கொண்டனர்.

பம்பாய் பகுதியில் கம்பெனியின் நீதிமன்றங்களே நீதி வழங்கின. தீர்ப்புகள் மிகவும் கடுமையாக இருந்தன. தூணில் அல்லது வண்டியில் கட்டிவைத்து சாட்டை அடிகள் மிகவும் சர்வ சாதாரணமாக வழங்கப்பட்டன. இவற்றோடு சிறைத் தண்டனை, கடலோர கோட்டைப் பணிகள் என வேறு தண்டனைகளும் தரப்பட்டன. தண்டனை முடிந்த பின்னரும் குற்றவாளியின் கன்னங்களில் முத்திரை குத்தப்பட்டிருக்கும் என்பதால் அந்தப் பழிச்சொல்லுடனே வாழ்ந்தாக வேண்டியிருக்கும். ஆண், பெண்

என இருவருக்கும் சாட்டை அடி உண்டு. 'நாற்பது சாட்டை அடிகள் தரலாம். அதற்கு மேல் யாருக்கும் அடி தரக்கூடாது' என்று பைபிளில் சொல்லப்பட்டிருப்பதால் 39 அடிகள் தரப்பட்டன.

பில்லி, சூனியம் வைப்பவர்களுக்குக் கடுமையான தண்டனைகள் தரப்பட்டன. மந்திரித்த அரிசி கொண்டு நோயை குணப் படுத்துவதாகச் சொன்ன ஒரு பெண்ணுக்கு 11 சாட்டை அடி தரப்பட்டது. கையில் பெரிய கட்டி போன்ற மச்சத்துடன் ஒருவர் 1671-ல் கண்டுபிடிக்கப்பட்டார். அவர் ஒரு மந்திரவாதி என்று நினைத்து காவலர்களிடம் பிடித்துக்கொடுத்தனர். விசாரணை செய்த நீதிபதிகள் ராணுவத்திடம் ஒப்படைத்துத் தூக்கிலிடும்படி சொன்னார்கள். தூக்கிலிட்டால் வேறு பெரிய தீங்கு ஏதேனும் வந்துவிடும் என்று பயந்த அவர்கள் எரித்தே கொன்றனர். 'நெருப்பில் அவரைக் கிடத்தியபோது அவருடைய ஒரு கை, தலையில் போட்டிருந்த கொண்டை, இடை ஆடை எல்லாம் ஒரு மணி நேரம் எரிய வைத்த பின்னரே கருகின. அதுவரை அப்படியே உருக்குலையாமல் இருந்தன' என்று ஆச்சரியத்துடன் குறிப்பிட்டிருக்கிறார்கள்.

பம்பாயில் மக்கள்தொகை அதிகரிக்கத் தொடங்கியதும் சதுப்பு நிலத்தைச் சீர்படுத்தி புதிதாக வீடுகள் கட்ட ஆங்கிலேயர் தீர்மானித்தார். 'கடவுளின் சித்தத்தால் கட்டப்படவிருந்த' அந்த நகரத்தின் திட்டத்தை உருவாக்கி கட்டி முடித்தார். 1677-ல் அவர் இறந்தபோது பம்பாய் மக்கள் தொகை மிக அதிகமாகியிருந்தது. சிலருடைய குறிப்பின்படி 60,000 பேர் அங்கு அப்போது இருந்தனர்.

•

கிழக்கிந்திய கம்பெனி தனக்கென தனியான ராணுவம் ஒன்றை வைத்திருந்தது. அவர்களுடைய குடியேற்றங்கள் அமைத்த பகுதியில் இருந்தவர்களைக்கொண்டே அது உருவாக்கப் பட்டிருந்தது. 18-ம் நூற்றாண்டின் நடுப்பகுதி வாக்கில் நிபுணத்துவம் வாய்ந்ததாக ஆகும்வரை அது மிகவும் சிறிய படையாகவே இருந்தது.

ஆரம்பத்திலிருந்தே கிழக்கிந்திய கம்பெனி தன் கோட்டைகளை தானே காவல் காத்து வந்தது. எனினும், அவை இருந்த சூரத் போன்ற பகுதிகளில் இந்திய மன்னர்களுக்கென்று தனியான படைகளும் இருந்தன. கம்பெனியரின் முதல் முறையான ராணுவப் படை என்பது கிழக்குக் கடலோரத்தில் மதராஸில்தான் ஆரம்பிக்கப் பட்டிருக்கும். அந்தக் கோட்டையில் 1642 வாக்கில் கம்பெனி

ஆங்கிலேயர்கள், இந்தியர்கள் ஆகியோரைக் கொண்ட ஒரு சிறிய படையை ஆரம்பித்தது. போர்ச்சுகீசியர்கள், டச்சுக்காரர்கள் ஆகியோரிடமிருந்து பாதுகாப்பு பெறவே இவை ஆரம்பிக்கப் பட்டன.

மேற்குக் கடலோரத்தில் இரண்டாம் சார்லஸ் மன்னரின் இங்கிலாந்துப் படையில் இருந்து ஒரு தனியான படை உருவாக்கப் பட்டு பம்பாயை மீட்க அனுப்பப்பட்டது. மன்னர் கிழக்கிந்திய கம்பெனிக்கு பம்பாயைக் கொடுத்தபோது மூன்று காலாட்படையை கம்பெனி தன் செலவிலேயே கவனித்துக்கொள்ளவேண்டும் என்று சொல்லிவிட்டார். முதலில் ராயல் ஆர்மியில் இருந்தவர்களில் வந்தவர்களைக் கொண்டே இது அமைக்கப்பட்டிருந்தது. ஆனால், விரைவிலேயே அவர்கள் நோய்வாய்ப்பட்டு இறந்துவிடவே போர்சுகீசியர்கள், ஃபிரெஞ்சுக்காரர்கள், இந்தியர்கள் ஆகியோரைக் கொண்டு உருவாக்கப்பட்டது. பெரும்பாலானவர்கள் போர்ச்சுகீசிய கலப்பில் பிறந்த இந்திய கிறிஸ்தவர்கள் (டோபாசெஸ் - Topasses என்று அழைக்கப்பட்டனர்).

ராணுவ வீரரின் வாழ்க்கை மிகவும் கடினமானதாக இருந்தது. நோய்கள் மிக மிக அதிகம். முதல் பம்பாய் ஐரோப்பிய காலாட்படையில் இருந்த 100 பேர் (மொத்த எண்ணிக்கை 200) அக்டோபர் 1675லிருந்து 1676க்குள் இறந்துவிட்டனர். கம்பெனி ராணுவத்தினருக்கு இங்கிலாந்து ராணுவ சீருடைகள் தந்தனர். அது இந்திய தட்ப வெப்பநிலைக்கு உகந்தது அல்ல. வீரர்களே இவற்றுக்கான தொகையைத் தரவேண்டியிருந்தது. ஆனால், பலர் இறந்து போனதால் கம்பெனி தன் கையிலிருந்து பணம் கொடுக்கவேண்டி வந்ததாகப் புகார் தெரிவித்தது. கடுமையான விதிகள் அமலில் இருந்தன. முன்பு சொன்னதுபோல் 39 சாட்டை அடி என்பது வழக்கமான தண்டனை.

சில நேரங்களில் தவறு செய்தவர்கள் நிர்வாணமாக ஓடவைக்கப் படுவார்கள். இருபக்கமும் ராணுவத்தினர் வரிசையாக நின்று கொண்டு சாட்டையால் அல்லது கம்பால் அடித்தவண்ணம் இருப்பார்கள். அசாதாரண நிகழ்வும் ஒருமுறை நடந்தது. சார்ஜெண்ட் தாமஸ் க்ராஸ், கார்ப்பரல் ஹான் பவல் ஆகியோருக்கு தண்டனையாக பகடை உருட்டிவிடும்படிக் கேட்டுக்கொள்ளப்பட்டனர். தாயம் விழாவிட்டால் மரணம். பவல் தோற்றார். இரண்டு மத போதகர்கள் கெஞ்சி அவருடைய மரண தண்டனையை நாடு கடத்தலாக மாற்றினர். படைக்கு இங்கிலாந்து ஆட்களைச் சேர்ப்பது மிகவும் கடினமாக இருந்தது.

ஐரோப்பியர்களும் கிடைக்கவில்லை. கடல் பயணம் அலுத்துப்போன கடலோடிகள், பிற நாட்டு ராணுவங்களில் இருந்து விலகியவர்கள், போர்க்கைதிகள் என பலரை கம்பெனி தனது படையில் சேர்த்துக்கொண்டது. அவர்கள் திறமையான வீரர்களாக இருந்திருக்கவில்லை.

•

ஆங்கியரின் மறைவுக்குப் பின்னர், பம்பாய் பல வகைகளில் பின்னடைவைச் சந்திக்க நேர்ந்தது. மக்கள்தொகை வெகுவாகக் குறைந்தது. முகலாய மன்னர், மராட்டிய மன்னர் சிவாஜியுடன் போரில் ஈடுபட்டுவந்தார். மராத்தாவினர் வலிமையான கடல் படையை உருவாக்கிக் கொண்டிருந்தனர். ஔரங்கஜீப் ஜஞ்சிரா என்ற சிறிய சுதந்தரமான சித்தி (Siddi) ராஜ்ஜியத்தினரின் உதவியைப் பெற்றுக்கொண்டார். அவர்களிடம் பல போர்க்கப்பல்கள் இருந்தன. மராத்தாவினரும் முகலாயர்களும் கம்பெனியின் ஆதரவைப்பெற முயற்சி செய்தனர். பம்பாய் துறைமுகத்தின் நுழைவாயிலில் இருந்த கந்தேரி தீவை மராத்தாவினர் கைப்பற்றினர். சிவாஜியின் படையினரை அங்கிருந்து அப்புறப்படுத்த சித்திக்களை கம்பெனியினர் கேட்டுக்கொண்டபோது இந்த வாய்ப்பைப் பயன்படுத்திக்கொண்டு அவர்கள் அருகில் இருந்த அந்தேரி தீவை தமக்குச் சொந்தமாக்கிக் கொண்டுவிட்டனர். மராத்தாக்களிடமிருந்த கந்தேரியை அவர்களிடமே இருக்கும்படி விட்டுவிட்டனர். ஆனால், சில மராத்தாவினரைக் கொன்று அவர்களுடைய தலைகளை ஒரு கூடையில் கொண்டுவந்து கம்பெனியினரிடம் கொடுத்தனர்.

தீவுகளைக் கைப்பற்றிக்கொள்ள உள் நாட்டு சக்திகள் தொடர்ந்து போரிட்டவண்ணம் இருந்ததால் அந்தப் பகுதிக் கடலில் வணிகம் செய்வது சிரமமாகவே இருந்தது.

•

கம்பெனிக்கு சொந்தமாக கப்பல்கள் இருந்தன. 1607-ல் டெப்ட்ஃபோர்டில் ஒரு துறைமுக மேடையைக் குத்தகைக்கு எடுத்திருந்தது. சந்தையில் கப்பல்களின் விலை மிக அதிகமாக இருந்ததால், 1609-ல் தானே கப்பல்களை உற்பத்திசெய்துகொள்ளத் தீர்மானித்தது. 1614-ல் பிளாக்வால் பகுதியில் ஒரு துறைமுக மேடைய குத்தகைக்கு எடுத்தது. அதிக சுமை ஏற்றிவரும் கப்பல்களைக் கையாள முடிந்த துறைமுக மேடை அது. அங்கு சங்கிலிகள், நங்கூரங்கள், ஆணிகள் உற்பத்தி செய்ய ஆரம்பித்தனர். கப்பலுக்கான கயறுகளை உற்பத்தி செய்யும் கயிறு ஆலையை உருவாக்கிக் கொண்டனர்.

கம்பெனியின் இறைச்சி மையத்தில் கடல் பயணங்களுக்குத் தேவையான மாடு, பன்றி இறைச்சிகளின் உப்புக்கண்டங்களைத் தயாரித்துக் கொண்டனர். துப்பாக்கி, பீரங்கி வெடி மருந்து கிடைப்பது கடினமாக இருந்தது. அது சந்தையில் கிடைக்கவும் இல்லை. கப்பல்களில் பயன்படுத்திய பீரங்கிகளுக்குத் தேவையான வற்றை உற்பத்தி செய்ய ஒரு தொழிற்சாலையை அமைத்தது. கம்பெனியின் கப்பல்களை உற்பத்திசெய்யவும் பழுது நீக்கவும் பிற பணிகளுக்கும் சுமார் 500 பேருக்கு மேல் நியமிக்கப்பட்டனர். 2500 கடலோடிகளையும் பணிக்கு அமர்த்தியது. எனினும் தற்காலிக நிதி நெருக்கடியினால் 1644-ல் டெப்ர்ஃபோர்ட் துறைமுக மேடையை விற்க நேர்ந்தது. பிளாக்வெல் துறைமுக மேடையை 1650-ல் விற்றது.

1639லிருந்து தனது கடல் பயணங்களுக்கு கப்பல்களை வாடகைக்கு எடுத்துக்கொள்ள ஆரம்பித்தது. கம்பெனியின் பல கப்பல்கள் அதன் உறுப்பினர்களுக்குச் சொந்தமானதாகவே இருந்தன. பல கப்பல்கள் அப்படி இல்லாமலும் இருந்தன. கிழக்கு நாடுகளுடனான கடல் பயணங்களுக்காகவே வடிவமைக்கப்பட்ட கப்பல்கள் அவை. ஒரு பயணம் முடிந்ததும் அடுத்த பயணத்துக்கு வாடகைக்கு ஒப்பந்தம் செய்துகொள்ளப்பட்டன. அந்த வகையில் அவை எப்போதும் கம்பெனியின் சேவையிலேயே இருந்துவரும்படியாகப் பார்த்துக்கொள்ளப்பட்டது. அனைத்து கப்பல்களும் கம்பெனியின் கடுமையான விதிமுறைகளுக்கு உட்பட்டே நடந்துகொண்டன. கம்பெனியின் சேவைக்காலத்தில் ஆயுதங்கள் பொருத்தப்பட்டுத் தம்மை வலிமைப்படுத்திக்கொண்டன.

போர்ச்சுகீசியர்களின் கப்பல்கள் 1500 டன் மற்றும் அதற்கும் மேலாக இருந்தன. இங்கிலாந்து கப்பல்கள் இந்த அளவுக்குப் பெரிதானவை அல்ல. எனினும் சில பெரிய கப்பல்களும் ஆங்கிலேயர் வசம் இருந்தன. கரீபியத் தீவுகளுக்கும் வட அமெரிக்காவுக்கும் அனுப்பப்பட்டவற்றைவிட மிகப் பெரிய கப்பல்கள் இருந்தன. 100 டன்னிலிருந்து ஆயிரம் டன் வரை எடைகொண்டவையாக இருந்தன. இப்போது கிரீன்விச்சில் நிறுத்தப்பட்டிருக்கும் 'க்யூட்டி சார்க்' என்ற 19-ம் நூற்றாண்டு கப்பல் 300-600 டன் எடை கொண்டதாக இருந்தது. 100 டன் எடை கொண்ட கப்பலில் வெறும் முப்பது பணியாளர்களே இருப்பார்கள். 600 டன் கொண்ட கப்பலில் 150 பேர் இருப்பார்கள். உண்மையில் கப்பலை நேர்த்தியாகக் கையாளத் தேவையான ஆட்களைவிட இது மிக மிக அதிகமே. ஆனால், நோய்வாய்ப்பட்டு அதிகம் பேர் இறக்கக்கூடும் என்பதால் எப்போதுமே அதிக ஆட்களைப் பணிக்கு நியமிப்பது வழக்கம்.

இந்தியா அடிமைப்படுத்தப்பட்ட வரலாறு | 123

சிறிய கப்பல்களில் சுமார் பத்து பீரங்கிகள் இருக்கும். பெரிய கப்பல்களில் 40 பீரங்கிகள் இருக்கும். காற்று சாதகமாக இருந்தால் இந்தியாவிலிருந்து வர அல்லது இந்தியாவுக்கு போக ஆறு மாத காலம் ஆகும். காற்று சாதகமான நிலைக்கு வருவதற்காக இந்தியாவில் ஆறு மாத காலம் காத்திருக்கவும் நேரும். அப்படியாக எல்லாம் சரியாக அமைந்தால் ஒரு முறை இந்தியாவுக்குச் சென்று வர 18 மாதங்கள் ஆகும். ஆனால், பல பயணங்கள் அதற்கும் அதிக காலம் எடுத்துக்கொள்வது வழக்கம்.

பருவ நிலை மிகவும் சரியாக இருக்கும் காலத்தில் பயணத்தை ஆரம்பிப்பது மிக மிக அவசியம். 'பிப்ரவரி கடைசி நாள் மிகவும் சரியான நாள். மார்ச் ஒன்றாம் தேதி என்றால் எல்லாம் கெட்டுவிடும்' என்று போர்ச்சுகீசிய கேப்டன் லிஸ்பனில் இருந்து கிழக்கு நாடுகளுக்குப் புறப்படும் ஒரு பயணம் பற்றிச் சொன்னது மிகவும் அழகாக அந்த உண்மையை எடுத்துக்காட்டுகிறது.

கப்பலுக்கான பணியாளர்களைக் கண்டுபிடிப்பது மிகவும் சிரமமாகவே இருந்தது. சர் தாமஸ் ஸ்மைதியின் கீழ் கம்பெனி இருந்த காலத்தில் அவருக்கு இருந்த மதிப்பு, மரியாதையினால் ஆட்கள் எளிதில் கிடைத்தனர். அதோடு அந்நாட்களில் அடிக்கடி பயணம் மேற்கொள்ளப்படவும் இல்லை. ஆனால் புதிய தலைமையின் காலத்தில் நிலைமை மாறிவிட்டன. 1618-19 கால கட்டத்தில் நடந்த ஆங்கிலோ டச்சுப் போர்களினால் கம்பெனிக்கு பல கப்பல்களையும் பணியாளர்களையும் இழக்க நேர்ந்தது.

போர்ச்சுகலின் மக்கள் தொகை ஒரு லட்சம்தான். இங்கிலாந்தின் மக்கள்தொகையோ ஐந்து லட்சம். அந்த ஒரு சாதகமான அம்சம் இங்கிலாந்துக்கு இருந்தது. ஆனால், அந்த நூற்றாண்டின் பிற்பாதியில் கரீபியன் தீவுகளுக்கும் அமெரிக்காவுக்கும் பலர் போய்விட்டதால் கிழக்கிந்திய கம்பெனிக்குத் திறமையான ஆட்கள் கிடைப்பது சிரமமாகவே இருந்தது. போர்க்காலங்களில் நிலைமை மேலும் மோசமானது. இங்கிலாந்து ராயல் கப்பல்படை இருந்த ஆட்கள் அனைவரையும் தானே எடுத்துக்கொண்டுவிடும் நேரம் அது. கம்பெனிக்குள் புகுந்து கிழக்கு நாடுகளுக்கு பயணம் செய்ய சம்மதம் தெரிவித்திருந்த கடலோடிகளை இங்கிலாந்து கப்பல்படையினர் தூக்கிச் சென்றுவிட்டதாக கம்பெனியினர் மன்னரிடம் வேதனையுடன் புகார் தெரிவித்தனர்.

கடல் பயணத்தில் நல்ல விருந்து உணவு தரவேண்டியிருந்தது. 18 மாதங்களுக்குத் தேவைப்படும் உணவு தாராளமாக ஏற்றிக்கொள்ளப் படுவது வழக்கம். சில உணவுப் பொருட்கள் இந்தியா நோக்கிய

அல்லது இந்தியாலிருந்து புறப்படும் ஓரிரு வாரங்களுக்கு மட்டுமே நல்ல நிலைமையில் இருக்கும். எனவே பல மாதங்கள் நீடிக்கும் முழுப் பயணத்துக்கும் தாக்குப்பிடிக்கும் பொருட்களையே அதிகமும் எடுத்துச் செல்லவேண்டியிருக்கும். மாடு, பன்றி இறைச்சிகளின் உப்புக்கண்டங்கள், கருவாடு, உலர் பட்டாணி, பிஸ்கெட்கள் இவையே முக்கியமான உணவுகள்.

நாளொன்றுக்கு ஒருவருக்கு ஒன்றரை பவுன்ட் என்ற கணக்கில் இறைச்சி மிக அதிகமாகவே தரப்படும். பிஸ்கெட்டும் மிகவும் முக்கியமான உணவுப் பொருள் என்பதால் தினமும் ஒரு பவுண்ட் வீதம் தரப்படும். என்னவகை பிஸ்கெட் என்பதில் கப்பலுக்குக் கப்பல் மாறுபாடு இருக்கும். 1190-ல் பயணம் செய்த 'ரிச்சர்ட் த லயன்ஹார்ட்' கப்பலில் சென்றவர்களுக்கு பார்லி, ரை, பீன் மாவு ஆகியவற்றால் செய்யப்பட்ட பிஸ்கெட் தரப்பட்டன. எனினும் பொதுவாக மாவு, தண்ணீர், உப்பு கலந்து நன்கு பிசையப்பட்டு முப்பது நிமிடம் பேக் செய்து தயாரிக்கப்படும். பொதுவாக நம்பப்படுவதற்கு மாறாக, முறையாக பராமரிக்கப்பட்டால் அவற்றில் அந்து பூச்சி போன்றவை வரவே செய்யாது. 1784-ல் தயாரிக்கப்பட்ட பிஸ்கெட் கிரீன்விச்சில் இருக்கும் தேசிய கடல் அருங்காட்சியகத்தில் இப்போதும் காட்சிக்கு வைக்கப்பட்டுள்ளது.

18 மாதங்களுக்கான பயணம் என்றால் கப்பலில் சேமித்து வைக்கவேண்டிய உணவு மிக மிக அதிகமாக இருந்தாக வேண்டியிருக்கும். 1607-ல் 150 பேர் கொண்ட கப்பல் குழுவுக்கு 34 டன் பிஸ்கெட்டும், ஆறு டன் இறைச்சி உப்புக்கண்டமும், 12 டன் மாட்டு இறைச்சி ஊறுகாயும், 16 டன் பன்றி இறைச்சி ஊறுகாயும் கொண்டுசெல்லப்பட்டன. ஸ்கர்வி நோயில் இருந்து தப்பித்துக் கொள்ள எலுமிச்சைச்சாறு கொண்டு சென்றனர். மது பானமும் மிக முக்கியமான பொருளாகவே இருந்தது. 38 டன் பீர், நாற்பது டன் சிடர், 4500 கேலன் திராட்சை மது, 150 கேலன் சாராயம் கொண்டு செல்லப்பட்டன. ஒவ்வொருவருக்கும் அன்றாடம் தரப்படும் அளவை மிகக் கறாராகக் கடைப்பிடிக்கும்படி கம்பெனி தன் அதிகாரிகளுக்கு உத்தரவிட்டிருந்தது. திரும்பி வரும்வரை அனைத்தும் கைவசம் இருந்தாகவேண்டும் என்பதால் 'கொண்டாடித் தீர்த்துவிடக்கூடாது; வீணடித்துவிடக்கூடாது' என்று அறிவுரை சொல்லியிருந்தது.

17-ம் நூற்றாண்டில் இருந்த கப்பல் காப்பீடு மிகவும் ஆச்சரியப்படும் வகையில் அற்புதமானதாக இருந்தது. 1629-ல் கம்பெனியானது தனது கப்பல்களை இழப்புகளில் இருந்து காத்துக்கொள்ளும்

வகையில் முறையாகக் காப்பீடு செய்ய ஆரம்பித்தது. நிச்சயித்த தேதிக்குள் அதாவது இரண்டு ஆண்டுகளுக்குள் திரும்பிவிடவில்லை என்றால் நஷ்ட ஈடு என்ற கணக்கில் காப்பீடு செய்யப்பட்டன. ஐந்து சதவிகித ப்ரீமியம் என்பதுதான் வழக்கமானதொகை. போர்க்காலங்களில் இந்த ப்ரீமிய சதவிகிதம் அதிகரிக்கப்படும். 1653-லிருந்து கம்பெனி தானாகக் காப்பீடு செய்யாமல் பங்குதாரர்கள் தமக்கான காப்பீட்டைத் தாமே செய்துகொள்ளும்படிக் கேட்டுக்கொள்ள ஆரம்பித்தது. 100 பவுண்ட் பங்குத் தொகைக்கு ஒரு பங்குதாரர் ஐந்து பவுண்ட் ப்ரீமியம் செலுத்தவேண்டும்.

●

எட்வர்ட் பர்லோ எழுதிய படைப்புகளில் இருந்து கம்பெனியின் கப்பல்களில் எப்படி இருந்தார்கள் என்பது பற்றி நன்கு தெரிந்துகொள்ளமுடியும். 1642-ல் மான்செஸ்டரில் பிறந்த அவர், ஏழ்மையான குடும்பத்தில் வளர்ந்தார். விவசாயக் கூலித் தொழிலாளியான அவருடைய அப்பாவுக்கு மிகக் குறைவான சம்பளமே கிடைத்தது. ஆறு குழந்தைகள் வேறு. சிறுவனாக இருந்தபோது பர்லோ விவசாயம், கரிச் சுரங்கம் என எல்லா இடங்களிலும் வேலை செய்தார். கந்தல் துணி அணிந்ததால் சர்ச்சுக்குள் அனுமதிக்கப்படாமல் இருந்த அவர் வேலை செய்து கிடைத்த பணத்தை வைத்து நல்ல உடை வாங்கிக் கொண்ட பின்னரே சர்ச்சுக்குச் செல்ல முடிந்தது.

பதிமூன்று வயதில் பள்ளிப் படிப்பை நிறுத்திவிட்டார். அடிப்படையான சொற்ப கல்வி பெற்ற அவர் நெசவுத் துணிகளை வெளுக்கும் நிறுவனத்தில் சேர்ந்து பயிற்சி பெற்றார். இது அவருக்குப் போதுமானதாக இல்லை. 'உள் நாட்டில் சொற்ப காசுக்குக்கூட கடினமாக உழைக்க வேண்டியிருக்கிறது. வெளி நாடு சென்றால்தான் நல்ல நிலைக்கு வரமுடியும்' என்று தீர்மானித்தார். உறவினர் ஒருவருடைய நண்பரின் மூலம் 'நேஸ்பி' என்ற ராயல் நேவி கப்பலில் பயிற்சியாளராகச் சேர்ந்தார். இரண்டாம் சார்லஸ் ஆட்சிக்கு மீண்டு வந்த நேரம் (ரெஸ்டொரேஷன்) அது. 1662 வரை பர்லோ போர்க் கப்பல்களில் பணிபுரிந்தார். அதன் பின் வணிகக் கப்பல்களுக்கு மாறினார். போர்ச்சுகல், ஸ்பெயின், பிரேஸில் ஆகிய நாடுகளுக்குப் பயணம் செய்தார். பல ஆண்டுகளாக போர்க் கப்பல், வணிகக் கப்பல் என மாறி மாறிப் பணிபுரிந்தார்.

கம்பெனி கப்பலில் இரண்டாவது பயணம் என்ற வகையில் 1672-ல் பர்லோ ஜாவாவுக்கும் தாய்வானுக்கும் சென்றார். திடீரென்று இங்கிலாந்துக்கும் டச்சுக் குடியரசுக்கும் இடையில் போர்

அறிவிக்கப்பட்டது. 'எக்ஸ்பெரிமெண்ட்' என்ற பர்லோ பயணம் செய்த கப்பலானது டச்சுக் கப்பல் படையால் தாக்கப்பட்டு ஜாவாவில் இருந்த டச்சுக்காரர்களின் செல்வாக்கு மிகுதியாக இருந்த படாவியாவுக்குக் கொண்டுசெல்லப்பட்டது. ஓராண்டு சிறையில் அடைக்கப்பட்டார். நேரத்தைப் போக்க தனது முந்தைய பயண அனுபவங்களை எழுதி வைக்கத் தொடங்கினார். அதன் பின்னர் தனது வாழ்க்கை முடிவதுவரை தனது பயணங்கள் அனைத்தையும் எழுதிவைத்தார்.

மிகவும் அருமையான தொழில்நுட்ப வரைகலைஞர். அவருடைய நூலில் சுமார் 127 வண்ண ஓவியங்கள் உள்ளன. அவை தற்போது க்ரீன்விச்சில் உள்ள தேசிய கடல் அருங்காட்சியகத்தில் உள்ளது. அவர் விவரித்த கப்பல்களின் துல்லியமான அளவுகள் கொண்ட குறுவடிவமாக அவை இருந்தன. கப்பலில் இருக்கும் பொருட்கள், ஆயுதங்கள், கயறுகள் கொடிகள் என அனைத்தைப் பற்றியும் அருமையாக அதில் சித்திரித்திருக்கிறார். போர்க்காட்சிகள், மீன்கள், பறவைகள், விலங்குகள், நிலவியல்-கடல் காட்சிகள் என அனைத்தையும் அருமையாகச் சித்திரித்திருக்கிறார். துறைமுகங்கள், கோட்டைகள் என 55 பென்சில் கோட்டோவியங்கள் அதி துல்லியமான விவரணைகளுடன் உள்ளன.

சொந்த வாழ்க்கை அனுபவங்கள், பணி பற்றிய விவரணைகள் என 2,25,000 வார்த்தைகள் கொண்ட படைப்பை எழுதியிருக்கிறார். கம்பெனி சார்பில் அவர் மேற்கொண்ட முதல் பயணமாக பம்பாய், சூரத், கோவா, மலபார் கடற்கரைப் பகுதிகளில் அவர் மேற்கொண்ட பயணமானது 17-ம் நூற்றாண்டில் கடல் பயணம் எப்படியாக இருந்தது என்பது பற்றிய அபாரமான நூலாகத் திகழ்கிறது.

பர்லோ முதன் முதலாக கிழக்கு நாடுகளுக்கு 'எக்ஸ்பெரிமண்ட்' என்ற கப்பலில் சாதாரண கடல் பணியாளராக வந்தார். 250 டன் எடை கொண்ட கப்பல். அறுபது பணியாளர்கள்; 22 பீரங்கிகள் கொண்டது. இந்தியா நோக்கி வந்த அந்த கப்பல் 1670 மார்ச்சில் இங்கிலாந்தில் இருந்து வேறு இரண்டு கப்பல்களுடன் புறப்பட்டது. அதே ஆண்டு செப்டம்பரில் சூரத் வந்து சேர்ந்தது. ஏற்கெனவே கம்பெனி வேலையில் இந்தியாவில் இருந்தவர்களின் மனைவிகளும் அந்த கப்பலில் வந்திருந்தனர். அவர்களுடைய துரதிஷ்டம் இங்கு வந்திருந்த அவர்களுடைய கணவன்கள் ஏற்கெனவே நோய்வாய்ப்பட்டு இறந்துவிட்டிருந்தனர்.

'எக்ஸ்பெரிமண்ட்' கப்பல் ஏற்றி வந்த பொருட்களை இறக்கச் சிறிது காலம் எடுத்துக்கொண்டது. கோட்டைக்குள் இருந்தவர்களில்

பெரும்பலானவர்கள் போர்ச்சுகீசியர்கள் அல்லது இந்திய முஸ்லிம்கள் என்பதை பர்லோ கவனித்தார். இங்கிலாந்தினருக்கு இணையான சம்பளம் போர்ச்சுகீசியருக்கும் தரப்பட்டது. கோட்டைக்கு வெளியே 'வித்தியாசமான உடை அணிந்த' மக்களைப் பார்த்ததாகவும் குறிப்பிட்டிருக்கிறார் (இந்துக்கள், சமணர்கள் பற்றிச் சொல்கிறார்). அவர்கள் 'சூரியன், நிலவு என பல்வேறு உருவங்களை வணங்குகிறார்கள். ஆங்கிலேயரின் கீழ் அமைதியாகத் தமது மத நம்பிக்கைகளைப் பின்பற்றியபடி வாழ்கிறார்கள்'.

சூரத்துக்கு அருகே ஸ்வாலி பகுதியின் எக்ஸ்பெரிமெண்ட் கப்பல், தான் கொண்டுவந்த பொருட்கள் அனைத்தையும் இறக்கியது. உள்ளூர் வணிகர்கள் கடற்கரை முழுவதும் வரிசையாகக் கூடாரமடித்துத் தங்கியிருந்தனர். இந்தியாவுக்கு என்ன கொண்டு வந்திருக்கிறார்களோ அதை வாங்கிக்கொண்டு தம்மிடம் இருப்பதை கப்பலில் வந்தவர்களுக்கு விற்று வந்தனர்.

'அந்த வணிகர்கள் நீளமான வெள்ளை நிற உடை அணிந்திருந்தார்கள். இடைப்பகுதியில் ஒரு ரிப்பன் கட்டி இருந்தார்கள். மழிக்கப்பட்ட தலையில் தலைப்பாகை கட்டியிருந்தனர். மிகவும் தந்திரசாலியாக இருந்தனர். அவர்களில் யாருமே தமது குலத்துக்கு வெளியே திருமணம் செய்து கொள்ளவில்லை. மாமிசம் உண்ணவில்லை. எந்த உயிரையும் கொல்லவில்லை. பறவைகள், விலங்குகள் என உயிருள்ள எதையும் உண்ணவில்லை. அந்நியர் யாருடனும் எதுவும் அருந்தவோ சாப்பிடவோ செய்யமாட்டார்கள். தமது குலத்தினருடன் மட்டுமே சாப்பிடுவார்கள்.விற்கவும் வாங்கவும் செய்தனர். அவர்களில் சிலர் மிகப் பெரிய செல்வந்தராக இருந்தனர். எந்தவொரு மொழியையும் வெகு சீக்கிரமே கற்றுக் கொண்டுவிட்டனர். அவர்கள் குடும்பத்தில் ஆறேழு வயது குழந்தைகூட ஆங்கிலம் பேச முடியும்'.

எக்ஸ்பெரிமண்ட் கப்பல் கோவாவுக்குத் தெற்கே பயணித்தது. கோவாவின் அமைவிடம், உள் ஒடுங்கிய துறைமுகம் இவை எல்லாம் அந்த இடத்தை வணிகத்துக்கு ஏற்ற பகுதியாக ஆக்கியிருப்பதைக் குறிப்பிட்டிருக்கிறார். ஆனால், போர்ச்சுகீசியர்களின் பெரும்பாலான இடங்களை டச்சுக்காரர்கள் கைப்பற்றி விட்டிருப்பதால், வணிகம் குறைந்துவிட்டது. 'இரண்டு மூன்று ஆண்டுகளுக்கு ஒருமுறைதான் ஒரு கப்பல் முழுவதும் பொருட்களை ஏற்றிக்கொண்டு போர்ச்சுகல் செல்கிறது' என்று குறிப்பிட்டிருக்கிறார்.

கோவாவில் இருந்து புறப்பட்ட எக்ஸ்பெரிமெண்ட் கப்பலானது கார்வார் பகுதியில் இருந்த கம்பெனியின் வணிக வளாகத்துக்குச் சென்றது. அங்கு பணத்தையும் இங்கிலாந்தில் இருந்து வந்த கடிதங்களையும் தந்தது. மூன்று நாட்கள் மேலும் தெற்கு திசையில் பயணம் செய்தபின் நதி ஒன்று கடலில் கலக்கும் பகுதியில் புதிதாக அமைக்கப்பட்ட வளப்பட்டணம் என்ற இடத்துக்குச் சென்றது. கம்பெனியின் தேவைக்காகக் கொஞ்சம் ஈயம் இறக்கப்பட்டது. அங்கிருந்து மிளகு முதலான நறுமணப் பொருட்கள் ஏற்றிக் கொள்ளப்பட்டன. இங்கிலாந்தில் ஆர்வமாக வாங்குவார்கள் என்று சில தேங்காய்களை பர்லோ வாங்கிக் கொண்டார். ‘இந்த ஊர் மக்கள் என்ன கொடுத்தாலும் பசுவை விற்கமாட்டார்கள். ஆனால், அவர்களுடைய குழந்தைகளைச் சொற்பதொகை கொடுத்து வாங்கிக்கொண்டுவிட முடியும்’ என்று குறிப்பிட்டிருக்கிறார். கப்பல் போய்க்கொண்டிருக்கும்போது ஒருவர் நீருக்குள் குதித்து அப்படியே மூழ்கிவிட்டார். முதலைகள் அவரைக் கொன்று தின்றிருக்கும்.

வளப்பட்டணத்தில் இருந்து எக்ஸ்பெரிமெண்ட் கப்பலானது தெற்கு திசையில் கேரளாவில் இருந்த தனூர், பொன்னாணி பகுதிகளுக்குச் சென்றது. அங்கிருந்து மிளகு ஏற்றிக்கொண்டது. முதலில் இவர்களைப் பார்த்ததும் டச்சுக்காரர்கள் என்று இந்தியர்கள் ஆர்வம் காட்டாமல் இருந்திருக்கிறார்கள். டச்சுக்காரர்கள் ‘அவர்களுடைய பொருட்களை பறித்துச் சென்றிருக்கிறார்கள். அவர்களை மோசமாக நடத்தியிருக்கிறார்கள். டச்சுக்காரர்களை கண்டு அவர்களுக்கு பயம். அந்தப் பகுதியில் இருந்தவர்களுக்கு டச்சுக்காரர்கள் மேல் எந்த நேசமும் இருந்திருக்கவில்லை’.

எக்ஸ்பெரிமெண்ட் கப்பலைப் புயல் தாக்கியது. மிகுந்த மூட நம்பிக்கையும் பிற மதங்கள் மேல் அவ நம்பிக்கையும் கொண்ட பர்லோ, ‘உள்ளூர்வாசி யாரோ தனது மகன் அல்லது மகளை அவர்களுடைய கடவுளுக்கு அதாவது சாத்தானுக்குப் பலி கொடுத்திருக்கிறார். சாத்தானுக்கு ஏதோ கோபம் வந்து புயலை அனுப்பியிருக்கிறார்’ என்று நம்பினார்.

பின்னர் வட திசையில் பயணித்து எக்ஸ்பெரிமெண்ட் கப்பல் கோழிக்கோடு பகுதியில் நங்கூரமிட்டது. போரினால் சிதிலமடைந்த வீடுகள் ஆங்காங்கே தென்பட்டன. விலை மகள்கள் சொற்ப தொகைக்குக் கிடைத்தனர். ஆண்கள், பெண்கள், கர்ப்பவதிகள்கூட அனைவரும் இடையில் மட்டுமே ஆடை அணிந்திருந்ததைப் பார்த்து அதிர்ச்சியில் உறைந்துவிட்டார்.

கம்பெனி பணியாளர் ஒருவர் வளப்பட்டணம் செல்ல விரும்பி அந்த கப்பலில் ஏறிக்கொண்டார். கொச்சினில் இருந்த டச்சு கிழக்கிந்திய கம்பெனியில் இருந்து விலகி வந்த மூன்று டச்சுக்காரர்களும் ஏறிக்கொண்டனர். வளப்பட்டணத்தில் அந்த கம்பெனி பணியாளரை இறக்கிவிட்டனர். கார்வார் பகுதிவரை செல்லும் வேறொரு கம்பெனி பணியாளரை அவருடைய இடத்தில் ஏற்றிக்கொண்டார்கள்.

பம்பாயில் அந்த எக்ஸ்பெரிமெண்ட் கப்பல் சூரத்தில் இருந்து வந்த சில இந்திய வணிகர்களை இறக்கிவிட்டார்கள். அவர்கள் இவர்களுடன் முழு பயணத்திலும் உடனிருந்தனர். டச்சுக் காரரையும் இறக்கிவிட்டனர். ஏனென்றால் சூரத்தில் இருந்த டச்சு கிழக்கிந்திய கம்பெனியினர் அவரைப் பார்த்தால் பிடித்துச் சென்றுவிடுவார்கள் என்பதால் அங்கேயே இறக்கிவிட்டனர்.

எதிர் காற்றில் பம்பாயில் இருந்து சூரத்தைச் சென்றடைய ஐந்து ஆறு நாட்கள் ஆனது. சூரத்தில் இருந்து இந்தியாவின் தென் முனை வரை சென்று திரும்பிவர இரண்டு மாத காலம் ஆனது. வாங்கிய மிளகில் கொஞ்சம் அங்கு இறக்கப்பட்டது. இங்கிலாந்துக்குக் கொண்டு செல்லும் வேறு பொருட்கள் ஏற்றப்பட்டன. பர்லோவும் இங்கிலாந்தில் விற்பதற்காக சில பொருட்களை வாங்கிக் கொண்டார். எக்ஸ்பெரிமெண்ட் கப்பல் இங்கிலாந்து புறப்படு வதற்கு முன்பாக பம்பாய்க்குச் சென்று சிலரை ஏற்றிக்கொண்டது. சில கோழிகள், பன்றிகள் வாங்கிக் கொண்டனர். அவை சூரத்தில் கிடைக்கவில்லை. 15 ஜனவரி 1671-ல் பார்லோவின் கண் பார்வையில் இருந்து இந்தியா மறைந்தது.

வேறு இரு கம்பெனி கப்பல்கள் உடன் வர எக்ஸ்பெரிமெண்ட் கப்பல் பிப்ரவரியில் மொரீஷியஸை அடைந்தது. மேலும் தெற்கே பயணித்தபோது கடுமையான மழை காரணமாக கப்பல் கிட்டத்தட்ட மூழ்கவிருந்தது. கப்பலில் ஐந்து அடிக்கு நீர் தேங்கி விட்டது. பாய் மரங்கள் சிலவற்றை வெட்டியும் கப்பலில் சிலவற்றை அகற்றியும் கப்பலை நேராக்க வேண்டியிருந்தது. கோழிகள், பன்றிகள் எல்லாம் நீரில் அடித்துச் செல்லப் பட்டுவிட்டன. மெள்ள காற்றும் மழையும் நின்றது. ஒரு வழியாக கேப் டவுனை அடைந்தனர். செயின்ட் ஹெலனா பகுதிக்குச் சென்றனர். அங்கு கம்பெனியின் கோட்டை ஒன்று இருந்தது. பத்து பன்னிரண்டு நாட்கள் அங்கு தங்கி கப்பலைப் பழுது நீக்கிக் கொண்டு உணவுப் பொருட்கள் வாங்கிக்கொண்டு புறப்பட்டனர்.

எட்டு நாட்கள் கழித்து அசென்ஷன் தீவை அடைந்தனர். உண்பதற்காக ஆமைகள் பிடித்துக் கொண்டனர். அந்த ஆமைகள் முட்டை இடுவதற்காக கரைக்கு வரும். அப்போது அவற்றைப் பிடித்து திருப்பிப் போட்டுவிட்டால் அவற்றால் ஓடமுடியாமல் போய்விடும். மூந்நூறிலிருந்து நானூறு பவுண்ட் எடை இருந்ததாக பர்லோ குறிப்பிட்டிருக்கிறார். கப்பலில் அவற்றை மூன்று நான்கு வாரங்கள் உயிருடன் வைத்துக்கொள்ள முடியும். சூப் வைத்தும் மாமிசத்தை எடுத்தும் உண்டனர். சில கடல் பறவைகளையும் கொன்று தின்றனர். 'ஒரு கல் எறிந்து அல்லது கம்பால் அடித்துப் பிடித்துவிடலாம்'.

அசென்ஷனில் காற்று சாதகமாக இல்லாததால் புறப்படத் தாமதமானது. ஐரோப்பாவில் அனைவரும் ஒத்திசைவுடன் இருப்பதாகவும் துருக்கியருடன் மட்டும் பிரச்னை இருப்பதாகவும் ஒரு ப்ஃரெஞ்சு கப்பலில் இருந்து தெரிந்துகொண்டனர். லண்டன் டவரில் இருந்து மன்னரின் கிரீடத்தைத் திருட முயற்சி நடந்ததாக பார்படாஸ் தீவுகளுக்குப் போகும் ஆங்கிலேயக் கப்பலில் இருந்தவர்களிடமிருந்து தெரிந்துகொண்டனர். ஆறுமாதப் பயணத்துக்குப் பின் பிளாக்வால் தேம்ஸை அடைந்தனர்.

எக்ஸ்பெரிமெண்ட் கப்பலும் உடன் புறப்பட்ட இரு கப்பல்களும் இரண்டு மூன்று புள்ளி மான்களை ஏற்றி வந்திருந்தன. சூரத்தில் இருந்த கம்பெனியின் தலைமை அதிகாரி இரண்டாம் சார்லஸ் மன்னருக்கு அனுப்பிய அன்புப் பரிசுகள் அவை. புயலில் சிக்கியபோது அதில் ஒன்று இறந்துவிட்டது. பிளாக் வாலை அடைந்ததும் செயிண்ட் ஜேம்ஸ் பார்க் நிர்வாகி உயிருடன் இருந்த மான்களை வந்து வாங்கிச் சென்றுவிட்டார்.

1670-1703 காலகட்டத்தில் எட்வர்ட் பர்லோ இந்தியாவுக்கும் தூர கிழக்கு நாடுகளுக்கும் ஒன்பது முறை வந்துபோனார். கப்பலின் முக்கிய பதவிவரை உயர்ந்தார். தன்னை கேப்டனாக ஆக்கவில்லையே என்ற வருத்தம் அவருக்கு இருந்தது. அனைவரையும் சமாளித்துப் போகும் குணம் அவருக்குக் கொஞ்சம் குறைவுதான். சுமத்ரா தீவில் இருந்தபோது ஒருமுறை கப்பல் கேப்டனுடன் 1683-ல் சண்டைபோட்டிருக்கிறார். கப்பலில் இருந்து கீழே இறக்கிவிட்டுவிட்டார்கள். எப்படியோ தானே முயன்று இங்கிலாந்து வந்து சேர்ந்தார்.

1692-ல் இந்தியாவில் இருந்தபோது, தான் சொன்னதைக் கேட்கவில்லை என்று கடைநிலை கப்பல் பணியாளர் ஒருவரை பிரம்பால் வெளுத்து வாங்கிவிட்டார். அடிபட்டவர் இறந்தே

போய்விட்டார். கப்பல் நாடு திரும்பியபோது இந்த விவரம் தெரிந்த இறந்தவரின் மனைவி வழக்குத் தொடுத்தார். இறந்த கப்பல் பணியாளரின் நண்பர்கள் சிலரும் உதவினர். வழக்கு விவகாரங்கள் வேண்டாம் என்று சொல்லி பர்லோவிடமிருந்து ஐம்பது பவுண்ட் நஷ்ட ஈடு கேட்டு வாங்கிக் கொடுத்தனர்.

தனது குடும்பம் பற்றி எழுதிய விஷயங்களில் இருந்து அவருடைய இன்னொரு நல்ல பக்கம் தெரியவருகிறது. லண்டனில் இருந்த நண்பரின் வீட்டில் இருந்த பணிப்பெண்ணை 1678-ல் திருமணம் செய்துகொண்டிருக்கிறார். இருவருமே ஏழைகள். 'ஆயிரம் பவுண்ட் வைத்திருந்த ஒரு பெண்ணைத் திருமணம் செய்திருந்தால் கூட இந்த அளவுக்கு அன்பும் மதிப்பும் கொண்ட ஒருவர் கிடைத்திருக்கமாட்டார்' என்று தன் மனைவியைப் பற்றிக் குறிப்பிட்டிருக்கிறார். திருமணமாகி இரண்டு நாட்கள் கழித்து ஜமைக்காவுக்குப் புறப்பட்டுவிட்டார். மனைவி மட்டும் வீட்டில் இருந்தபோது தீப்பிடித்து கரு கலைந்துவிட்டது. 1695-ல் அவர்களுடைய குழந்தைகளில் மிகவும் இளையது இறந்துபோனது. 'அந்தக் குழந்தைக்கு மூன்றரை வயதுதான் ஆகியிருந்தது. அழகான சூட்டிகையான குழந்தை. எங்கள் வேதனை பல மடங்கு அதிகரித்தது. ஒன்றன் பின் ஒன்றாகத் துன்பங்கள் வந்த வண்ணம் இருந்தன. ஆனால், கர்த்தருக்கு மகிமை உண்டாகட்டும். எங்களுடைய ஆறு குழந்தைகளில் இரண்டு பேர் உயிர் பிழைக்க அவரே காரணம். லண்டனில் அம்மை நோய் சோகமான விளைவுகளை ஏற்படுத்தியது. என் ஒரு குழந்தைக்கு வந்த முதல் நோயிலேயே அது இறந்துவிட்டது'.

1705-ல் இந்தியா வந்த கப்பலுக்கு கேப்டனாக ஆக்கப்பட்டார். லியாம்போ என்ற அந்த கப்பல் போர்ட்ஸ்மவுத்தில் இருந்து செங்கடல் நோக்கிப் புறப்பட்டது. புறப்படுவதற்கு முன்பாக, 'இது ஒரு நீண்ட கடல் பயணம். பல விபத்துகள் ஏற்படக்கூடும். மனிதர்கள் இறப்புக்கு ஆளாகக்கூடியவர்களே' என்று எழுதிவிட்டு தனது சொத்துகள் முழுவதையும் மனைவி மற்றும் குழந்தைகள் பெயரில் எழுதிவைத்தார். மொஸாம்பிக் பகுதிக்கு அருகே அவர் இருந்த கப்பல் மூழ்கியது. நல்லவேளையாக அவர் எழுதியவை கப்பலில் இருந்திருக்கவில்லை.

•

கம்பெனியின் கப்பல்களில் பல விலங்குகள், பறவைகள் இந்தியாவில் இருந்து இங்கிலாந்துக்குக் கொண்டுசெல்லப்பட்டன. அவற்றில் பெரும்பாலானவை மன்னருக்குப் பரிசாக

அனுப்பப்பட்டவை. 1619-ல் சர் தாமஸ் ரோ இரண்டாம் ஜேம்ஸ் மன்னருக்கு இரண்டு கலைமான்களைப் பரிசாக அனுப்பினார். 1631-ல் ஜான் வெட்டெல் மன்னர் முதலாம் சார்லஸுக்கு ஒரு சிறுத்தைப் புலியும் ராணிக்குக் கூண்டு நிறைய பறவைகளும் அனுப்பினார்.

ரெஸ்டோரேஷன் காலத்தில் இரண்டாம் சார்லஸ் மன்னர் செயிண்ட் தாமஸ் பார்க் ஒன்றை உருவாக்கினார். அங்கு மான்களுக்கு ஒரு சரணாலயமும் பறவைக் கண்காட்சி மையமும் அமைத்தார். மக்கள் வந்து பார்த்துச் செல்ல அனுமதியும் தரப்பட்டது. 1661-ல் சில மான்களும் கழுகுகளும் கிளிகளும் மதராஸில் இருந்து அந்தப் பூங்காவுக்கு அனுப்பிவைக்கப்பட்டன. 1671-ல் காட்டுப்பூனை ஒன்றை லண்டனுக்கு அனுப்பிவைத்தார்கள். 1676-ல் இரண்டு சரஸ் நாரைகள் இங்கிலாந்து அரசபைக்கு அனுப்பப்பட்டன. ஆட்களைப் பார்த்தால் அந்தப் பறவைகள் எழுப்பும் உரத்த குரலானது அவற்றை நல்ல காவல் பறவைகளாக ஆக்கியிருந்தன. சில தனி நபர்களும் இங்கிலாந்துக்கு சில விலங்குகளைக் கொண்டுவந்தனர். 1684-ல் காண்டாமிருகமொன்று கிழக்கிந்திய வணிகர்களால் 2000 பவுண்டுக்கு விற்கப்பட்டது.

1513-ல் போர்ச்சுகல் மன்னருக்கு ஒரு காண்டாமிருகம் பரிசாக அனுப்பிவைக்கப்பட்டது. ட்யூரர் தான் செய்த புகழ்பெற்ற புடைப்பு ஓவியத்தில் அதை இடம்பெறச் செய்திருந்தார். 1694-ல் எட்வர்ட் சென்னையில் இருந்து பர்லோ பயணம் செய்த கப்பலுடன் வந்த கப்பல்களில் புலி ஒன்று கொண்டுவரப்பட்டது.

•

கிழக்கிந்தியர்களைப் போலவே கம்பெனியும் இந்தியாவில் உற்பத்தி செய்யப்பட்ட கப்பல்களைப் பயன்படுத்தியது. சூரத்தில் இருந்த கப்பல்களை அல்லது புதிதாகச் செய்யச் சொன்ன கப்பல்களை மலபார் கொள்ளையர்களுக்கு எதிராகப் பயன்படுத்திக் கொண்டனர். அவை 100-200 டன் கொண்டவையாக எட்டு அல்லது பத்து சிறிய பீரங்கிகள் பொருத்தமுடியும் வகையில் இருந்தன. சூரத், பரோச் மற்றும் பல சிறிய இடங்களில் நல்ல கப்பல் கட்டும் மையங்கள் இருந்தன.

1635லிருந்து போர்ச்சுகலுடன் ஒப்பந்தம் செய்து கொண்ட பிறகு கம்பெனியானது போர்ச்சுகலிடமிருந்தும் அருமையான கப்பல்களை வாங்கிக்கொண்டது. 1640 வாக்கில் பிற இந்திய துறைமுகங்களில் இருந்து இங்கிலாந்துக்குக் கொண்டு செல்லவிருந்த பொருட்களை

சூரத்துக்குக் கொண்டுவர பல கப்பல்கள் கம்பெனி வசம் இருந்தன. பம்பாய் பகுதியானது கம்பெனிக்குக் கிடைத்ததும் பிற கப்பல்களைப் பாதுகாக்க ஆயுதம் தாங்கிய கப்பல் ஒன்றை அங்கு நிறுத்திவைத்தது. கம்பெனியின் இந்திய கப்பல் மையங்களை மேற்பார்வை செய்ய லண்டனில் இருந்து ஒரு நிபுணரை அனுப்பிவைத்தது. அதன் ஆரம்பகட்டக் கப்பல்கள் இந்தியப் பணியாளர்களையே பயன்படுத்திக்கொண்டது. அதன் பின் லண்டனில் இருந்து திறமைசாலியான கடலோடிகளை அனுப்பித் தரும்படி லண்டனைக் கேட்டுக்கொண்டது. அவர்களால்தான் கடல் கொள்ளையர்களை நன்கு சமாளிக்கமுடியும் என்று காரணம் சொன்னது.

இந்தியக் கடல்களில் கடல் கொள்ளையரின் அட்டகாசம் அதிகம். மேற்குக் கடலோரப் பகுதிகளில் அவர்கள் வெகுபழங்காலத்தில் இருந்தே கொள்ளையடித்து வந்துள்ளனர். முதல் நூற்றாண்டில் எழுதிய பிளினி இந்தியாவுக்கான கடல் பயணத்தின்போது 'கப்பலின் மேல்தளத்தில் நூற்றுக்கணக்கான வீரர்கள் கொள்ளைக் கூட்டத்திடமிருந்து காத்துக்கொள்ள வில் அம்புகளுடன் காவல் காத்து நிற்பார்கள்' என்று குறிப்பிட்டிருக்கிறார். 13-ம் நூற்றாண்டில் பயணம் செய்த மார்கோ போலோவும் இது பற்றிக் குறிப்பிட்டிருக்கிறார். 1342-ல் மலபார் கடற்கரையில் ஒரு கொள்ளைக்கூட்டத் தலைவன் ஒருவனைச் சந்தித்துப் பேசியது பற்றி இபின்பதூதா குறிப்பிட்டிருக்கிறார்.

மேற்குக் கடலோரப் பகுதிகளில் ஐரோப்பியர்களை வணிகம் செய்துகொள்ள அனுமதித்ததைத் தொடர்ந்து இந்தக் கொள்ளைகள் மேலும் அதிகரித்தன. அரேபியாவில் இருந்தும் இந்தியாவுக்குள் இருந்தும் கடல் கொள்ளையர்கள் வந்தனர். ஆனால், மிகக் கொடூரமான கொள்ளையர்கள் ஐரோப்பியர்களே. இங்கிலாந்துடன் நட்புறவில் இல்லாத நாடுகளின் கப்பல் மற்றும் அவற்றில் இருக்கும் பொருட்களைக் கைப்பற்ற இங்கிலாந்து கப்பல்களுக்கு மன்னர் முதலாம் சார்லஸ் அனுமதி அளித்தார். மலபாரில் இருந்து அப்படியான ஒரு கப்பலை கேப்டன் க்யாயில் கைப்பற்றினார். கேப்டன் கோபே செங்கடலில் இரண்டு கப்பல்களைக் கைப் பற்றினார். இதனால் கம்பெனியின் பணியாளர்களை முகலாய மன்னர் சிறையில் அடைக்க நேர்ந்தது. சர் வில்லியம் கோர்ட்டனின் செயல்பாடுகள் பெரிதும் கடல் கொள்ளையர்களைத் தாக்குவ தாகவே இருக்கும். இதனால் கம்பெனிக்குப் பல நெருக்கடிகள் ஏற்பட்டுள்ளன.

முதலாம் சார்லஸ் தூக்கிலிடப்பட்டதைத் தொடர்ந்து இந்த இங்கிலாந்து கடல் கொள்ளை முடிவுக்கு வந்தது. மன்னராட்சி மீண்டும் கொண்டுவரப்பட்டதைத் தொடர்ந்து அமெரிக்கப் பகுதிகளில் ஸ்பானியர்களிடமிருந்து செல்வத்தைக் கைப்பற்று வதிலேயே குறியாக இருந்தனர். 1680களில் ஐரோப்பிய கொள்ளையர்கள் இந்திய கடலில் கொள்ளையடிக்க வந்தனர். பாரசீக வளைகுடாவில் போர்ச்சுகீசியர்களின் மையத்தை இங்கிலாந்தினர் கொள்ளையடித்தனர். செங்கடலில் சென்ற கப்பல்களைக் கைப்பற்றினர். 'சார்மிங் மேரி' என்ற அயர்லாந்து கொள்ளையர் கப்பலானது டெலிசெரி பகுதியில் கொள்ளையடித்து வந்தது. கோவாவுக்குத் தெற்கே ஒரு கப்பல், பம்பாய்க்கு அருகே ஒரு கப்பல் என பெருமளவில் தங்கம் கொண்டு சென்ற இரண்டு அர்மேனியக் கப்பல்கள் கைப்பற்றப்பட்டன. 1691-ல் சூரத்தில் 9,00,000 ரூபாய் மதிப்புள்ள பொருட்கள் கொண்ட கப்பல் ஒன்று கொள்ளையர்களால் பிடிக்கப்பட்டது. முகலாய அரசர் இங்கிலாந்தினரின் வணிகத்துக்கு முழு தடை விதித்தார். பின்னாளில் கொள்ளையடித்தது டேனிஷ்க்காரர்கள் என்பது தெரியவந்தது.

ஐரோப்பியக் கடல் கொள்ளையர்களில் ஆங்கிலேயர்களே மிகவும் அதிகம் கொள்ளையடித்தனர். 1694-ல் ஹென்றி எவ்ரி (ஜான் ஏவ்ரி என்றும் அழைக்கப்பட்டார்) கடல் கொள்ளையில் ஈடுபட ஆரம்பித்தார். ப்ளைமவுத்துக்கு அருகே இருந்த ஊரில் பிறந்தவர் ராயல் நேவியில் பணிபுரிந்தார். அதன் பின் வணிக கப்பல் ஒன்றில் மாஸ்டர் பதவியில் சேர்ந்தார். ஸ்பானிய அரசு வாடகைக்கு எடுத்த கப்பலொன்றில் ஃபர்ஸ்ட் மேட் பதவியில் இருந்தார். அது பெருவுக்கு அப்பால் இருந்த கடல் பகுதிகளில் இயங்கி ஃபிரெஞ்சு கடத்தல்காரர்களை விரட்டியடிக்க அந்தக் கப்பல் அனுப்பப் பட்டது. அதில் சென்றவர்களுக்கு உரிய சம்பளம் தரவில்லை. எனவே ஹென்றி எவ்ரி கலகத்தில் ஈடுபட்டார். கப்பலின் கேப்டனைச் சிறைப்பிடித்து அடைத்தனர். கலகக்காரர்களுடன் சேராதவர்களையும் சிறையில் அடைத்தனர். பின்னர் அவர்களைக் கரையிறக்கிவிட்டு கப்பலை எடுத்துக்கொண்டு ஆஃப்ரிக்கா நோக்கிப் பயணம் செய்தனர். 'சார்லஸ் தி செகண்ட்' என்ற அந்த கப்பல் 'ஃபேன்சி' என்று பெயர் மாற்றம் பெற்றது. 46 பீரங்கிகளும் 150 ஆட்களும் அதில் இருந்தனர். ஆஃப்ரிக்காவுக்கு அருகே இரண்டு டென்மார்க் கப்பல்கள், மூன்று ஆங்கிலேயர்களின் கப்பல்கள் என ஐந்து கப்பல்களைக் கொள்ளையடித்துப் பின் எரித்தனர்.

மடகாஸ்கரில் ஹென்றி எவ்ரி தனது தளத்தை அமைத்துக் கொண்டார். ஆஃப்ரிக்காவுக்கும் இந்தியாவுக்கும் இடையில்

இருந்த அந்தத் தளம் கடல் கொள்ளையர்களுக்கு அற்புதமான புகலிடமாக இருந்தது. ஹார்ன் ஆஃப் ஆஃப்ரிக்கா பகுதியில் சூரத்தின் மிக முக்கிய வணிகருக்குச் சொந்தமான 'ஃபதே மொஹம்மத்' கப்பலைக் கைப்பற்றினார். அதன் பின் பம்பாய் பகுதிவரை சென்று மன்னர் ஔரங்கஜீப்பின் கப்பலான குஞ் சுவாய் கப்பலைக் கைப்பற்றினார். அது ஓர் அற்புதமான சாதனை. ஏனென்றால் அந்தக் கப்பலில் எட்டு பீரங்கிகளும் 400 போர்வீரர்கள் துப்பாக்கிகளுடனும் இருந்தனர். செங்கடலில் இருந்து அந்தக் கப்பல் திரும்பிக் கொண்டிருந்தது. சில பெண் புனித யாத்ரிகர்களும் அதில் இருந்தனர். மொத்தம் 52,00,000 மதிப்பிலான தங்கமும் வெள்ளியும் இருந்தன. அந்தக் கப்பலில் இருந்த கஜானாவைத் தேடி கப்பல் முழுவதையும் அழித்தனர். பெண்கள் தாக்கப்பட்டனர். பலர் கடலில் குதித்து அல்லது கத்தியால் தம்மைத் தாமே குத்திக்கொண்டு தற்கொலை செய்துகொண்டனர். கொள்ளையடித்ததும் அந்தக் கப்பலை காற்றின் போக்கில் போகும்படி விட்டுவிட்டார் ஹென்றி எவ்ரி.

ஆத்திரமடைந்த ஔரங்கஜீப் இதைச் செய்தது கம்பெனியினர்தான் என்று நினைத்து அவர்கள் மீது தன் கோபத்தைத் திருப்பினார். சித்தி படையானது பம்பாயில் இருந்த கம்பெனி கிளை மீது தாக்குதல் நடத்தியது. சூரத்தில் இருந்த கம்பெனியின் 62 பணியாளர்கள் சிறைப்பிடிக்கப்பட்டனர். ஒரு வருட காலம் சிறையிலேயே இருந்தனர்.

இந்திய கடல்களில் வெறும் ஆறே மாதங்களில் ஹென்றி பெரும் செல்வத்தைக் கொள்ளையடித்துவிட்டார். எனவே அதன் பின் கொள்ளையடிப்பை நிறுத்திக்கொள்ளத் தீர்மானித்தார். பஹாமாவுக்குச் சென்றார். தனது குழுவினருக்குச் சம்பளம் கொடுத்து அனுப்பினார். இங்கிலாந்துக்குப் பின்னர் திரும்பினார் என்று நம்பப்படுகிறது. ஆனால், என்ன நடந்தது என்பது சரியாகத் தெரியவில்லை. அவரைப் பற்றிப் பல அபாரமான கற்பனைக் கதைகளே உலவுகின்றன. அவருடைய குழுவைச் சேர்ந்த ஆறு பேர் மீது வழக்கு தொடுக்கப்பட்டு ஓல்ட் பெய்லியில் நீண்ட கால சிறைத் தண்டனை தரப்பட்டது. ஹென்றி எவ்ரி என்ன ஆனார் என்றே தெரியவில்லை. நாட்டுப்புறப் பாடல்களில் அவர் அழியாப் புகழுடன் சித்திரிக்கப்படுகிறார். 'த சக்சஸ்ஃபுல் பைரேட்' என்று ஒரு நாடகமும் அவர் புகழைப் பாடுகின்றது.

செல்வவளம் குறித்த கதைகள் எல்லாமே இந்தியக் கடலில் கொள்ளையடிக்க ஐரோப்பியர்களை வெகுவாகத் தூண்டியது. சிலர்

சக ஐரோப்பியர்களின் கப்பல்களையே கொள்ளையடிக்க ஆரம்பித்தனர். ஆனால், ஆசியர்களைக் கொள்ளையடிப்பதில் எந்தத் தவறும் இல்லை என்ற மனநிலையே கொண்டிருந்தனர். சூரத்தில் மட்டுமே கடல் கொள்ளையர் மூலம் மில்லியன் பவுண்ட் இழந்ததாக கம்பெனி குறிப்பிட்டுள்ளது. கம்பெனியின் பணியாளர்களேகூட கொள்ளையர்களாக ஆகிவிடும் அளவுக்கு செல்வம் கொழித்துக் கிடந்தது. 'மோச்சா' என்ற கம்பெனியின் கப்பலானது பம்பாயில் இருந்து சீனா சென்று கொண்டிருந்தபோது கம்பெனியின் கலகக்காரர்களால் கைப்பற்றப்பட்டது. அவர்கள் கேப்டனைக் கொன்றுவிட்டு கப்பலுக்கு 'ஃடிபன்ஸ்' என்று புதிய பெயர் சூட்டினர். அதன் பின் இந்தியப் பெருங்கடலில் மூன்று வருடங்கள் பல கொள்ளைகளில் ஈடுபட்டுப் பெரும் அச்சுறுத்தலாகத் திகழ்ந்தனர்.

ஆங்கிலேயக் கடல் கொள்ளையர்களிலேயே தீய புகழ் அதிகம் பெற்றவர் கேப்டன் கிட். அவருடைய செயல்கள் ஏற்படுத்திய அரசியல் விளைவுகள், அதிகப்படியான கொள்ளையடிப்பு எல்லாம் மிகுந்த தாக்கத்தை ஏற்படுத்தின. ராயல் நேவி கடல் படையை அனுப்பிடு கடல் கொள்ளையர்களை விரட்டியடிக்கும்படி இங்கிலாந்தின் கடற்படைத்தலைவர் லார்ட் ஓர்ஃபோர்டிடம் கம்பெனி கேட்டுக்கொண்டது. அவர் அதற்கு சம்மதிக்கவில்லை. ஆனால், டார்ட் சான்ஸ்லர், சார்ட் சோமர்ஸ், நியூயார்க்கின் கவர்னர், லார்ட் பெலோமாண்ட் ஆகியோருடன் சேர்ந்து ஒரு கூட்டணி அமைத்து தனியார் கப்பல் ஒன்றை அனுப்பி ஃபிரெஞ்சு மற்றும் அமெரிக்கக் கடல் கொள்ளையர்களைத் தாக்க ஏற்பாடு செய்தார். 'அட்வென்ச்சர் கேலி' என்ற அந்தக் கப்பல் 30 பீரங்கிகள் கொண்டது. அதில் 30 துடுப்புகளும் இருந்தன. கேப்டன் கிட்டின் தலைமையின் கீழ் அந்தக் கப்பல் அனுப்பப்பட்டது. நியூ யார்க்குக்குச் சென்று மேலும் பல ஆட்களைச் சேர்த்துக்கொண்டார். அமெரிக்கா கடல் கொள்ளையர்களின் கொடூரங்களைச் சிறிதும் பொருட்படுத்தாமல் ஆஃப்ரிக்காவுக்கும் அதன் பின் இந்தியப் பெருங்கடலுக்கும் அவர் பயணம் செய்தார்.

ஏமனில் மோச்சா பகுதியில் 'அட்வென்ச்சர் கேலி' இந்திய வணிகக் கப்பல் மீது தாக்குதல் நடத்தியது. அந்தக் கப்பலுக்குப் பாதுகாவலாக கிழக்கிந்திய கம்பெனியின் கப்பல் வருவதைப் பார்த்ததும் அங்கிருந்து ஓடிவிட்டார். 29 ஆகஸ்ட் 1697-ல் பம்பாய்க்கு வடக்கே சூரத்திலிருந்து வந்த சிறிய கப்பல் ஒன்றை கிட் கைப்பற்றினார். இங்கிலாந்து கப்பலில் மாஸ்டர் பதவியில் இருந்த தாமஸ் பார்க்கரைச் சிறைப்பிடித்ததோடு அட்வென்ச்சர் கேலி

கப்பலை இயக்கும்படி அவருக்கு உத்தரவிட்டார் கிட். இங்கிலாந்து கொடியைப் பறக்கவிட்டபடி கார்வார் பகுதிக்குச் சென்று பொருட்களை வாங்கச் சென்றார். ஆனால், அங்கிருந்தவர்களுக்கு ஏற்கெனவே எச்சரிக்கைச் செய்தி சென்று சேர்ந்திருந்தது. அங்கு கம்பெனியின் மையத்துக்கு தலைவராக இருந்த ஜான் ஹார்வே சிறைப்பிடிக்கப்பட்டிருக்கும் பார்கரை விடுவிக்கும்படிக் கேட்டுக் கொண்டார். அப்படி ஒருவரைத் தனக்குத் தெரியாது என்று கிட் சொன்னார். அவருடைய குழுவைச் சேர்ந்த சிலர் கட்சி மாறி அவரைப் பற்றிய உண்மைகளைச் சொல்லிவிட்டனர். அதன் பின்னர் கிட் அங்கிருந்து கோழிக்கோடு சென்றார். அங்கும் அவருக்கு எந்த உதவியும் கிடைக்கவில்லை. ஆனால் அங்கு சிறிய டச்சு கப்பல் ஒன்றைக் கைப்பற்றிக்கொண்டார்.

1698-ல் ‘காய்தே மெர்ச்சண்ட்’ என்ற கப்பலை கிட் கைப்பற்றினார். அது சூரத்திலிருந்து வங்காளத்துக்குப் பயணம் மேற் கொண்டிருந்தது. உள்ளூரில் இருந்த அர்மேனியர்களுக்குச் சொந்தமான அந்தக் கப்பலில் ஆங்கிலேயர் ஒருவர் கேப்டனாக இருந்தார். விலைமதிப்பு மிகுந்த கப்பலை இழந்ததாலும் பிற கொள்ளையடிப்புகளுக்கும் நஷ்டஈடு தரும்படி முகலாய அதிகாரிகள் ஐரோப்பியக் கம்பெனிகளிடம் கேட்டனர். பின்னர் அந்தக் கோரிக்கைகள் கைவிடப்பட்டன. ஆனால், இனிமேல் ஏதேனும் இதுபோல் நடந்தால் ஐரோப்பிய கம்பெனிகளே பொறுப்பு என்று முடிவு செய்யப்பட்டது. ஐரோப்பிய கம்பெனியினர் கடல் கொள்ளையைத் தடுக்க ஒன்று கூடி முடிவெடுக்கத் தீர்மானித்தனர். செங்கடல் பயணங்களையும் மெக்காவுக்கான புனிதப் பயணங்களையும் கொள்ளையரிடமிருந்து டச்சுக்காரர்கள் காவல் காப்பார்கள். பாரசீக வளைகுடாவை ஃபிரெஞ்சுக்காரர்கள் காவல் காக்கவேண்டும். தென் கடல் பயணங்களை ஆங்கிலேயர்கள் காவல் காக்கவேண்டும் என்று தீர்மானிக்கப்பட்டது.

இங்கிலாந்தில் கேப்டன் கிட்டின் செயல்பாடுகள் பெரும் அமளியைக் கிளப்பின. விக் கட்சியின் அரசியல்வாதிகள்தான் அவருக்கு நிதியுதவிகள் செய்துவந்தனர். கிட் அவர்களைத் தவறான வகையில் வழி நடத்தியிருந்தார். எதிர் கட்சியினர் பெரும் எதிர்ப்பைத் தெரிவித்தனர். இந்தியாவில் இதனிடையில் கிட் உடன் வேறு பலரும் சேர்ந்துகொண்டனர். அவரிடம் அப்படியாக ஐந்து கப்பல்கள் வந்து சேர்ந்தன. தென் - மேற்கு கடல் பகுதிகளில் பெரும் அச்சுறுத்தலாகத் திகழ்ந்தார்.

பெரும் செல்வம் சேர்த்தபின் கிட் 'அட்வென்ச்சர் கேலி' கப்பலை விட்டுவிட்டுச் சென்றார். அது மிகவும் ஏற்கெனவே சிதிலமடைந்திருந்தது. 'காய்தே மெர்ச்சண்ட்' கப்பலில் நியூ யார்க் திரும்பினார். லார்ட் பெல்மவுண்ட் மற்றும் அவருக்கு நிதியுதவி செய்த அரசியல்வாதிகளுக்கு போதிய பரிசுகள் கொடுத்துவிடுவதன் மூலம் பிரச்னைகளை எளிதில் சமாளித்துவிடலாம் என்று நினைத்தார். ஆனால், நிலைமையோ மிகவும் மோசமாகி விட்டிருந்தது. எனவே கிட் கைது செய்யப்பட்டு லண்டனுக்கு அனுப்பிவைக்கப்பட்டார். ஓல்ட் பெய்லியில் விசாரணை நடந்தது. கொலை, கொள்ளை தொடர்பான குற்றம் சுமத்தப்பட்டு நிரூபண மானது. 1701-ல் கேப்டன் கிட் மற்றும் அவருடைய குழுவினர் ஆறுபேர் தூக்கிலிடப்பட்டனர். அவருடைய சொத்துகள் எல்லாம் அரசால் பறிமுதல் செய்யப்பட்டன. க்ரீன்விச் மருத்துவமனைக்கான நிலம் வாங்க அந்தப் பணம் பயன்படுத்தப்பட்டது.

கிட்டின் செயல்பாடுகளினால் இங்கிலாந்து நாடாளுமன்றம் கடல் கொள்ளைகளுக்கு எதிராகப் புதிய சட்டங்களை இயற்றியது. முன்பெல்லாம் கொள்ளையர்களை இங்கிலாந்துக்குக் கொண்டுவந்துதான் விசாரிக்கவேண்டும் என்று இருந்தது. ஏழு பேர் கொண்ட ஜூரியால் எங்கு வேண்டுமானாலும் விசாரிக்கலாம் என்று புதிய சட்டம் இயற்றப்பட்டது. அவர்களில் ஒருவர் கம்பெனியின் வணிக வளாகத்தின் தலைவர்போல் மூத்த உறுப்பினராக இருக்கவேண்டும். கடல் கொள்ளையில் ஈடுபட்டவர்களுக்கும் அவர்களுக்குத் துணைபுரிந்தவர்களுக்கும் மரண தண்டனை விதிக்கும் அதிகாரம் அவர்களுக்கு உண்டு. இந்தியப் பெருங் கடலுக்கு நான்கு ராயல் நேவி கப்பல்கள் அனுப்பப்பட்டன. தானாகச் சரணடையும் கடல் கொள்ளையர்களுக்கு மன்னிப்பும் வழங்கப்பட்டது. இப்படியான நடவடிக்கைகள் இந்தியக் கடல் பகுதிகளில் ஐரோப்பியக் கொள்ளையை ஓரளவுக்குக் கட்டுக்குள் கொண்டுவந்தன.

•

சூரத் மற்றும் பம்பாயின் கவர்னராக 1682-ல் ஜான் சைல்ட் நியமிக்கப்பட்டதைத் தொடர்ந்து கம்பெனியின் சிரமங்கள் மேலும் அதிகரித்தன. லண்டனில் இருந்தவர்கள் தந்த நெருக்கடியினால் சைல்ட் செலவினங்களை வெகுவாகக் குறைக்க ஆரம்பித்தார். பம்பாயில் கோட்டை, காவல்வீரர்களுக்குச் செலவிடப்பட்ட தொகையைக் கணிசமாகக் குறைத்தார். உணவுப் பொருள், ஆயுதங்கள் இவற்றைக் குறைத்ததோடு ராணுவ, கடல்

படையினரின் சம்பளத்தையும் குறைத்தார். இதனால் பெரும் கலவரம் ஏற்பட்டது. கம்பெனியின் கோட்டை மற்றும் கடல் படையின் தளபதி ரிச்சர்ட் கேய்க்வின் தலைமையில் நடந்தது. செலவுக் குறைப்பு நடவடிக்கையில் அவருடைய சம்பளம் வெகுவாகக் குறைக்கப்பட்டிருந்தது.

பம்பாய் தீவு இரண்டாம் சார்லஸ் ஆளுகையில் இருப்பதாகவும் அதன் கவர்னர் கெய்க்வின் என்றும் அந்தக் கலகக்காரர்கள் அறிவித்தனர். சூரத்தில் இருந்து ஜான் சைல்ட் பம்பாய்க்கு வந்து இவர்களுடன் பேச்சுவார்த்தை நடத்தினார். ஆனால் கலகக்காரர்கள் விட்டுக்கொடுக்கவில்லை. இதனிடையில் தனிப்பட்ட முறையில் வணிகம் செய்த இங்கிலாந்து வணிகர்கள் கம்பெனியில் ஏற்பட்ட இந்தக் குழப்பத்தைப் பயன்படுத்திக்கொண்டு சொந்தமாகவே வணிகத்தில் ஈடுபடத் தொடங்கினர்.

கெய்க்வின் கடைசியில் இங்கிலாந்து மன்னரின் பிரதிநிதி ஒருவர் முன் ஒருவழியாகச் சரணடைந்தார். இவருக்கும் இவருடைய ஆதரவாளர்களுக்கும் மன்னிப்பு வழங்கப்பட்டது. இந்தச் செயல்பாடுகளினால் புகழ் பெற்ற கெய்க்வினுக்கு மன்னரும் ராணியும் விருந்து கொடுத்து பணி ஓய்வு கொடுத்தனர். துப்பாக்கி குண்டுகள் முழங்க அந்த விருந்து நடந்தது.

பம்பாய் கம்பெனிக்குத் திருப்பித் தரப்பட்டது. மராட்டிய மன்னர் சிவாஜியால் இருமுறை தாக்கப்பட்ட சூரத் பாதுகாப்பற்றதாக ஆனதால் மெள்ள வீழ்ச்சியடையத் தொடங்கியது. அதோடு சூரத் பகுதியில் அதன் உரிமையாளர்களான முகலாய மன்னர்களின் விருப்பத்துக்கு ஏற்ப நடந்துகொள்ள வேண்டியிருந்தது. பம்பாயோ ஆங்கிலேயர்களுக்குச் சொந்தமானதாகியிருந்தது. எனவே கம்பெனியின் தலைமையகமானது சூரத்தில் இருந்து பம்பாய்க்கு மாற்றப்பட்டது. பம்பாய்க்குக் குடிபெயர்ந்த சைல்ட் வழக்கம் போல் சம்பளக் குறைப்பு முதலான விஷயங்களில் ஈடுபடலானார். கம்பெனியினர் தனியாக வணிகம் செய்வதைக் கட்டுக்குள் கொண்டுவந்தார். ஆனால் அவரோ பெரும் ஆடம்பரத்திலேயே திளைத்தார்.

சர் ஜான் சைல்ட் கம்பெனியின் கேப்டன் ஜெனரல், அட்மிரல், கமாண்டர் இன் சீப் ஆக்கப்பட்டார். வணிகர்களை நிர்வகிக்கும் டைரக்டர் ஜெனரல் ஆகவும் ஆக்கப்பட்டார். 'பேரன்' (Baron) பதவியும் தரப்பட்டது. இதனால் அவரும் எல்லைமீறி நடந்து கொள்ள ஆரம்பித்தார். தனிப்பட்ட முறையில் பலரும் போட்டி வணிகத்தில் ஈடுபடுவதைப் பார்த்துக் கோபமடைந்த அவர்

சூரத்திலிருந்த முகலாய ஆட்சியாளருக்கு மிக நீண்ட புகார் பட்டியல் ஒன்றை அனுப்பினார். அவரிடமிருந்து எந்த பதிலும் வராமல் போகவே மற்ற வணிகர்களைத் தாக்கப்போவதாக மிரட்டினார். அதைக் கண்டு ஆத்திரமடைந்த முகலாய மன்னர் சூரத்திலிருந்த கம்பெனியின் பொருள்களைக் கைப்பற்றினார். அங்கிருந்த கம்பெனி பணியாளர்களையும் சிறையில் அடைத்தார். அதோடு ஜான் சைல்டை உயிருடனோ பிணமாகவோ கொண்டுவந்து தருபவர்களுக்கு தக்க சன்மானம் தரப்படும் என்றும் அறிவித்தார். பதிலுக்கு ஜான் சைல்ட் முகலாய வணிகர்களின் பல கப்பல்களைச் சிறை பிடித்தார். அவற்றை பம்பாய்க்குக் கொண்டு சென்றார். லண்டனுக்கு நடந்தவற்றை எழுதினார்: ‘முகலாய மன்னருக்கும் அவருடைய அரசு சபையினருக்கும் மாண்புமிகு அரசரின் வலிமையைப் புரியவைத்தாக வேண்டும். இது ஒன்றே இப்போது எங்கள் மனதில் இருக்கிறது’.

முகலாயர்கள் மீது தாக்குதல் நடத்தியதோடு ஜஞ்சிராவின் சித்திகளுக்கான பொருட்களைக் கொண்டுசென்ற கப்பலையும் ஜான் சைல்ட் முடக்கினார். ஜஞ்சிராவின் சித்திகள் ஆஃப்ரிகர்கள். அபிசென்னியா அல்லது எத்தியோப்பியாவில் இருந்து வந்தவர்கள். ஆனால் அவர்களுடைய கடலாடும் திறமையைப் பார்க்கும்போது அவர்கள் தற்போது சோமாலியா அல்லது எரித்ரியா என்று அழைக்கப்படும் ஹார்ன் ஆஃப் ஆஃரிக்காவில் இருந்து வந்திருக்க வேண்டும். அந்தப் பகுதியிலிருந்து பலர் அடிமைகளாகவோ வணிகர்களாகவோ வந்திருந்தனர். இஸ்லாமியப் படைகளில் அவர்களில் சிலர் உயர்ந்த பதவியும் எட்டி இருந்தனர். சையத் என்ற இஸ்லாமியர்களின் மரியாதைக்குரிய பட்டமே சித்தி என்று மருவி இருக்கக்கூடும்.

ஜஞ்சீராவுக்கு அவர்கள் எப்படி வந்தார்கள் என்பது தொடர்பாகப் பல கதைகள் சொல்லப்படுகின்றன. 15ம் நூற்றாண்டின் கடைசிப் பகுதியில் நடந்த நிகழ்வாகப் பலரும் அதைச் சொல்கிறார்கள். உள்ளூரில் இருந்த கோலி பிரிவினர் அந்தத் தீவில் ஒரு கோட்டை கட்டி இருந்ததாகவும், அகமத் நகர் சுல்தானின் சேவகர்களாக சித்திகள் இருந்ததாகவும் சொல்கிறார்கள்.

ஒரு தந்திரமான சாகசக் கதையை வேறு சிலர் சொல்கிறார்கள். பெரிம் கான் மற்றும் பல சித்திகள் வணிகர்கள் போல் வேடமணிந்து இங்கு வந்ததாகவும் அந்தத் தீவின் தலைவரான ஒரு கோலி கப்பலில் கொண்டு வந்த பொருட்களை இறக்கிக்கொள்ள அனுமதி தந்ததாகவும் சொல்லப்படுகிறது. கப்பலில் வந்த பெட்டிகளில்

துணிகளும் மதுபானங்களும் இருந்ததாகச் சொல்லியிருக்கிறார்கள். கோலிகளுக்கு மதுபான விருந்து கொடுத்து அந்த சித்திகள் அவர்களை மயங்கி விழச் செய்திருக்கிறார்கள். அதன்பின் அந்தப் பெட்டிகளுக்குள் ஒளிந்திருந்த சித்தி வீரர்கள் வெளியே வந்து அந்த கோட்டையைக் கைப்பற்றிவிட்டனர் என்று ஒரு கதை சொல்லப்படுகிறது.

எது உண்மை என்று தெரியவில்லை. ஆனால் ஒன்று மட்டும் நிச்சயம் சித்திகள் ஜஞ்சிராவை ஒரு அற்புதமான கோட்டையாக ஆக்கிவிட்டார்கள். அங்கு ஒரு வலிமையான கடல்படையும் உருவாக்கினர். அகமதுநகர் முகலாயர்களின் ஆளுகைக்குள் சென்றபோது புதிய எஜமானர்களான பீஜப்பூரின் அடில்ஷாவுக்கு தமது சேவைகளை வழங்கினர். மராட்டிய மன்னர் இவர்களைத் தாக்கியபோது பீஜப்பூர் சுல்தானிடமிருந்து சொற்ப உதவியே கிடைத்தது. எனவே, அவர்கள் முகலாயப் பேரரசர் ஔவுரங்கஜீப்புடன் நட்பு பாராட்டினார்கள். அவர் அவர்களுக்கு அவர்களுடைய கடற்படையை நன்கு பராமரிக்க ஆண்டுக்கு நான்கு லட்ச ரூபாய் கொடுத்தார். அதோடு சித்திகளின் தலைவருக்கு 'யாக்கூத் கான்' என்ற பட்டமும் கொடுத்தார். அவரும் அவருக்கு பின்னால் வந்தவர்களும் முகலாயக் கடற்படையில் தளபதிகள் ஆனார்கள். அவர்கள் ஒரு மிகப் பெரிய ராணுவத்தையும் உருவாக்கிக்கொண்டனர்.

சக தளபதி ஒருவர் கொஞ்சம் நிதானமாக நடந்துகொள்ளும்படிக் கேட்டுக்கொண்டதால், 'இனிமேல் சித்திகள் பம்பாய்க்கு வந்தால் காற்றைப் பிரித்தே அவர்களைப் பறக்கவைத்துவிடுவேன்' என்று சர் ஜான் சைல்ட் சொன்னார்.

பிப்ரவரி 1689-ல் சித்திகள் வந்தனர். 20,000 பேர் பெரும் படையாக பம்பாயின் கோட்டையும் நகரமும் இருந்த பகுதிக்கு வடக்கே கரை இறங்கினர். இங்கிலாந்துப் படையில் அதில் பத்தில் ஒரு பங்கு மட்டுமே இருந்தது. கேப்டன் பியன் தலைவராக இருந்தார். ஒரு ஸ்காட்லாந்து பிரமுகர் அவரைப் பார்த்து, 'நான் பார்த்ததிலேயே ஓடித் தப்பிக்க ஏற்ற உடல்வாகு கொண்டவர் இவரே' என்று கூறியிருக்கிறார். சித்திகள் அந்தத் தீவை எளிதில் கைப்பற்றி விட்டனர். பம்பாயில் கோட்டையில் இருந்த ஆங்கிலேயர்களை முற்றுகையிட்டனர். ஜான் சைல்ட் மீது அதிருப்தி கொண்டிருந்த ஆங்கிலேய வீரர்கள் எதிரிகளின் படையுடன் சேர்ந்துகொண்டனர். கோட்டையின் மதில் சுவரை எப்படி உடைத்து உள்ளே வரலாம் என்று ஆலோசனை சொல்லிக் கொடுத்தனர். கம்பெனியின்

கப்பல்கள் கொஞ்சம் உணவுப் பொருட்களைக் கொண்டுவர முடிந்தது. ஆனால் அது போதுமானதாக இருந்திருக்கவில்லை. இதனிடையில் சித்திகளின் படை எண்ணிக்கை 40,000 ஆக உயர்ந்தது. ஆங்கிலேயர்கள் வேறு வழியின்றிச் சரணடைந்தனர். மன்னிப்பு கேட்டு மன்னருக்குத் தூது அனுப்பப்பட்டது. 1690-ல் ஔரங்கஜீப் கருணை காட்டினார்.

'தாங்கள் செய்த தவறுகளைப் பொறுத்துக் கொள்ளும்படி ஆங்கிலேயர்கள் பணிவுடன் எழுதிக் கொடுத்தனர். 1,50,000 ரூபாய் அபராதமாகச் செலுத்த ஒப்புக்கொண்டனர். வணிகர்களிடமிருந்து கைப்பற்றியவை திருப்பித் தரப்பட்டு நகரம் செழிக்கவும் முன்புபோல் இருக்கவும் அனுமதிக்கவேண்டும் என்று கெஞ்சிக் கேட்டுக்கொண்டார்கள். இந்த இழிநிலைக்குக் காரணமான திரு சைல்டை விரட்டிவிடுவதாக ஒப்புக் கொண்டனர்.'

இந்த செய்தி பம்பாயை அடைவதற்கு முன்பாகவே சர் ஜான் சைல்ட் இறந்துவிட்டார்.

●

கம்பெனியின் பழைய உரிமைகளை முகலாய மன்னர் திரும்பக் கொடுத்தும் கம்பெனியின் நிலைமை உடனே மேம்பட்டுவிடவில்லை. பம்பாய் வீழ்ச்சியை நோக்கியே சென்றது. 700-800 ஆக இருந்த ஆங்கிலேயர்களின் எண்ணிக்கை அறுபதாகக் குறைந்தது. பல ஆண்டுகள் வரை கம்பெனி மோசமான நிலையிலேயே நீடித்தது. இதற்கான இரண்டு முக்கிய காரணங்கள்: ஒன்று நோய்கள், இரண்டாவது கம்பெனியினர் பலர் தனியாகவே கம்பெனிக்கு அப்பாற்பட்டு சொந்த வணிகத்தில் ஈடுபட்டனர்.

பம்பாய் நோய்களுக்கும் இறப்புகளுக்கும் பேர்போனதாக இருந்தது. கம்பெனியின் எல்லா மையங்களிலும் அதிக அளவில் மது அருந்துதல், பால்வினை நோய்கள் பல உயிரைக் குடித்தன. ஆனால், பம்பாய் நிலைமை மிகவும் மோசமானதாக இருந்தது. கிழக்கிந்திய கம்பெனியின் மருத்துவரான ஜான் ஃப்ரையர் 1673-ல் பம்பாய் வந்தார். கம்பெனி தலைவரைச் சுற்றிக் காணப்பட்ட ஆடம்பரத்தைப் பார்த்து அதிசயித்தார்.

'டிரம்பெட் முழக்கத்துடன் உணவுகள் மேஜைக்கு வரும். அறையைவிட்டு வெளியில் வந்தால் பணியாளர்கள் பவ்யமாக அவர் சொல்லுக்காகக் காத்திருப்பார்கள். கீழே இறங்கினால், பாதுகாவலர் அவரை வரவேற்று அழைத்துச் செல்வார்.

இந்தியா அடிமைப்படுத்தப்பட்ட வரலாறு | 143

அயல்நாட்டுப் பயணமென்றால் போர் வீரர்களின் (பாண்டரின்களும் மூர்களும்) அணி அவருக்கு முன்பாக நடைபோட்டபடிச் செல்லும்.'

ஃப்ரையருக்கு அங்கே இருக்க விருப்பம் இருந்திருக்கவில்லை.

'என்னதான் படைகளும் செல்வச் செழிப்பும் இருந்தாலும் தட்பவெப்ப நிலை மிகவும் மோசமாகவே இருந்தது. தோல் வியாதிகள், கை கால் முடக்கம், வயிற்றுப்போக்கு, சிறுநீரகக் கல், மூட்டுவலி, தொண்டைவலி எனப் பல நோய்கள் வரும். சாராயம், விலை மகள் போன்றவற்றின் மூலமான நோய்களே மிக மிக அதிகம்.'

ரெவரண்ட் ஜான் ஓவிங்டன் பம்பாய்க்கு 1690-ல் வந்தார். சர்ச்சின் மினிஸ்டர் பதவி தரப்பட்டபோது அதை மறுத்துவிட்டார்.

'எனக்கு முன்னால் வந்தவர்களில் ஒருவருடன் பதினைந்து நாட்களுக்கு முன் பேசினேன். முந்தைய வருடங்களில் அவர்களில் மூன்று நான்கு பேர் இங்கேயே இறந்து புதைக்கப் பட்டுவிட்டனர். இந்தியாவில் இரண்டு பருவ காலங்களைத் தாக்குப்பிடித்தாலே அதிகம் என்று சொல்லப்படுவதுண்டு. அது உண்மைதான்'.

ஓவிங்க்டன் பயந்ததில் தவறே இல்லை. 24 பேர் அவருடன் மே மாதம் இந்தியாவுக்கு வந்திருந்தனர். அவர் செப்டெம்பரில் திரும்பியபோது 20 பேர் இறந்துவிட்டிருந்தனர்.

இப்படி மரணம் தொடர்ந்தபோதிலும் பல ஆங்கிலேயர்கள் உயில் எழுதி வைக்கத் தவறியிருந்தனர். அப்படி அவர்கள் அகால மரணமடைந்தபோது கம்பெனி அவர்களுடைய சொத்துகளை விற்றது. அது தொடர்பான பதிவுகள் சுவாரசியமானவை. ஆம்ப்ரோஸ் தாம்சன் (அநேகமாக மருத்துவராக இருக்கவேண்டும்) என்பவர் தொடர்பான ஆவணம் பம்பாயில் வாழ்வும் மரணமும் 1701-ல் எப்படி இருந்தது என்பதை நன்கு விளக்குகிறது.

ஒரு பெட்டி மருந்துகள் மற்றும் மருத்துவ உபகரணங்கள்
இரண்டு துப்பாக்கி
ஒன்பது மெலங்கிகள்
ஒரு பல்லக்கு
மூன்று 'விக்'குகள்
இருபத்தெட்டு கழுத்து பட்டிகள்

பதினெட்டு சட்டைகள்
ஒரு கட்டு காலுறை
ஒரு மைக்ரோஸ்கோப்
ஒரு பைபிள்
ஓர் அடிமைச் சிறுவன்
ஒரு பெரிய போத்தல் போர்ச்சுகீசிய மது
நாற்பத்தி எட்டு கேலன் க்ளாரெட் (ரெட் வைன்)

காலுறைகள் என்ன விலைக்குப் போனதோ அதே விலைக்கு அடிமைச் சிறுவனும் விற்கப்பட்டான். மெலங்கியைவிட குறைவான தொகைதான்.

●

அத்தியாயம் ஆறு

போர்ச்சுகீசியர்கள்

பயங்கரம், ஆடம்பரம், அழிவு

பதினாறாம் நூற்றாண்டில் தொடக்கத்தில் குஜராத், இந்தியாவின் மிகவும் முக்கியமான வர்த்தக மையமாகத் திகழ்ந்தது. நர்மதா நதியின் கழிமுகத்தில் இருந்த பரூச் முக்கியமான துறைமுகமாகவும் சந்தையாகவும் இருந்தது. அங்கிருந்து இந்தியாவின் தெற்கு, மேற்கு இந்தியப் பகுதிகளுக்கும் அரேபியா, மத்திய ஆசியா, ஐரோப்பா, தூர கிழக்கு நாடுகள் என அனைத்து பகுதிகளுக்கும் பொருட்கள் கொண்டு செல்லப்பட்டன. அந்த நூற்றாண்டின் தொடக்கத்தில் மலபார் மற்றும் தூர கிழக்கு நாடுகளில் இருந்து வந்த மிளகு உள்ளிட்ட நறுமணப் பொருட்கள் எல்லாம் குஜராத்தின் வடக்கில் இருந்த பகுதிகளுக்கு விற்பனைக்குக் கொண்டுசெல்லப் பட்டன. போர்ச்சுகீசியர்கள் மலபார் மற்றும் தூர கிழக்கு நாடுகளின் மிளகுப் பொருள் வணிகத்தைக் கைப்பற்றி ஐரோப்பாவுக்கு தானே நேரடியாக அனுப்பத் தொடங்கியதும் குஜராத் வணிகம் பின்னடைவைச் சந்தித்தது. எனினும் வட இந்தியா, அரேபியா போன்ற பகுதிகளுக்கு வர்த்தகம் செய்ததன் மூலம் முக்கியமான வணிக மையமாகவே நீடித்தது.

குஜராத்திகள் பல கப்பல்களுக்குச் சொந்தக்காரர்களாகவும் இருந்தனர். மேலும் குஜராத் வணிகர்கள் அரேபியாவுக்கும் தூர கிழக்கு நாடுகளுக்கும் தொடர்ந்துசென்று வந்து வாணிபம் செய்துவந்தனர். இந்தியாவின் பிற பகுதிகளில் இருந்த வணிகம் பெரிதும் இந்து வணிகர்கள் வசமே இருந்தது. ‘கடலைக் கடந்து

செல்லக்கூடாது' என்ற இந்து மத நம்பிக்கைக்கு உட்பட்டே வணிகம் செய்தனர். அதை மீறிச் சென்று வணிகம் செய்தவர்கள் ஜாதியில் இருந்து விலக்கிவைக்கப்பட்டனர்.

குஜராத்தில் சுதந்தரமாகப் பயணம் செய்ய முடிந்த இஸ்லாமியர்கள் மட்டுமல்லாமல் செல்வச் செழிப்பில் இருந்த பல இந்துக்கள் சமணத்துக்கு மாறியும் இருந்தனர். இந்து மதத்தில் இருந்து சமணத்துக்கு மாறுவதென்பது அனைவருக்கும் ஏற்றுக்கொள்ள முடிந்ததாகவே இருந்தது. ஏனென்றால், சமணர்களை இந்து மதத்தின் ஒரு பிரிவாகவே கருதினர். மேலும் அனைத்து உயிர்கள் மீதான அவர்களுடைய பெரும் கருணையானது இந்துக்களால் பெரிதும் மதித்துப் போற்றப்பட்டது. இப்படியான மதிப்பீடுகளைக் கொண்டிருந்ததால் சமணர்கள் போர்களில் ஈடுபடவில்லை. இந்துக்களின் மேல் ஜாதியினரின் முக்கிய தொழில்களில் ஒன்றாக போர்த்தொழிலே இருந்தது. ஆனால், சமணர்களின் உயிர்க் கருணையானது வட்டிக்குப் பணம் கொடுத்தல், வங்கித் தொழில், வணிகம் என போர் சாராத விஷயங்களிலேயே முழுக் கவனத்தைக் குவிக்க உதவியது. மேலும் அவர்களுடைய மதமானது கடல் கடந்த பயணம் சார்ந்து எந்தவிதக் கட்டுப்பாட்டையும் விதிக்கவில்லை. எனவே, அவர்களால் அயல் நாட்டு வணிகத்தில் துணிந்து சுதந்தரமாக ஈடுபட முடிந்தது. சமணர்களும் இஸ்லாமியர்களும் அயல் நாட்டு வணிகத்தில் முக்கிய பங்காற்றினர்.

போர்ச்சுகீசியர்கள் மலபாரில் செல்வாக்கு பெற்ற பின் குஜராத்திலும் தமது ஆதிக்கத்தை நிலைநாட்ட விரும்பினர். 1533-ல் முகலாயர்கள் குஜராத்தைத் தாக்கியபோது அதற்கான முதல் வாய்ப்பு கிடைத்தது. முகலாயர்களைக் கட்டுக்குள் வைக்க போர்ச்சுகீசியர்களின் துணையை நாடினார் குஜராத் மன்னர். அதற்கு பதிலுதவியாக பெஸேன் மாவட்டம் மற்றும் பின்னாளில் பம்பாய் ஆக ஆன பகுதிகளையும் போர்ச்சுகீசிய வணிகத்துக்குத் திறந்துவிட்டார். அவர்கள் பேஸேன் பகுதியில் இருந்த கோட்டையைப் பலப்படுத்திக்கொண்டதோடு மேலும் பல கோட்டைகளை அங்கு கட்டிக்கொண்டனர். டையூ தீவின் கோட்டையையும் இரண்டு வருடங்களில் தம் வசம் கொண்டுவந்தனர். 1338 மற்றும் 1546-ல் டையூ தீவைக் கைப்பற்ற குஜராத் மன்னர் முயற்சிகள் மேற்கொண்டார்.

1546-ல் நடந்த முற்றுகை மிகவும் புகழ் வாய்ந்தது. இந்தியாவின் கவர்னர் (பின்னாளில் வைஸ்ராய்) ஜோ தெ காஸ்ட்ரோ போர்ச்சுகீசியர்களின் படைக்குத் தலைமை தாங்கினார். பேஸென்

பகுதியில் இருந்து ஒரு தளபதியை அனுப்பி, ஏதேனும் கப்பல் எதிரிகளுக்குப் பொருட்கள் கொண்டுசெல்கிறதா என்று பார்த்து விட்டுவரச் சொல்லி அனுப்பினார். அங்கு சென்றவரோ மிகக் கொடூரமான தாக்குதலில் ஈடுபட்டுவிட்டார். வெட்டிக் கொல்லப் பட்டவர்களின் உடல்களை ஆற்றில் மிதக்கவிட்டார். ஊருக்கு அவை மிதந்து சென்று போர்ச்சுகீசியர்களின் போர்க்குணத்தை அந்த மக்களுக்கு அச்சமூட்டும் வகையில் புரியவைக்க அப்படிச் செய்தார். பேஸென் பகுதிக்கு அவர் தனது கப்பலில் திரும்பிவந்தபோது அவருடைய கப்பலானது கொல்லப்பட்ட அறுபது இஸ்லாமியர் களின் உடல்களைத் தோரணமாகத் தொங்கவிட்டபடித் திரும்பியது.

டையூ தீவின் முற்றுகைக்கு போர்ச்சுகீசியர்கள் தமது அனைத்து கடல் மற்றும் தரைப்படையை முழுமையாகப் பயன்படுத்திக் கொண்டனர். இது ஒருவகையில் அவர்களுடைய முழு சக்தியையும் விழுங்கிவிட்டிருக்கக்கூடும். ஆனால், அவர்களோ அதைத் தாக்குப் பிடித்ததோடு மேலும் பல கோட்டைகளையும் பலப்படுத்தினர். டையூவின் இரண்டாவது முற்றுகைக்குப் பின்னர் விளைவுகள் மிகவும் மோசமாக இருந்தன. போர்ச்சுகல் மன்னருக்கு கவர்னர் அனுப்பிய செய்தியில் 20 கப்பல்களை ஒரு தளபதியின் தலைமையில் அனுப்பியிருப்பதாகச் சொன்னார்.

> ‘முழு கடற்கரையையும் தீ வைத்துக் கொளுத்தும்படி உத்தர விட்டிருந்தேன். அதை அவர் மிகவும் அருமையாக முழுமையான வீரத்துடன் செய்தார். இது வரை அந்தத் தீவுக்கு இந்த அளவுக்கு அழிவு ஏற்பட்டதில்லை என்று சொல்லும் அளவுக்கு அவர் கோரதாண்டவம் ஆடினார். கனவில் கூட யாரும் அப்படியான ஓர் அழிவை நினைத்துப் பார்த்திருக்கமுடியாது. டாமன் தொடங்கி பரோச் வரையிலும் அங்கு இருந்த எந்தவொன்றின் தடயமும் நினைவும் இல்லாத அளவுக்கு அனைத்தையும் அழித்தார். கைக்குக் கிடைத்தவர், உயிர்கள் அனைத்தையும் துளியும் ஈவு இரக்கம் இல்லாமல் வெட்டிக் கொன்றார். இருபது கப்பல்களையும் ஐம்பது சிறிய படகுகளையும் எரித்தார். ஊர் முழுவதும் பிணக்காடாகக் காட்சி அளித்தது. அது குஜராத் முழுவதிலும் பெரும் அச்சத்தைப் பரப்பியது.

கொஹா பகுதியில் கொலை செய்தவர்களைக் கோவில்களில் பெரிய குவியலாக குவித்துவைத்தார். பசுக்களைக் கொன்று அதன் ரத்தத்தை கோவில் முழுவதும் தெளித்தார்’.

1559-ல் குஜராத் மன்னருடன் போர்ச்சுகீசியர்கள் மீண்டும் ஒரு தற்காலிக ஒப்பந்தம் செய்துகொண்டார்கள். டாமன்

துறைமுகத்தையும் கைப்பற்றினர். இதையும் வலுவான காவல் மூலம் பலப்படுத்தினர். இவற்றை வைத்துக்கொண்டு குஜராத்தைத் தன் கட்டுப்பாட்டுக்குள் கொண்டுவர ஆரம்பித்தனர். குஜராத்தை ஒருபோதும் வெல்ல முடியாது என்பது போர்ச்சுகீசியர்களுக்கு நன்கு தெரியும். போர்ச்சுகீசியர்களின் மக்கள் தொகை மொத்தமே பத்து லட்சம்தான். எனவே, இந்தியா போன்ற நாடுகளுக்கு அனுப்ப முடிந்த வீரர்களின் எண்ணிக்கை மிகவும் குறைவாகவே இருக்கும். அதோடு பிரேஸிலுக்கு அதிக நபர்களை அனுப்பியாகவேண்டி இருந்தது. இந்தியாவுக்கு அனுப்பப்பட்ட வீரர்களில் பலர் ஸ்கர்வி நோயாலும் புயலில் சிக்கியும் இறந்துவிட்டனர். இவற்றில் தப்பியவர்கள் இந்தியா போன்ற நாடுகளில் வேறு பல நோய்களில் சிக்கியும் இறந்தனர். குஜராத்தைப் போராடிக் கைப்பற்ற முடியாதென்பதால் அச்சுறுத்தல் மூலம் அதைச் சாதிக்க விரும்பினர்.

போர்ச்சுகீசியர்களின் பகுதியில் இருந்த இஸ்லாமிய வணிகர்களை வெட்டிக் கொல்வதில் இருந்து அது ஆரம்பித்தது. அதன் பின் சூரத்துக்கு அருகில் இருந்த மக்தலாவுக்குச் சென்று தீ வைத்தனர். ஹார்ன் ஆஃப் ஆஃப்ரிகா பகுதியில் இருந்த மக்கள் அங்கு அதிகம் வசித்தனர். அவர்களில் பலர் குஜராத்திலும் இருந்தனர். மக்தலாவில் ஒரே ஒருவரைத் தவிர அனைவரையும் கொன்று குவித்தனர். அங்கு நடந்த கொடூரத் தாக்குதலை மற்றவர்களுக்குச் சொல்லவேண்டும் என்பதற்குத்தான் கைகள் வெட்டப்பட்ட அவரை உயிருடன் விட்டிருந்தனர்.

பரோச் பகுதிக்கு அருகில் இருந்த ஹான்சாத் பகுதியும் தீ வைக்கப்பட்டது. டையூவில் அவர்களுடைய கோட்டைக்கு அருகில் இருந்த ஊரைத் தாக்கி அழித்தனர். உனா, மஹுவா, கோஹா, முக்கியமான கந்தாரின் துறைமுகம் எனப் பல கடலோர நகரங்கள் அழிக்கப்பட்டன. சோமநாத் நகரமும் தாக்கப்பட்டு அதன் கோவில்களும் மசூதிகளும் அழிக்கப்பட்டன.

இறுதியாக, பரோச்சுக்கு ஒரு போர்ச்சுகீசியப் படை அனுப்பப்பட்டது. அங்கு காவல் வீரர்கள் யாரும் இல்லை. போர்ச்சுகீசிய கப்பல் படை இரவில் வந்து இறங்கியது. வீடுகளுக்கு வெளியே வந்த அனைவரையும் கொன்று குவித்தனர். வீடுகளுக்கு உள்ளே இருந்தவர்களைத் தீவைத்துக் கொளுத்தினர். செல்வந்தர்கள், அரசு அதிகாரிகள், மக்கள், தோட்டங்கள், வீடுகள் எல்லாமே சாம்பலாக்கப்பட்டன.

இப்படியான கொடூரமான தாக்குதலினால் எதிர்பார்த்த பலன் கிடைத்தது. குஜராத் வணிகர்கள் வணிகம் செய்ய

போர்ச்சுகீசியர்கள் சொன்னபடி கார்டஸ் சான்றிதழ் வாங்கிக் கொள்ள சம்மதம் தெரிவித்தனர். குஜராத்தில் இருந்து வெளி நாடுகளுக்குக் கொண்டுசெல்லப்பட்ட பொருட்களுக்கு போர்ச்சுகீசியர் விதித்த வரிகளை எதுவும் பேசாமல் கொடுத்தனர். கோவாவுக்கு அடுத்தபடியாக போர்ச்சுகீசியர்களுக்கு டையூ பகுதியில் இருந்து அதிக வருமானம் கிடைத்தது.

எந்தச் சூழலையும் அனுசரித்துப் போகும் குஜராத் வணிகர்களின் குணத்தை அவர்கள் மத்தியில் இருக்கும் பழமொழிகளில் இருந்து தெரிந்துகொள்ளலாம். 'பனியா எப்போதுமே சமரசத்துக்குத் தயாரானவர்; சூழலுக்கு ஏற்ப மாறிக்கொள்வதில் பனியா சமர்த்தர்; என்ன நடந்தாலும் அசரமாட்டார் ஒரு பனியா'. குஜராத் பனியாக்கள் இப்படி சூழலுக்கு ஏற்ப தம்மை மாற்றிக்கொண்டு வாழ்ந்ததால் அவர்களுக்கு நன்மை கிடைத்தது.

போர்ச்சுகீசிய அரசாங்கம் தடுத்திருந்தபோதிலும் அதன் அதிகாரிகளும் படைத்தலைவர்களும் சொந்தமாகவே தனிப்பட்ட முறையில் வணிகம் செய்து வந்தனர். மிளகுப் பொருட்களின் வர்த்தகத்தில் அரசைத் தவிர போர்ச்சுகீசியர் யாரும் ஈடுபடக்கூடாது என்று கறாராகச் சொல்லியிருந்தது. ஆனால், குஜராத்தில் வேறு பல பொருட்கள் போர்ச்சுகீசிய அதிகாரிகள், படைவீரர்களைக் கவர்ந்திழுத்தன. குஜராத்திகள் அவர்களை ஒடுக்கியவர்களுக்கு, துணி வகைகளை ஏராளம் கொடுத்தனர். பல குஜராத்தி வணிகர்கள் கோவாவிலேயே தமது வணிக மையங்களை அமைத்துக் கொண்டனர். அவர்கள் பெரும் செல்வந்தர்களானார்கள். குஜராத் பொருட்கள் கோவாவுக்கு எளிதில் வந்தன. அங்கிருந்து போர்ச்சுகலுக்குக் கொண்டுசெல்லப்பட்டன. போர்ச்சுகீசிய கவர்னருக்குப் பணம் தேவைப்பட்டபோது குஜராத்தி வணிகர்கள் கொடுத்து உதவவும் செய்தனர்.

•

போர்ச்சுகீசியர்கள் வங்காள விரிகுடாவிலும் வணிகத்தை ஆரம்பித்தனர். இதுவும் அதிகாரபூர்வமற்ற வழியிலேயே இருந்தது. ஏனென்றால் போர்ச்சுகீசியர்களுடைய கட்டுப்பாட்டுக்கு வெளியே இருந்த கடல் பகுதிகளில் கொள்ளையர்களின் நடமாட்டம் மிக அதிகமாகவே இருந்தது. எனினும் வங்காளத்துத் துணிகள் மீதான வசீகரமானது அந்த வணிகத்தில் பலரைத் துணிந்து இறங்க வைத்தது. போர்ச்சுகீசிய கப்பல்களின் கேப்டன்களும் அதிகாரிகளும் அங்கிருந்து துணிகளை வாங்கி தூர கிழக்கு நாடுகளுக்கும் ஐரோப்பாவுக்கும் தமது சொந்தப் பணம் கொண்டு

வணிகம் செய்தனர். சிட்டகாங், ஹூக்ளி பகுதியில் இருந்து பொருட்களைப் பெற்றுக்கொண்டனர்.

மடாலயங்கள், சர்ச்சுகள் என ஹூக்ளி முக்கியமான நகரமாக ஆனது. உருவ வழிபாடு இருந்ததால் கத்தோலிக்க வழிபாட்டு மையங்கள் சார்ந்து இஸ்லாமிய அரச அதிகாரிகள் பல நெருக்கடிகள் தந்தனர். ப்ராட்டஸ்டண்டுகளான டச்சு, இங்கிலாந்தினருக்குப் பெரிய சிக்கல்கள் இல்லை. எனினும் பெரிதாக எந்தத் தாக்குதலும் நடக்கவில்லை. ஆனால், போர்ச்சுகீசியர்கள் தமது ஆதிக்கத்தை அங்கு பலப்படுத்திக்கொள்ள முயற்சிகள் மேற்கொண்டபோதுதான் பிரச்னை ஆரம்பித்தது. உள்ளூர் அதிகாரிகள் ஷாஜஹானுக்கு ஒரு புகார் கடிதம் அனுப்பினர்: 'போர்ச்சுகீசியர் தமது கோட்டைகளில் பீரங்கிகளைப் பொருத்திவருகிறார்கள். அடக்குமுறைகளில் ஈடுபட ஆரம்பித்துள்ளார்கள்'.

இதைத் தொடர்ந்து மோதல் வெடித்தது.

போர்ச்சுகீசியர்களின் நடமாட்டத்தைத் தடுக்க ஹூக்ளி நதிக்குக் கீழே முகலாய வங்காளப் பிரதிநிதி தடுப்புச் சுவரைக் கட்டினார். போர்ச்சுகீசியர்களின் கோட்டைகளைச் சுற்றி கண்ணிவெடிகளைப் பதித்தனர். அவை வெடித்து கோட்டை சிதிலமடைந்தது. பல போர்ச்சுகீசிய வீரர்கள் இறந்தனர். சில போர்ச்சுகீசியர் உயிர் தப்பி ஓடினர். ஆனால், 4,000 பேர் சிறைப்பிடிக்கப்பட்டனர். அதில் பெண்களும் குழந்தைகளுமே அதிகம். அவர்கள் தொலைதூரத்தில் இருந்த ஆக்ராவுக்கு நடத்தியே கூட்டிச் செல்லப்பட்டனர். இதற்கு ஒரு வருட காலம் எடுத்தது. இஸ்லாமுக்கு மாறினால் அவர்களுக்கு பல நன்மைகள் கிடைக்கும் என்று ஷாஜஹான் சொன்னார். பலர் மதம் மாறினர். அவர்களுக்கு வேலை வாய்ப்பு அல்லது அந்தப்புரத்தில் இடம் தரப்பட்டது. மதம் மாற மறுத்தவர்களுக்கு சாட்டையடியும் சிறைத்தண்டனையும் தரப்பட்டது.

போர்ச்சுகீசியர்கள் வங்காளத்தில் இருந்து முழுவதுமாக அப்புறப்படுத்தப்பட்டனர். முகலாயர்களை எதிர்த்ததன் மூலம் அவர்கள் அகலக் கால் வைத்துவிட்டிருந்தனர். சில வருடங்களுக்கு முன்பாகவென்றால் போச்சுகீசியர்கள் தகுந்த பதிலடி கொடுத்திருக்க முடியும். வங்காளத் துறைமுகங்களை முற்றுகை இட்டிருக்கவோ ஊர்களில் பீரங்கித் தாக்குதல், வெடி குண்டுத் தாக்குதலில் ஈடுபட்டிருக்கவோ முடிந்திருக்கும். ஆனால் 19-ம் நூற்றாண்டின் தொடக்கத்தில் இருந்ததைவிட மிகவும் பலவீனமாக இருந்தனர். டச்சுக்காரர்கள், பிரிட்டிஷார் ஆகியோரின்

வருகையினால் போர்ச்சுகீசியர்களின் வணிகம் வெகுவாகக் குறைந்துவிட்டது. பகைமை நிலவிய சுற்றுச்சூழலில் பல கோட்டைகளை கவனித்துக்கொள்ள வேண்டியிருந்ததால் அதற்கே நிறைய செலவானது. இந்தியாவில் இருந்த போர்ச்சுகீசிய ஆட்சி பெரும் நிதி நெருக்கடியில் இருந்தது.

•

போர்ச்சுகீசியர்கள் இந்தியாவுக்குச் செய்த மிகப் பெரிய நன்மை என்றால் பல பயனுள்ள தாவரங்களை அமெரிக்கப் பகுதிகளில் இருந்து கொண்டுவந்து சேர்த்ததைச் சொல்லலாம். இன்று இந்தியாவின் சொந்தத் தாவரங்களாக, காய் கனிகளாக நினைக்கப் படும் பலவும் தென், மத்திய அமெரிக்காவிலிருந்து கொண்டுவரப் பட்டவையே. தக்காளி, உருளைக்கிழங்கு போன்றவை மிக சமீப காலத்தில் வேறு ஐரோப்பிய நாடுகள் மூலமாகக்கூட வந்து சேர்ந்திருக்கலாம். எனினும் 16,17-ம் நூற்றாண்டுகளில் இந்தியாவுக்கு அறிமுகமானவை எல்லாமே போர்ச்சுகீசியர்களால் கொண்டுவரப்பட்டவையே. பைனாபிள், சீத்தாபழம், பப்பாளி, பேரிக்காய், கொய்யா, கொடித்தோடை பழம், முந்திரிப் பருப்பு, நிலக்கடலை, சோளம், மரவள்ளி போன்றவை அதில் அடங்கும். இன்றைய இந்திய உணவில் மிக முக்கிய இடத்தைப் பிடித்திருக்கும் மிளகாய் தென் அமெரிக்காவில் இருந்து வந்ததுதான். 1604-ல் தான் அவை பற்றிய முதல் குறிப்புகள் இந்தியாவில் காணக் கிடைக்கின்றன.

போர்ச்சுகீசியர்கள் தோட்டக்கலையில் மிகுந்த ஆர்வம் கொண்டவர்கள். ஆரம்ப காலப் பயணிகள் அது பற்றிய பல குறிப்புகளைப் பதிவு செய்திருக்கிறார்கள். கார்சியா தெ ஓர்ட்டா கோவாவில் இந்தியாவின் பல மூலிகைச் செடிகளை வளர்த்தார். பல காய், கனிகளையும் நட்டு வளர்த்தார்.

1563-ல் மங்குஸ்தான் பழம் பற்றி எழுதியிருக்கிறார். 'தென் கிழக்கு ஆசியாவில் விளையும் அது அந்தப் பகுதியின் மிக முக்கியமான இனிப்பான பழம். நானே இவற்றை என் தோட்டத்தில் வளர்த்துவருகிறேன்'.

விதையிட்டு வளர்ப்பதற்கு பதிலாக 'ஒட்டுப் போடுதல்' என்ற பாணி பழங்காலத்திலிருந்தே இந்தியர்களுக்குத் தெரியும் என்றாலும் போர்ச்சுகீசியர்களால் அது மேலும் வளர்த்தெடுக்கப்பட்டது. புதிய வகைத் தாவரங்கள் விரைந்து வளர அது வழிவகுத்தது. அல்ஃபோன்ஸா போன்ற மாம்பழ வகைகளை இதுபோல் ஒட்டுதல்

முறையிலேயே இந்தியாவில் வளர்த்தெடுத்தனர். அது இந்தியா முழுவதும் வெகு வேகமாகச் செழித்து வளர்ந்தது.

போர்ச்சுகீசியரால் விளைந்த தீமை என்று பார்த்தால், அவர்கள்தான் இந்தியாவில் புகையிலையை அறிமுகம் செய்தனர். 1604 வாக்கில் அக்பரின் அரச சபையைச் சேர்ந்தவர் தற்செயலாக புகையிலையைப் பார்த்தார். அவர் அதை அரசருக்கும் அதிகார வர்க்கத்துக்கும் பரிசாகக் கொடுத்தார். அங்கிருந்து அதன் பயன்பாடு பெருகியது. அக்பரின் வாரிசு ஜஹாங்கீர் அதைத் தடை செய்து உத்தரவு போட்டதைத் தொடர்ந்து வெகுவாகக் குறைந்தது. 1617-ல் உள்ள ஒரு கல்வெட்டு வாசகம் : புகையிலை புகைப்பது உடலுக்கும் மனதுக்கும் மிகவும் தீங்கை விளைவிக்கக்கூடியது. எனவே யாரும் புகை பிடிக்கக்கூடாது என்று இதன் மூலம் உத்தரவிடுகிறேன்.

இந்தியாவில் இன்று மிகப் பெரிய அளவில் பயிரிடப்படும் பூ சாமந்தி. இந்திய கோவில்களில், கடைகளில், வீடுகளில், அலுவலகங்களில் இருக்கும் தெய்வங்கள் அனைத்துக்கும் இந்தப் பூ சார்த்தப்படுகிறது. போர்ச்சுகீசியர்கள் இந்தப் பூக்களை தமது மத வழிபாடுகளுக்காகவே இந்தியாவுக்குக் கொண்டுவந்திருந்தனர்.

•

17-ம் நூற்றாண்டு போர்ச்சுகீசிய இந்தியாவில் வாழ்க்கை எப்படி இருந்தது என்பது பற்றிய மூன்று குறிப்புகளைப் பார்ப்போம். எல்லாம் எப்படி மாறிவிட்டது என்பதை அது நன்கு எடுத்துக் காட்டும்.

ஃபிரெஞ்சு பயணிகளான ஃபிரான்சுவா பைரார்ட், ஜான் பாட்டீஸ்ட் டாவெர்னியர், அப்பே கரே. பைரார்ட் போர்ச்சுகீசிய இந்தியாவில் 1608-1610 வரையான காலகட்டத்தில் வந்திருந்தனர். டாவெர்னியர் கோவாவுக்கு 1641 மற்றும் 1648-ல் வந்திருந்தார். கரே இந்தியாவில் 1672லிருந்து 1674 வரை இருந்தார். போர்ச்சுகீசியர்களின் இந்திய வாழ்க்கை எப்படியாக தலை கீழாக மாறியது என்பதை இவை எடுத்துக்காட்டும்.

ஃபிரான்சுவா பைரார்டின் ஆரம்ப கால வாழ்க்கை பற்றிப் பெரிதாக எதுவும் தெரியவில்லை. வட ஃபிரான்ஸில் லாவல் பகுதியில் இருந்துவந்திருந்தார். அங்கிருந்தும் செயிண்ட் மாலோ பகுதியில் இருந்தும் சில வணிகர்கள் டச்சுக்காரர்களையும் ஆங்கிலேயர் களையும்போல கிழக்கு நாடுகளில் வர்த்தகம் செய்ய ஒரு கம்பெனி உருவாக்க விரும்பினார்கள்.

இரண்டு கப்பல்கள் வாங்கப்பட்டு செயின் மாலோ பகுதியில் இருந்து 1601-ல் இளைஞரான பைரார்ட் புறப்பட்டார். கணக்கு வழக்குகளையும் கப்பலில் வருபவர்களின் தேவைகளையும் கவனித்துக்கொள்ளும் மேனேஜராக அவர் இருந்திருக்கக்கூடும். புயல் காரணமாக பயணம் தடைப்பட்டு ஒருவழியாக ஒரு வருடம் கழித்து மாலத்தீவுக்கு வந்து சேர்ந்தனர். பைரார்டின் கப்பலானது கரையை நெருங்கியபோது கேப்டன் நோய்வாய்ப்பட்டுப் படுத்திருந்தார். அடுத்த கட்ட அதிகாரி குடிபோதையில் இருந்தார். கண்காணிப்புப் பணியில் இருக்கவேண்டிய கப்பல் காவலர் தூங்கிக் கொண்டிருந்தார். கப்பல் ஒரு பாறையில் சென்று மோதியது.

ஒருவழியாக கப்பலில் இருந்த நாற்பது பேர் அதில் இருந்த படகில் ஏறி கரை ஒதுங்கினர். மாலத்தீவுவாசிகள் அவர்களைக் கைது செய்தனர். அடித்தனர். அவர்களுடைய படகைக் கைப்பற்றிக் கொண்டனர். சாப்பிட உணவுகூடக் கொடுக்கவில்லை. புல்லையும் எலியையும் தின்ன வேண்டியிருந்தது. பலரும் அதில் இறந்தனர். 12 பேர் சிறையில் இருந்து தப்பித்து ஒரு கப்பலைத் திருடிக் கொண்டு மலபார் கடற்கரையில் இருந்த கொல்லத்துக்குச் சென்று சேர்ந்தனர். போர்ச்சுகீசியர்கள் அவர்களைக் கைதுசெய்தனர். அதன் பின் அவர்கள் பற்றி யாருக்கும் எதுவும் தெரியவில்லை.

தீவுகளில் அலைந்து திரிந்த பைரார்ட் உள்ளூர் மொழிகளைக் கற்றுக்கொண்டார். சுல்தானைச் சென்று சந்தித்துப் பேசி ஐந்தாண்டுகள் ஓரளவுக்கு வசதியான வாழ்க்கையை வாழ்ந்தார். 1607-ல் வங்காளிகள் சிலர் அந்தத் தீவை ஆக்கிரமித்தனர். பைரார்டின் கப்பலின் பீரங்கிகளைத் தேடி அங்கு வந்திருந்தனர். பைரார்டையும் அவருடன் தப்பி வந்திருந்த மூவரையும் காப்பாற்றி சிட்டகாங்குக்கு அழைத்துச் சென்றனர். அங்கிருந்து அந்த ஃபிரெஞ்சுக்காரர்கள் ஒரு கப்பலில் ஏறி டச்சுக்காரர்களைச் சந்திக்கும் நோக்கில் கோழிக்கோட்டுக்குப் புறப்பட்டுச் சென்றனர். அங்கிருந்த இந்தியர்கள் அவர்களை ஆர்வத்துடன் வரவேற்றனர். ஏனென்றால், போர்ச்சுகீசியர்கள் அவர்களுக்கும் எதிரிகளே. எனினும் கோழிக்கோட்டுக்குச் சற்று தொலைவில் பைரார்டும் அவருடைய கூட்டாளிகளும் சில போர்ச்சுகீசியர்களால் சிறைப்பிடிக்கப்பட்டனர். கொச்சினுக்கு அவர்களை அழைத்துச் சென்றார்கள். அங்கு படுத்துத் தூங்கக்கூட முடியாதபடி பலர் அடைக்கப்பட்டிருந்த சிறையில் அவர்களையும் அடைத்தனர். அதன் பிறகு ஒரு கப்பலில் ஏற்றி கோவாவுக்கு அனுப்பினர். கப்பலில் வந்தபோது ஒரு கயிறு அறுந்து பைரார்டுக்கு படு காயம் ஏற்பட்டது.

1608-ல் பைரார்டு கோவாவுக்கு வந்தபோது மிகவும் நோய்வாய்ப் பட்டிருந்தார். அதோடு அவரது கை, காலில் கட்டப்பட்டிருந்த இரும்புச் சங்கிலிகள் இன்னும் அவிழ்க்கப்படாமல் இருந்தன. அவை கழற்றப்பட்ட பின்னரும் நடக்க முடியாமல் திணறினார். ராயல் மருத்துவமனைக்கு கொண்டுசெல்லப்பட்டார். அங்கிருந்த வசதிகள் அவருக்கு மிகுந்த மகிழ்ச்சியைத் தந்தன. அல்பெகர்க்யூதான் அந்த மருத்துவமனையைக் கட்டியிருந்தார். மன்னர்களும் வைஸ்ராய்களும் அதற்கு தாராளமாக நிதி உதவிகள் வழங்கியிருந்தனர். ஐரோப்பியர்களுக்கு, பெரும்பாலும் படைவீரர்களுக்கு மட்டுமே அங்கு சிகிச்சை தரப்பட்டது. 1500 படுக்கைகள் கொண்டிருந்தது அந்த மருத்துவமனை. பைரார்ட் அதில் ஒன்றில் படுக்கவைக்கப்பட்டார்.

'அந்தப் படுக்கைகள் அழகாக வடிவமைக்கப்பட்டிருந்தன. சிவப்பு வார்னிஷ் அடிக்கப்பட்டிருந்தன. பல வண்ணங்கள் பூசப்பட்டவையாகவும் தங்க முலாம் பூசப்பட்டவையாகவும் இருந்தன. சில படுக்கைகள் பருத்தியால் ஆனவை. தலையணைகள் பருத்தி அடைக்கப்பட்ட வெள்ளை காலிகோ துணியால் செய்யப்பட்டிருந்தன. போர்வைகள், படுக்கை விரிப்புகள் எல்லாம் பட்டு அல்லது பருத்தியாலானவை. பல்வேறு வண்ணங்கள், விதவிதமான வடிவமைப்புகள் கொண்டவையாக இருந்தன. மெத்தை விரிப்புகள் எல்லாம் தூய வெண்ணிறப் பருத்தியால் ஆனவை. 'காலையில் நாவிதர் வந்தார். பைரார்ட் மற்றும் உடன் வந்தவர்களின் நாட்பட்ட முடியை வெட்டினார். உதவியாளர் நீர் கொண்டுவந்து அனைவரையும் குளிப்பாட்டினார். கால் சட்டை, வெள்ளை சட்டை, தொப்பி, காலணி எல்லாம் தந்தனர். எங்களுக்கு ஒரு விசிறி கொடுத்தனர். மண் பானை, பாட்டில், துண்டு, கைக்குட்டை என எல்லாம் தந்தனர். மூன்று மணி நேரத்துக்கு ஒரு முறை எல்லாம் மாற்றப்பட்டன. மருத்துவமனையில் எப்போதும் இந்தியப் பணியாளர்கள் இருந்தனர். போர்ச்சுகீசிய மேலதிகாரி ஒரு மணி நேரத்துக்கு ஒரு முறை வந்து சென்றார். முதல் நாள் இரவு உணவாக வறுத்த பெரிய கோழி, டெசர்ட் ஆகியவற்றை சீன பீங்கான் தட்டில் வைத்துத் தந்தனர்.'

உலகிலேயே மிகவும் அருமையான மருத்துவமனையில் இருப்பதாக பைரார்ட் நினைத்ததில் எந்தத் தவறும் இல்லை. இப்படியான ஆடம்பர வசதிகள், திறமையான மருத்துவர்கள் எல்லாம் இருந்தும் ராயல் ஹாஸ்பிடலில் இறப்பு மிக மிக அதிகமாகவே இருந்தது. நோய்களையும் காயங்களையும் சிகிச்சை

செய்வதில் ஏதோ ஒரு குறைபாடு அங்கு இருந்திருக்கவேண்டும். 18லிருந்து 30 வயதானவர்கள் 300-400 பேர் ஆண்டு தோறும் அங்கு இறந்ததாக மன்னருக்கு அனுப்பிய ஒரு கடிதம் தெரிவிக்கிறது. 17-ம் நூற்றாண்டு முழுவதும் படைவீரர்கள் மட்டும் சுமார் 25,000 இறந்ததாகத் தெரிகிறது.

ஆனால், மூன்று வாரங்களில் பைரார்ட் உடல் நலம் தேறிவிட்டார். அவருடைய சக ஃபிரெஞ்சுக்காரர்களும் உடல் நலம் பெறும் வரையில் அங்கேயே இருக்கும்படிக் கேட்டுக்கொண்டார்கள். அது ஒருவகையில் நல்லதாகவே அமைந்தது. ஏனென்றால் மருத்துவ மனையில் இருந்து வெளியேறியதும் சிறையில் அடைக்கப் படவிருந்தார்.

மருத்துவமனையில் இருந்து வெளியேறியதும் பைரார்டை நேராக 'சலே' என்ற சிறைக்குக் கொண்டுசென்றார்கள். உலகத்திலேயே மிகவும் அசிங்கமான நாற்றம் நிறைந்த இடம் என்று பைரார்ட் அதைக் குறிப்பிட்டிருக்கிறார். எல்லா அடிமைகளும் அனைத்து வகையான தீய செயல்களைச் செய்பவர்களும் நிரம்பி வழிந்தனர். எல்லாப் பக்கமும் முடை நாற்றம் வீசியது. சில நேரங்களில் 200-300 பேர் கூட அங்கே அடைக்கப்பட்டிருந்தனர். நல்லவேளையாக கிறிஸ்தவர்களுக்கென்று தனியான சிறை அறை இருந்தது.

இன்னொரு அதிர்ஷ்டம் அவருக்கு இருந்தது. ஒரு மாதத்தில் ஃபிரெஞ்சு ஜேசூயிட் மத போதகர் ஒருவரிடம் தன்னைப் பற்றிய செய்தியை பைரார்டால் தெரிவிக்க முடிந்தது. அவருடைய முயற்சியால் பைரார்டுக்கு சிக்கிரமே விடுதலை கிடைத்தது. போர்ச்சுகீசியர்களின் கிழக்கு நாடுகளுக்கு ஃபிரெஞ்சுக்காரர்கள் வரக்கூடாது என்ற விதியை மீறியதால் முதலில் பைரார்டுக்கும் அவருடைய நண்பருக்கும் தூக்கு தண்டனைதான் வைஸ்ராயால் தீர்மானமாகியிருந்தது. பின்னர் என்ன நினைத்தாரோ இருவரையும் விடுதலை செய்துவிட்டார். கையில் காசு எதுவும் இல்லை. எனவே பைரார்ட் படை வீரராகப் பணியில் சேர்ந்தார். அடுத்த இரண்டு வருடங்கள் அவர் கோவாவில் இருந்தார். ஆனால், சக வீரர்களுடன் சேர்ந்துகொண்டு குஜராத், தென் இந்தியா, சிலோன் ஆகிய பகுதிகளுக்கும் சென்றுவந்தார்.

கோவாவில் மனித வாழ்க்கை குறித்து விரிவாக எழுதும்படியாக, நல்ல நிலைமையில் இருந்தார். ஐரோப்பிய சமூகத்தின் கடைநிலை அடுக்கில் இருந்தவர்களே படைவீரர்களாக அங்கு இருந்தனர். எனினும் மேல்தட்டு போர்ச்சுகீசியர்களுடைய வீடுகளுக்கு

அடிக்கடிச் சென்று வந்தனர். அங்கு அவர்களுக்கு இலவச உணவும் மதுவும் தரப்பட்டன. பைரார்ட் எழுதியது:

> ‘இத்தனை குறுகிய காலத்தில் போர்ச்சுகீசியர்கள் எப்படி ஐரோப்பிய பாணியின் இத்தனை அருமையான கட்டடங்கள், சர்ச்சுகள், மடாலயங்கள், அரண்மனைகள், கோட்டைகள் ஆகியவற்றை இங்கு கட்டமுடிந்தது என்று நான் வியந்து போகிறேன். அதோடு இந்தப் பகுதிகளில் கறாரான ஒழுங்கு, காவல் அமைப்பு எல்லாவற்றையும் அமைத்திருக்கிறார்கள். அவர்களுக்குக் கிடைத்திருக்கும் அதிகாரம், லிஸ்பனைப் போலவே எல்லாவற்றையும் இங்கு அமைத்திருப்பது ஆகியவற்றைப் பார்க்கும்போது ஆச்சரியமாக இருக்கிறது.’

நகை விற்பனையாளர், தங்க ஆசாரிகள், ரத்தினக் கல் கலைஞர்கள், கார்பெட் நெசவாளர்கள், பட்டு வணிகர்கள், வட்டிக்குப் பணம் கொடுப்பவர்கள் ஆகியோரின் கடைகளைப் பற்றி பைரார்ட் விரிவாக எழுதியிருக்கிறார். இந்தியாவில் போர்ச்சுகீசியர்களுக்கு நேரடியாக வணிகத்தில் உதவ முடியாதபடி நிறைய எதிரிகள் இருந்த போதிலும் நட்பார்ந்த வணிகர்கள் மூலம் கோவாவுக்குப் பொருட்கள் வந்த வண்ணம் இருந்தன. பாரசீகம், அரேபியா ஆகிய பகுதிகளில் இருந்து குதிரைகள் வந்தன. அடிமைகளும் ஏலத்துக்கு வந்தனர். நாம் வண்டியில் குதிரைகளைப் பூட்டி ஓட்டுவதுபோல் அடிமைகளை வண்டிகளில் பூட்டி இழுக்கவைத்தனர். இசைக்கருவிகள் இசைத்தல், பூ வேலைப்பாடுகள் செய்தல், இனிப்புகள் தயாரித்தல் போன்றவை செய்யத் தெரிந்த பெண் அடிமைகள் இருந்தனர். ‘அடிமைகளுடன் உடலுறவு கொள்வது பாவம்’ என்பதால் கன்னி கழியாத அடிமைகளும் இருந்தனர்.

போர்ச்சுகீசியர்கள் வேலைப்பாடுகள் மிகுந்த பட்டுத்துணிகள், தங்க அணிகலன்கள், வெள்ளி, முத்து மாலைகள் அணிந்த குதிரைகளில் சவாரிசெய்தனர். குதிரையில் செல்லும்போது காலை நுழைக்க உதவும் கால்பிடி வெள்ளியில் செய்யப்பட்டு ரத்தினங்கள் பதிந்ததாக இருந்தது. பட்டு அல்லது தோல் போர்த்தப்பட்ட பல்லக்குகளில் போர்ச்சுகீசிய பெண்கள் பயணம் செய்தனர். நான்கு அடிமைகள் அவர்களைச் சுமந்து சென்றனர். அவர்களுக்குப் பின்னால் பட்டாடை உடுத்திய பெண் அடிமைகள் வரிசையாக வருவார்கள்.

சர்சுகளுக்குச் செல்லும்போது தங்கம், வெள்ளி ஜரிகை போட்ட பட்டு கவுன்கள் அணிந்துகொண்டு சென்றனர். தலை முதல் கால் வரை மெல்லிய திரைச்சீலை போன்ற துணி அணிந்து சென்றனர். எளிதில் அணிந்துகொள்ள முடியும்வகையில் இருந்த

அவர்களுடைய காலணிகளின் மேல்பகுதியில் முத்துக்கள், ரத்தினங்கள் பதிக்கப்பட்டிருந்தன. பின் குதிகால் அடுக்குகள் ஆறு அங்குலம் உயரமாக இருந்தன. இதனால் சர்ச்சுக்குள் பெண்கள் ஆணின் கையைப் பிடித்துக்கொள்ளாமல் நடக்கமுடியாது என்ற நிலையே இருந்தது. நாற்பது அம்பது பேர் இருக்கையில் அமர ஒன்றே கால் மணிநேரம் ஆனது.

பொழுது போக்குக்கு குதிரையேற்றம், சண்டைக் கலைகள், இன்பச் சுற்றுலாக்கள், இசை என பல வழிகள் இருந்தன. நடனங்கள் எதுவும் இருந்திருக்கவில்லை. சூதாட்ட விடுதிகள் இருந்தன. ஆண்கள் சீட்டு, பகடையாட்டம் ஆடினர். மது அருந்துதல், விருந்துகள் எனக் கொண்டாடினர். பிறர் செஸ், ட்ராஃப்ட், ஸ்கிட்டில், பௌல் போன்ற விளையாட்டுகள் விளையாடினர்.

படைவீரர்கள் மிகவும் கரடு முரடானவர்களாக இருந்தனர். போர்ச்சுகலில் மோசமான குற்றங்களுக்காக சிறைகளில் இருந்து நாடுகடத்தப்பட்டவர்கள், தண்டனைக் காலம் முடியும் வரை நாடு திரும்ப முடியாதவர்கள் ஆகியோர் சிலர் படைகளிலிருந்தனர். பிறருக்கோ எட்டு வருடங்கள் ராணுவத்தில் பணி புரிந்த பின்னரே ஊக்கத்தொகையுடன் சொந்த நாட்டுக்குச் சென்று வர அனுமதி தரப்பட்டது. அப்படி வந்தவர்களில் யாருக்கும் ராணுவத்தில் சேர்ந்தாகவேண்டும் என்று நிர்பந்தம் இருந்திருக்கவில்லை. ஆனால் ராணுவத்தில் சேர்ந்தாலொழிய அவர்களுக்குச் சம்பளம் கிடைக்காது.

விரும்பியபோது திரும்பிச் செல்ல அவர்களுக்கு சுதந்தரம் இருந்தது. ஆனால், திரும்பிச் செல்லும் பயணத்தில் வெறும் நீர் மட்டுமே இலவசமாகத் தரப்படும். இது போன்ற காரணங்களினால் யாரும் இந்தியாவை விட்டுத் திரும்பிச் செல்ல விரும்பியிருக்க வில்லை. வேலை இல்லாத, சம்பளம் தரப்படாத படைவீரர்கள் பெரும் பிரச்னைகளைக் கிளப்பினர். 9 மணிக்கு மேல் இரவில் வெளியே செல்ல முடிந்திருக்கவில்லை. ஏனென்றால் அவர்கள் கூட்டமாகக் கூடி நின்று வழிப்பறி செய்வார்கள். கொலை கூடச் செய்வதுண்டு.

மாலைகளில் திருட்டுப் பொருட்களின் சந்தை சட்ட விரோதமாக நடக்கும். சுமார் 500 பேர் கூட சில நேரங்களில் ரகசிய விற்பனையில் ஈடுபடுவார்கள். பிற ஊர்களுக்குச் சென்றுவிடத் தயாரான படை வீரர்களுக்கு போர்ச்சுகீசிய கோவா அரசாங்கம் சிறிய ஊக்கத் தொகை கொடுக்கக்கூட முன் வந்தது. ஆனால், யாரும் அப்படிச்

செல்ல முன்வரவில்லை. கோவாவில் சுமார் 5000 போர்ச்சுகீசிய படைவீரர்கள் இருந்ததாக பைரார்ட் குறிப்பிட்டிருக்கிறார்.

பைரார்டின் சக படைவீரர்கள் ஒரு பெண்ணுடன் வசித்தனர். அல்லது சில நண்பர்களாகச் சேர்ந்து வசித்தனர். அப்படிக் கூடி வாழ்ந்தவர்களுக்கு திருமணமான பெண்கள் அல்லது விதவைகள் உதவிகள் செய்தனர். செல்வந்தர்களின் வீடுகளில் உணவருந்தினர். பெரும்பாலான படைவீரர்களுடைய கடந்தகாலம் அவ்வளவு நல்லதாக இருந்திராதபோதிலும் மேட்டுக்குடியினர்போல் மிகுந்த கவனமெடுத்துக் காட்டிக்கொண்டனர். 'இவர்களெல்லாம் சுமைதூக்கிகள், நீர் இறைத்துத் தருபவர்கள், பட்டறைப் பணியாளர்கள் மற்றும் அதுபோல் கடைநிலை வேலை செய்பவர்கள் என்று நாங்கள் சொன்னபோது இந்தியர்கள் அதைக் கேட்டு ஆச்சரியத்தில் வாய் பிளந்து நின்றனர்'.

படை வீரர்களிடம் நல்ல உடைகள் போதுமான அளவுக்கு இருக்காது. ஒருவர் வெளியே நன்கு உடை உடுத்திக்கொண்டு சென்றுவிட்டு வந்தபின் இன்னொருவர் அதை வாங்கிப்போட்டுக் கொண்டு வெளியே செல்வார்.

கோவாவில் தான் என்ன செய்தேன் என்று பைரார்ட் வெகு குறைவாகவே குறிப்பிட்டிருக்கிறார். ஆனால், பெண்கள் உடை அணிவது பற்றியும் அவர்களுடைய நடத்தை பற்றியும் மிக விரிவாக எழுதியிருக்கிறார்.

'இந்தியாவில் வசிக்கும் பெண்கள் அணியும் சிக்கலான உடை போலல்லாமல் இங்கு போர்ச்சுகீசியப் பெண்கள் அணியும் உடை மிகவும் சல்லாத்துணிபோல் மெல்லியதாக இருக்கும். உடை எதுவும் அணிந்திருக்கவே இல்லை என்று தோன்றும் அளவுக்கு உடல் பாகங்கள் துல்லியமாகத் தெரியும். அதிலும் மார்பகங்கள் அப்படியே அப்பட்டமாகத் தெரியும்படியாகவே அந்த உடைகள் இருக்கும். கோவாவில் இருக்கும் பெண்கள் கற்பொழுக்கம் துளியும் இல்லாதவர்கள். காம உணர்ச்சி மிகுந்தவர்கள். கிடைத்த சிறு வாய்ப்பைக்கூட பயன்படுத்திக்கொள்ளத் தயங்கமாட்டார்கள். தமது பணியாளர்கள், அடிமைகளையும் காமத்துக்கு வடிகாலாகப் பயன்படுத்திக்கொள்வார்கள். கணவருக்கு அதிக மதுவை ஊற்றிக் கொடுத்துவிட்டு தமது காம இச்சைகளைப் பிரச்னையின்றி அனுபவித்துக்கொள்வார்கள். எந்தவொரு அழகான பெண்ணையும் வைஸ்ராய்கள் விருப்பம்போல் துய்ப்பார்கள். தேவையென்றால் அந்தப் பெண்களின் கணவருக்கு ஏதேனும் வேலை கொடுத்து வெளியூருக்கு அனுப்பியும் வைப்பார்கள்'.

வைஸ்ராய் பதவி என்பது மன்னரின் நண்பர்களுக்குக் கொடுக்கும் ஒரு சலுகை என்றவகையில் இருந்ததால் வைஸ்ராய்கள் அடிக்கடி மாற்றப்பட்டனர். இரண்டு அல்லது மூன்று வருடங்களுக்குள் முடிந்தவரை வளங்களைப் பெருக்கிக் கொண்டாகவேண்டிய அவசியம் இருந்தது. இதை அவர்கள் அதி வேகத்துடன் நடைமுறைப்படுத்தவும் செய்தனர். கேப்டன்கள், கவர்னர்கள் ஆகியோர் எல்லாம் வைஸ்ராயின் அனுமதி இருந்தால்தான் பதவியில் நீடிக்கமுடியும் என்பதால் அவர் கேட்டதையெல்லாம் செய்துகொடுத்தார்கள். வேலைகள், வேலை ஒப்பந்தங்கள் எல்லாம் அதிக பணம் கொடுத்தவர்களுக்கே தரப்பட்டது.

தமது பதவிக் காலத்தின் இறுதி வருடத்தில் போர்ச்சுகல் திரும்புவதற்கு முன்பாக ஒரு கப்பலை எடுத்துக்கொண்டு தமது ஆளுகைக்குட்பட்ட பகுதியில் இருக்கும் அனைத்து வணிகக் கிடங்குகள், துறைமுகங்களுக்குச் சென்று முடிந்தவரை அள்ளிப் போட்டுக்கொண்டு திரும்புவார்கள்.

17-ம் நூற்றாண்டின் கடைசி பத்தாண்டுகளில் அதாவது டச்சுக் காரர்கள், இங்கிலாந்தினரின் போட்டிகள் ஆரம்பித்த காலகட்டத்தில் நிலைமை மாறத் தொடங்கியதை பைரார்ட் குறிப்பிட்டிருந்தார். இனிமேல் போர்ச்சுகீசியர்கள் கடல் வணிகத்தின் எஜமானர்கள் அல்ல; அவர்களுடைய ஏகபோக உரிமைகள் மறையத் தொடங்கி விட்டன. டச்சுக்காரர்கள், ஆங்கிலேயர்கள் ஆகியோரின் வருகைக்குப் பின் ஆசியாவில் உள்ள பொருட்களின் விலையானது முன்பிருந்ததைவிட நான்கு ஐந்து மடங்கு உயர ஆரம்பித்துவிட்டது. அதோடு ஐரோப்பாவில் அவற்றின் விலை வெகுவாகக் குறையவும் ஆரம்பித்துவிட்டது.

எனினும் போர்ச்சுகல் சார்பில் மிகப் பெரிய கப்பல்கள் ஆண்டுதோறும் புறப்பட்டுப் போய்க்கொண்டுதான் இருந்தன. எல்லாமே மன்னரின் கப்பல்கள். ஏனென்றால் அதுவரையிலுமே போர்ச்சுகலின் வணிகம் முழுவதும் அரசின் கட்டுப்பாட்டிலேயே இருந்தது. அவையெல்லாம் பிரமாண்டமான கப்பல்கள். டச்சுக்காரர்கள், ஆங்கிலேயரின் கப்பல்களைவிடப் பல மடங்கு பெரியவை. 2000 டன் எடை கொண்ட அந்தக் கப்பல்களில் ஏற்றப்படும் பொருட்களின் அளவு ஆயிரம் டன்களுக்கு மேல் இருக்கும். ஆனால், இவற்றில் பல கப்பல்கள் டச்சுக்காரர்களின் தாக்குதல் அல்லது புயல் காரணமாக ஊர் திரும்பியிருக்கவில்லை. கப்பல்களின் பிரமாண்ட எடை மற்றும் கேப்டன்களின் செயல் திறனின்மை இரண்டுமே அந்த இழப்புகளுக்குக் காரணமாக

இருந்தன. பல கேப்டன்கள் லஞ்சப் பணம் கொடுத்து அந்தப் பதவியைப் பெற்றிருந்தனர். வேறு சிலரோ மன்னரின் சலுகை மூலம் கேப்டனாகியிருந்தனர்.

ஒற்றர்களாகச் செயல்படும் டச்சுக்காரர்கள், ஆங்கிலேயர், ஃபிரெஞ்சுக்காரர்கள் அனைவரையும் வெளியேற்றும்படி போர்ச்சுகல் மன்னர் 1609-ல் வைஸ்ராய்க்கு ஓர் உத்தரவைப் பிறப்பித்தார். பிரேஸிலுக்குச் செல்லும் கப்பலில் இலவசப் பயணம் செய்யும் வாய்ப்பு பைரார்டுக்குக் கிடைத்தது. அவர் மீது போர்ச்சுகீசியர்களுக்கு நல்ல மரியாதை இருந்தது. விடைபெற்றுச் செல்லும்போது வைஸ்ராய், பாதிரியார் மற்றும் செல்வந்தர்கள் அனைவரும் அவருக்கு நிறைய சன்மானம் கொடுத்து அனுப்பினார். துரதிஷ்டவசமாக அவருடைய பணம் திருடப்பட்டுவிட்டது. நண்பர்கள் உதவியதன் மூலம் பிப்ரவரி 1610-ல் பயணம் மேற்கொண்டார்.

பிரேஸிலில் இருந்து ஸ்பெயினுக்கு ஃப்ளெமிஷ் கப்பலில் சென்றார். விகோவுக்கு அருகில் கரையிறங்கினார். சாண்டியாகோ தெ காம்போஸ்டெலாவுக்கு புனிதப் பயணம் மேற்கொண்டார். ஐரோப்பாவுக்கு நல்லபடியாகத் திரும்பினால் அந்தப் புனித சர்ச்சுக்கு வருவதாக வேண்டிக்கொண்டிருந்தார். இறுதியாக கொரன்னாவில் இருந்து லா ராச்சேல் சென்று சேர்ந்தார். ஃபிரான்சுவா பைரார்ட் சொந்த ஊரான லேவலுக்கு புறப்பட்டதில் இருந்து பத்தாண்டுகள் கழித்து பிப் 1611-ல் திரும்பினார். அதன் பின் வேதனையில், குடியில் ஆழ்ந்ததாகச் சொல்லப்படுகிறது.

•

ஜான் பாப்டிஸ்ட் டாவெர்னியர் பாரிஸில் 1605ல் பிறந்தார். அவருடைய தந்தை அங்கு வணிகராக இருந்தார். இளம் வயதிலேயே ஐரோப்பா முழுவதும் பயணம் மேற்கொண்டார். எனவே, பல மொழிகள் அவருக்குத் தெரியும். 1631-ல் லெவண்ட் மற்றும் பாரசீகத்துக்குச் சென்றார். ரத்தினக் கற்கள், முத்துக்கள் ஆகியவற்றின் வர்த்தகமே அவருடைய பிரதான தொழில். தன்னை வெறும் சாதாரண வணிகர் என்று சொல்லிக்கொள்ளாமல் 'கண்ணியமான வணிகர்' என்றே அறிமுகம் செய்துகொள்வார். இது அவருக்குப் பல கதவுகளைத் திறந்துவிட்டது. பாரசீக மன்னர் ஷாவுக்கும் பேரரசர் ஔரங்கஜீப்புக்கும் நகைகள் விற்கும் வாய்ப்புகளும் அவருக்கு அதன் மூலம் கிடைத்தது.

1638-ல் பாரசீகத்துக்குச் சென்றார். அங்கிருந்து இந்தியாவுக்குச் சென்று சூரத், ஆக்ரா பகுதிகளையும் பார்த்தார். 1641-ல் கோவாவில்

இருந்தார். பாரிஸுக்கு 1643-ல் திரும்பினார். அதன் பின்னர் மீண்டும் ஒருமுறை பாரசீகத்துக்கும் இந்தியாவுக்கும் சென்றார். கோவாவுக்கு 1648-ல் மீண்டும் வந்து சென்றார்.

கோவாவுக்கு டாவெர்னியர் ஏழு வருடங்களுக்கு முன்பாக வந்தபோது பார்த்தவற்றுக்கும் இப்போதைய நிலைக்கும் இடையிலான வித்தியாசத்தைப் பார்த்து அதிர்ந்துவிட்டார். 'போர்ச்சுகீசியர்கள் முன்பு பெரும் செல்வத்துடன் இருந்தனர். அரச அதிகாரிகள், வணிகர்கள் என அனைவரும் செல்வச் செழிப்பில் இருந்தனர். பிரிட்டிஷார் மற்றும் டச்சுக்காரர்கள் வந்ததைத் தொடர்ந்து காலடியில் இருந்த நிலம் பெயர்ந்து விழுந்ததுபோல் வீழ்ச்சியடைந்துவிட்டனர்'.

பைரார்ட் வெகுவாகப் புகழ்ந்து சொல்லியிருந்த ராயல் ஹாஸ்பிடலின் பரிதாபகரமான நிலையை வருணித்திருக்கிறார். மருத்துவப் பணியாளர்களுக்கு லஞ்சம் கொடுக்காமல் ஒரு கோப்பை தண்ணீர்கூடப் பெற முடியாத நிலை அங்கு இருந்ததாகச் சொல்லியிருக்கிறார். 'மருத்துவமனைக்கு சிகிச்சைபெற நுழையும் ஐரோப்பியர்கள் பிணமாக அல்லாமல் வேறு வகையில் வெளியேறவே முடிந்திருக்கவில்லை'.

ஆனால், போர்ச்சுகீசியர்களின் வீழ்ச்சியானது டாவெர்னியருக்கு சில வகைகளில் நன்மை செய்திருக்கிறதுபோலவே தெரிகிறது.

> 'நான் முதல் தடவை கோவாவுக்குச் சென்றிருந்தபோது 2000 எகஸ் (écus) வருமானம் வந்த பலரைப் பார்த்திருக்கிறேன். அடுத்த தடவை நான் போயிருந்தபோது அவர்கள் ரகசியமாக என்னை வந்து சந்தித்து பண உதவி கேட்டார்கள். தமது படோடோபத்தை சற்றும் குறைத்துக்கொள்ளாமல்தான் வந்தனர். அதிலும் பெண்கள் பல்லக்குகளில் வந்து என் வீட்டு வாசலில் நிற்பார்கள். ஒரு வேலைக்காரச் சிறுவன் வந்து நம்மைப் புகழ்ந்து சில வார்த்தைகள் பேசுவான். அவனிடம் ஏதேனும் கொடுத்து அனுப்பலாம். அல்லது பல்லக்கில் வந்திருக்கும் பெண்ணின் முகத்தைப் பார்க்கும் ஆர்வத்தில் அதைக் கொடுக்க நீங்களே சொல்லலாம்.
>
> ஆனால், அவர்கள் தமது தலைமுதல் கால் வரை அனைத்தையும் திரைச்சீலை கொண்டு மூடி மறைத்துக்கொண்டிருப்பார்கள். அவர்களுக்கு ஏதேனும் நன்கொடை கொடுக்க நீங்கள் சென்றால், அந்தப் பெண் எப்படியான செல்வச் செழிப்பில் முன்பு

இருந்தார்; இப்போது எப்படி சிரம நிலைக்குவந்துவிட்டார் என்று மத போதகர் யாரேனும் எழுதிய கடிதத்தை அந்தப் பல்லக்கில் இருக்கும் பெண் உங்களிடம் நீட்டுவார். அந்த அழகான பெண்ணிடம் நீங்கள் சிறிது பேச ஆரம்பிப்பீர்கள். வீட்டுக்குள் மரியாதை நிமித்தமாக அழைத்து பானம் ஏதேனும் கொடுத்து உபசரிப்பீர்கள். சில நேரங்களில் அந்த உபசாரம் மறு நாள் காலை வரையிலும்கூட நீடிக்கக்கூடும்.'

அந்த நூற்றாண்டு போகப் போக போர்ச்சுகீசியர்களின் நிதி நிலைமை மேலும் மோசமானது. இந்தியாவில் இருந்த அவர்களுடைய படைவீரர்களுக்கு சம்பளம் உரிய நேரத்தில் கிடைக்கவில்லை. இந்திய ஆட்சியாளர்களின் படைகளில் சேர அவர்களில் பலர் போய்விட்டனர். மத நிறுவனத்தில் சேருவது இன்னொரு எளிய நல்ல வழியாக இருந்தது. 'போர்ச்சுகீசிய சிறைகளில் இருந்து வந்த அயோக்கியர்களுக்கு' மதம் சார்ந்த எந்தவொரு மன விருப்பமும் இருந்திருக்கவில்லை. நிதி நிலைமை வீழ்ச்சியடையாத துறையாக மத போதகப் பிரிவு இருந்தது. ஜேசூயிட்கள், டொமினிகர்கள், அகஸ்டினியர்கள் ஆகியோர் செல்வச் செழிப்பாக இருந்த காலத்தில் கிடைத்த பணத்தை வைத்து ஏராளமான மடாலயங்கள், கான்வெண்ட்கள், பள்ளிகள், கல்லூரிகள் ஆகியவற்றைக் கட்டியிருந்தனர். புற்றீசல் போல் எழுபதுக்கு மேற்பட்ட சர்ச்சுகள் எங்கும் முளைத்திருந்தன. 1562-ல் 'செ கதீட்ரல்' பணிகள் ஆரம்பிக்கப்பட்டிருந்தன. ஆனால் 16-ம் நூற்றாண்டின் இறுதிக் காலம் வரையில் அது மிகவும் மெதுவாகவே நடந்துவந்தது. 1652-ல்தான் ஒருவழியாகக் கட்டி முடிக்கப்பட்டது. 250 அடி நீளமும் 165 அடி அகலமும் கொண்டது. ஆசியாவிலேயே மிகப் பெரிய சர்ச் அதுதான்.

•

17-ம் நூற்றாண்டில் நடந்த டச்சுக்களின் தாக்குதல் போர்ச்சுகீசிய இந்தியாவை வெகுவாகப் பாதித்தது. கோவாவை முற்றுகை இட்டதைத் தொடர்ந்து போர்ச்சுகலுக்கும் இந்தியாவுக்கும் இடையிலான வர்த்தகம் முழுவதுமாக முடங்கியது. இந்தியாவில் இருந்து கடந்த மூன்று ஆண்டுகளாக எந்தச் செய்தியும் வரவில்லை என்று 1659-ல் போர்ச்சுகல் மஹாராணி ஃபிரெஞ்சு தூதுவரிடம் தெரிவித்திருக்கிறார். மன்னர் இரண்டாம் சார்லஸுக்கும் போர்ச்சுகல் இளவரசிக்கும் இடையில் திருமணம் நடந்த பின்னரே நிலைமை மேம்பட ஆரம்பித்தது. ஆனால், அதுவும் சற்று

மிதமாகவே இருந்தது. ஆங்கிலேய, ஃபிரெஞ்சுக்காரர்கள் அமைதிக்குத் திரும்பும்படி டச்சுக்காரர்களுக்கு அழுத்தம் தந்தனர். அதன் பின்னர் போர்ச்சுகீசியர்கள் இந்தியாவுக்குத் தமது கப்பல்களை அனுப்ப ஆரம்பித்தனர். ஓரிரு ஆண்டுக்கு ஒரு கப்பல் என்பதாகவே அனுப்ப முடிந்தது.

1670-ல் போர்ச்சுகீசியர்களுக்கு வேறொரு பெரிய அடி விழுந்தது. முந்தைய நூற்றாண்டின் முற்றுகைகளையெல்லாம் தாக்குப்பிடித்த டையூ தீவில் இருந்த கோட்டையானது மஸ்கட்டில் இருந்து வந்த அரேபியர்களின் சிறிய குழுவால் தாக்கப்பட்டது. இந்தத் தாக்குதலை போர்ச்சுகீசியர்களால் தாக்குப்பிடிக்கமுடியாமல் போய்விட்டது. அரேபியர்கள் டையூ பகுதியைச் சூறையாடினர். ஏராளமான செல்வம், பொருட்களைச் சூறையாடினர். முக்கிய வணிக மையமாக அது விளங்கியதைச் சீர்குலைத்தனர்.

•

அப்பே கரே இந்தியாவுக்கு 14-ம் லூயி மன்னரின் அமைச்சர் ஒருவர் மூலம் அனுப்பிவைக்கப்பட்டார். பாண்டிச்சேரியில் காலூன்ற விருந்த ஃபிரெஞ்சு கிழக்கிந்திய கம்பெனியின் தலைமைக்கு உதவ அனுப்பிவைத்தார். இந்தியாவில் பல இடங்களுக்குப் பயணம் செய்த கரே பல சுவாரசியமான தகவல்களைக் குறிப்பிட்டிருக்கிறார். சூரத்தில் இருந்து புறப்பட்ட பின் முஸ்லீம்களுக்குச் சொந்தமான மற்றும் முஸ்லிம்களே நிரம்பியிருந்த கப்பலானது காற்று வீச்சு குறைந்ததால் கடலில் அப்படியே நின்றது. பெரிய பாத்திரங்களில் இருந்த உணவுப் பொருட்களைக் கடல் நீரில் கொட்டி காற்றை வீச வைக்க நடத்தப்பட்ட மூட நம்பிக்கை சடங்கு பற்றிக் குறிப்பிட்டிருக்கிறார். 'இளம் அடிமைகளுடன் செய்த பாவங்களைப் போக்குவதற்காக' கடலில் குளித்திருக்கிறார்கள். கோவாவில் ரத்தினக் கற்களின் வணிகமானது போர்ச்சுகீசிய அரசின் ஏகபோக உரிமை பெற்ற வணிகமாக இருந்தது. எனவே அங்கு வரும் ஆங்கிலேயர்களுடன் திருட்டுத்தனமாக ரகசியமாக வணிகத்தில் போர்ச்சுகீசியர்கள் ஈடுபட்டனர் என்று குறிப்பிட்டிருக்கிறார்.

அப்பே கரே 1672-ல் கோவாவுக்கு வந்தபோது முந்தைய காலத்தின் செல்வ வளமோ, அதன் தடயமோ எதுவுமே காணக் கிடைக்க வில்லை என்று குறிப்பிட்டிருக்கிறார். 'வைஸ்ராயின் வீடு மட்டுமே பழைய பெருமையுடன் திகழ்ந்தது. பிரதான அரண்மனை மிகவும் சிதிலமடைந்துவிட்டிருந்தது. முன்பு போர்களுக்குத் தேவையான ஆயுதங்கள், தளவாடங்களையெல்லாம் பாதுகாப்பாக வைத்திருந்த

பிரமாண்ட ஆயுதக்கிடங்கானது தற்போது கப்பலின் கயிறுகள், கம்பிகள் ஆகியவற்றை வைத்திருக்கும் இடமாக மாறி விட்டிருந்தது. போர்ச்சுகீசியர்களின் எண்ணிக்கையை அதிகரிக்க புதிதாக போர்ச்சுகலில் இருந்து யாரும் வந்திருக்கவே இல்லை. இந்தியாவுக்குக் கூட்டம் கூட்டமாக வந்த போர்ச்சுகீசிய செல்வந்தர்கள் எல்லாம் இப்போது மாயமாக மறைந்துவிட்டனர். சிறையில் இருந்தும் தூக்குமேடைகளில் இருந்தும் வந்தவர்களே புதிதாக வந்து சேர்ந்தனர்'.

'அப்படியாக, கிழக்கு நாடுகளின் ராணி என்றும் பெரும் கஜானா என்றும் புகழப்பட்ட இந்த பிரமாதமான நகரம் தனது பழைய கம்பீரத்தை முற்றாக இழந்துவிட்டது. எல்லாமே திடீரென்று மாறிவிட்டது. முதலில் இந்த நகரைச் செழிக்கச் செய்திருந்த பெரும் வணிகம், பொருளாதாரம் பின்னடைவைச் சந்தித்தது. அதன் பின் அவர்கள் சேர்த்து வைத்திருந்த செல்வம், சொத்துகள் எல்லாம் புகைபோல் மறைந்துவிட்டது'.

•

அத்தியாயம்-7

டச்சுக்காரர்கள், ஆங்கிலேயர்கள், டேனிஷ்க்காரர்கள்.
அமைதி வர்த்தகத்தின் வெற்றி

சொற்ப ஆட்கள் மற்றும் குறைவான பணம் கொண்டு உலகின் மாபெரும் மன்னர்களில் ஒருவருடன் சண்டைக்குச் செல்வதென்பது கிழக்கிந்திய கம்பெனிக்கு புத்திசாலித்தனமற்ற செயலாகவே இருக்கும். போரிலும் துப்பாக்கி போன்றவற்றைக் கையாள்வதிலும் இந்தியா திறமையான நாடு இல்லை என்றாலும் கம்பெனியின் ஆட்கள் அனைவரையும் ஒரு நேர காலை உணவுக்கே உண்டு முழுங்கிவிடக்கூடிய அளவுக்கு எண்ணிக்கையில் அதிகமானவர்கள்.

எட்வர்ட் பர்லோ, பர்லோவின் ஜர்னல், 1692.

தூரக்கிழக்கு நாடுகளுக்கு 1594-ல் சில டச்சு வணிகர்கள் ஒன்று சேர்ந்து நான்கு கப்பல்களை அனுப்பினர். ஜாவா தீவுகளில் இருந்து மிளகு ஏற்றிக்கொண்டு நல்லபடியாகத் திரும்பியது. அதைத் தொடர்ந்து பல போட்டி நிறுவனங்களும் அதைப் பின்பற்றத் தொடங்கின. டச்சு நிறுவனங்கள் அனைத்தும் ஒன்று கூடி வெரனிக்டே ஓஸ்டிண்டிசே கம்பெனி (வி.ஓ.சி- Vereenigde Oostindische Compagnie அதாவது, யுனைட்டட் ஈஸ்ட் இந்தியா கம்பெனி) என்ற பெயரில் ஆரம்பித்தன.

1604-ல் வி.ஓ.சி. நிறுவனம் 13 கப்பல்களை இந்தியாவின் மேற்குப் பகுதிக்கு அனுப்பியது. கோழிக்கோடு சமுத்திரன் மன்னரை அதன் தளபதி சந்தித்து ஒரு ஒப்பந்தம் கையெழுத்திட்டார். வர்த்தகத்துக்கும் போர்ச்சுகீசியர்களை விரட்டியடிக்கும் போரில் உதவவும் சம்மதித்தார். கோழிக்கோட்டுக்கு மிளகுப் பொருட்கள் வாங்குவதற்காக டச்சுக்காரர்கள் ஆண்டுதோறும் கப்பல்களை அனுப்பத் தொடங்கினர். போர்ச்சுகீசியர்கள் மிகவும் வலிமையாக இருந்தனர். எனவே, அவர்களை மலபார் வணிகத்தில் இருந்து எளிதில் அப்புறப்படுத்த முடியவில்லை. டச்சுக்காரர்கள் இந்தியப் பெருங்கடலில் பிற பகுதிகளில் வணிக மையங்கள் அமைப்பதில் கவனம் செலுத்தினர். இந்தியாவின் கிழக்குப் பகுதிகளிலும் சூரத்திலும் சிலோனிலும் குறிப்பாக தூரக்கிழக்கு நாடுகளிலும் தமது வணிக வளாகங்களை அமைத்தனர். வலிமையான ஆயுதங்கள் பொருத்தப்பட்ட, எளிதில் ஓட்டிச் செல்ல முடியும்படியான கப்பல்களை உருவாக்கினர். அவை போர்ச்சுகீசிய, ஸ்பானிய, இங்கிலாந்து கப்பல்களை ஒன்று சேர்த்தால் வருவதையும்விட மிகவும் பெரியதாக இருந்தது. பிற பகுதிகளில் தமது செல்வாக்கைப் பலப்படுத்திக்கொண்டு போர்ச்சுகீசியர்களைப் பலவீனப்படுத்திய பிறகே மலபார் கடற்கரையில் அவர்களுடன் மோதுவதற்கு வந்தனர்.

கொச்சின் தான் மலபாரில் போர்ச்சுகீசியர்களின் முக்கியமான வணிக மையமாக இருந்தது. அந்த அருமையான துறைமுகத்தை மட்டும் கைப்பற்றிவிட்டால், மலபாரின் மிளகுப் பொருள் வணிகத்தை நிச்சயம் தன் வசம் கொண்டுவந்துவிட முடியும்; கோவாவை போர்ச்சுகீசியர் தன் வசம் வைத்திருந்தாலும் அதனால் பெரிய லாபம் எதுவும் அவர்களுக்கு இருக்காது என்று டச்சுக்காரர்கள் தெரிந்து கொண்டனர்.

கொச்சினில் இருந்த மன்னர்களுக்கு இடையிலான மோதலானது டச்சுக்காரர்களுக்குச் சாதகமான இருந்தது. அரச குடும்பத்தின் மூத்த பிரிவினருக்கு போர்ச்சுகீசியர்களுடன் ஒரு மோதல் ஏற்பட்டது. எனவே இளைய பிரிவிலிருந்து ஒருவரை மன்னராக்கியிருந்தனர். 1658-ல் மன்னர் இறந்ததும் அரச குடும்பத்தின் மூத்த உறுப்பினர்களை போர்ச்சுகீசியர்கள் ஓரங்கட்டினர். அதிருப்தியுற்ற அந்தக் குடும்பத்தினர் டச்சுக்காரர்களுக்குத் தூது அனுப்பி உதவி கேட்டனர். ரைக்ளாஃப் வான் கோயன்ஸ் தலைமையில் இருந்த டச்சுக்காரர்கள் இந்த நல்ல வாய்ப்பைப் பயன்படுத்திக்கொண்டனர். வான் கோயன்ஸ் அமைதியான வணிகத்தில் மட்டுமே ஈடுபடவேண்டும்

என்ற வி.ஓ.சி.யின் வழிகாட்டிக் குறிப்புகளைப் பற்றி அதிகம் கவலைப்படாமல் போருக்குத் தயாரானார். 'ஆசியாவில் நம்மை விரும்புபவர்கள் யாருமே இல்லை. எல்லாருக்கும் நம் மீது பகைமைதான். எனவே எப்படியும் இன்றில்லையென்றால் நாளை போரே பிரச்னையைத் தீர்க்க உதவும்' என்று அவர் சொன்னார். இரண்டு டஜன் கப்பல்கள், 4000 படைவீரர்கள் வரும்வரை சிலோன், கிழக்கிந்தியா, ஜாவா பகுதிகளில் இருந்து படைகளைத் திரட்டினார்.

டச்சுக்காரர்கள் முதலில் பள்ளிபுரம் என்ற கொச்சினுக்கு எதிர் திசையில் இருந்த சிறிய போர்ச்சுகீசிய கோட்டையைத் தாக்கினர். எளிதில் இதைக் கைப்பற்றியபின் கொடுங்கலூர் மற்றும் கொல்லத்தைக் கைப்பற்றினர். கொச்சினைக் கைப்பற்ற நடந்த போர் கொஞ்சம் நீண்டதாக இருந்தது. 360 டச்சுக்காரர்களும் 900 போர்ச்சுகீசியர்களும் இறக்க நேர்ந்தது. 6 ஜனவரி 1663-ல் வான் கோயன்ஸிடம் போர்ச்சுகீசியர்கள் சரணடைந்தனர். ஒரு வாரம் கழித்து டச்சுக்காரர்கள் தென் மேற்குக் கடலோரப்பகுதியில் போர்ச்சுகீசியர்களின் கடைசி கோட்டை இருந்த கண்ணனூரையும் கைப்பற்றினர்.

அதன் பிறகு டச்சுக்காரர்கள் கொச்சினுக்கு ராஜாவாக போர்ச்சுகீசியர்கள் ஓரங்கட்டிய இளவரசரை நியமித்தனர். டச்சுக் காரர்களின் கைப்பாவையாகவே அவர் இருந்தார். வான் கோயன்ஸ் டச்சு கிழக்கிந்திய கம்பெனியின் முத்திரையைக் கொண்ட கிரீடத்தை தானே சூட்டிக்கொண்டார். கொச்சின் மன்னர் தனது நாட்டின் மிளகுப் பொருள் வணிகத்தின் முழு உரிமையை டச்சுக் காரர்களுக்கே தந்தார். ஐந்து மைல் சுற்றளவிலான பிரமாண்ட மதில் கொண்ட கோட்டை ஒன்றை போர்ச்சுகீசியர்கள் கட்டியிருந்தனர். டச்சுக்காரர்கள் அதை இடித்துச் சின்னதாக்கினர். பல அருமையான கட்டடங்களை இடித்து அவற்றைக் கிடங்குகளாக ஆக்கினர். கொச்சினை 'நியூ ஆரஞ்ச்' என்று பெயர் மாற்றம் செய்தனர்.

•

டச்சுக்காரர்களில் பெரும்பான்மையோர் ப்ராட்டஸ்டண்ட் கிறிஸ்தவர்கள்தான். என்றாலும் கத்தோலிக்க மனைவிகள், ஆசை நாயகிகளை வைத்துக்கொள்ளும் சகிப்புத்தன்மை கொண்டிருந்தனர். கண்ணியமான குடும்பத்தைச் சேர்ந்த பெண்கள் இந்தியாவுக்கு வருவதில் ஆர்வம் காட்டியிருக்கவில்லை. சில பெண்கள் கடல் பயணம் செய்து செல்வந்தராகப் பார்த்துத் திருமணம் செய்து கொள்ள விரும்பினார்கள். ஆனால், இங்கு வந்த பெரும்பாலான

பெண்கள் ‘கேடுகெட்ட பஜாரிகள் மற்றும் ஊர் மேய்பவர்கள்’ என்றே குறிப்பிடப்பட்டுள்ளனர்.

முதலில் டச்சுக்காரர்கள் இந்தியாவில் இருந்த ஹிந்து மற்றும் இஸ்லாமிய செல்வந்தக் குடும்பங்களில் திருமணம் செய்து கொள்ளத்தான் விரும்பினர். ஆனால், இந்தியாவில் அதற்கு யாரும் தயாராக இல்லை. ஏனென்றால் இப்படித் திருமணம் செய்து கொண்டால் குடும்பம் மற்றும் சமூகத்தில் இருந்து அந்தப் பெண்கள் துண்டிக்கப்படுவார்கள். எனவே பெரும்பாலான டச்சுக்காரர்கள் இந்தோ-போர்ச்சுகீசிய கலப்பில் பிறந்த பெண்களையே திருமணம் செய்துகொண்டனர். அந்தப் பெண்கள் தமது கத்தோலிக்க பாரம்பரியத்தை விட்டுவிட விரும்பியிருக்கவில்லை. அதுபோல் போர்ச்சுகீசிய மொழியையும் விட்டுக்கொடுக்க விரும்பவில்லை. இரண்டையும் தமது குழந்தைகளுக்குக் கைமாறித் தந்தனர்.

மலபாரில் இருந்த பெரும்பாலான டச்சுக்காரர்கள் டச்சு கிழக்கிந்திய கம்பெனியின் பணியாளர்களே. கடைநிலைப் பணிகளில் இருந்தவர்கள் எல்லாம் டச்சு குடியரசில் இருந்து, வேறு வழி இல்லை என்பதால் புறப்பட்டுவந்த வர்க்கத்தினரே. ஐரோப்பாவில் நல்ல வேலை கிடைத்த யாருமே நோய் வந்து இறப்பது, கடினமான பயணம் போன்ற நெருக்கடிகள் நிறைந்த இந்திய வேலையை விரும்பியிருக்கவில்லை. பொதுவாகவே வி.ஓ.சி. நிறுவனத்தின் பணியாளர்கள் ‘ஏழை, அறியாமை நிரம்பியவர், அடிமை குணம் கொண்டவர், நெதர்லாந்தினர் மற்றும் ஒழுக்கம் கெட்ட அயல்நாட்டினர்’ தான். சில தனிநபர்கள் இங்கு வந்து கொல்லர் பணி, தச்சுவேலை, மதுபான விடுதி நடத்துதல் போன்றவற்றில் ஈடுபட்டனர். அவர்கள் பொதுவாக உள்ளூர் பெண்களையே திருமணம் செய்துகொண்டனர். டச்சு அதிகாரிகள் இதை விரும்பியிருக்கவில்லை. ‘நம் நாட்டின் இழிமகன்கள் கிழக்கிந்தியாவின் இழிமகள்களைத் திருமணம் செய்து கொள்கிறான்கள்’ என்று வெறுப்புடனே ஒருவர் சொன்னார்.

கிழக்கு நாடுகளில் டச்சுக்காரர்களின் வாழ்க்கை மிகவும் இறுக்கமான விதிகளால் ஒழுங்குபடுத்தப்பட்டிருந்தது. சமூகத்தின் ஒவ்வொரு அடுக்கினரும் எப்படி நடந்துகொள்ளவேண்டும்; என்ன விதமான உடை அணியவேண்டும் என்றெல்லாம் வரையறுக்கப் பட்டிருந்தன. மனைவிகள், அவர்களுடைய பணியாளர்கள் எல்லாரும் எவ்வளவு மதிப்புள்ள நகைகள் அணியலாம் என்று வரையறுக்கப்பட்டிருந்தது. யார் வெள்ளி ஜரிகை போட்ட துணிகளை அணியலாம், யார் தங்கம் பதித்த தொப்பி அலங்காரக்

கம்பி அணியலாம் என்றும் சொல்லப்பட்டிருந்தது. வீடுகளுக்கான சூரியத் தடுப்புக் கூரை, குழந்தைகளின் சேர்களின் அலங்காரம் போன்றவற்றுக்குக்கூட கெடுபிடிகள் உண்டு.

டச்சு அல்லாதவர்கள் வெறுப்புடன் நடத்தப்பட்டனர். இந்தியாவில் இருந்த பெரும்பாலான ஐரோப்பியர்கள் இந்தியர்களைவிடத் தம்மை உயர்வாகக் கருதிக்கொண்டனர். அதில் டச்சு கால்வின்கள் மிகவும் மோசமாகவே நடந்துகொண்டனர். 'கடவுளால் தேர்ந்தெடுக்கப் பட்டவர்களாகத்' தம்மைக் கருதிக்கொண்டனர். இந்தியர்கள் எல்லாம் அவர்களைப் பொறுத்தவரையில் 'கறுப்பு நாய்கள்'.

டச்சுக் கோட்டைகளில் அதிகமும் இருந்தது அடிமைகளே. ஒரே ஒரு டச்சு குடும்பத்துக்கு ஐம்பது அறுபது அடிமைப் பணியாளர்கள் இருப்பார்கள். இந்தியா போன்ற நாடுகளில் வறுமை அப்படியாக இருந்தது. மக்கள் உயிர் வாழத் தம் குடும்பத்தினரை அடிமையாக விற்றனர். சில தம்மையே விற்றுக்கொண்டதும் உண்டு. புலிகட் பகுதியில் இருந்த டச்சுக்கோட்டை 1609-ல் கட்டப்பட்டது. மதராஸுக்கு வடக்கே இருந்த அது அடிமை வியாபாரத்தின் முக்கிய மையமாகத் திகழ்ந்தது. தூர கிழக்கு நாடுகளில் இருந்த தமது வணிக மையங்களுக்கு ஆண்டுதோறும் 500 அடிமைகளை டச்சுக்காரர்கள் அனுப்பிவந்தனர்.

இந்தியாவில் அதற்கு முன்பும் அடிமை முறை இருந்தது. மலபாரில் குறிப்பாகத் திருவிதாங்கூரில் அநாதி காலம் தொட்டே அடிமைகள் இருந்து வந்திருக்கிறார்கள். அடிமைகளின் வாழ்க்கை மற்றும் மரணம் மீது எஜமானர்களுக்கு முழு உரிமை இருந்தது. அடிமைகள் தங்களை 'நான்' என்று சொல்லிக் கொள்ளக்கூடாது. 'தங்கள் அடிமை' என்றுதான் சொல்லிக் கொள்ளவேண்டும் என்று கட்டாயப்படுத்தப்பட்டிருந்தனர். உணவை 'அரிசிச்சோறு' என்று சொல்லக்கூடாது 'கஞ்சி' என்றுதான் சொல்லவேண்டும். மேல் ஜாதியினரைப் பொறுத்தவரையில் அவர்கள் தீண்டத்தகாதவர்கள் மட்டுமல்ல; கண்ணில் பார்க்கவே கூடாதவர்கள். போர் மரபினரான நாயர்களிடமிருந்து 64 அடி தொலைவில்தான் இவர்கள் நிற்க வேண்டும். பிராமணர்களிடமிருந்து 90 அடி தொலைவில் நிற்கவேண்டும்.

கோவாவை டச்சுக்காரர்கள் இரு முறை தாக்கினர். ஆனால் வெற்றி கிடைக்கவில்லை. ஆனால், அவர்களுடைய முற்றுகைகளினால் போர்ச்சுகீசியர்களின் ஏற்றுமதி வெகுவாகப் பாதிக்கப்பட்டது. மேலும் தூரகிழக்கு நாடுகள் மற்றும் மலபாரின் வணிகமானது டச்சுக்காரர்கள் வசம் இருந்ததால் கோவாவின் முக்கியத்துவம்

கணிசமாகக் குறைந்தது. நன்கு பாதுகாக்கப்பட்ட உள் ஒடுங்கியதொரு துறைமுகமாக அது இருந்தது. டச்சுக்காரர்கள் அதைப் புறக்கணித்தாலும் அவர்களுக்கு எந்தவொரு நஷ்டமும் இல்லை என்ற நிலையே இருந்தது. ஏனென்றால் கோவாவின் 'பொற்காலம்' முடிவுக்கு வந்துவிட்டிருந்தது.

டச்சுக்காரர்களைப் பொறுத்தவரையில் மலபாரும் அவர்களுடைய பிற இந்திய வணிக வளாகங்களும் தூர கிழக்கு நாடுகளில் இருந்த ஜாவா தீவுபோல் முக்கியமானதாக இருந்திருக்கவில்லை. போர்ச்சுகீசியர்கள் மீது கிடைத்த வெற்றிகளின் மூலம் டச்சுக் காரர்களுக்கு இந்திய மிளகுப் பொருள் வணிகத்தில் நல்ல லாபம் கிடைக்கவிருந்தது. ஆனால், கோழிக்கோட்டின் சமுத்திரன் மன்னர் புதிய நண்பரிடமிருந்து சீக்கிரமே விலகிச் சென்றார். கொச்சினில் இருந்த ராஜாவின் மீது முன்பைப்போல் ஆதிக்கம் செலுத்த வேண்டும் என்று விரும்பினார். டச்சுக்காரர்கள் அந்தக் கோரிக்கைக்குச் செவி சாய்க்கவில்லை. அதனால் சமுத்திரன் மன்னர் ஆங்கிலேயர்கள், டேனிஷ்க்காரர்கள், பிற தனியார் வணிகர்களுடன் வர்த்தகம் செய்ய ஆரம்பித்தார். டச்சுக்காரர்களின் ஆதிக்கம் மிக அதிகமாக இருந்த இடங்களில் தமது ஏகபோக உரிமையை நிலையாட்டி பொருட்களை மிக மலிவான விலைக்கு வாங்க விரும்பினர். எனினும், உள்ளூர் வணிகர்கள் டச்சுக்காரர்களைப் புறம் தள்ளிவிட்டு, பிறருக்குக் குறிப்பாக ஆங்கிலேயர்களுக்கு அதிக விலையில் விற்றுவந்தனர்.

டச்சுக்காரர்கள் கொச்சினின் அரச குடும்பத்தினருடைய விவகாரங்களில் தலையிட ஆரம்பித்ததும் பிரச்னை எழுந்தது. போர் மரபினரான நாயர்களிடையே அது கலகத்தைத் தூண்டியது. அந்தக் கலகமும் ஆங்கிலேயர்களின் வணிக நடவடிக்கைகளும் மிளகு வணிகத்தில் டச்சுக்காரர்களால் ஏகபோக உரிமையை நிலைநாட்ட முடியாமல் தடுத்துவிட்டன. இதனால் வி.ஓ.சி.யின் நிதி நிலைமை வெகுவாகப் பாதிக்கப்பட்டது. 1697-ல் மலபாரில் தனது செயல் பாடுகளை வி.ஓ.சி. கம்பெனி குறைத்துக்கொண்டது. கோட்டை களின் அளவைக் குறைத்துக்கொண்டது. காவலையும் குறைத்துக் கொண்டது. கொச்சினில் வெறும் 300 படைவீரரகள் மட்டுமே இருந்தனர். கொல்லம், கண்ணனூர், கொடுங்கலூர் ஆகிய இடங்களிலும் பிற சிறிய மையங்களிலும் 100க்கும் குறைவான வீரர்களே இருந்தனர். டச்சுக்காரர்களின் மலபார் வணிகத்தை ஆங்கிலேயர்கள் கைப்பற்றும் நிலைக்கு உயர்ந்தனர்.

•

ஆங்கிலேய கிழக்கிந்திய கம்பெனி இந்தியாவின் தென் வடக்கு கடலோரப் பகுதியில் தன்னை நிலைநிறுத்திக்கொள்ள சற்று சிரமப்படவேண்டியிருந்தது.

இந்தியாவில் மிளகுப் பொருட்கள் விளைவிக்கும் முக்கியமான பகுதிகள் எல்லாம் அந்த கடலோரப் பகுதியின் பின்னால் இருக்கும் மலைப்பகுதிகளில்தான் இருந்தன. போர்ச்சுகீசியர்களும் பின்னாளில் டச்சுக்காரர்களும் இதுபோன்ற நல்ல துறைமுகங்கள் மற்றும் கழிமுகப்பகுதிகளில் தமது வணிகக் கிடங்குகளை வலுவாக அமைத்திருந்தனர். இதன் மூலம் ஆங்கிலேயர்களின் வணிகத்தையும் செல்வாக்கையும் வெகுவாக குறைத்தனர். பிரிட்டிஷார் ராணுவத்தைப் பயன்படுத்துவதற்குத் தயக்கம் காட்டினார். எனவே ஒருவிதமான பாதகமான நிலையிலேயே நீடித்தனர். தமது மலபார் வணிகத்தை ராணுவ பலத்தைப் பயன்படுத்தித் தக்கவைத்துக்கொள்வதில் போர்ச்சுகீசியர்களும் டச்சுக்காரர்களும் எந்தத் தயக்கமும் காட்டவில்லை. ஆனால் அது நீண்டகாலப் பார்வையில் அவர்களுக்குப் பெரிய லாபம் எதையும் தந்திருக்கவில்லை. மிகுதியான செலவே ஏற்பட்டது.

1669-ல் கண்ணனூருக்கு வடக்கே வளப்பட்டணத்தில் கிழக்கிந்திய கம்பெனியினர் ஒரு வணிக மையத்தை அமைத்தனர். உள்ளூர் வணிகர்களுடன் பல மோதல்கள் ஏற்பட்டதைத் தொடர்ந்து 1675-ல் அது மூடப்பட்டது. அந்த வருடத்தில் கோழிக்கோட்டில் ஒரு வணிகக் கிடங்கை கம்பெனியினர் திறந்தனர். சமுத்திரன் மன்னர் ஐரோப்பியர்கள் மீது கொஞ்சம் சந்தேகம் கொண்டவர்களாகவே இருந்தனர். போர்ச்சுகீசியர்களும் டச்சுக்காரர்களும் செய்ததை வைத்துப் பார்க்கும்போது அது நியாயமானதும்கூட. வணிகக் கிடங்கைச் சுற்றி மதில் எழுப்பி கோட்டை கட்டிக் கொள்வதற்கு மன்னர்கள் அனுமதிக்கவில்லை. இதனால் கம்பெனியினருக்கு அவருடைய வணிகக் கிடங்குக்கு மேல் கூரை அமைக்க கூட முடியாமலிருந்தது. எனவே மலபாரில் வேறு சில புதிய வணிகக் கிடங்குகளை உருவாக்கிக்கொள்ளவேண்டும் என்று கம்பெனி முடிவு செய்தது.

1682-ல் ஒரு நல்ல வாய்ப்பு கிடைத்தது. தலச்சேரி பகுதியில் பிரெஞ்சுக்காரர்கள் களிமண் சுவர் கொண்ட சிறிய வணிகக் கிடங்கு ஒன்றைக் கைவிட்டு விட்டுச் சென்றனர். கண்ணனூரில் இருந்த அரச பிரதிநிதி ஒருவரின் கட்டுப்பாட்டில்தான் அந்தப் பகுதி இருந்தது. அவர் அந்த வணிகக் கிடங்கை கம்பெனியினர் எடுத்துக்கொள்ள அனுமதித்தார். பிரெஞ்சுக்காரர்கள் பின்னாளில் அங்கு திரும்பி

வரலாம் என்று தாங்கள் நினைத்திருந்தாகச் சொல்லிப் புகார் தெரிவித்தார்கள். ஆங்கிலேயர்களும் அதைப் பொருட்படுத்த வில்லை. தலச்சேரியில் கம்பெனியினர் கடலுக்குள் நீட்டிக் கொண்டிருந்த பாறை போன்ற பகுதியில் கோட்டை ஒன்றை அமைத்துக்கொண்டனர். அங்கிருந்து பிரதானமான ஆறுக்கு வந்துபோக எந்த வழியும் இருந்திருக்கவில்லை. அது ஒரு முக்கியமான துறைமுகமாக இருந்திருக்கவில்லை. ஆனால் மிளகு மிக அதிகமாக விளையும் மலைக்கு அருகில் இருந்தது. அதோடு உலகிலேயே மிகச் சிறந்த ஏலக்காய் விளையும் பகுதியாகவும் இருந்தது.

அடுத்ததாக அஞ்செங்கோ (அஞ்சு தெங்கு) பகுதியில் வணிக மையம் அமைக்கும் வாய்ப்பு கிடைத்தது. அட்டிங்கல் பகுதியின் ராணி அந்தப் பகுதியில் வணிகக் கிடங்கு அமைத்துக்கொள்ள 1678-ல் அழைப்புவிடுத்தார். இரண்டு வணிகக் கிடங்குகள் அமைக்கப்பட்டன. அலெக்சாண்டர் ஹாமில்டன் மலபாருக்கு 1703-ல் வந்தார். இந்த வணிகக் கிடங்குகளில் இருந்து ராணிக்கு ஆண்டுதோறும் தந்த பரிசுகள் பற்றிக் குறிப்பிட்டிருக்கிறார்.

> '1685-ல் ஓர் அழகிய ஆங்கிலேய கனவான் இந்தப் பரிசுகளைக் கறுப்பு ராணிக்குக் கொடுக்கச் சென்றார். அவருடைய அழகில் மயங்கிய ராணி அந்த நிமிடமே காதலில் விழுந்து தன்னைத் திருமணம் செய்துகொள்ளும்படி மறுநாளே கேட்டுக் கொண்டார். ஆங்கிலேயக் கனவான் அதை இதமாக மறுத்து விட்டார். ஆனால், ராணியின் மனதைத் திருப்திப்படுத்த அவருடைய அரச சபையிலேயே ஓரிரு மாதங்கள் தங்க சம்மதம் தெரிவித்தார். எத்தியோப்பிய ராணியை சாலமன் நடத்தியது போலவும் அமேஸானிய ராணியை அலெக்சாண்டர் நடத்தியது போலவும் ராணியை முழுமையாகத் திருப்திப்படுத்தினார். அவர் விடைபெற்றுச் சென்றபோது ராணியார் பல சன்மானங்கள் கொடுத்து அனுப்பினார்'.

இது எந்த அளவுக்கு உண்மை என்பது தெரியவில்லை. ஆனால், அந்த ராணி ஆங்கிலேயரிடம் மிகுந்த நட்புடன் நடந்துகொண்டார். அஞ்சுதெங்கு மணல் திட்டை ஆங்கிலேயருக்குக் கொடுத்ததோடு கோட்டை கட்டிக்கொள்ளவும் அனுமதித்தார். ஆனால் டச்சுக் காரர்கள் எதிர்ப்பு தெரிவித்ததும் கொடுத்த அனுமதியை ராணி ரத்து செய்தார். அவர்களுக்கான உணவுப்பொருட்களைக் கொண்டு செல்வதை நிறுத்தினார். ஆனால் ஆங்கிலேயர்களுக்குத் தேவையானவை கடல்வழியாகக் கிடைத்தன. சிறிய சண்டை

நடந்தது. அதில் ஆங்கிலேயர்கள் வென்றனர். கம்பெனிக்கு சாதகமாக ஓர் ஒப்பந்தம் கையெழுத்தானது.

அஞ்சுதெங்கு கோட்டையானது 1695-ல் கட்டப்பட்டது. கோட்டையில் இருந்து தொடங்கி வரிசையான வீடுகள் நீண்டு சென்றன. போர்ச்சுகீசிய சர்ச் மறுமுனையில் இருந்தது. கோட்டை சிறியது என்றாலும் சிறிய மிகவும் சாதகமான இடத்தில் அமைந்திருந்ததால் கடல் முழுவதையும் ஒரு பக்கமும் மறுபக்கம் ஆற்றுப்பாதையையும் கண்காணிக்கவும் தாக்குதலில் ஈடுபடவும் வசதியாக இருந்தது. வேறு வகையில் பார்த்தால் அது சாதகமான இடம் இல்லைதான். ஏனென்றால் நல்ல தண்ணீர் கிடைப்பது அரிது. மேலும் பெரிய கப்பல்கள் அங்கு வந்து நிற்பது மிகவும் கடினம். கடலுக்குள் ஒரு மைல் தொலைவில் அவற்றை நிறுத்திவிட்டு சிறிய படகுகளில்தான் பொருள்களை ஏற்றவும் இறக்கவும் முடியும். எனினும் அந்தக் கோட்டையானது கம்பெனியின் மிளகுப் பொருள்கள் மற்றும் துணிகளை வாங்கிக் கொள்வதில் முக்கியமான பகுதியாகவே விளங்கியது. டச்சு கம்பெனியின் நிதி நிலைமை மோசமாகிப்போனதால் வணிகக் கிடங்குகளில் அவர்களுடைய வர்த்தகச் செயல்பாடுகளைக் குறைத்துக்கொள்ள வேண்டி வந்தது. இதனால் பிரிட்டிஷாரின் வணிகம் பெருகியது. மேற்கத்திய பிரஸிடென்சியில் பம்பாய்க்கு அடுத்ததாக முக்கியமான மையமாக அஞ்சுதெங்குக் கோட்டை திகழ்ந்தது.

•

17ஆம் நூற்றாண்டில் கம்பெனியினர் கடைசியாக ஆரம்பித்த மிகப் பெரிய வணிக வளாகம் வங்காளத்தில்தான் இருந்தது. அதற்கு சற்று தொலைவில் தெற்கே இருந்த கம்பெனியினர் வங்காளத்தில் வணிகத்தில் ஈடுபட்டு வந்தனர். ஆனால் அதே மிகவும் சிறிய அளவில்தான் இருந்தது. 1651-ல் கங்கை நதியின் ஹூக்ளி பகுதியில் ஒரு வணிகக் கிடங்கு அமைக்கப்பட்டிருந்தது. ஹூக்ளி பகுதியில் தங்களது வணிகக் கிடங்கை போர்ச்சுகீசியர்கள் கோட்டை கட்டிக்கொண்டு பலப்படுத்த முயன்றபோது முகலாயர்களால் தாக்கி வெளியேற்றப்பட்டிருந்தனர். இதைக் கவனத்தில் கொண்டு ஆங்கிலேயர்கள் மிகவும் அமைதியான முறையில் வணிகத்துக்கு வந்தனர். தமது கப்பல்களை கடலில் வெகு தொலைவிலேயே நிறுத்திக்கொண்டனர். சிறிய படகுகளையே ஹூக்ளி பகுதிக்கு கொண்டுவர அனுமதி கேட்டனர். டச்சுக்காரர்கள் அங்கு என்ன விதமாக வணிகத்தில் ஈடுபட்டுவருகிறார்கள் என்பதை ரகசியமாகத்

தெரிந்துகொள்ளும் நோக்கிலேயே அங்கு சென்றிருந்தனர்.

ஆங்கிலேயர்களுக்கு ஒரு சாதகமான விஷயம் இருந்தது. சில வருடங்களுக்கு முன்பாக வங்காளத்தின் முகலாய ஆட்சியாளருக்கு தமது மருத்துவர் ஒருவரை அனுப்பி சிகிச்சை கொடுத்திருந்தனர். அவர் ஆங்கிலேயர்களுக்கு சுதந்திரமாக வணிகத்தில் ஈடுபட அனுமதி கொடுத்திருந்தார். அந்த அனுமதிச் சான்றிதழ் புதிரான முறையில் தொலைந்துவிட்டதால், வர்த்தகத்துக்கான அனுமதி என்பது உள்நாட்டுப் பகுதிகளில் மட்டுமா துறைமுகப் பகுதிகளிலுமா என்பது தெரியவில்லை. இருந்தும் ஆங்கிலேயர்கள் உள்நாட்டிலும் கடலோரப் பகுதிகளிலும் தமது வணிகத்தைத் தொடங்கினர். சில ஆரம்பகாலத் தடங்கல்களுக்குப் பின்னால், வங்காளத்தில் கம்பெனியின் முக்கியமான வணிக மையமாக ஹூக்ளி நதிப்பகுதி ஆனது. அந்த கடலோரத்தில் வேறு சில வணிகக்கிடங்குகளும் அமைக்கப்பட்டன.

17-ம் நூற்றாண்டில் கம்பெனியின் வர்த்தகமானது அசாதாரணமான முறையில் மாற்றமடைந்தது. ஆரம்பத்தில் நெசவுத்துணியானது ஐரோப்பாவுக்கு நேரடியாக ஏற்றுமதி செய்யப்படவில்லை. இந்தியாவில் இருந்து பெறப்பட்டவை தூரக்கிழக்கு நாடுகளில் விற்கப்பட்டு இங்கிலாந்துக்கு மிகவும் பிடித்தமானதாக இருந்த மிளகுப் பொருட்கள் வாங்கிக்கொள்ளப்பட்டன. இந்தியர்களின் வண்ணமயமான வேலைப்பாடுகள் மிகுந்த துணிகளுக்கு இங்கிலாந்தில் துளியும் வரவேற்பு இருந்திருக்கவில்லை. எந்தவித வேலைப்பாடுகளும் இல்லாத மலிவான கலிக்கோ மற்றும் மெத்தைகள் இவற்றையே ஆங்கிலேயர்கள் விரும்பினர்.

1615-ல் சர் தாமஸ் ரோ இந்தியாவுக்குத் தூதுவராக வந்தார். இந்தியாவில் கிடைத்த பொருட்களைப் பார்த்து மிகவும் சோர்ந்து போனார். லண்டனில் இருந்த 'சைனா ஷாப்'களில் கிடைப்பது போன்ற வேலைப்பாடுகள் மிகுந்த 'கீழைத்தேய' துணிகள், பொருட்கள் எல்லாம் மிக அதிகமாகக் கிடைக்கும் என்று எதிர்பார்த்திருந்தார். 'இந்தியா முழுவதுமே சீன பொருட்களே இருக்கும் என்று எதிர்பார்த்ததாகவும் நண்பர்களுக்கு அரிய பரிசுகளைக் கொடுக்கமுடியும் என்று எதிர்பார்த்ததாகவும்' சொன்னார்.

முகலாயர்களுக்கும் இந்தியக் கலைப் பொருட்களில் பெரிதாக ஆர்வம் ஏதும் இல்லை. பாரசீகம், துருக்கி போன்ற பகுதிகளிலிருந்து கைவினைக் கலைஞர்கள், தொழில்நுட்பங்கள் என இறக்குமதி

செய்வதிலேயே ஆர்வம் காட்டினர். ஆனால் அவை இந்தியா முழுவதும் வரவேற்பு பெறவில்லை. கம்பெனி இந்தியாவிலிருந்து வாங்கி அனுப்பிய துணிகளை இங்கிலாந்தில் வாங்குவதற்கு வெகு சொற்பமானவர்களே முன்வந்தனர்.

இந்திய துணிகள் எல்லாம் 'வண்ணம் பூசப்பட்ட துணிகள்' என்று அழைக்கப்பட்டன. ஏனென்றால் அவற்றில் சாயங்கள் எல்லாம் பிரெஷ்கள் மூலம் சேர்க்கப்பட்டன. இதனால் அவை துணிகளில் நன்கு அழுத்தமாகப் பிடித்துக்கொண்டன. நீண்ட காலம் அவை நிறம் மங்காமல் இருந்தன. ஐரோப்பாவில் துணிகளில் சேர்க்கப் படும் சாயங்களோ துவைத்தால் எளிதில் மங்கிப் போய்விடும். துணிகளில் சேர்க்கும் சாயங்கள் பளிச்சென்றும் விரைவில் மங்காத வகையிலும் இருக்கும் தொழில்நுட்பத்தை இந்தியர்கள் வெகு காலத்துக்கு முன்பே கண்டுபிடித்துவிட்டிருந்தனர்.

இந்திய நெசவாளர்களின் இந்த மேதமையைப் பார்த்தபோதிலும் அவர்களுடைய பாணியிலான கலைத் திறமையில் நம்பிக்கை இல்லாததால் லண்டனில் இருந்த கம்பெனியினர் 1643-ல் சூரத்துக்கு ஒரு கடிதம் எழுதினர். அதில் 'இந்தியக் கலைஞர்கள் விரும்புவதுபோல், பூக்கள், இலைகள், கிளைகள் போன்ற வேலைப்பாடுகள் செய்யலாம். ஆனால், மங்கலான சிவப்புநிறப் பின்னணியில் செய்வதற்குப் பதிலாக வெள்ளை நிறத் துணியில் செய்து அனுப்பும்படிக்' கேட்டுக்கொண்டனர். 1660-ல் என்ன விதமான வேலைப்பாடுகள், வடிவங்கள் ஆகியவற்றில் துணிகளை வடிவமைக்க வேண்டும் என்று இங்கிலாந்திலிருந்து வரைந்து அனுப்பினர். இங்கிலாந்தில் மஞ்சள் நிறச் சாயம் தயாரிக்கப் பயன்படும் செடிகளின் விதைகளை அனுப்பி அதைப் பயிரிட்டுக் கிடைக்கும் சாயத்தை இந்தியர்கள் பயன்படுத்த வேண்டும் என்று கேட்டுக்கொண்டனர். அப்படியாக ஐரோப்பிய - இந்திய ரசனைகள் ஒன்று சேர வழி பிறந்தது. அந்த ஆடைகள் நன்கு விற்பனையாகின.

இந்தியர்கள் அழுத்தமான வண்ணம் பூசப்பட்ட துணிகளை உடைகளாக உடுத்தினார்கள். ஆனால் ஐரோப்பியர்கள் அவற்றை திரைச்சீலைகள், மெத்தை விரிப்புகள், தலையணை உறைகள் ஆகியவற்றுக்காக மட்டுமே பயன்படுத்தினர். அந்த நூற்றாண்டு போகப்போக இங்கிலாந்தின் ரசனையில் மாற்றம் வந்தது. இந்தியாவில் இருந்து கிடைத்த மென்மையான, கனம் குறைந்த பருத்தி, மென்பட்டு துணிகள் எல்லாம் இங்கிலாந்தினரின் முரட்டுத்தனமான துணிகளுக்கு நல்ல மாற்றாக இருந்தன. ஆண்கள், பெண்கள் என இருபாலருமே இந்தியத் துணிகளுக்கு மாறினர்.

1661-ல் சாமுவேல் பெப்பி தனது டைரியில் தனக்காக ஒரு இந்திய கவுன் வாங்கிக்கொண்டதைப் பற்றிக் குறிப்பிட்டிருக்கிறார்: இரண்டு வருடங்கள் கழித்து, மிகவும் இதமான நிறங்கள் கொண்ட இந்திய கவுன் ஒன்றைத் தன் மனைவிக்கு வாங்கித்தந்தது பற்றியும் குறிப்பிட்டிருக்கிறார். ஃபிரான்ஸிலிருந்து இங்கிலாந்துக்கு துணிகள் இறக்குமதி ஆவது 1678-ல் தடைசெய்யப்பட்டது. அதைத் தொடர்ந்து இந்தியாவிலிருந்து இறக்குமதியாவது அதிகரித்தது.

குறுமிளகு முதலான பொருட்கள் அதிகமாக இறக்குமதியானதால் ஐரோப்பாவில் காலப்போக்கில் அவற்றின் விலை வீழ்ச்சி அடையத் தொடங்கியது. இந்திய மஸ்லின், சீட்டி துணி போன்றவை நவநாகரிகமாக மாறின. கம்பெனியின் இறக்குமதி வருவாயில் அவையே முக்கிய இடம் பிடித்தன. 1694-ல் லண்டனிலிருந்து சென்னைக்கு ஒரு கடிதம் அனுப்பப்பட்டது : 'இங்கிலாந்தில் இருக்கும் மேட்டுக்குடிப் பெண்கள் எல்லாரும் மிகவும் மெல்லிசான சல்லாத்துணி போன்றவற்றையே மேலாடையாகவும் உள்ளுடையாகவும் அணிகிறார்கள். அவை உடல் பாகங்கள் எல்லாம் நன்கு தெரியும்வகையில் மிகவும் மெல்லிசாக இருக்கின்றன. இந்தியர்கள் இனிமேல் இதுபோன்ற உடைகளை உருவாக்கக்கூடாது. அல்லது நீங்கள் அவற்றை வாங்கி இங்கு அனுப்பக்கூடாது'.

இந்தியத் துணிகள் மிகவும் மலிவானதாக இருந்ததால் ஏழைகளும் கூட வாங்க முடிந்தது. ஆரம்பத்தில் வெறும் துணிகளாகவே ஏற்றுமதி செய்யப்பட்டன. பின்னாளில் ஆயத்த ஆடைகளாகத் தைத்து அனுப்ப ஆரம்பித்தனர். கிழக்கிந்திய கம்பெனி எளிதில் திருப்திப்படுத்த முடியாத வாடிக்கையாளர்களுக்குப் பொருட்களை அள்ளி அள்ளிக்கொடுக்கும் பொறாமைப்படும்படியான நிலையில் இருந்தனர். 'நமது வீடுகள், அலமாரிகள், படுக்கை அறைகள், திரைச்சீலைகள், மெத்தைகள், நாற்காலிகள் என அனைத்துமே இந்திய துணிகளால் நிரம்பி வழிகின்றன' என்று டேனியல் டிபோ குறிப்பிட்டிருக்கிறார். 'நாம் பயன்படுத்தக்கூடிய பட்டு, கம்பளி என எதுவாக இருந்தாலும் பெண்களின் உடைகளாக இருந்தாலும் மரச்சாமான்கள் மீது போடும் துணியாக இருந்தாலும் எல்லாமே இந்தியத் துணிகளாகிவிட்டன'. இந்தப் பெரிய சந்தை மட்டு மல்லாமல் கம்பெனி இந்தப் பொருட்களை ஐரோப்பாவுக்கு மறு ஏற்றுமதியும் செய்தனர். 1700 வாக்கில் இங்கிலாந்துக்கு ஏற்றுமதியான கம்பெனியின் பொருட்களில் முக்கால் பங்கு துணிகளே. இதில் பெரும்பகுதி வங்காளத்தில் இருந்துபோயின.

வைஸ்ராய்கள் அடிக்கடி மாறியபோதிலும் வங்காளத்தில் இருந்த சலுகைகளைப் புதுப்பித்துக்கொள்ள முடிந்தது. எனினும் அதற்கு கம்பெனி கொடுக்கவேண்டிய விலை அதிகமாக இருந்தது. 1685-ல் கம்பெனியின் பிரதிநிதி, கரையிறக்கும் பொருட்களைப் பாதுகாப்பாக வைத்துக்கொள்ள கோட்டை கட்டிக் கொள்ள வைஸ்ராயிடம் அனுமதி கேட்டார். அது மறுக்கப்பட்டது. கம்பெனியின் ஒரு கோட்டை முற்றுகையிடப்பட்டதும் அதன் வணிகம் முடங்கியது.

லண்டனில் இருந்த கம்பெனி முக்கியமான கொள்கை மாற்றத்தை அறிவித்தது. அதுவரையில் வணிகமும் போர் நடவடிக்கைகளும் ஒரே நேரத்தில் செய்யக்கூடாது; ஒன்றுக்கொன்று உதவாது என்ற எண்ணத்தில் இருந்தது. இந்தியாவில் இருந்த கிழக்கிந்திய கம்பெனியினர் அவ்வப்போது இந்த உத்தரவை மீறியது உண்டு என்றாலும் லண்டன் எப்போதுமே அமைதியையே முன்வைத்தது. இந்தத் தடவை அவர்கள் தங்கள் கொள்கையை மாற்றிக் கொண்டனர். ‘நீதி, நியாயம் ஆகியவற்றின் மீது நாம் கொண்டிருக்கும் நம்பிக்கையை போலவே நமது வலிமை குறித்து அவர்களுக்கு புரியவைத்தால் ஒழிய நமது வணிக மையங்களை முற்றுகையிடுவதிலிருந்தும் நமது படகுகளை கங்கை நதியில் பயணிக்கவிடாமல் தடுப்பதில் இருந்தும் நம்மைக் காப்பாற்றிக் கொள்ள முடியாது’ என்று தீர்மானித்தது.

இந்தத் தீர்மானத்தின் அடிப்படையில் ஆறு காலாட்படை குழுக்கள் கொண்ட பத்து கப்பல்களை வங்காளத்துக்கு கம்பெனி அனுப்பி வைத்தது. வங்காளத்தில் இருக்கும் கம்பெனியின் பணியாளர்களை மீட்பது, முகலாயர்களின் கப்பல்களைக் கைப்பற்றுவது, டாக்காவுக்கு சென்று முகலாய ஆட்சியாளரிடம் இருந்து ஓர் ஒப்பந்தத்தை நமக்கு சாதகமாக வலுக்கட்டாயப்படுத்தி பெற்றுக் கொள்வது ஆகியவையே முக்கிய நோக்கங்களாக இருந்தன. ஒரு லட்சத்துக்கும் மேற்பட்ட படை வீரர்களைக் கொண்ட முகலாய மன்னரை எதிர்த்து, இந்த இலக்குகளை அடைவது சாத்தியமே இல்லை. ஹுக்ளி நதியைத் தாண்டியிருக்கும் பகுதியில் பிரிட்டிஷாரின் பெரிய கப்பல்கள் போக முடியாது. எனவே, சிறிய படகுகளில் 300 சென்றனர். பதிலடியாக முகலாயர்கள் பிரிட்டிஷாரின் ஹுக்ளி வணிகக்கிடங்கை முற்றுகையிட்டனர். அவருடைய படையில் சில ஆயிரம் காலாட்படையும் சில நூறு குதிரைப் படையினரும் இருந்தனர். இங்கிலாந்தினர் சந்தைக்கு வந்துபோக முடியாதபடி முற்றுகையிடப்பட்டனர். அவர்கள் உணவின்றித் தவிக்க நேர்ந்தது.

கம்பெனியின் தலைமை பிரதிநிதி ஜாப் சார்நாக். அவர் வங்காளத்தில் 30 வருடங்களாக வசித்து வந்தவர். இந்திய விதவைப் பெண் ஒருவரைத் திருமணம் செய்து கொண்டவர். அவருக்கு நான்கு குழந்தைகள். இந்திய மொழிகள் பலவற்றில் சகஜமாகப் பேசமுடிந்தவர். இந்திய வணிகர்போல் உடை அணிந்து கொண்டிருப்பார். அவருடைய விதவை மனைவியை கணவனுடைய சிதையில் இருந்து காப்பாற்றி திருமணம் செய்து கொண்டதாகச் சொல்லப்படுகிறது. அந்தப் பெண் பின்னாளில் இறந்தபின் ஆண்டுதோறும் அவருக்கான கல்லறையில் ஒரு சேவலை சார்நாக் பலி கொடுத்ததாகவும் சொல்லப்படுகிறது.

அவரைப் பற்றி வேறொன்றும் சொல்லப்படுவது உண்டு. அநேகமாக அது உண்மையாக இருக்க வாய்ப்பு உண்டு. யாரேனும் ஏழை அப்பாவி அவருடைய விதிமுறைகளை மீறிவிட்டால் கடுமையாக சாட்டையால் அடிப்பாராம்.

சார்நாக் வங்காள வாணிபம் பற்றி அறிந்தவர். ஆனால் அவருடைய செயல்பாடுகள் கொஞ்சம் முரட்டுத்தனமாக இருக்கும். இதனால் அவருடைய மேல் அதிகாரிகளுடன் மோதல்கள் ஏற்பட்டுள்ளது. அந்த மேலதிகாரிகளுக்கு சார்நாக் அளவுக்கு விஷயங்கள் தெரியாது. அவர் மேல் அதிகாரிகளுடன் அடிக்கடி முரண்பட்டதால் பதவி உயர்வுகள் அவருக்குக் கிடைக்கவில்லை. அவருடைய மேலதிகாரி இறந்ததைத் தொடர்ந்தே அவருக்கு அந்த உயர் பதவி கிடைத்தது.

1686 அக்டோபர் மாதத்தில் ஆங்கிலேயர்களுக்கும் முகலாயர் களுக்கும் இடையில் மோதல் ஏற்பட்டது. ஆங்கிலேயர்களே அதில் வெற்றி பெற்றனர். என்றாலும் நீண்ட காலம் அந்த வெற்றியைத் தக்கவைக்க முடியாது என்பது தெரிந்திருந்ததால் சிறு படகுகளில் ஏறி ஹூக்ளி பகுதியை விட்டுச் சென்றனர். 27 மைல் ஆற்றின் போக்கில் கீழ் நோக்கிப் பயணம் செய்த பின் அவர்கள் இறங்கிய ஆற்றின் கரையில் 3 கிராமங்கள் இருந்தன. அவற்றில் ஒன்றின் பெயர் காளிகட்டா. அது மிகவும் வசதியான, தற்காப்புக்கு உகந்த பகுதியாக இருந்தது. நதியின் ஒரு பக்கம் மிக ஆழமான பகுதி இருந்தது. கம்பெனியின் ஆயுதங்கள் மிகுந்த கப்பல்களை அங்கு கொண்டு வந்து நிறுத்துவது எளிதாக இருந்தது. நதியின் மற்ற இரு பக்கங்களிலும் சதுப்பு நிலமாக இருந்தது.

சார்நாக், அங்கு தனது ஆட்களுக்கு சில குடிசைகளைக் கட்டிக் கொண்டார். அந்தப் பகுதியின் ஆட்சியாளருடன் பேச்சுவார்த்தை நடத்தினார். ஆனால் கோடைகாலத்தில் அந்த சதுப்பு நிலங்கள் காயத் தொடங்கியதும் முகலாய அதிகாரி படையுடன் வந்து

தாக்கினார். சார்நாகும் அவருடைய ஆட்களும் மீண்டும் படகில் ஏறித் தப்பினர். போகும் வழியில் பல முகலாய கோட்டைகளைத் தாக்கினர். ஒரு ஊரைத் தீவைத்து எரித்தனர். ஒரு படகு கைப்பற்றப்பட்டது. அதில் இருந்தவர்கள் தலை வெட்டிக் கொல்லப்பட்டனர். ஹூக்ளி நதிக்கரையில் அவை காட்சிக்கு வைக்கப்பட்டன. எஞ்சியவர்கள் 70 மைல் தொலைவிலிருந்த ஹிஜ்லி என்ற இடத்தில் அடைக்கலம் புகுந்தனர்.

ஹிஜ்லி, மிகவும் மோசமான பகுதி. 'ஹிஜ்லிக்குப் போகலாம்; ஆனால் உயிருடன் திரும்ப முடியாது' என்று சொல்லப்படுவதுண்டு. அப்படியே ஆகவும் செய்தது. முகலாய ஆட்சியாளரின் ஆட்கள் உணவுப்பொருட்கள் கிடைக்கவிடாமல் தடுத்தனர். ஆற்றில் இருந்த படகுகளையும் கோட்டையையும் பீரங்கிகளால் தாக்கத் தொடங்கினர். நோய்களும் பல உயிர்களைக் குடித்தன. மூன்று மாதங்களுக்குள் 200 ஆங்கிலேய படைவீரர்கள் இறந்து விட்டிருந்தனர். நூறுபேர் நோய்வாய்ப்பட்டிருந்தனர் அல்லது காயம்பட்டிருந்தனர். 40 அதிகாரிகளில் சார்நாக்கும் ஐவரும் மட்டுமே உயிருடனும் ஆரோக்கியமாகவும் இருந்தனர். கம்பெனியின் மிகப் பெரிய கப்பலில் ஓட்டை விழுந்துவிட்டது. பிறவற்றின் ஆட்கள் பலர் இறந்துவிட்டிருந்தனர்.

எல்லாமே கைவிட்டுப்போனதுபோல் இருந்தது. அப்போதுதான் எழுபது வீரர்களை ஏற்றிக்கொண்டு ஒரு கப்பல் வந்தது. சார்நாத் வெகு உற்சாகமாக அவர்களை வரவேற்றார். பேனர்கள், டிரம்பெட்கள், டிரம்கள் என முழங்கின. அதிக வீரர்கள் வந்திருப்பதுபோல் ஒரு தோற்றத்தை உருவாக்க விரும்பினார். எனவே இதே வீரர்களை மீண்டும் வரவேற்பதுபோல் நாடகமாடினார். கொடிகள் இருபக்கம் பிடிக்கப்பட, டிரம்கள் முழங்க சார்நாக் நாஜ நடை போட்டார். அதன் பின்னர் படகுகளைக் கிளப்பிக்கொண்டு நதியின் போக்கில் பயணத்தைத் தொடங்கினார்.

பின்னர், முகலாய வைஸ்ராயின் கண்டனத்தை சார்னோக் சாந்தமாக ஏற்றுக்கொண்டார். எப்படியோ மீண்டும் ஹூக்ளி நதிப்பகுதிக்கு அல்லது அவர் விரும்பும் இடத்துக்குத் திரும்பிவர அனுமதி பெற்றுவிட்டார். தற்காப்புக்கும் வணிகத்துக்கும் அதிக வசதி வாய்ப்புகள் இருந்ததால் காளிகட்டா பகுதியைத் தேர்ந்தெடுத்தார். அங்கு பல குடிசைகள் கட்டிக்கொண்டார். சிறிய அளவில் தற்காப்பையும் பலப்படுத்திக்கொண்டார்.

கம்பெனி அனுப்பிய கேப்டன் வில்லியம் ஹீத் அங்கு ஒரு கப்பல் படையுடன் வந்துசேர்ந்தார். சிட்டகாங் பகுதியைக் கைப்பற்ற

வேண்டும் என்ற உத்தரவுடன் வந்திருந்தார். கங்கை நதியின் கரையோரம் அது இருப்பதாக கம்பெனியினர் நினைத்தனர். ஆனால், அது உண்மையில் வங்காளவிரிகுடாவின் வட கிழக்குக் கடலோரத்தில் இருந்தது. சார்நாக் அந்த முயற்சியைக் கைவிடும்படிக் கேட்டுக்கொண்டார். ஆனால், அவர் சொன்னதை யாரும் கேட்கவில்லை. புறப்படுவதற்கு முன் வில்லியம் ஹீத், காளிகட்டா பகுதியைத் தீவைத்து எரித்தார். வங்காளத்தில் இருந்த பிற கம்பெனி ஆட்களை முகலாயர்கள் இதனால் கைது செய்தனர். சிட்டகாங் பகுதி முகலாயர்களால் வெகுவாகக் காவல் பெற்றிருந்தது. ஒரு மாத காலப் பேச்சுவார்த்தைகளில் எந்தப் பலனும் கிடைக்கவில்லை. பின் ஹீத்தின் படையானது மதராஸுக்கு அடைக்கலம் தேடிப்போக நேர்ந்தது.

1690 வரை சார்நாக் மதராஸில் இருந்தார். சர் ஜான் சைல்டின் மடத்தனமான தாக்குதலினால் பம்பாயில் முகலாயர்களின் ஆதிக்கம் வலுப்பட்டுவிட்டது. தாம் நினைப்பதைவிடவும் பலவீன மானவர்களே என்பது கம்பெனிக்குப் புரிந்தது. முகலாயர்களை எதிர்ப்பதென்பது மிகவும் தவறு என்று தீர்மானிக்கப்பட்டது. கம்பெனி மன்னிப்பு கேட்டு, அபராதம் செலுத்தவும் முன்வந்தது. முகலாய சாம்ராஜ்ஜியத்தில் தனது வணிகத்தைத் தொடர்ந்து மேற்கொள்ள அனுமதியும் பெற்றுக்கொண்டது. வங்காள முகலாயப் பிரதிநிதியிடமிருந்து ஓர் உத்தரவாதம் உறுதியாகக் கிடைக்கும்வரை சார்நாக் மதராஸில் காத்திருந்தார். ஆண்டுக்கு ரூ 3000 முகலாயர்களுக்குத் தருவதென்றும் பதிலுக்கு உள் நாட்டு வரி எதுவும் இல்லாமல் கம்பெனி வணிகம் செய்துகொள்ளலாம் என்றும் ஓர் ஒப்பந்தத்தை எப்படியோ பெற்றுக்கொண்டுவிட்டார். இதைப் பெற்றுக்கொண்டு காளிகட்டா அதாவது கல்கத்தா அல்லது கொல்கத்தா என்று தற்போது அழைக்கப்படும் பகுதிக்கு தன் ஆட்களுடன் வந்துசேர்ந்தார்.

கல்கத்தாவில் ஒரு வருடத்துக்கு முன்பாக, தான் கட்டியவை எல்லாம் எரிந்துபோயிருந்ததை சார்நாக் வேதனையுடன் பார்த்தார். 1690 மழைக்காலம் முழுவதும் அவரும் அவருடைய ஆட்களும் படகுகளிலேயே வசித்தனர். 1692 கோடையில் வேலைகள் ஆரம்பித்தன. சிறிய குடியேற்றம் உருவானது. அருகில் இருந்த நதிப் பகுதியில் கப்பல்கள் வரமுடிந்தது. வணிகத்துக்கு நல்ல வாய்ப்பு இருந்தது. இந்திய வணிகர்களும் அங்கு வந்து குடியேறத் தொடங்கினர். ஏராளமான போர்ச்சுகீசிய, அர்மேனிய வணிகர்கள் அங்கு வந்து தங்கினர். அவர்களுக்கான சர்ச்சுகளுக்கும் இடம் தரப்பட்டன.

ஜாப் சார்நாக் 1693-ல் இறந்தார். கல்கத்தாவில் அவருடைய உடலை அடக்கம் செய்தார்கள். அடுத்த பத்தாண்டுக்குள் அருகில் இருந்த இரண்டு கிராமங்களையும் பெற்றுக்கொண்டு கம்பெனி வலிமையான வில்லியம் கோட்டையைக் கட்டியது. கல்கத்தாவை கம்பெனி தனது மிக முக்கியமான மையமாக்கிக்கொண்டது.

17-ம் நூற்றாண்டும் இறுதி பத்தாண்டுகள் வரை கிழக்கிந்திய கம்பெனி 20 சதவிகிதத்துக்கும் அதிகமான லாபப்பங்குகளைத் (டிவிடென்ட்களைத்) தரமுடிந்திருந்தது. 1690களில் ஃபிரான்ஸுடனான போரினால் கம்பெனிக்கு பெரும் இழப்பு ஏற்பட்டது. 1696-ல் ஃபிரான்ஸ் நாட்டினர், முழு அளவில் பொருட்கள் ஏற்றிச் சென்ற ஐந்து கப்பல்களை நாடு திரும்பும் வழியில் கைப்பற்றிவிட்டனர். அந்த நூற்றாண்டு முடிவுக்கு வந்தபோது, புதிதாக வந்த ஒரு கம்பெனியுடன் போட்டிபோடவேண்டி வந்தது. இதனால் இந்தியாவில் இருந்த உற்பத்தியாளர்கள் பொருட்களின் விலைகளை ஏற்றிவிட்டனர். கம்பெனியின் லாப சதவிகிதம் குறையத் தொடங்கியது. இந்தப் பிரச்னைகள் எல்லாம் அதிகரித்ததும் கம்பெனி டிவிடண்ட் தருவதை நிறுத்தியது.

இங்கிலாந்தில் நடந்த சம்பவங்களில் இருந்தே கம்பெனிக்கு மிகப் பெரிய அச்சுறுத்தல்கள் ஏற்பட்டன. கம்பெனிக்குக் கிடைத்த வெற்றிகள் பலருடைய பொறாமையைக் கிளப்பிவிட்டிருந்தது. முன்பு ஒரு ஸ்காட்லாந்து கம்பெனிக்கு வணிகம் செய்ய இங்கிலாந்து அரசு அனுமதி தந்திருந்தது. அதை மீண்டும் நடைமுறைக்குக் கொண்டுவர முயற்சிகள் நடந்தன. ஆனால், அது வெற்றிபெறவில்லை. இதனால் கிழக்கிந்திய கம்பெனி தனக்கான விசேஷச் சலுகைகளை நாடாளுமன்றத்திடம் கேட்டுப் பெற முடிவு செய்தது. இது பல மோசமான விளைவுகளை ஏற்படுத்தியது. அரசு அப்போது நிதி நெருக்கடியில் இருந்தது. ஏகபோக வர்த்தக உரிமையை ஏலத்தில் விடத் தீர்மானித்தது. 'பழைய கம்பெனி'யானது 1698-ல் ஆரம்பிக்கப்பட்ட 'புதிய கம்பெனி'யிடம் ஏலத்தில் தோற்றது. 1701 வரை பழைய கம்பெனியும் வர்த்தகம் செய்ய அனுமதிக்கப்பட்டது. மேலும் புதிய கம்பெனிக்குக் கொடுத்த கடனுதவியைத் தனக்கு சாதகமாகப் பயன்படுத்திக் கொண்டது. ஒவ்வொரு ஆண்டும் அந்தக் கடனுக்கு ஈடான தொகைக்கு பழைய கம்பெனி வணிகம் செய்துகொள்ள சட்டரீதியாக அனுமதி இருந்தது. இது மோதலுக்கு வழிவகுத்தது.

புதிய நிறுவனமானது இந்தியாவில் தனது மூத்த அதிகாரிகளாக பழைய கம்பெனியில் இருந்தவர்களையே நியமித்திருந்தது. இதனால் மோதல் மேலும் வலுத்தது. முகலாயர்கள் பழைய நிறுவனத்துக்கு ஆதரவாக இருந்தனர். உதாரணமாக, சூரத்தில் இருந்த புதிய கம்பெனியின் தலைவர் சர் நிக்கோலஸ் வைட்டே பழைய கம்பெனியின் கொடியை இறக்கும்படி தனது ஆட்களை அனுப்பியபோது, முகலாயப் பிரதிநிதி அந்தக் கொடியை ஏற்றி வைக்கத் தன் ஆட்களை அனுப்பினார். முகலாயக் கப்பல்களைத் தாக்கும் கொள்ளையர்களுடன் பழைய கம்பெனியினர் நட்புறவில் இருப்பதாக முகலாயர்களிடம் வைட்டே சொன்னார். முகலாயர்கள் உடனே பம்பாய் கவர்னர் சர் ஜான் கேயரையும் அவருடைய மனைவியையும் கைது செய்தனர்.

துரதிஷ்டசாலியான சர் ஜான் கேயர் 1710 வரை ஏழாண்டுகள் சிறையில் வாடினார். விடுதலை செய்யப்பட்ட பின் அவர் அடுத்த ஆண்டே இங்கிலாந்து திரும்பினார். அவருடைய கப்பலை ஃபிரெஞ்சுக்காரர்கள் தாக்கினர். அதில் அவர் இறந்தும்போனார். இந்தியாவின் தென் மற்றும் கிழக்கு பகுதிகளிலும் இதுபோன்ற மோதல்கள் எழுந்தன. லண்டனில் இருந்த பங்குதாரர்களுக்கு இந்த இரண்டு நிறுவனங்களையும் இணைப்பது அவசியம் என்பது புரிந்தது. 1702-ல் ஓர் உடன்படிக்கை கையெழுத்தானது. அது மெள்ள மெள்ள அடுத்த ஏழாண்டுகளில் படிப்படியாக இரு நிறுவனங்களையும் இணைத்தது.

இந்தப் பிரச்னைகள் எல்லாம் தற்காலிகமானவையே. ஃபிரெஞ்சுக் காரர்களுடனான போர் முடிவுக்கு வந்தது. புதிய கம்பெனி நிலைபெற்றது. யுனைட்டெட் கம்பெனி ஆஃப் மெர்ச்சண்ட்ஸ் ஆஃப் இங்கிலாந்து டிரேடிங் டு த ஈஸ்ட் இண்டீஸ் - கிழக்கிந்திய கம்பெனி என்று சுருக்கமாக அழைக்கப்படும் நிறுவனம் புதிய நூற்றாண்டுக்குள் காலடி எடுத்துவைத்தது. தனது வணிகத்தையும் லாபத்தையும் அதிகரிக்கும் சாதகமான நிலையில் அது இருந்தது. 3000 முதலீட்டாளர்கள் மூலமாக 3 மில்லியன் பவுண்ட் தொகையை முதலீடாகப் பெற்றிருந்தது. குறுகிய காலப் பங்குகள் மேலும் ஆறு மில்லியன் பவுண்டைக் கொண்டுவந்தன. ஆண்டுக்கு அரை மில்லியன் பவுண்டுக்கு, பொருட்களை இங்கிலாந்துக்குக் கொண்டு வந்தது. இந்தியா முழுவதிலும் பல வணிக வளாக வலைப் பின்னலை உருவாக்கியிருந்தது. சர் தாமஸ் ரோ சொன்னதுபோல் போர்களைத் தவிர்த்தல், பெரிய கோட்டைகளைக் கட்டுவதை நிறுத்துதல், ஏராளமான படைவீரர்களை நியமித்தல் எனச் செயல்படத் தொடங்கியது.

கம்பெனி அமைத்த எல்லா வணிக வளாகங்களுமே இந்திய ஆட்சியாளர்களின் சம்மதத்தின் பேரிலேயே அமைக்கப் பட்டிருந்தன. ஆர்வம் மிகுதியாக இருந்த லண்டனில் இருந்த இயக்குநர்கள் அல்லது இந்திய அதிகாரிகள் சிற்சில பிரச்னைகளைக் கிளப்பினார்கள். என்றாலும் அவையெல்லாம் நல்லவிதமாக சீக்கிரமே தீர்க்கப்பட்டுவிட்டன. இரு பிரிவினருமே பெரும் செல்வம் ஈட்ட விரும்பினர். இந்தியர்களுமே கூட ஆங்கிலேயர்களைப் போலவே வணிகத்தைப் பெருக்கிக்கொள்ள விரும்பினர். வரிகள், வருவாய் ஆகியவற்றைப் பெருக்கி இரு தரப்பும் லாபமடைய விரும்பினர். ஆதாயத்தைப் பெருக்கிக்கொள்ள மோதலே தேவைப்படவில்லை.

மத சகிப்புத்தன்மை மூலம் கம்பெனிக்கும் நல்ல லாபமே இருந்தது. போர்ச்சுகீசியர்களுக்கு நேர்மாறாக கம்பெனியினர் மத நல்லிணக்கத்தை உருவாக்கக் கணிசமான அளவுக்கு முயற்சிகள் மேற்கொண்டனர். சூரத்தில் தமது வழிபாட்டு மையத்தில் இஸ்லாமியர்களை வேதனைப்படவைக்கும் எந்தவொரு உருவங்களையும் அடையாளங்களையும் வைத்திருக்கவே இல்லை. பம்பாயில் இந்து வணிகர்கள், நெசவாளர்கள் வந்து தங்க வழிசெய்து கொடுத்தனர். மதராஸிலும் வங்காளத்திலும் கத்தோலிக்க போர்ச்சுகீசியர்கள், ஆர்தடாக்ஸ் (பழமைவாத) அர்மேனிய வணிகர்கள் என அனைவருக்கும் இடம் தந்தனர். எல்லாப் பிரிவினரும் தமது விருப்பப்படி வழிபாடு செய்துகொள்ள அனுமதி தரப்பட்டது. தனது பணியாளர்கள் மீது ப்ராட்டஸ்டன்ட் விதிமுறைகளைக் கடுமையாக விதித்தபோதிலும் பிற மத நம்பிக்கையாளர்களுடன் இணங்கி வாழந்ததென்பது அவர்களுக்கு நல்ல லாபத்தைத் தந்தது.

புதிய நூற்றாண்டுக்குள் நுழைந்தபோது எல்லாமே கம்பெனிக்கு சாதகமாகவே இருந்தது. போர்ச்சுகீசியர்கள், டச்சுக்காரர்கள் ஆகியோரைப் போல் அராஜகமாக நடந்துகொள்ளாததன் மூலம் கம்பெனியினர் இந்தியாவுக்கும் ஐரோப்பாவுக்கும் இடையிலான வணிகத்தில் பெரும் பகுதியைத் தம் பக்கம் திருப்பிக்கொண்டு விட்டனர். கம்பெனியின் நிறுவனர் மற்றும் மன்னரின் தூதுவரான சர் தாமஸ் ரோ, அமைதியான வணிகத்தில் ஈடுபட்டால்தான் அதிக லாபத்தைப் பெறமுடியும் என்று வகுத்த விதிமுறையின்படி நடந்துகொண்டனர். பின்னாளில் கம்பெனி அந்த விதிமுறையை மீறும் என்று அப்போது யாருமே நினைத்துப் பார்த்திருக்கவில்லை.

•

18-ம் நூற்றாண்டின் தொடக்கத்தில் கம்பெனியின் ஆட்கள் தாமே வாரிச்சுருட்டிக் கொள்வதைத் தடுப்பதுதான் கம்பெனிக்குப் பெரிய பிரச்னையாக இருந்தது. கம்பெனிப் பணியாளர்கள் தமது சொற்ப வருமானத்துக்கு மேலாக, கொஞ்சம்போல் வர்த்தகம் செய்து சம்பாதிப்பதை அனுமதிக்க கம்பெனி தயார்தான். ஆனால், அவர்கள் கம்பெனி எந்தப் பொருட்களை பிரதானமாக வர்த்தகம் செய்ததோ அவற்றில் போட்டியாக வந்துவிடக்கூடாது. மேலும் அவர்கள் கம்பெனியின் பணத்தைப் பயன்படுத்தித் தமது சொந்த வர்த்தகத்தைச் செய்யவும் கூடாது என்று சொன்னது. கம்பெனி முன்வைத்த இந்த விதிமுறைகளைப் பலரும் புறக்கணித்தனர். வில்லியம் கைஃபோர்ட் இதற்கான மிகச் சிறந்த எடுத்துக்காட்டு.

1717-ல் வில்லியம் கைஃபோர்ட் அஞ்சுதெங்கு கோட்டையின் பிரதான அதிகாரியாக நியமிக்கப்பட்டார். கைஃபோர்ட் தனது முழு சக்தியையும் பயன்படுத்தித் தன்னை வளப்படுத்திக்கொள்ளப் பார்த்தார். கம்பெனியின் பணத்தை வைத்து கம்பெனி ஏகபோக உரிமை பெற்றிருந்த மிளகை வாங்கி விற்றுக் கிடைத்த பணத்தைத் தன் பாக்கெட்டில் போட்டுக்கொண்டார். போலி எடைகளைப் பயன்படுத்தியதன் மூலம் உள்ளூர் வணிகர்கள் கம்பெனியிடமிருந்து விலகிச் செல்ல வழிவகுத்தார். அவருடைய துபாஷியின் ஆசைநாயகி இந்துக்களின் ஹோலிக் கொண்டாட்டத்தின்போது இஸ்லாமிய வணிகர்கள் மேல் வண்ணப்பொடிகளைத் தூவினார். சில இஸ்லாமிய வணிகர்கள் வாளை எடுத்து அந்தப் பெண்ணைத் தாக்கியபோது கைஃபோர்ட் அந்த வணிகர்களைக் கைது செய்தார். கோட்டையில் இருந்து அவர்களை வெளியேறவும் செய்தார். அவர்களுடைய வாள்களைப் பிடுங்கி உடைத்தும் போட்டார். இந்த சம்பவம் தொடர்ச்சியாகப் பல மோதல்களுக்கு வழிவகுத்தது. மெள்ள நிலைமை கட்டுக்குள் வந்தது. ஆனால், கைஃபோர்ட் மீதான கோபம் மறையவில்லை.

அட்டிங்கல் ராணிக்கு பரிசுகள் வழங்கும் விழாவானது சில ஆண்டுகளுக்கு ஒத்திவைக்கப்பட்டது. கைஃபோர்ட் அதை மாற்ற விரும்பினார். 11 ஏப்ரல் 1721 அன்று ஏழு ஆண்டுகளுக்கான பரிசை எடுத்துக்கொண்டு நான்கு மைல் தொலைவுக்கான அட்டிங்கல் நோக்கிய ஆற்றுவழிப் பயணத்தை ஆரம்பித்தார். 120 வணிகர்கள், படைவீரர்கள், 120 சுமை தூக்கிகளுடன் மிகப் பெரிய ஊர்வலமாகப் போனார். நட்பார்ந்தமுறையில் இருந்ததுபோல் இருந்த ராணியின் ஆட்கள் கூட்டமாக வந்து வரவேற்றனர். கைஃபோர்டையும் அவருடைய ஆட்களையும் ஓர் அரங்கில் அடைத்தனர். துப்பாக்கி, வெடி மருந்துப் பொருட்களைத் தூக்கிவரும்படி அனுமதிக்கப்

பட்டிருந்த துறைமுகப் பணியாளர்கள் தனித்துக் கொண்டு செல்லப்பட்டனர்.

கைஃபோர்ட் அஞ்சுதெங்கு கோட்டைக்கு எப்படியோ செய்தியை அனுப்பினார்.

> ‘கேப்டன் ஸீவெல்,
>
> எங்களை நம்பிக்கை துரோகம் செய்து அடைத்துவிட்டார்கள். உங்களைச் சிறைப்பிடிக்க வரக்கூடும். கவனமாக இருந்து கொள்ளுங்கள். உங்கள் கப்பல்களையும் கோட்டை மதிலையும் நன்கு கவனித்துக்கொள்ளுங்கள். இன்று இரவுக்குள் உங்களைச் சந்திக்க வந்துவிடுவோம் என்று நினைக்கிறேன். இப்போதைக்கு எதுவும் சொல்லி பெண்களைப் பயமுறுத்தவேண்டாம். கவனமாக இருந்துகொள்ளுங்கள். எங்களுக்குப் பெரிய அச்சுறுத்தல் எல்லாம் இல்லை.’

சிறிது நேரத்தில் ஒரு கும்பல் அவர்களை வந்து தாக்கியது. பெரும்பாலான இங்கிலாந்து படையினர் கொல்லப்பட்டனர். கம்பெனியின் வணிகர்கள் சித்ரவதை செய்து கொல்லப்பட்டனர். கைஃபோர்டின் துபாஷியின் உடல் ஒவ்வொரு துண்டாக வெட்டிக் கொல்லப்பட்டது. கைஃபோர்டின் நாக்கு வெட்டப்பட்டது. ஒரு மரக்கட்டையில் ஆணியால் அடிக்கப்பட்டு அஞ்சுதெங்கு நோக்கி ஆற்றில் மிதக்கவிடப்பட்டார்.

கைஃபோர்டின் கடிதம் அஞ்சுதெங்கு பகுதியை அடைந்தது. சில காயம்பட்ட வீரர்களும் வந்து சேர்ந்தனர். கோட்டையில் மூன்றே பிரிட்டிஷ் அதிகாரிகளும் ஒரே ஒரு பீரங்கி வீரரும் இருந்தனர். ஓர் அதிகாரிக்கு உடல்நிலை மோசமாக இருந்தது. சீக்கிரமே இறந்துவிட்டார். அடுத்த இருவரும் கிடங்கிலும் கஜானாவிலும் இருந்தவற்றைக் கொள்ளையடிக்க ஆரம்பித்தனர். கிடைத்தவற்றை எடுத்துக்கொண்டு சிறிய படகுகளில் தப்பித்தனர். ஆயுதப் படை வீரரான கன்னர் இன்ஸ் மட்டும் துணிச்சலுடன் அங்கே காவலுக்கு நின்றார்.

மாலத்தீவில் இருந்து சோழிகளை ஏற்றிக்கொண்டு ஒரு கப்பல் வந்தது. இங்கிலாந்துப் பெண்களை எல்லாம் அதில் ஏறவைத்தார். கைஃபோர்டின் விதவை மனைவியையும் ஏற்றிக்கொண்டார். அதன் பின் கோட்டையை முற்றுகைக்குத் தாக்குப்பிடிக்கும் வகையில் தேவையான ஏற்பாடுகளைச் செய்ய ஆரம்பித்தார். கம்பெனி பணியாளர்களை எல்லாம் வீட்டை விட்டு வெளியே வரச் சொல்லி கோட்டைக்கு அழைத்துச் சென்றார். சிறுவர்கள் மற்றும்

முதியவர்கள் மட்டுமே இருந்தனர். துப்பாக்கியைப் பிடிக்கும் வயது கூட ஆகியிருக்கவில்லை சிறுவர்களுக்கு. பொருட்களின் கிடங்கும் வெளியே இருந்தது. உணவுப் பொருட்கள், கஜானாவில் இருந்த எஞ்சிய பணம் ஆகியவற்றைக் கோட்டைக்குள் கொண்டுசென்றார்.

அட்டிங்கல் கும்பல் வந்தபோது ஊரில் கண்ணில்பட்ட ஆண்களையெல்லாம் வெட்டிக் கொன்றனர். பெண்களையும் குழந்தைகளையும் சிறைப்பிடித்துச் சென்றனர். கொல்லத்து ராஜா அவர்களுக்கு அடைக்கலம் தந்தார். கோட்டை மீது எரி அம்புகளை எய்து தாக்கினர். பனை ஓலை வேயப்பட்டிருந்த கிடங்குகளின் கூரைகள் எல்லாம் உடனடியாக அவிழ்க்கப்பட்டன. கோடைக்கால சூரிய ஒளி நேராக உள்ளே பாய்ந்து சுட்டெரித்தது. பதினைந்து நாட்கள் முற்றுகை நீடித்தது. கொச்சினில் இருந்து வந்த பிரிட்டிஷ் கப்பல்கள் கொஞ்சம் உணவுப்பொருட்களைத் தந்தன. ஏழு வீரர்களும் வந்து சேர்ந்தனர். ஒரு வாரம் கழித்து கோழிக்கோட்டில் இருந்தும் தலசேரியில் இருந்தும் 52 வீரர்கள் வந்தனர்.

24 ஜூனில் கோட்டை மீதான தாக்குதல் நடைபெற்றது. கோட்டை மதிலுக்கு எதிரே மிகப் பெரிய வீடு இருந்தது. தாக்க வந்தவர்கள் அதில் தங்கினர். அதையே தமது மையமாக வைத்துக்கொண்டு தாக்கினர். கம்பெனி வீரர்கள் அந்த வீட்டினுள் புகுந்து அவர்களை விரட்டியடிக்க முயன்றனர். முதலில் வெற்றி கிடைக்கவில்லை. ஆனால், ஜன்னல் வழியாக வெடிகுண்டுகளை வீசிப் பெரும் சேதத்தை ஏற்படுத்தினர். எதிரிகள் முழுவதுமாக நிலைகுலைந்து போனார்கள். முற்றுகை தொடர்ந்தது. சிற்சில தாக்குதல் முயற்சிகளும் அதன் பின் இருந்தன. எனினும் பெரிதாக எந்த பாதிப்பும் இல்லை.

மழைக்காலம் வந்ததைத் தொடர்ந்து கம்பெனியினரால் பெரிய நிவாரண உதவிகள் எதையும் செய்துகொடுக்கமுடியாமல் போனது. கூரைகள் இல்லாத வணிகக் கிடங்குகளில் இருந்த அஞ்சுதெங்கு பகுதி ஆங்கிலேயர்கள் பெரு மழையில் சிக்கித் தவித்தனர். இறுதியாக 17 அக்டோபர் அன்று கார்வார் மற்றும் சூரத் பகுதியில் இருந்து 300 படைவீரர்கள் முற்றுகையில் இருந்து அவர்களைக் காப்பாற்றினர். தளபதி திரு.மிட்ஃபோர்ட் உடனே கைஃபோர்டைப்போலவே கம்பெனி பணத்தை வைத்து மிளகு வியாபாரத்தில் ஈடுபட்டு வருமானம் முழுவதையும் தன் கணக்கில் சேர்த்துக்கொள்ள ஆரம்பித்தார். ஆனால், ஒரு வருடத்துக்குள் இறந்துவிட்டார். அட்டிங்கல் ராணியுடன் ஒரு முறையான ஒப்பந்தத்தை அவருக்கு அடுத்ததாக வந்தவரே கையெழுத்திட்டார்.

அது கம்பெனிக்குப் பெரிதும் சாதகமாகவே இருந்தது. தாக்குதல் நடத்தியவர்களுக்கு தண்டனை விதிக்கப்பட்டன. அவர்களுடைய சொத்துகள் பறிமுதல் செய்யப்பட்டன. கம்பெனிக்கு ஏற்பட்ட இழப்புகளுக்கு ராணியே நஷ்டஈடு தருவார். ராணியின் ஆளுகைக்கு உட்பட்ட பகுதிகளில் மிளகு வியாபாரத்தின் முழு உரிமை கம்பெனிக்குத் தரப்பட்டது.

•

அஞ்சுதெங்கு பிரச்னையில் மிக முக்கியமாக கவனத்தில்கொள்ளப் படவேண்டிய நபர் வில்லியம் கைஃபோர்டின் மனைவி கேத்ரீன் தான். அந்த முற்றுகைக்கு முன்னும் பின்னும் என அவருடைய வாழ்க்கையில் நடந்தவை எல்லாம் மிகவும் அசாதாரணமானவை.

கேத்ரீன் குக்கீ இந்தியாவின் கார்வார் பகுதிக்கு 8 அக்டோபர் 1709 அன்று வந்து சேர்ந்தார். அப்போது அவருக்கு 13-14 வயதுதான். அவருடைய அப்பா கம்பெனியின் வங்காள ராணுவத்தில் கேப்டனாக இருந்தார். அம்மா, ஒரு சகோதரர், இரண்டு தங்கைகளுடன் அங்கு இருந்தார். இங்கிலாந்தில் இருந்து 'லாயல் பிளிஸ்' கப்பலில் மார்ச் மாசம் புறப்பட்ட அவர்கள் மிகவும் கடினமான பயணத்துக்குப் பின்னரே இந்தியா வந்து சேர்ந்திருந்தனர். காலதாமதமாக வந்து சேர்ந்ததால் நல்லமுறையில் வங்காளத்துக்குக் கொண்டுவந்து சேர்த்திருக்கும் சாதகமான தென் மேற்குப் பருவக் காற்று வீசும் காலத்தைத் தவறவிட்டனர். மேற்குக் கடலோரப் பகுதிகளில் ஃபிரெஞ்சுக்காரர்களின் தாக்குதல்களில் இருந்து தப்பும் நோக்கில் கம்பெனியின் கார்வார் வணிக வளாகத்திலேயே தங்கிவிட்டனர்.

கம்பெனியின் தலைவர் ஜான் ஹார்வே, அவர்களுக்கும் கப்பலின் பிற அதிகாரிகளுக்கும் தங்க எல்லா வசதிகளும் செய்துகொடுத்தார். இங்கிலாந்தில் இருந்து மிக சமீபத்திய செய்திகளைத் தெரிந்து கொண்டதில் அவருக்கு மகிழ்ச்சி. அதோடு திருமணமாகாத, மிக மிக அழகான இளம் பெண் ஒருத்தியும் வந்து சேர்ந்திருப்பதை அறிந்து மிகவும் மகிழ்ச்சி அடைந்தார். ஹார்வே அந்தக் கடலோரப் பகுதியில் பல ஆண்டுகளாக வசித்துவந்தார். கேத்ரீன் குக்கீக்குத் தாத்தா வயசு ஆனவர். ஆனால் அவர் பெரும் செல்வந்தரும் கூட. கேப்டன் குக்கீ மிகவும் ஏழை. பெரும் செல்வம், சொத்துக்கள் எல்லாம் தருவதாகச் சொன்னதும் தன் இள வயது மகளை அந்த முதியவருக்குத் திருமணம் செய்து தர முன்வந்தார். அவரும் மனைவியும் சேர்ந்து மகளைச் சம்மதிக்க வைத்தனர். கம்பெனியின்

கேப்டன் உடனே புறப்பட்டுச் செல்ல விரும்பியதால் திருமணம் உடனே நடந்துமுடிந்தது. 22 அக்டோபரில் 'லாயல் பிளிஸ்' கப்பல் கேத்ரினை முதிய கணவருடன் விட்டுவிட்டு இங்கிலாந்து திரும்பியது.

அடுத்த ஆண்டு ஜான் ஹார்வே இந்தியாவில் தனது கணக்கு வழக்குகளை முடித்துக்கொள்ளத் தீர்மானித்தார். கம்பெனியின் சார்பிலும் சொந்தக்கணக்கிலும் ஏராளம் வர்த்தகம் செய்து முடித்திருந்தார். இரண்டு கணக்குகளும் ஒன்றுக்கொன்று குழம்பிக் கிடந்தன. கேத்தரின் தன் கணவருக்குக் கணக்குகளைச் சரி செய்ய உதவியிருக்கக்கூடும். 1711-ல் ஹார்வேக்கு அடுத்ததாக ஒருவர் பணி நியமனம் செய்யப்பட்டார். தம்பதியினர் பம்பாய்க்குச் சென்றனர்.

கார்வாரின் புதிய அதிகாரி பதவியில் சேர்ந்த மூன்று மாதத்தில் இறந்துவிட்டார். எனினும் அதற்குள்ளாகவே முடிந்த அளவுக்கு கம்பெனியின் பணத்தைச் சூறையாடியிருந்தார். வேறொரு அதிகாரி நியமிக்கப்பட்டார். பம்பாயில் இருந்து கார்வாருக்கு ஹார்வே தம்பதியினர் திரும்பிவந்து அவர்களுடைய கணக்குகள் சிலவற்றைச் சரி செய்ய முயன்றனர். நான்கு மாதங்கள் கழித்து ஜான் ஹார்வே இறந்தார்.

கம்பெனியானது ஹார்வியின் சொத்துக்களைத் தற்காலிகமாகப் பறிமுதல் செய்தது. எல்லா பணியாளர்களுமே கம்பெனி பணத்தில் வர்த்தகம் செய்ததுண்டு என்பதால் கம்பெனி பொதுவாக இப்படிச் செய்வது சகஜம்தான். இந்தியாவில் இருந்து ஊர் திரும்ப வேண்டுமென்றால் கம்பெனியிடமிருந்து அனுமதி பெற்றாக வேண்டும். அவருடைய விதவை மனைவிக்கும் அதுவேதான் விதி. கேத்ரீன் தனது கணக்கு வழக்குகளை மீண்டும் சரி செய்ய ஆரம்பித்தார். ஜான் ஹார்வேயின் சொத்துக்களையும் கேட்டு விண்ணப்பித்தார்.

ஹார்வி இறந்த இரண்டு மாதங்கள் கழித்து கார்வார் வணிக மையத்தின் பொறுப்புகளை நிர்வகிக்க தாமஸ் சோவ்ன் பம்பாயில் இருந்து அனுப்பிவைக்கப்பட்டார். ஒரு ஆண்டுக்கு முன்புதான் சோவ்ன் வந்த கப்பல் பம்பாய்க்கு அருகில் சிதிலமடைந்து விட்டிருந்தது. அது மூழ்கியபோது அதில் இருந்த அவருடைய பொருட்கள் அனைத்துமே மூழ்கிவிட்டிருந்தன. பம்பாயில் கேத்ரீன் ஹார்வியை முன்பே சந்தித்திருந்தார். கார்வாருக்கு வந்த சில வாரங்கள் கழிந்ததும் இருவரும் திருமணம் செய்துகொண்டனர்.

1712ம் ஆண்டு நவம்பர் 3ம் தேதி அன்று தாமஸ் சோவ்ன் மற்றும் கேத்ரீன் சோவ்ன் இருவரும் கார்வாரில் இருந்து பம்பாய்க்கு

‘ஆன்னே’ என்ற கப்பலில் சென்றனர். அது மிளகு மற்றும் பசையை ஏற்றிக்கொண்டு வந்திருந்தது. இருவரும் ஹார்வியின் சொத்துக்களை கம்பெனியிடமிருந்து பெற முயற்சிகள் மேற்கொண்டனர். கேத்ரீன் கர்ப்பமாக இருந்தார். ‘கடல் கொள்ளையர்கள்’ மீதான பயத்தினால் அவர்களுக்கு படை வீரர்கள் குழுவும் ஆயுதம் தாங்கிய பாய்மரக் கப்பலும் காவலுக்கு வந்தன. மராத்தா தளபதி கன்னோஜி ஆங்க்ரேயின் நான்கு கப்பல்கள் அவர்களைத் தாக்கவந்தன. பாய்மரக்கப்பலின் திரைச்சீலைகள் அறுக்கப்பட்டன. ‘ஆன்னே’ கப்பலை மராத்தா படையின் இரண்டு கப்பல்கள் இரு பக்கமும் இருந்து தாக்கின. வெடி மருந்துகள் தீரத் தொடங்கவே ஆங்கிலேயர்கள் சரணடைந்தனர். அந்தச் சண்டையில் தாமஸ் சாவ்னின் கை பீரங்கி குண்டு தாக்கி சிதைந்தது. கர்ப்பமான மனைவியின் மடியில் தலை சாய்ந்தபடியே அவருடைய உயிர் பிரிந்தது.

சிறைப்பிடிக்கப்பட்ட கப்பல்கள் எடுத்துச் செல்லப்பட்டன. அதில் இருந்தவர்கள் கேரியா பகுதியில் இருந்த ஆங்க்ரேயின் கோட்டைக்கு அழைத்துச் செல்லப்பட்டனர். கேத்ரின் சோவ்ன் உட்பட அனைத்து ஐரோப்பியர்களும் மராத்தாக்களின் கொலாபா கோட்டைக்குக் கொண்டுசெல்லப்பட்டனர். அனைவரையும் விடுவிக்கும்படி கம்பெனியின் பம்பாய் பிரதிநிதி கடிதம் எழுதினார். ஒரு மாதம் கழித்து கப்பலின் அதிகாரிகளையும் கேத்ரீன் சோவ்னையும் தவிர பிற அனைவரும் விடுவிக்கப்பட்டனர். அவர்கள் பெரும் தொகை கேட்டு பிணைக்கைதிகளாகப் பிடித்துவைக்கப்பட்டிருந்தனர்.

சிக்கலான பேச்சுவார்த்தைகள் நீடித்தன. முப்பதாயிரம் ரூபாய் பணம் வேண்டுமென்றும் பிரிட்டிஷார் தன் மீது எந்த நடவடிக்கையும் எடுக்கக்கூடாது என்றும் ஆங்க்ரே சொன்னார். அவர் சொன்னது அப்படியே ஏற்றுக்கொள்ளப்பட்டது. ஒரு ஆங்கிலேய வீரரிடம் அவர் கேட்ட பணத்தைக் கொடுத்து அனுப்பினர். சிறைப்பிடித்து வைத்த 6 வாரங்கள் கழித்து 22 பிப்ரவரி 1713-ல் அனைவரையும் விடுதலை செய்தார். கேத்ரீனின் உடைகள் மிகவும் கிழிந்து போயிருந்தன. ‘இங்கிலாந்து படைவீரர் தன்னுடைய உடை கொண்டு கேத்ரீனின் உடலை மறைத்துக்கொண்டு செல்ல வேண்டியிருந்தது’. கேத்ரீன் இந்த நிலையிலும் யாருக்கும் மண்டியிட்டிருக்கவில்லை. சில நாட்களில் குழந்தை பிறந்தது.

கேத்ரீனின் நிலைமை குறித்து பம்பாயில் இருந்த கம்பெனியினருக்கு மிகுந்த பரிதாபம் ஏற்பட்டது. மாத ஆதரவுத் தொகையாக ஆயிரம் ரூபாய் தர கம்பெனி முன்வந்தது. நீண்ட கால நோக்கில் எதுவும்

அவருக்கு சாதகமாக முடிவு செய்யப்பட்டிருக்கவில்லை. இப்போது அவருக்கு ஒரு குழந்தை பிறந்திருக்கிறது. கணவரின் சொத்துக்கள் அவருக்குக் கிடைக்கும் வாய்ப்புகள் மிகவும் மங்கலாகிவிட்டன. வில்லியம் ஹார்வி எந்த உயிலும் எழுதி வைத்திருக்கவில்லை என்றுதான் முதலில் சொல்லப்பட்டது. அப்படியானால், கேத்ரீனுக்கு மூன்றில் ஒரு பங்கு சொத்து கிடைத்தாகவேண்டும். ஆனால், பின்னாளில் கேத்ரீனைச் சந்திப்பதற்கு முன்பே வில்லியம் ஹார்வி ஓர் உயில் எழுதி வைத்திருந்ததாகச் சொல்லப்பட்டது. அப்படியென்றால் அவளுக்கு எதுவுமே கிடைக்க வழியில்லை.

பம்பாய்க்கு முன்பு ஒருமுறை வந்தபோது கேத்ரீன் கம்பெனி பணியாளர் வில்லியம் கைஃபோர்டைச் சந்தித்திருக்கிறார். அவர் இப்போது கவர்னராகப் பதவி உயர்வு பெறவிருந்தார். பம்பாய் சந்தையும் அவருடைய நிர்வாகத்தின் கீழ் வரவிருந்தது. கேத்ரீன் அவரைத் திருமணம் செய்துகொண்டார். கவர்னர் அவள் மீது மரியாதை வைத்திருக்கவேண்டும். ஏனென்றால் அவளைத் திருமணம் செய்துகொள்ள அவருக்கும் விருப்பம் இருந்திருக்க வேண்டுமே. கைஃபோர்டுக்கும் கேத்ரீனுக்கும் அந்த திருமணம் நன்மை தருவதாகவே இருந்தது. வில்லியம் ஹார்வியின் சொத்துக்களை கேத்ரீன் பெறும் வாய்ப்பு இப்போது அதிகரித்தது. ஜான் ஹார்வியின் உயில் இதுவரையிலும் கைக்குக் கிடைத்திருக்க வில்லை.

கேத்ரீனின் இரண்டு முன்னாள் கணவர்களும் உயில் எழுதி வைக்காமலே இறந்துவிட்டதாக அதிகாரபூர்வமாக அறிவிக்கப் பட்டது. ஹார்வியின் சொத்தில் மூன்றில் ஒரு பங்கு ரூ. 70,492 அவருக்குக் கிடைத்தது. கேத்ரீனும் புதிய கணவர் கைஃபோர்டும் இப்போது செல்வந்தர்களாகிவிட்டனர்.

அரேபியத் துறைமுகமான மோச்சாவுக்குச் சென்ற கம்பெனியின் கப்பலுக்கு சூப்பர் கார்கோ அதிகாரியாக கைஃபோர்ட் நியமிக்கப் பட்டார். சொந்தக்கணக்கில் பெரும் லாபம் சம்பாதிக்கும் வாய்ப்பை இது தந்தது. இப்போது அவர் வசம் முதலீடு செய்யப் போதுமான பணமும் இருந்தது. மூன்றாண்டுகள் கழித்து அஞ்சுதெங்கு பகுதியின் தலைவராகப் பதவி உயர்வு பெற்றார். நான்கு ஆண்டுகள் கழித்துத் தனது முறைகேடான நடத்தையின் விளைவாகப் பாதிக்கப்பட்டு உயிர் துறக்க நேர்ந்தது. கேத்ரினுக்கு வயது முப்பதுகூட ஆகியிருக்கவில்லை. அதற்குள் மூன்று முறை விதவையாகிவிட்டிருந்தார்.

கேத்ரீனை அஞ்சுதெங்கு முற்றுகையில் இருந்து காப்பாற்றக் கொண்டுவரப்பட்ட படகு மதராஸுக்குச் செல்ல உற்பத்தி செய்யப் பட்டிருந்தது. இந்தியாவின் முனை வழியாக கிழக்கு கடலோரப் பகுதிக்கு 500 மைல் தொலைவுக்குச் செல்ல தயாரிக்கப்பட்டிருந்தது. வெப்பம் மிக மிக அதிகமாக இருந்த காலகட்டத்தில் ஆரம்பித்த அந்தப் பயணம் ஒரு மாத காலம் எடுத்துக்கொண்டது. கேத்ரீனுடன் இரண்டு பிரிட்டிஷ் பெண்மணியும் ஆறு சிறுவர்களும் இருந்தனர். அவர்கள் அனைவரும் அஞ்சுதெங்கு பகுதியில் இருந்தவர்கள்தான். இந்தியாவில் நாணயத்துக்குப் பதிலாகப் பயன்படுத்தப்பட்ட சோழிகளை ஏற்றிக்கொண்டு வந்த படகு அது. அது மிக மோசமான வாடை அடித்துக்கொண்டும் ஈக்கள், பூச்சிகள் மொய்த்துக் கொண்டும் இருந்திருக்கும். அதிக ஆட்கள் கொண்டதாகவும் சுகாதாரமற்றுதாகவும் இருந்திருக்கும். கேத்ரீன் இதைவிட மோசமான அனுபவங்களையெல்லாம் இதற்கும் முன் சந்தித்திருக்கிறார். அதோடு அவருக்கு ஒரு நிம்மதி என்னவென்றால் கம்பெனியின் கணக்குப் புத்தகங்கள் அனைத்தையும் அவர் சமயோஜிதமாக முன் கூட்டியே பத்திரமாக எடுத்துவைத்திருந்தார்.

மதராஸுக்கு 17 மே 1721-ல் வந்து சேர்ந்தார். அஞ்சுதெங்கு வணிக மையத்தின் கணக்கு வழக்குகளைத் திருப்பித் தரும்படி கம்பெனி பலமுறை கேட்டது. அதை அவர் செவிமடுக்கவில்லை. அஞ்சுதெங்கு பகுதியைச் சேர்ந்த லெஃப்டினண்ட் லேப்த்ரோனிடம் இருந்து ஒரு கடிதம் வந்தது. தனது ஏஜெண்டாக அவரை முன்பு நியமித்ததே கேத்ரீன்தான்.

> ‘கம்பெனியின் கஜானாவைச் சோதித்துப் பார்த்தபோது 2100 பவுண்ட் விலை மதிப்புள்ள தங்கமும் வெள்ளியும் மட்டுமே இருப்பது தெரியவந்தது. ஆனால், பம்பாய் வணிக மையத்தில் இருந்து பத்து பணப்பெட்டிகள் வந்து சேர்ந்ததாக கேப்டன் சீவெல்லின் இன்வாய்ஸ் ஒன்று தெரிவிக்கிறது.’

கேத்ரீன் தன் குடும்பத்தினரோடு வசிக்க கல்கத்தாவுக்குச் சென்று சேர்ந்தார். அவரிடம் இருக்கும் பணத்தில் கொஞ்சம் கம்பெனிக்குச் சொந்தமானது என்பதை ஒப்புக்கொண்டார். ரூ 7,312 கம்பெனிக்குத் திருப்பிக் கொடுத்தார். மதராஸில் இருந்த கேத்ரீனின் ஏஜெண்ட் ஒருவழியாக அஞ்சுதெங்கு கணக்குப் புத்தகத்தை கம்பெனிக்குக் கொடுத்தார். அவை முழுமையானவை அல்ல. சில கணக்குகள் உண்மையிலேயே தொலைந்திருக்கும். சில திட்டமிட்டே மறைக்கப்பட்டிருக்கும். எது உண்மையாக இருந்தாலும் கேத்ரீன்

கம்பெனிக்கு 50,000 ரூபாய் திருப்பித் தந்தாகவேண்டும் என்று உத்தரவிட்டது. கேத்ரீன் எழுதிய பதில்:

'மதிப்புக்குரிய தலைவரும் பம்பாய் கவுன்சிலும் ஒரு கடன் விஷயமாக எனக்கு தெரியப்படுத்தியிருக்கிறீர்கள். கம்பெனிக்கு என் கணவர் ரூபாய் ஐம்பதாயிரம் தரவேண்டியிருப்பதாகச் சொல்லியிருக்கிறீர்கள். இதில் நீங்கள் சற்று கடுமையாக நடந்துகொண்டிருக்கிறீர்கள் என்று சொல்வதைத் தவிர எனக்கு வேறு எதுவும் தோன்றவில்லை. தனது எஜமானர்களுக்கு விசுவாசமான பணியைச் செய்துவந்த என் கணவருக்கு நேர்ந்த கதி என்ன என்பது உங்களுக்குத் தெரியும். திடீரென்று எதிர்பராத விதமாக அவர் இறக்க நேர்ந்துவிட்டது. அந்தக் கொடூர நிகழ்வில் அனைத்து கம்பெனி பணியாளர்களும் (செட்டில்மெண்ட் தொடர்பான) கொல்லப்பட்டுவிட்டனர். அதில் பல கணக்குப் பதிவேடுகள் தொலைந்துவிட்டன. அவை கிடைத்திருந்தால் இறந்தவர் மீது இப்படியான கடன் தொகைபற்றிய கோரிக்கையை எளிதில் தீர்த்துவிட்டிருக்க முடியும்.

கனவான்களே... இப்போது எனக்குச் சொல்ல வேறு எதுவும் இல்லை. மாண்புமிகு கம்பெனியின் கருணையை இறைஞ்சிக் கேட்டுக்கொள்கிறேன். நான் என்னவிதமான நெருக்கடியில் சிக்கியிருக்கிறேன் என்பதைக் கொஞ்சம் கவனத்தில் கொள்ளுங்கள். துரதிஷ்டசாலியான விதவையும் அநாதையுமான எனக்கு உங்கள் நியாயமான பாரபட்சமற்ற அணுகுமுறையை நம்புவதைத் தவிர வேறு வழியில்லை. கம்பெனிக்கு என் தரப்பை சாதகமான முறையில் எடுத்துச் சொல்வீர்கள் என்று நம்புகிறேன்.

தங்கள் பணிவான

கேத்ரீன் கைஃபோர்ட்

கல்கத்தா. 26 ஏப்ரல் 1722.'

என்ன ஆனாலும் கேத்ரீன் கம்பெனியின் கருணையை எதிர் பார்த்துத்தான் இருந்தார். ஏனென்றால் அவர் இங்கிலாந்து திரும்ப வேண்டுமென்றால் கம்பெனியின் அனுமதி கிடைத்தால்தான் முடியும். ஆனால், கேத்ரீன் தன் தன்னம்பிக்கையை மீண்டும் வெளிப்படுத்தினார்.

கடல் கொள்ளையர்களை அடக்கும் பொறுப்பில் அனுப்பப்பட்ட ராயல் நேவியின் குழுவின் தளபதியாக தாமஸ் மேத்யூ இந்தியாவுக்கு

வந்தார். உண்மையில் பெரும் செல்வம் ஈட்டுவதே அவருடைய நோக்கம். எனவே வர்த்தகத்தில் தீவிரமாக கவனம் செலுத்தினார். இது உண்மையில் சட்டவிரோதமானது. கம்பெனியின் நலன்களுக்கு முற்றிலும் எதிரானது. ஆனால், தன் வசம் இருந்த போர்க்கப்பல்களை வைத்து அவர் விரும்பியதுபோல் வணிகம் செய்ய முடிந்தது. கம்பெனிக்கும் அவருக்கும் இடையில் பெரும் பகைமை உருவானது. கொலபாவில் நடந்த தோல்வி இந்த பகைமையை மேலும் அதிகரித்தன. கம்பெனியின் பணியாளர்கள் மேத்யூஸுக்கு எதிராகக் கலகம் செய்தனர். ஏனென்றால், கம்பெனியால் பணியாளர்கள் செய்ய அனுமதிக்கப்பட்டிருந்த மிதமான வணிகத்தையும் அவர் முடக்கியிருந்தார்.

செப்டெம்பர் 1722-ல் கல்கத்தாவுக்குத் தனது ‘லியான்’ கப்பலில் தளபதி தாமஸ் வந்துசேர்ந்தார். கேத்ரீன் கைஃபோர்ட் உடனே அவருக்கும் நண்பரானார். கம்பனி பணியாளர்கள் மூவரை மணந்து மூவரையும் இழந்து நிற்கும் இளம் பிரிட்டிஷ் பெண்ணைப் பார்த்து மனம் வருந்தினார். இரண்டு கணவர்கள் கம்பெனியின் நலனைப் பாதுகாக்க நடந்த போரில் உயிர் துறந்திருந்தனர். அப்படியான ஒருவரை கம்பெனி இப்படி நடத்தலாமா என்று வருந்தினார். இங்கிலாந்து மன்னரின் நேரடிப் பாதுகாப்பின் கீழ் கேத்ரீனைக் கொண்டுவருவதாகவும் கம்பெனி இனிமேல் அவரைத் தொந்தரவு கொடுக்கக்கூடாதென்றும் அவர் கம்பெனியினரிடம் சொன்னார்.

வங்காளத்தில் இருந்த கம்பெனி அதிகாரிகள் வேறு வழியில் கேத்ரீனிடமிருந்து பணத்தைப் பெற முயற்சி செய்தனர். கேத்ரீனின் சகோதரர் ‘தாமஸ்’ என்ற வணிகப் படகின் கேப்டனாக இருந்தார். அந்த வணிகத்தில் கேத்ரீனுக்கு முக்கியமான பங்குகளிருந்தன. அந்தப் படகைக் கைப்பற்றும் முயற்சியில் வங்காள கம்பெனியினர் முயற்சி மேற்கொண்டனர். கேத்ரீன் அந்த பங்குகளைத் தனக்கு விற்றுவிட்டதாக மேத்யூஸிடமிருந்து கம்பெனியினருக்கு உடனே கடிதம் வந்தது.

கம்பெனியினரின் கோரிக்கை எதையும் பொருட்படுத்தாமல் தளபதி மேத்யூஸ் பம்பாய்க்கு கேத்ரீன் கைஃபோர்டுடன் பயணம் மேற்கொண்டார். அங்கு அவர்கள் ஒரே வீட்டில் தங்கினர். அது பெரும் பிரச்னையைக் கிளப்பியது. இதனிடையில் வில்லியம் கைஃபோர்டின் முறைகேடான வணிகம் பற்றிய பல ஆதாரங்கள் கம்பெனிக்குக் கிடைத்திருந்தது. எனவே பம்பாய் கம்பெனியினரின் கோரிக்கைகள் கேத்ரீனை நெருக்கடிக்குள் தள்ள ஆரம்பித்தன. அஞ்சுதெங்குவில் அவருடையதாகக் கருதப்பட்ட மிளகு, துணிகள்,

ஓபியம், அரிசி அனைத்துமே கம்பெனியின் பணத்தில் வாங்கியதாகத் தெரியவந்தது. அந்தப் பணத்தையெல்லாம் திருப்பிக் கொடுக்காமல் கேத்ரீன் இங்கிலாந்துக்குச் செல்ல முடியாது என்று கம்பெனி உத்தரவிட்டது. தான் கைது செய்யப்பட்டு சிறையில் அடைக்கப்படக்கூடும் என்பதை உணர்ந்த கேத்ரீன் உடனே அந்த வீட்டில் இருந்து புறப்பட்டு மேத்யூவின் கப்பலுக்குச் சென்றுவிட்டார்.

1723 முடியும் நிலையில் மேத்யூஸ் பம்பாயில் இருந்து கேத்ரீனையும் அழைத்துக்கொண்டு புறப்பட்டார். இங்கிலாந்துக்குச் செல்லும் முன் கடைசியாக சில வணிகம் செய்து முடிக்க விரும்பினார். கார்வார் மற்றும் தலசேரி பகுதிகளில் கப்பலை நிறுத்தி தேவையான வற்றை வாங்கிக் கொண்டனர். அஞ்சுதெங்கு பகுதிக்கும் சென்றார். கேத்ரீன் அங்கிருந்த தனது பொருட்கள் சிலவற்றை எடுத்துக் கொண்டார். இவையெல்லாம் பெரும் எதிர்ப்பைச் சம்பாதித்தன. கேத்ரீனின் ஏஜெண்ட், பீட்டர் லாப்த்ரோன், 'என்னிடம் இப்போது எதுவுமே இல்லை. இரண்டு விக், மற்றும் நீங்கள் படுத்து உறங்கிய மெத்தை இவை தவிர வேறு எதுவும் இல்லை' என்று சொன்னார். கேத்ரீன் அவரை நம்பவில்லை.

ஜூலை 1724-ல் 'லியான்' கப்பல் இங்கிலாந்தைச் சென்று சேர்ந்தது. கம்பெனியுடனான கேத்ரீனின் மோதல் தொடர்ந்தது. தன்மீது எந்தக் குற்றமும் இல்லை என்று அவராகவே முன்கை எடுத்து அந்த விவகாரத்தைக் கையாண்டார். அது ஒரு தந்திரமா அல்லது உண்மையிலேயே தான் தவறாக நடத்தப்பட்டதாக நம்பினாரா என்று தெரியவில்லை. பின்னர் சமாதானப் பேச்சுவார்த்தையில் இருந்து பின்வாங்கினார். கம்பெனி வழக்கு தொடுத்தது. பதிலுக்கு கேத்ரீனும் பதில் வழக்கு தாக்கல் செய்தார். இந்த விவகாரத்தை மேலும் பொறுமையாக அலசி ஆராய்ந்தால் என்ன தீர்ப்பு வந்தது; அல்லது வழக்கம்போல் எந்த முடிவும் எடுக்கப்படாமல் வழக்கு நீண்ட நாட்கள் இழுத்துகொண்டே போனதா என்பது தெரியவரும். ஏதோ ஒரு கட்டத்தில் அவர் சென்னைக்குத் திரும்பி வந்திருக்கிறார் என்பதும் அவர் 1745-ல் இறப்பதற்கு முன்பாக கம்பெனி அவருக்கு ஓய்வூதியம் தந்திருக்கிறது என்பது மட்டும் தெரியும்.

•

போர்ச்சுகல், டச்சு குடியரசு, இங்கிலாந்து ஆகியவற்றுக்கு அடுத்ததாக இந்தியாவில் வணிகத்தில் ஈடுபட்ட ஐரோப்பிய நாடு டென்மார்க். (சரியாகச் சொல்வதானால் டென்மார்க்-நார்வே

சேர்ந்த அரசு. ஏனென்றால் அவற்றின் அரசுகள் இணைந்திருந்தன) டேனிஷ் கிழக்கிந்திய கம்பெனியானது 1616-ல் நிறுவப்பட்டது. டென்மார்க்கில் வணிகம் செய்த சில டச்சு வணிகர்களின் மூலம் அந்த ஆலோசனையைப் பெற்றிருந்தனர். மன்னர் நான்காம் கிறிஸ்டியன் மிகப் பெரும் தொகையை முதலீடாகத் தந்தார்.

கிழக்கு நாடுகள் நோக்கி 1618-ல் இரண்டு கப்பல்கள் கோபன்ஹெகனில் இருந்து புறப்பட்டன. அவற்றுக்குத் துணையாக ஒரு கப்பலும் இரண்டு போர்க்கப்பல்களும் வந்தன. முதலில் அவர்கள் சிலோனுக்குச் சென்றனர். கண்டி மன்னருடன் பேச்சுவார்த்தையில் ஈடுபட்டனர். இந்தப் பேச்சுவார்த்தைகள் பலனற்றுப் போயின. ஆனால், இந்தியாவில் தென் மேற்குப் பகுதிக்கான பயணம் அதைவிடக் கூடுதல் பலன் தந்தது. நவ 1620-ல் தஞ்சாவூர் பிராந்திய கவர்னர் டேனிஷ்க்காரர்களுக்கு வரி இன்றி வணிகம் செய்துகொள்ள அனுமதி தந்தார். அதோடு தரங்கம் பாடியில் ஒரு வணிக மையம் அமைத்துக்கொள்ளவும் அதற்கு கோட்டை கட்டிக்கொள்ளவும் அனுமதி தந்தார். மேலும் டச்சுக்காரர்களும் இங்கிலாந்துக்காரரும் தமது பிராந்தியத்தில் வணிகம் செய்யத் தடைவிதித்தார். இந்த இரு நாடுகளும் தூர கிழக்கு நாடுகளில் தமக்குள் மோதிக்கொள்வதில் மிகுந்த தீவிரமாக இருந்ததால் இங்கு பெரிதாக எதையும் செய்ய விரும்பியிருக்க வில்லை.

டச்சு கிழக்கிந்திய கம்பெனியில் பல கால அனுபவம் பெற்ற வணிகரான ரோலண்ட் க்ரேபே, தரங்கம்பாடி வணிக வளாகத்தின் நிர்வாகப் பொறுப்பில் நியமிக்கப்பட்டார். டான்ஸ்போர்ட் என்ற பெயரில் மிகப் பெரிய கோட்டை ஒன்று கட்டப்பட்டது. டென்மார்க்கில் இருந்து 1623-ல் தரங்கம்பாடிக்கு ஒரு கப்பல் அனுப்பப்பட்டது. 1625-ல் விலை மதிப்பு மிகுந்த பொருட்களை ஏற்றிக்கொண்டு நாடு திரும்பியது. நடுநிலையான நாடாக இருந்த டென்மார்க்குக்கு ஆங்கிலேய-டச்சு கம்பெனிகளின் மோதலை சாதகமாகப் பயன்படுத்திக்கொள்வதில் நல்ல வெற்றி கிடைத்தது. அதோடு, டேனிஷ் கப்பல்களுக்கு மன்னருடைய கப்பல் படையின் காவல் இலவசமாகவே கிடைத்ததால் பிற நாடுகள் சொல்லும் விலையைவிடக் குறைவான விலைக்கு விற்றே நல்ல லாபம் சம்பாதிக்க முடிந்தது. இங்கிலாந்து, டச்சு நாட்டு கம்பெனிகள் பாதுகாப்புக்கு வரும் அந்நாட்டுப் போர்க்கப்பல்களுக்கு பணம் கொடுத்தாக வேண்டியிருந்தது.

டேனிஷ்க்காரர்கள் மசூலிப்பட்டணம், பாண்டிச்சேரி பகுதிகளிலும் வங்காளத்தில் பிப்லி பகுதியிலும் வணிகக் கிடங்குகளை

அமைத்தனர். இந்தோனேஷியத் தீவுக்கூட்டத்திலும் தமது கிடங்குகளை அமைத்திருந்தனர். பெரிய லாபம் எதுவும் இதுவரை காட்டியிராத நிலையிலும் அவர்களுக்கு மிக அதிக முதலீடு தேவையாக இருந்தது. ஜெர்மனியுடன் முப்பது ஆண்டுப் போருக்கு டென்மார்க் தயாராகிக் கொண்டிருந்ததால் போதிய முதலீடு கிடைக்கவில்லை. எனினும் அவர்களுடைய இந்திய வணிகக் கிடங்குகள் உள்ளூரில் வர்த்தகத்தில் ஈடுபட்டதன் மூலம் சமாளிக்க முடிந்தது.

1630களில் நிலைமை சற்று மேம்பட ஆரம்பித்தது. ஆனால், 1637-ல் திறமைசாலியான ரோலண்ட் க்ரேபே விலகியதைத் தொடர்ந்து சிக்கல்கள் வர ஆரம்பித்தன. புதிய தலைவரான வில்லியம் லெயல் 1639 வரை டென்மார்கிலேயேதான் இருந்தார். அவருடைய 'கிறிஸ்டியன்ஷாவன்' என்ற கப்பல் கேனரி தீவுகளில் மாட்டிக் கொண்டுவிட்டது. இந்தியாவுக்கு 1643-ல்தான் வந்து சேர்ந்தது. அதுவரையில் டச்சு வணிகரான பேரண்ட் பெசர்ட் நிர்வாகத்தைக் கவனித்துவந்தார். அவருடைய செயல்பாடுகள் கம்பெனியின் நிதி நிலைமையை வெகுவாக மோசமாக்கின. தரங்கம்பாடி வணிக மையத்தை டச்சுக்காரர்களுக்கு விற்றுவிடும் முயற்சி கூட நடந்தது. ஆனால், அது நடக்கவில்லை. ஐரோப்பாவில் நடந்த நிகழ்வுகள் டேனிஷ் கம்பெனியின் நிதிநிலைமையை வெகுவாகப் பாதித்தன. டச்சு வணிகர்கள் டேனிஷ் கிழக்கிந்திய கம்பெனியில் தமது பங்குகளை வாங்கிக் குவித்தனர். டச்சு கிழக்கிந்திய கம்பெனிக்கு கீழாக அதை மெள்ள ஓரங்கட்டினர்.

தரங்கம்பாடிக்கு வில்லியம் லெயல் வந்தபோது, பெசர்ட் நலிந்த நிலையில் இருந்த கோட்டையைச் சுற்றிக்காட்டினார். அங்கு எந்த வர்த்தகமும் சாத்தியமில்லை என்று சொல்லி வடக்குப் பக்கமாகப் போய் ஏதேனும் பொருட்களை வாங்கி டென்மார்க்குக்குப் போகும் 'கிறிஸ்டியன்ஷாவன்' கப்பலில் அனுப்பிவைக்கலாம் என்று ஆலோசனை சொன்னார். லெயல் 'கிறிஸ்டியன்ஷெவன்' கப்பலில் இரண்டு வாரங்கள் காத்திருந்தார். ஆனால், பெசர்ட் புறப்படத் தாமதித்தார். விஷயம் என்னவென்றால் அந்த வணிகக் கிடங்கில் இருந்த பொருட்களில் இடம் மாற்றமுடிந்த அனைத்தையும் அந்த இரண்டு வாரத்தில் ரகசியமாக வேறு இடத்துக்குக் கொண்டு சென்றுவிட்டார். மிகச் சிறந்த துப்பாக்கிகள், பீரங்கிகள், கணக்கு புத்தகங்கள், பணம் என அனைத்தையும் தனது சொந்த கப்பலுக்குக் கொண்டு சென்று ஒளித்துவைத்துவிட்டார்.

லெயலும் பெசர்ட்டும் தத்தமது கப்பல்களில் ஒருவழியாகப் புறப்பட்டனர். மதராஸுக்கும் மசூலிபட்டணத்துக்கும் சென்றனர்.

மசூலிப்பட்டணத்தில் பெசர்ட் பெருமளவுக்குக் கடனில் பொருள் வாங்கியிருக்கிறார் என்பதும் அவரை நம்பி யாரும் பொருள் கொடுக்கத் தயாரில்லை என்பதையும் தெரிந்து லெயல் அதிர்ந்தார். இதனிடையில் பெசர்ட்டின் ஆட்கள் சிலர் லெயலை ரகசியமாக வந்து சந்தித்து, பெசர்ட் பெருமளவிலான பொருளைத் தனது கப்பலில் ஏற்றிக் கொண்டுசெல்லத் திட்டமிட்டிருப்பதைச் சொல்லிவிட்டார்கள். லெயல் உடனே பெசர்ட்டைக் கைது செய்யத் தீர்மானித்தார். ஆனால், பெசர்ட்டோ அதற்குள் விஷயம் தெரிந்து தலைமறைவாகிவிட்டார். அதோடு வடகிழக்குப் பருவ மழை ஆரம்பித்துவிட்டதால் தரங்கம்பாடிக்கு லெயல் 'கிறிஸ்டியன்ஷாவன்' கப்பலில் வந்து சில மாதங்கள் கழித்தே வரமுடியும். 1644 ஏப்ரலில் மதராஸ் வந்து சேர்ந்தார். அதே ஆண்டு ஜூனில் தரங்கம்பாடிக்கு வந்தார்.

தரங்கம்பாடிக்கு கிறிஸ்டியன்ஷாவன் கப்பல் வந்தபோது எந்தவொரு மரியாதை நிமித்தமான துப்பாக்கி வெடித்து வரவேற்போ கடற்கரைக்கு யாரும் வந்து வரவேற்கவோ செய்ய வில்லை. கோட்டையில் இருந்த வயதான உடல் மெலிந்த வணிகரான ஜேக்கப் வான் ஸ்டாகன்போர்குக்கு ஒரு கடிதம் அனுப்பி கோட்டையின் நிலை என்ன; உணவுப் பொருட்கள் எவ்வளவு இருக்கின்றன என்று கேட்டு அனுப்பினார். லெயல் அந்த வணிகரை முன்பு ஒருமுறை சந்தித்திருக்கிறார். எந்த பதிலும் வரவில்லை. இன்னொரு இதுபோன்ற கடிதமும் அனுப்பப்பட்டது. அங்கிருந்த இரண்டு மதபோதகர்களில் ஒருவருக்கு இந்தக் கடிதம் எழுதப்பட்டிருந்தது. முதலில் எந்த பதிலும் வரவில்லை. ஆனால் மதபோதகரும் வான் ஸ்டாகென்போர்கும் சேர்ந்து கையெழுத்திட்ட பதில் கடிதம் பின்னர் வந்து சேர்ந்தது. பெசர்ட் பதவியில் இருந்து நீக்கப்பட்டதாக அரசரிடமிருந்து எந்த உத்தரவும் தமக்குக் கிடைக்கவில்லை என்று சொன்னது. எந்தவொரு உணவுப் பொருளும் அனுப்பப்படவில்லை.

'கிறிஸ்டியன்ஷாவன்' தரங்கம்பாடியில் நான்குநாட்கள் நங்கூரமிட்டு நின்றது. மேலும் சில மைல்கள் பயணம் செய்து காரைக்காலுக்குச் சென்று மிகவும் அவசியமாக இருந்த உணவுப் பொருட்களைப் பெற்றுக்கொண்டது. லெயல் அதன் பின் அடுத்தவாரம் 75 படைவீரர்களுடன் திரும்பிவந்தார். கோட்டைக்கு வெளியே, ஊரில் தங்கியிருந்தவர்களின் வாழ்வாதாரமானது வணிகம் இல்லாததால் சீர்குலைந்துபோயிருந்தது. எனவே, அவர்கள் இவரை ஆர்வத்துடன் வரவேற்றனர். இரு பிரிவினரும் சேர்ந்துகொண்டு கோட்டையை முற்றுகையிட்டனர். கோட்டையின் தலைவர்

பேச்சுவார்த்தைக்கு வந்தார். லெயல் கோட்டைக்குள் தன்னை நுழையவிடாமல் தடுத்து பொறுப்பை ஏற்கவிடாமல் இதுவரை தடுத்தவர்களை மன்னித்தார்.

கோட்டை மிகவும் பரிதாபகரமான நிலையில் இருந்தது. நல்ல நிலையில் இருந்த பீரங்கிகள், பணம் ஆகியவற்றை எடுத்துக் கொண்டார். 'பீசஸ் ஆஃப் எய்ட்' என்று சாகசக் கதைகளில் சொல்லப்படும் ஸ்பானிய வெள்ளி நாணயங்கள் 20,000 மதிப்புக்கு இருந்தது. கோட்டையின் கதவுகள், ஜன்னல்களைக் கூர்ந்து பார்த்த போது அவையெல்லாம் கரையான்களால் அரிக்கப்படத் தொடங்கியிருந்தது தெரிந்தது. அகழிகள் சிதிலமடைந்திருந்தன.

லெயல் மிகவும் உற்சாகமானவராக இருந்தார். டச்சு வி.ஓ.சி. நிறுவனத்தில் நீண்ட காலம் பணிபுரிந்த அனுபவம் அவருக்கு இருந்தது. கோட்டையைப் புதுப்பிக்கத் தேவையான நல்ல மரக் கட்டைகளை உடனே வாங்கிவரச் சொன்னார். குறுகிய காலத்திலேயே அனைத்தையும் சரி செய்தார். அகழி சீர்படுத்தப் பட்டது. டேன்ஸ்போர்க் கோட்டை பழைய வலிமையை மீண்டும் பெற்றது.

துரதிஷ்டவசமாக ஐரோப்பாவில் மூண்ட போரில் டென்மார்க் சிக்கிக்கொண்டுவிட்டதால் லெயலுக்குத் தேவையான கப்பல்களை அனுப்பிவைக்க முடியாமல் போனது. 1639-1669 வரையிலும் தரங்கம்பாடிக்கு ஒரு டேனிஷ் கப்பல் கூட வரமுடியவில்லை. அங்கிருந்தவர்கள் தம்மைத் தாமே பாதுகாத்துக்கொள்ளவேண்டி வந்தது. வங்காளத்தில் டேனிஷ் கப்பல்கள் நின்றபோது அவற்றில் இருந்த பொருட்கள் கைப்பற்றப்பட்டன. தரங்கம்பாடியில் இருந்த சில டேனிஷ்க்காரர்கள் மோதலில் ஈடுபட்டு வங்காளக் கப்பல்களைக் கொள்ளையடித்தனர். ஆங்கிலேயர்களும் டச்சுக் காரர்களும் ஆச்சரியப்படும்வகையில் முகலாயர்கள் டேனிஷ் காரர்களுடன் வர்த்தகத்தில் நெருங்கி வந்தனர்.

தனி நபர்களின் வணிகத்தைக் கட்டுப்படுத்த லெயல் கடுமையான முயற்சிகள் மேற்கொண்டார். 1648-ல் இதனால் அவருக்குக் கீழே பணிபுரிந்தவர்கள் அவரை எதிர்த்துக் கலகத்தில் ஈடுபட்டனர். கம்பெனியின் பணத்தை அவர் தவறாகப் பயன்படுத்துவதாகச் சொல்லி அவரைக் கைது செய்து சிறையில் அடைத்தனர். அதோடு கஜானாவையும் கைப்பற்றினர். லெயலின் ஆவணங்களை டென்மார்க்குக்கு அனுப்பி அவரைப் பதவி நீக்கம் செய்யச் சொல்லிக் கேட்டுக்கொண்டனர். லெயல் மீது நடவடிக்கை

எடுக்கப்பட்டதும் அவரை ஜாவாவுக்குச் செல்லும் கப்பலில் டென்மார்க்குக்குச் செல்லத் தேவைப்படும் பணம் கொடுத்து அனுப்பிவைத்தனர். கோபன்ஹெகனில் அவர் மீது எந்தத் தவறும் இல்லை என்பது நிரூபணமானது. 1654-ல் 'நன்கு நடந்துகொண்ட வில்லியம் லெயலுக்கு' ஆண்டுதோறும் கிடைக்கும் வகையில் ஒரு நல்கையை மன்னர் அளித்தார். துரதிஷ்டவசமாக அடுத்த ஆண்டில் பிளேக் நோயில் இறந்துவிட்டார்.

பவுல் ஹேன்சென் கொசோர் தரங்கம்பாடியின் புதிய அதிகாரியானார். பிற டேனிஷ்க்காரர்கள் விலகிச் சென்றிருந்தனர். 1655-ல் கோசோர் இறந்தபோது, அங்கு இருந்த சொற்ப டேனிஷ் காரர்கள் எஸ்கில்ட் ஆண்டர்சன் கோங்க்ஸ்பகேயை அடுத்த தலைவராகத் தேர்ந்தெடுத்தனர். சிறிது காலத்தில் அவரைத் தவிர பிற டேனிஷ்க்காரர்கள் அனைவரும் தரங்கம்பாடியைவிட்டுச் சென்றுவிட்டனர்.

எழுதப்படிக்கத் தெரியாத கோங்க்ஸ்பகே உள்ளூர் மக்களின் உதவியுடன் அடுத்த 14 ஆண்டுகள் அந்த தரங்கம்பாடி கோட்டையைக் காப்பாற்றினார். தஞ்சாவூரின் மன்னர் இவர் முறையாகக் கப்பம் கட்டவில்லை என்று சொல்லி சில முறை அந்த ஊரை முற்றுகையிட்டார். ஆனால், கோங்க்ஸ்பகே அனைத்தையும் சமாளித்துவிட்டார். ஊரையும் கோட்டையையும் பாதுகாக்க இரண்டையும் சுற்றிப் பெரிய மதில் சுவர் எழுப்பப்பட்டது. தனி நபர் மூலமான கப்பல் வணிகம் மிகுதியாக நடந்தது. பெரும் செல்வம் வந்து குவிந்தது. கோபன்ஹெகனுக்கு எல்லா விவரங்களும் உடனுக்குடன் அனுப்பிவைக்கப்பட்டன. டென்மார்க்கில் இவை சிறிது சந்தேகக்கண்கொண்டு பார்க்கப்பட்டன.

டச்சு பிரதிநிதி ஒருவர் கைப்பட எழுதிய கடிதம் ஒன்று சென்று சேர்ந்ததும் டேனிஷ் அரசு அந்த வணிக மையத்துக்கு ஆதரவு தர முடிவு செய்தது. 1669-ல் அதாவது 29 வருடங்கள் கழித்து தரங்கம்பாடிக்கு ஒரு டேனிஷ் கப்பல் வந்தது. கோங்க்ஸ்பகேயை மன்னர் தரங்கம்பாடி வணிக வளாகத்தின் கவர்னராக்கினார்.

1670-ல் டேனிஷ் கிழக்கிந்திய கம்பெனியை மறு சீரமைத்து நிதி உதவியும் அளித்தது. அந்த நூற்றாண்டின் இறுதிவாக்கில் ஒன்பது வருடப் போரினால் (1688-1697) இங்கிலாந்து மற்றும் டச்சுப் பொருளாதாரத்துக்கு ஏற்பட்ட பின்னடைவை நன்கு பயன்படுத்திக் கொண்டது. இந்தியா மற்றும் தூரகிழக்கு நாடுகளில் வர்த்தகம் செய்து நல்ல லாபமீட்டியது.

18-ம் நூற்றாண்டில் இந்தியாவிலும் கிழக்கு நாடுகளிலும் வணிகம் செய்த ஐரோப்பிய சக்திகளில் இங்கிலாந்து செல்வாக்கு பெறத் தொடங்கியது. டேனிஷ் கம்பெனி மெள்ள வீழ்ச்சியைச் சந்தித்தது. 1729-ல் கலைக்கப்பட்டு பின்னர் ஆசியாட்டிக் கம்பெனி என்ற பெயரில் 1732-ல் மீண்டும் ஆரம்பிக்கப்பட்டது. நன்னம்பிக்கை முனைக்குக் கிழக்கே டேனிஷ்க்காரர்களின் வணிகம் முழுவதற்கும் ஏக போக உரிமையை இந்த நிறுவனத்துக்கு மன்னர் தந்தார். 1755-ல் வங்காள நவாபுக்கும் அவருடைய உள்ளூர் பிரதிநிதிக்கும் பல்வேறு வகையில் பணம் கொடுத்து கல்கத்தாவுக்கு வடக்கே சேராம்பூரில் டேனிஷ் கம்பெனி நிலம் வாங்கிக்கொண்டது. டென்மார்க் மன்னரின் பிரதிநிதியால் நிர்வகிக்கப்பட்டது. தரங்கம்பாடியில் இருந்த டேனிஷ் கம்பெனியின் தலைவருக்கு பதில் சொல்லக் கடமைப்பட்டிருந்தது. அந்த ஊரின் பெயர் 'ப்ரெடரிக்ஸ்நகோர்' என்று மாற்றப்பட்டது. நெசவுத்துணி மற்றும் வெடியுப்பு ஆகியவற்றில் கணிசமான வணிகம் மேற்கொள்ளப்பட்டது.

1763-ல் வங்காளத்தின் தெற்குப் பகுதியில் இருந்த பாலாசோர் டேனிஷ்க்காரர்களின் கட்டுப்பாட்டில் வந்தது. தரங்கம்பாடியில் இருந்து நிர்வகிக்கப்பட்ட அதன் விரிகுடாவானது ஆழம் குறைந்தது. அங்கிருந்து வணிகம் செய்வது சிரமமாகவே இருந்தது. மிகச் சிறிய அளவிலான டேனிஷ்க்காரர்களே அங்கு வசித்தனர்.

ஆசியாட்டிக் நிறுவனம் நிக்கோபார் தீவுகளை காலனியாக்கிக் கொள்ள முயற்சி செய்தது. அது இந்தியாவின் முனையில் இருந்து 800 மைல் தொலைவில் கிழக்கில் இருந்தது. மிளகுப் பொருட்கள் விளைவிக்கவும் பிற பயிர்கள் நடவும் அந்தப் பகுதியைப் பயன்படுத்திக்கொள்ள டேனிஷ்க்காரர்கள் விரும்பினர். 1756-ல் ஃபிரெடரிக்சோர்னே என்று பெயரிடப்பட்டு அதுவும் தரங்கம் பாடியில் இருந்து நிர்வகிக்கப்பட்டது. அந்தக் குடியேற்றம் 1759-ல் சோகமான முடிவைக் கண்டது.

மோரோவிய மிஷனை அழைத்து புதிய காலனி அமைக்கும்படிக் கேட்டுக்கொண்டனர். அது 1768-1787 வரை நீடித்தது. ஆனால், செழிப்படையவில்லை. ஆசியாட்டிக் கம்பெனியானது இன்னொரு தோல்வியையும் அடைந்ததைத் தொடர்ந்து 1773-ல் தனது நிர்வாகத்தை அங்கிருந்து விலக்கிக்கொண்டு அந்த மிஷனரிகளை மிகவும் சோகமான முடிவுக்குத் தள்ளிவிட்டனர்.

1772-ல் ஆசியாட்டிக் கம்பெனியின் உரிமம் புதுப்பிக்கப்பட வேண்டிய நேரம் வந்தது. முன்பு அதற்குத் தரப்பட்டிருந்த ஏகபோக

வர்த்தக உரிமையானது விலக்கிக் கொள்ளப்பட்டு டேனிஷ்க்காரர்கள் யார் வேண்டுமானாலும் வணிகத்தில் ஈடுபடலாம் என்று சொல்லப்பட்டது. ஆசியாட்டிக் கம்பெனி நொண்டியடித்தபடி தொடர்ந்து நடந்தது. 1777-ல் தரங்கம்பாடி, சேராம்பூர், பாலாசோர் போன்ற இந்திய மையங்கள் எல்லாம் கம்பெனியின் பொறுப்பில் இருந்து விடுவிக்கப்பட்டு நேரடியாக டென்மார்க் மன்னரின் கட்டுப்பாட்டின் கீழ் கொண்டுவரப்பட்டது.

●

அத்தியாயம் 8

ஃபிரான்ஸ் மற்றும் பிரிட்டன்

ஆக்கிரமிப்பை நோக்கி

இந்தியாவுக்கு அவர் எப்போது முதலில் வந்தாரோ அப்போதிலிருந்து கிழக்கத்திய நாடுகளில் இங்கிலாந்து ஆயுதம் ஏந்த ஆரம்பித்தது. அவர் வருவதற்கு முன்புவரை அவருடைய நாட்டினர் வெறும் வணிகர்களாக மட்டுமே பார்க்கப்பட்டனர். ஃபிரெஞ்சுக்காரர்களே வெற்றி வீரர்களாகவும் ஆதிக்க சக்திகளாகவும் பார்க்கப்பட்டனர். அவருடைய துணிச்சலும் திறமையும் அந்த மாயத் தோற்றத்தைப் போக்கியது.

தாமஸ் பபிங்டன் மெக்காலே,
லார்ட் ராபர்ட் க்ளைவ் பற்றி, 1840.

போர்ச்சுகீசியர், டச்சுக்காரர்கள், ஆங்கிலேயர், டேனிஷ்க்காரர்கள் இவர்களைத் தொடர்ந்து ஃபிரெஞ்சுக்காரர்கள் இந்தியாவுக்குள் நுழைந்தனர். ஃபிரெஞ்சுக்காரர்களின் மூலமே இந்தியாவில் ஐரோப்பிய ஆக்கிரமிப்பு ஆரம்பித்தது. ஔரங்கஜீப் 1707-ல் இறந்தபோது, அவருடைய மகன்களுக்கிடையே யார் மன்னராவது என்ற மோதல் இருந்தது. முகலாயப் பேரரசு வீழ்ச்சியடையத் தொடங்கியது.

மத்தியில் இருந்த பேரரசரால் அதுவரை கட்டுக்குள் வைக்கப்பட்டிருந்த முகலாயத் தளபதிகள், சிற்றரசர்கள் எல்லாம்

சுதந்தரமாக, தனியாகப் பிரிந்து ஆளத்தொடங்கினர். முகலாயர்கள் தமக்குள் சண்டையிடத் தொடங்கினர். இந்த வாய்ப்பைப் பயன் படுத்திக்கொண்டு எழத்தொடங்கிய மராட்டியர்கள், தென் இந்திய இந்துக்கள் ஆகியோரை எதிர்த்தும் அவர்களுக்குச் சண்டையிட வேண்டியிருந்தது. ஒருவரை எதிர்த்து இன்னொருவரை மோதவிட ஐரோப்பியர்களுக்கு மிகவும் வசதியான வாய்ப்பாக இது அமைந்தது. இப்படியான ராஜ தந்திர நடவடிக்கைகளில் ஃபிரெஞ்சுக்காரர்கள் கை தேர்ந்தவர்களாக இருந்தனர்.

•

1601-ல் ஃபிரான்சுவா பைரார்டின் கப்பல் மூழ்கியது. தோல்வியில் முடிந்த அந்தக் கடல் பயணத்துக்குப் பின்னர் 1604-ல் ஒரு கம்பெனி ஆரம்பிக்கப்பட்டது. கிழக்கத்திய நாடுகளுக்கும் ஃபிரான்ஸுக்கும் இடையில் 15 ஆண்டுகள் வர்த்தகம் செய்துகொள்ள ஏகபோக உரிமையை அந்த கம்பெனிக்கு ஃபிரெஞ்சு அரசர் வழங்கினார். அதில் பெரிதாக எதுவும் சாதிக்கப்படவில்லை. தூர கிழக்கு நாடுகளுக்கு இரண்டு கடல் பயணங்கள் மேற்கொள்ளப்பட்டது. ஆனால், அதன் பின் முடங்கிப்போனது. 1642-ல் கார்டினல் ரிச்செலியு வேறொரு புதிய கம்பெனிக்கு நிதி உதவி வழங்கினார். மடகாஸ்கரில் நடந்த மோதலில் இந்த கம்பெனி தோல்வியைச் சந்தித்தது. உள்ளூர் மக்கள் காலனிய குடியேற்றத்தைக் கடுமையாக எதிர்த்தனர். அந்தத் தலைநகரை கம்பெனி இழந்தது.

1664-ல் இந்தியாவுடன் தீவிரமான வர்த்தகத்தில் ஈடுபடவென்றே ஒரு ஃபிரெஞ்சு கம்பெனி ஆரம்பிக்கப்பட்டது. மன்னர் 14-ம் லூயியின் நிதி அமைச்சரான ஜான் பாப்டிஸ்ட் கோல்பர்ட் ஃபிரெஞ்சு கிழக்கிந்திய கம்பெனி என்ற நிறுவனத்தை ஆரம்பித்து நிதி உதவி வழங்கினார். ஐம்பது ஆண்டுகளுக்கு கிழக்கத்திய நாடுகளில் வணிகம் செய்துகொள்ளும் சிறப்புச் சலுகையையும் தந்தார். மேலும் முதல் பத்து ஆண்டுகளில் ஏற்படும் நஷ்டம் முழுவதையும் ஃபிரெஞ்சு அரசாங்கமே ஈடுசெய்யும் என்றும் சொல்லப்பட்டது. அந்த நிறுவனத்தின் 20 சதவிகிதப் பங்குகளை அரசு வாங்கிக் கொண்டது. அது அந்த நிறுவனத்தின் வெற்றிக்குக் காரணமாக அமைந்தது. அந்த கம்பெனி முதலில் மடகாஸ்கரில் தனது வணிகத்தை முன்னெடுத்தது. அங்கு போதிய வளங்கள் இருந்தன. அதோடு இந்தியாவில் வணிகம் செய்வது தொடர்பான சாத்தியக் கூறுகளும் அங்கு தெரிந்துகொள்ள முடிந்தது. ஆனால், ஒரு பிரச்னை எழுந்தது.

1666-ல் ஆறு கப்பல்கள் மடகாஸ்கருக்குச் சென்றன. மடகாஸ்கரில் இருந்து இரண்டு கப்பல்கள் கொச்சினுக்குச் சென்றன. அதன் பின் வடக்கே சூரத்துக்கு 1668-ல் சென்றனர். இந்தியாவில் முதல் ஃபிரெஞ்சு வணிகக் கிடங்கு அங்குதான் அமைக்கப்பட்டது. ஃபிரெஞ்சு வணிகத்துறையின் டைரக்டர் ஜெனரல் ஃபிரான்சிஸ் கேரன்தான் இந்த நிறுவனத்தின் இந்தியத் தலைவராக இருந்தார். டச்சு கிழக்கிந்திய கம்பெனியின் ஜப்பான் கிளையின் நிர்வாகியாக இருந்த தேர்ந்த வணிகர் அவர். சூரத் வணிக மையத்தில் இருந்து விலை மதிப்பு மிகுந்த பொருட்களை ஏற்றிக்கொண்டு கப்பல்கள் புறப்படத் தொடங்கின.

கேரனுக்குத் துணையாக பாரசீகத்தில் இருந்து வந்த அர்மேனியரான மர்கரா அவன்ஷின்ஸ் என்பவர் இருந்தார். அவருக்கு இந்தியா பற்றி நன்கு தெரியும். இந்தியாவின் மேற்குக் கடலோரப் பகுதியில் இருந்த கோல்கொண்டாவுக்கு வணிக உரிமை தந்து அனுப்பப் பட்டிருந்தார். மசூலிப்பட்டணத்தில் ஒரு வணிகக் கிடங்கு அமைக்கவும் அனுமதி பெற்றார். அங்கு ஆங்கிலேயர்களும் டச்சுக்காரர்களும் ஏற்கெனவே வணிக மையம் அமைத்திருந்தனர். ஆனால் இவருடைய வளர்ச்சியில் பொறாமை கொண்ட கேரன், மர்கராவுக்கு எதிராக கோல்பர்ட்டிடம் புகார் தெரிவித்தார். மர்கரா மீது எந்தத் தவறும் இல்லை என்பது நிரூபணமானது. ஆனால் மர்கராவுக்கும் கேரனுக்கும் இடையே பகைமை உண்டானது. மேல் நிலை அதிகாரிகளுக்கு இடையே மோதல் என்பது இந்தியாவில் இருந்த ஃபிரெஞ்சு நிறுவனங்களில் வாடிக்கையாகிவிட்டது.

கேரன் வேறொரு பெரிய திட்டத்தை முன்னெடுத்தார். மிளகுப் பொருள் வணிகத்தில் வேரூன்ற சிலோனுக்கு ஒரு கடல் பயணக் குழுவை அனுப்ப கோல்பர்ட்டை சம்மதிக்கவைத்தார். அந்த வணிகக் கிடங்குக்கு வலுவான கோட்டை ஒன்றை அமைத்துக்கொள்ளவேண்டும். அங்கு அப்படியாக நிரந்தர மையம் ஒன்றை அமைத்துக்கொள்வதன் மூலம் உள்ளூர் மன்னரின் தயவில் இருக்கவேண்டிய அவசியம் இல்லாமல் இருக்கும் என்று ஆலோசனை சொன்னார். கேரனின் பொறுப்பில் ஒரு ஃபிரெஞ்சு கப்பல் படை விடப்பட்டது. டச்சுக்காரர்களை வெளியேற்ற உதவினால் எந்த வசதியும் செய்து தரத் தயார் என்று கண்டி மன்னர் தெரிவித்தார்.

1672-ல் பாயின் தெ கலேவை ஃபிரெஞ்சுப் படை தாக்கியது. ஆனால், வெற்றிபெற முடியவில்லை. ஃபிரெஞ்சுக் கப்பல்கள் தோற்று ஓடின. இதனால் அங்கிருந்த ஃபிரெஞ்சு வணிகக் கிடங்குக்குப் காவல் இல்லாமல் போனது. அதை எளிதில் எதிரிகள் கைப்பற்றி

விட்டனர். சிலோன் பகுதியைக் கைவிட்ட ஃபிரெஞ்சு கப்பல் படை அதன் பின் கிழக்குக் கடலோரம் செயிண்ட் தோம் பகுதிக்குச் சென்றது. அந்தப் பகுதியில் போர்ச்சுகீசியர்களின் கோட்டை இருந்தது. சில வருடங்களுக்கு முன்பாக அதை டச்சுக்காரர்கள் கைப்பற்றியிருந்தனர். ஓரிரு உயிரிழப்புடன் அந்தப் பகுதியை ஃபிரெஞ்சுக்காரர்கள் கைப்பற்றிவிட்டனர்.

ஃபிரெஞ்சு கிழக்கிந்திய கம்பெனி நிறுவனத்தின் இயக்குநர்கள் இவ்வளவு செலவு செய்தும் இப்படியான சிறிய வெற்றி மட்டுமே கிடைத்திருக்கிறதா என்று அதிருப்தி அடைந்தனர். கேரனைத் திரும்பி வரச்சொல்லிவிட்டனர். அதுவரை சேர்த்த செல்வங்களுடன் கேரன் மார்செலெஸுக்குப் புறப்பட்டார். மத்திய தரைக்கடல் பகுதியை அடைந்தபோது அவருடைய கணக்கு வழக்குகளைச் சோதனைசெய்து பார்க்கவிருக்கிறார்கள் என்பது தெரியவந்தது. கப்பலைத் திருப்பிக் கொண்டு லிஸ்பனுக்குச் செல்ல முயன்றார். துறைமுகத்தை நெருங்கியபோது பாறையில் மோதி கப்பல் மூழ்கி விட்டது. கேரனின் மகன்களில் ஒருவர் மட்டுமே உயிர் தப்பினார்.

இந்தியாவில் டச்சுக்காரர்கள் செயின்ட் தோம் பகுதியை மீட்க முயற்சி செய்யக்கூடும் என்று ஃபிரெஞ்சுக்காரர்கள் அஞ்சினர். எனவே, ஃப்ரன்காய்ஸ் மார்ட்டின் சிலோனில் திறம்படச் செயல்பட்டிருந்தார். பீஜப்பூர் மன்னருடன் அங்கு வணிகக் கிடங்கு அமைக்க ஓர் ஒப்பந்தம் செய்ய முயற்சி செய்தார். மதராஸுக்கு 100 மைல் தொலைவில் தெற்கே ஒரு இடம் தரப்பட்டது. செயின்ட் தோம் பகுதிக்கு அவர் திரும்பி வந்தபோது டச்சுக்காரர்கள் தாக்குதல் நடத்தத் திட்டமிட்டிருப்பது தெரியவந்தது. ஃபிரெஞ்சுக்காரர்கள் ஆக்கிரமிப்பு மனநிலையில் இருக்கிறார்கள் என்று சொல்லி கோல்கொண்டா மன்னரைத் தமக்கு உதவும்படி டச்சுக்காரர்கள் கேட்டுக்கொண்டிருந்தனர். இரு தரப்பினரும் கூட்டு சேர்ந்து கொண்டு அந்தக் கோட்டையை முற்றுகையிட்டு ஃபிரெஞ்சுக் காரர்களைச் சரணடையச் செய்தனர். எனினும் தாங்கள் விரும்பும் பகுதிக்குச் சென்று கொள்ளலாம் என்று ஃபிரெஞ்சுக்காரர்களுக்கு அனுமதி கொடுத்தனர். கம்பெனியின் முக்கிய அதிகாரிகள் உட்பட அனைவரும் சூரத்துக்குச் சென்றனர். ஃபிரான்சுவா மார்ட்டின் அறுபது ஆட்களுடன் தெற்கு திசையில் பயணம் செய்து சமீபத்தில் கிடைத்த இடத்துக்குச் சென்று சேர்ந்தார். 1674 ஏப்ரலில் அங்கு சென்று சேர்ந்தவர் வணிக மையம், குடியேற்றம் அமைக்கத் தேவையானவற்றைச் செய்ய ஆரம்பித்தார். அதுவே பாண்டிச்சேரி என்று பின்னாளில் பெயர் பெற்றது.

உள்ளூர் ஆட்சியாளர்களிடம் சாமர்த்தியமாகப் பேசி ஃபிரான்சுவா மார்ட்டின் பாண்டிச்சேரிக்கு அருகில் இருந்த கிராமங்களில் இருந்து வரி வருவாய் வசூலிக்கும் பொறுப்பைப் பெற்றுக்கொண்டார். ஃபிரெஞ்சு பகுதியைச் சுற்றி கோட்டை கட்டிக்கொள்ளவும் அனுமதி பெற்றார். மார்ட்டினின் ஆட்களுக்கு நிலம் தரப்பட்டது. அவர்கள் அங்கு வீடுகள் கட்டிக்கொண்டனர். ஃபிரான்ஸுக்கும் டச்சுக் குடியரசுக்கும் இடையில் போர் ஏற்பட்ட காலமான 1689 வரை அந்த காலனி செழித்து வளர்ந்தது. பாண்டிச்சேரியில் இருந்த ஃபிரெஞ்சுக் குடியேற்றத்தை அகற்ற டச்சுக்காரர்கள் முயன்றனர். 1693-ல் பத்தொன்பது கப்பல்கள், 2000 வீரர்களுடன் 1693-ல் தாக்குவதற்கு வந்தது. பன்னிரண்டு நாள் முற்றுகைக்குப் பின் மார்ட்டின் சரணடைந்தார். மீண்டும் ஒருமுறை ஃபிரெஞ்சுக்காரர்கள் கண்ணியமாக வேறு இடம் செல்ல அனுமதி தரப்பட்டது. ஆனால் இந்த முறை ஐரோப்பாவுக்குத் திரும்பியாக வேண்டியிருந்தது.

சோழமண்டலக் கடலோரத்தில் ஃபிரெஞ்சுக்காரர்களின் கனவுகள் முற்றாக முடங்கிப்போனதுபோல் இருந்தது. ஆனால், 18-ம் நூற்றாண்டில் அடிக்கடி நடந்ததுபோலவே ஐரோப்பாவில் நடந்த நிகழ்வுகளே இந்தியாவில் நடப்பதை இப்போதும் தீர்மானித்தது.

1697-ல் ஐரோப்பாவில் அமைதியானது ரிஸ்விக் ஒப்பந்தம் மூலம் திரும்பியது. கைப்பற்றப்பட்ட பகுதிகள் அனைத்தும் திருப்பித் தரப்படவேண்டும் என்று தீர்மானமானது. மேலும், பாண்டிச்சேரி விவகாரத்தில் இன்னொரு தீர்மானமும் நிறைவேற்றப்பட்டது. ஃபிரெஞ்சுக்காரர்களின் முந்தைய கோட்டை மட்டுமல்ல டச்சுக்காரர்கள் கட்டிக்கொண்டிருக்கும் புதிய கோட்டையும் எந்தச் சிதிலமும் அடையாமல் திருப்பித் தரப்படவேண்டும் என்று தீர்மான மானது. ஃபிரான்சுவா மார்ட்டின் மீண்டும் பாண்டிச்சேரியின் பொறுப்பை ஏற்றுக்கொள்ளும்படி 200 படைவீரர்களும் கொஞ்சம் ஆயுதங்களும் தந்து திரும்ப அனுப்பப்பட்டார். கோட்டைகளை மேலும் பலப்படுத்தும்படியும் அவரிடம் சொல்லியிருந்தார்கள்.

பாண்டிச்சேரியின் வளர்ச்சி தொடர்பாக பல திட்டங்களை ஆர்வத்துடன் வடிவமைத்தார். நூற்றுக்கணக்கான வீடுகள் விரைவிலேயே கட்டப்பட்டன. 1701-ல் சூரத்தில் இருந்த லாபமில்லாத வணிகக்கிடங்கை (பெரும் கடனில் இருந்தது) மூடிவிட்டு ஃபிரெஞ்சு இந்திய வணிகத் தலைமையகத்தை பாண்டிச்சேரிக்கு மாற்றத் தீர்மானிக்கப்பட்டது. இந்தியாவில் ஃபிரெஞ்சு விவகாரங்களைக் கவனித்துக்கொள்ள மார்ட்டின் டைரக்டர் ஜெனரலாக நியமிக்கப்பட்டார். உள்ளூர் ஆட்சியாளர்

களுடன் நல்ல நட்புறவை வளர்த்துக்கொண்டார். பல இந்தியர்களை அங்கு வந்து தங்க வைத்தார்.

கிழக்கத்திய நாடுகளுடன் நீண்ட காலமாகவே வணிகத் தொடர்பில் இருந்த குடும்பத்தில் பிறந்தவர் அவர். பாரிஸில் அவருடைய அப்பா மிளகுப் பொருள் வணிகக் கடை ஒன்றை வைத்திருந்தார். ஃபிரான்சுவா மார்ட்டின் முறையான திருமண பந்தத்தில் பிறந்தவர் அல்ல. எனினும் அவருடைய தந்தை நல்ல வணிகப் பயிற்சியை மார்ட்டினுக்குத் தந்திருந்தார். ஃபிரான்சுவா மார்ட்டின் அடிப்படையில் ஒரு வணிகர் என்றாலும், அவருக்குச் சில தயக்கங்கள் இருந்தன. 1687-ல் அவர் அடிமை வியாபாரம் குறித்து எழுதியது:

'அட்ஜே (சுமத்ராவின் அஜின்) பகுதியில் ஆங்கிலேயர்களும் டேனிஷ்க்காரர்களும் அடிமை வியாபாரத்தில் ஈடுபட்டு கணிசமான ஆதாயத்தை அடைந்துள்ளனர். சோழமண்டலக் கடலோரப் பகுதிகளில் உணவுக்காகத் தம்மை அல்லது குழந்தைகளை விற்பவர்கள் ஏராளம். எனவே, அந்தப் பகுதிகளில் அடிமைகள் மிக எளிதில் கிடைப்பார்கள். சிலர் என்னையும் அந்த அடிமை வணிகத்தில் ஈடுபடும்படிக் கேட்டுக் கொண்டார்கள். ஆனால், நமது கம்பெனியின் கௌரவத்துக்கு அது மிகவும் இழுக்கு என்பதால் மறுத்துவிட்டேன்'.

ஃபிரான்சுவா மார்ட்டின் 1706-ல் இறந்தபோது, பாண்டிச்சேரி செல்வவளம் கொழிக்கும் பகுதியாக 40000 பேர் வசிக்கும் முறையாக ஒழுங்குபடுத்தப்பட்ட ஊராக மாறியிருந்தது.

•

இந்தியாவுக்குள்ளும் தூர கிழக்கு நாடுகளுடனுமான வர்த்தகத்தின் மூலம் பாண்டிச்சேரி வளம் கொழித்தாலும் மூல நிறுவனத்தின் நிதி நிலை மிகவும் மோசமாகவே இருந்தது. ராணுவச் செலவினங்களே அதிக முதலீட்டை விழுங்குவதாக இருந்தது. இந்தியாவுடனான வணிகத்துக்கான கப்பல்களுக்குப் போதிய வசதிகள், பாதுகாப்பு ஏற்பாடுகள் செய்துகொடுக்க முடியாமல் போனது. எனவே அந்த வணிகமானது பிற ஃபிரெஞ்சு வணிகர்களுக்கும் தரப்பட்டது. ஆனால் 1714-ல் அந்த நிறுவனத்தின் ஐம்பது ஆண்டு வர்த்தக உரிமை முடிவுக்கு வந்தபோது, 1725 வரை அதை நீட்டித்துக்கொள்ள முடிந்தது. கம்பெனியிடம் பணம் இருந்திருக்கவில்லை. சில வருடங்கள் ஒரு கப்பலும் இந்தியாவுக்கு அனுப்பப்படவில்லை.

பாண்டிச்சேரி ஃபிரெஞ்சு வணிக வளாகமானது தன்னைத்தானே நிர்வகித்துக்கொள்ள வேண்டி இருந்தது.

1715-ல் 14-ம் லூயி இறந்ததைத் தொடர்ந்து வந்த நிதி நெருக்கடிகள், உருவான யூக வணிகக் குமிழி, விரைவிலேயே அதுவும் உடைந்த நிலை என வந்த பின்னரும் கம்பெனிக்கு போதிய நிதி கிடைத்த வண்ணம் இருந்தது. எந்தவித கால வரையறையுமின்றி தனது சலுகைகளை நீட்டித்துக்கொள்ளவும் முடிந்தது. 1720-ல் 'பெர்பச்சுவல் கம்பெனி ஆஃப் தி இண்டீஸ்' என்று பெயர் மாற்றம் பெற்றது. 1723-ல் தனது வர்த்தகச் செயல்பாடுகளை மீண்டும் ஆரம்பித்தது. பல கப்பல்கள் பாண்டிச்சேரிக்குப் பொருட்களை ஏற்றிக்கொண்டு வந்தன. 1730-ல் பாண்டிச்சேரியில் இருந்து ஆண்டுக்கு 2 மில்லியன் விலை மதிப்பிலான பொருட்கள் அனுப்பப்பட்டன.

ஃபிரெஞ்சுக்காரர்கள் தமது செயல்பாடுகளை விரிவுபடுத்திக் கொள்ளவும் விரும்பினர். தென் மேற்கு கடலோரப் பகுதியில் நடக்கும் முக்கிய வணிகமான மிளகுப் பொருள் வணிகத்தில் தமது பங்கைக் கைப்பற்றத் தீர்மானித்தனர். தலசேரியில் இருந்த பிரிட்டிஷ் வணிகக் கிடங்குக்கு சில மைல் தொலைவில் ஆறு ஒன்று கடலில் கலக்கும் இடத்தில் மைஹி என்ற ஒரு இடம் இருந்தது. பின்னாளில் அது மஹி என்று பெயர் பெற்றது. பாறைகள் அதிகம் இருந்ததால் கப்பல்களால் அந்த ஆற்றினுள் நுழைய முடியாது. அதோடு அந்த நகரமானது எளிதில் யாராலும் தாக்கி வெல்ல முடியாத வகையிலும் இருந்தது. எனினும் மஹி தி லா போர்டோனியஸ் என்ற ஃபிரெஞ்சு கடற்படை கேப்டன் அருமையாகத் திட்டமிட்டு ஒரு பெரிய தெப்பம் போன்ற தட்டையான படகில் வந்து தாக்குதல் நடத்தி வெற்றிபெற்றார்.

'பெர்பெச்சுவல் கம்பெனி ஆஃப் இண்டீஸ்' நிறுவனத்தின் சார்பில் அந்தக் கழிமுகப் பகுதியில் ஒரு வணிகக் கிடங்கை 1725-ல் அமைத்தனர். தலசேரியில் இருந்த பிரிட்டிஷாருக்கு இது கோபத்தை ஏற்படுத்தியது. இருதரப்பினருக்கும் இடையே எல்லைத் தகராறு அடிக்கடி ஏற்பட்டது. பிரிட்டனும் ஃபிரான்ஸும் நேச சக்திகளாக இருந்தாகவேண்டும் என்பதால் இரு நாட்டு அரசும் அமைதியாக நடந்துகொள்ளும்படி உத்தரவு பிறப்பித்தன. நல்லெண்ண நட்பு சந்திப்புகள் நடந்தன. 'ராணுவ மரியாதை நிகழ்வுகளில் அதிக வெடி மருந்துகள் செலவிடப்பட்டன'.

•

வங்காளத்தில் சந்திரநகர் பகுதியில் சில மாற்றங்கள் ஏற்பட்டன. ஹூக்ளி நதியில் இருந்த அது 1676லிருந்தே சில ஃபிரெஞ்சுக்காரர்கள் அங்கு குடியேறியிருந்தனர். 1688-ல் முகலாயர்கள், அந்தப் பகுதியை அவர்களுக்குத் தந்திருந்தனர். அது கோட்டை மதிலால் சூழப்பட்டிருந்தது. 1701-ல் ஃபிரெஞ்சு அரசாங்கமானது பாண்டிச்சேரி கவர்னரின் கட்டுப்பாட்டின்கீழ் அதைக் கொண்டுவந்தது. ஜோசஃப் ஃபிரான்சுவா தூப்ளே வரும்வரை அதன் வணிகம் சொற்ப அளவில்தான் இருந்தது.

ஃபிரெஞ்சு கிழக்கிந்திய கம்பெனியின் இயக்குநர் ஒருவரின் மகன்தான் ஃபிரான்சுவா தூப்ளே. 17 வயதிலேயே முதல் கடல் பயணத்தை மேற்கொண்ட அவருக்கு 23 வயதிலேயே அவருடைய அப்பா பாண்டிச்சேரியின் ராணுவ கமிஷனர் பதவியும் கவுன்சிலர் பதவியும் வாங்கித்தந்தார். பாண்டிச்சேரியின் இரண்டாவது மிக முக்கியமான பதவியான அதில் 1720-ல் அமர்ந்தார். வணிக நடவடிக்கைகளைத் தீவிரப்படுத்தினார். தனது சொந்தக் கணக்கிலும் அதிக லாபம் ஈட்டினார். 1726-ல் கம்பெனி இயக்குநர்களுடன் கருத்து மோதல் ஏற்பட்டதால் பதவியில் இருந்து நீக்கப்பட்டார். ஊர் திரும்பத் தேவையான தொகையை இயக்குநர்களே தருவதாகச் சொன்ன பின்னரும் தனது மேல் முறையீட்டுக்கு பதில் கிடைக்கும்வரை அவர் பாண்டிச்சேரியிலேயே இருந்தார். நான்கு வருடங்கள் கழித்து அவர் மீதான குற்றச்சாட்டு பொய் என்று நிரூபிக்கப்பட்டது. பிரதி உபகாரமாக சந்திரநகருக்கு இயக்குநராக பதவி உயர்வு கொடுத்து அனுப்பிவைக்கப்பட்டார். 1731-ல் அங்கு சென்று சேர்ந்தார்.

தூப்ளே, பாண்டிச்சேரியில் சம்பாதித்த பணத்தை இங்கு பயன்படுத்தினார். கப்பல்கள் வாங்கி உள் நாட்டு வணிகத்தில் ஈடுபட்டார். இந்திய வணிகர்களை அங்கு வந்து தங்கும்படி ஊக்குவித்தார். கம்பெனியின் நலனுக்காகவும் கம்பெனியின் அனுமதி பெற்றுச் சொந்தக் கணக்கிலும் இந்த வணிகச் செயல் பாடுகளைச் செய்தார். அப்படியாக கம்பெனிக்கும் பணம் சம்பாதித்துக் கொடுத்தார்; தன் பங்குக்கும் சேர்த்தார். சிறிய வணிகக் கிடங்காக இருந்த சந்திர நகர் முக்கிய வணிக மையமாக வளர்ந்தது. சில கப்பல்கள் பொருட்களை ஏற்றிக்கொண்டு நேராக ஃபிரான்ஸுக்குச் சென்றன. சில கப்பல்கள் பாண்டிச்சேரிக்குச் சென்று அங்கிருந்து ஃபிரான்ஸுக்குச் சென்றன. சில கப்பல்கள் இந்தியாவில் இருந்த பிற துறைமுக நகரங்களுக்கும் அரேபியா, சீனாவுக்கும் பொருட்களைக் கொண்டு சென்று வணிகம் செய்தன.

பீரங்கிக்கான வெடி மருந்து தயாரிக்க உதவிய வெடியுப்பு உள்நாட்டில் இருந்து மிகுதியாகக் கொள்முதல் செய்யப்பட்டது. ஐரோப்பா மற்றும் பிற பகுதிகளுக்கும் இவை அனுப்பப்பட்டன. சோழிகள் பெருமளவில் வங்காளத்தில் இறக்குமதி செய்யப்பட்டன. அங்கு அவை நாணயமாகப் பயன்படுத்தப்பட்டன. சில ஆயிரம் சோழிகள் சேர்ந்தால் ஒரு ரூபாய். மலபார் கடலோரப் பகுதிகளில் இருந்து மிளகுப் பொருட்கள் வாங்கிக் கொள்ளப்பட்டன. மத்திய தரைக்கடல் பகுதியில் இருந்து வந்த பவழத்துக்கும் நல்ல கிராக்கி இருந்தது. உள் நாட்டில் இருந்து அடிமைகளை வாங்கி விற்பதிலும் தூப்ளே மிகுந்த ஆர்வம் காட்டினார். பலர் மொரீஷியஷுக்கு அனுப்பப்பட்டனர்.

தூப்ளே சந்திரநகரில் இருந்துகொண்டு ஃபிரெஞ்சு வணிகத்தைப் பெருக்கியபோது, பாண்டிச்சேரியின் புதிய கவர்னர் ஜெனரல் ஃபிரெஞ்சுக்காரர்களின் அரசியல் வலிமையைப் பெருக்கத் தொடங்கியிருந்தார். பியர்ரே, பெனோயிட் தூமாஸ், அசல் தெ ஃபிரான்ஸ் மற்றும் போர்போனில் மிகச் சிறப்பான கவர்னராக இருந்திருந்தார். மொரீஷியஸுக்கு அவர் புதிய பெயர் சூட்டினார். 1735 வரை இந்தியாவில் ஃபிரெஞ்சு விவகாரங்களை நிர்வகிக்கும் டைரக்டர் ஜெனரலாக இருந்தார். பாண்டிச்சேரிக்கு அருகில் இருந்த பகுதியின் ஆட்சியாளர்களுடன் முன்பிருந்த ஃபிரெஞ்சுக்காரர்கள் உருவாக்கியிருந்த நல்லுறவை மேலும் பலப்படுத்தினார். குறிப்பாக, கர்நாடக நவாப் தோஸ்த் அலிகானுடன் நல்லுறவை உருவாக்கிக் கொண்டார்.

தோஸ்த் அலி ஃபிரெஞ்சுக்காரர்களின் நல்லுறவு பின்னாளில் உபயோகமாக இருக்கும் என்று நினைத்திருக்கக்கூடும். முகலாய நாணயங்களில் பாண்டிச்சேரி முத்திரையுடன் ஃபிரெஞ்சுக்காரர்கள் அச்சிட்டுக்கொள்ள அனுமதிக்கும்படி முகலாய மன்னரிடம் கோரிக்கை விடுத்தார். ஃபிரெஞ்சுக்காரர்கள் மிகுந்த செய் நேர்த்தியுடன் உயர் தரத்தில் நாணயங்கள் அச்சிட்டனர். இது மிகவும் புகழ் பெற்றதோடு பாண்டிச்சேரிக்கு நல்ல லாபத்தையும் ஈட்டித் தந்தது.

1739-ல் கர்நாடகப் பகுதிகள் மராத்தாக்களின் பெரிய படையால் தாக்கப்பட்டது. தோஸ்த் அலி போரில் கொல்லப்பட்டார். ஐந்து நாட்கள் கழித்து தோஸ்த் அலியின் விதவை மனைவி பாண்டிச்சேரிக்கு குதிரைப்படை ஒன்றின் காவலுடன் சென்று அடைக்கலம் தேடினார். ஏராளமான உறவினர்களுடனும் விலை மதிப்பு மிக்க நகைகளுடனும் சென்றார். தூமாஸிடம் அடைக்கலம்

இந்தியா அடிமைப்படுத்தப்பட்ட வரலாறு | 211

தரும்படிக் கேட்டார் அந்த ராணி. அந்தக் கோரிக்கையை ஏற்றுக் கொண்டால் மராத்தாவினர் பாண்டிச்சேரியையும் தாக்குவார்கள் என்று நினைத்தார். அதோடு உதவி செய்யவில்லை என்றால் அதைவிடப் பெரிய அளவில் ஃபிரெஞ்சு நலன் பாதிக்கப்படக்கூடும் என்று முடிவுசெய்து தன் கோட்டையின் கதவுகளை அகலத் திறந்து வைத்தார். விதவை ராணியும் 1500 குதிரைகள், 300 ஒட்டகங்கள், 200 காளை மாட்டு வண்டிகள், எட்டு யானைகள் என அவருடைய பரிவாரங்களும் வெடிவெடித்து ராஜ மரியாதையுடன் வரவேற்கப் பட்டன. சிறிது நாட்களுக்குப் பின்னர் தோஸ்த் அலியின் மருமகன் சந்தா சாஹிப்பின் மனைவிக்கும் மகனுக்கும் அடைக்கலம் தரப்பட்டது.

பாண்டிச்சேரிக்கு அருகில் மராத்தா படையினர் கணிசமான படையைக் கொண்டுவந்து குவித்தனர். பாண்டிச்சேரிக்கு ஒரு தூதுவர் அனுப்பப்பட்டு ஆறு மில்லியன் ரூபாய் மற்றும் ஆண்டு கப்பம் எல்லாம் தரவேண்டும் என்று எச்சரிக்கை விடப்பட்டது. சந்தா சாஹிபின் குடும்பத்தையும் நகைகளையும் கொடுத்துவிடவேண்டும் என்று சொன்னார்கள். பாண்டிச்சேரியின் அற்புதமான கோட்டை களினூடாக மராத்தா பிரதிநிதிகளை அழைத்துச் சென்றார்கள். தூமாஸ், மராத்தா தளபதிக்கு பத்து பாட்டில் மது பானம் பரிசளித்தார். தளபதியின் மனைவி இதை ருசித்துப் பார்த்து சுவையாக இருப்பதாகச் சொன்னார். துமாஸ் மேலும் முப்பது பாட்டில்கள் கொடுக்கச் சொன்னார். பாண்டிச்சேரி தூமாஸின் விருந்தோம்பலையும் கோட்டையின் பாதுகாப்பு ஏற்பாடுகளையும் பார்த்து வியந்து மராத்தாவினர் பின்வாங்கிவிட்டனர்.

மராத்தாக்களுக்கு எதிராக ஃபிரெஞ்சுக்காரர்கள் செய்த இந்த உதவிக்குப் பிராயச்சித்தமாக டில்லியில் இருந்த முகலாயப் பேரரசர் தூமாஸுக்கு 'நவாப்' பட்டம் வழங்கிக் கௌரவித்தார். 4500 குதிரைப்படை வீரர்களை இலவசமாக அவருக்குக் கொடுத்து அனுப்பினார். விடைபெற்றுச் செல்லும் முன்பாக தனக்குப் பின் அந்தப் பட்டத்தை அடுத்ததாகப் பதவி ஏற்கும் ஃபிரெஞ்சுக்காரருக்கு மாற்றிக்கொடுக்கும் உரிமையையும் தூமாஸ் கேட்டுப் பெற்றுக் கொண்டார்.

•

தூமாஸுக்கு அடுத்தபடியாக சந்திராநகரின் வணிக மையத்தின் ஃபிரெஞ்சு இயக்குநராக தூப்ளே வந்தார். 1741-ல் பாண்டிச்சேரிக்கு வந்தவர் முகலாய சாம்ராஜ்ஜியத்தின் நவாப் பட்டம் தனக்கு இருப்பதை உறுதிப்படுத்திகொண்டார். அதை அடையாளப்

படுத்தும் வகையில் முகலாய அரசர் தில்லியில் இருந்து ஒரு கொடியும் முரசும் அனுப்பிவைத்தார். தூப்ளே சந்திராநகரின் நவாப் ஆனார். உள்ளூர் கடைநிலை நிலப்பிரபுக்களிடம் இருந்து சன்மானங்களைப் பெற்றுக்கொண்டார். அதோடு ஏகாதிபத்திய அதிகாரி என்ற வகையிலும் தான் மதிக்கப்படவேண்டும் என்றும் வலியுறுத்தினார்.

கவுன்சிலர் ஒருவரின் விதவை மனைவி ஜோன்னா வின்சென்ஸைத் திருமணம் செய்துகொண்டார். போர்ச்சுகீசிய-இந்தியக் கலப்பில் பிறந்த அந்தப் பெண் இந்தியாவிலே பிறந்து வளர்ந்தவர். அவருக்குப் பல இந்திய மொழிகள் நன்கு தெரியும். இந்திய அரசியல் பற்றியும் அவருக்குப் பல விஷயங்கள் நன்கு தெரியும். அவரும் தூப்ளேவும் நல்ல தம்பதியாகத் திகழ்ந்தனர்.

ஃபிரான்ஸில் இருந்த இயக்குனரகம் பிரிட்டிஷாருடன் ஒரு போர் மூள வாய்ப்பிருப்பதாகத் தெரிவித்தது. இந்தியாவுக்கு வரும் ஃபிரெஞ்சு கப்பல்களின் எண்ணிக்கையைக் குறைத்திருக்க வேண்டும். மாறாக தூப்ளே செலவினங்களைக் குறைக்கவேண்டும்; குறிப்பாகக் கோட்டைக்கான செலவுகளைக் குறைக்கவேண்டும் என்று சொன்னார்கள். தூப்ளே அந்த உத்தரவைப் புறக்கணித்தார். பாண்டிச்சேரி கோட்டையை மிக அதிகமாகப் பலப்படுத்தினார். அந்தப் பணிகளை தூப்ளே தன் சொந்தச் செலவில் செய்ததால் ஃபிரெஞ்சு இயக்குநரகம் எதுவும் சொல்லவில்லை.

மதராஸில் இருந்த பிரிட்டிஷ் கிழக்கிந்திய கம்பெனியை அணுகி, ஃபிரான்ஸும் பிரிட்டனும் ஐரோப்பாவில் சண்டையிடுவோமா என்ன... இந்தியாவிலும் இரு நாடுகளும் சண்டையின்றி இருக்கலாமே என்று சொன்னார்கள். மதராஸில் இருந்த பிரிட்டிஷ் கிழக்கிந்திய கம்பெனி அந்த வேண்டுகோளை நிராகரித்தது. சீனாவுக்குச் செல்லும் ஃபிரெஞ்சு கப்பல்களைக் கைப்பற்றிக் கொண்டிருக்கும் இங்கிலாந்து கப்பல் படை இந்தியாவில் ஃபிரெஞ்சுக்காரர்களின் வணிகத்தை ஒரேயடியாக முடக்க வந்துகொண்டிருப்பதாக அவர்களுக்குத் தகவல் ஏற்கெனவே வந்திருந்தது. தூப்ளேவிடம் ஒரே ஒரு போர்க்கப்பல்தான் இருந்தது. கர்நாடக நவாபிடம் உதவி கேட்கத் தீர்மானித்தார். முன்பு ஃபிரெஞ்சுக்காரர்கள் முகலாயர்களுக்குச் செய்த உதவிகளை மறக்காத முகலாய மன்னர், தொடர்ந்து வணிகம் நல்லபடியாக நடக்கவேண்டும் என்ற எண்ணமும் கொண்டவராக இருந்தார். அவர் உடனே, மதராஸில் இருந்த கம்பெனியினரிடம் பேசினார். தனது பகுதியில் இருக்கும் ஃபிரெஞ்சுக்காரர்களைத் தாக்கினால்

பொறுத்துக்கொண்டிருக்கமாட்டேன் என்று சொன்னார். அதுபோல் ஃபிரெஞ்சுக்காரர்களும் பிரிட்டிஷாரைத் தாக்கினால் தான் சும்மா இருக்கமாட்டேனென்றும் சொன்னார். கம்பெனி தயக்கத்துடன் போரிலிருந்து பின்வாங்கியது.

பிரிட்டிஷ் கப்பல்படையானது ஃபிரெஞ்சுக் கப்பல்களை கடலில் தாக்குவதோடு நிறுத்திக்கொள்ளத் தீர்மானித்தது. 1746-ல் ஃபிரெஞ்சுக்காரர்கள் தமது கப்பல் படை ஒன்றை இந்தியக் கடல் பகுதியில் அனுப்பினர். பிரிட்டிஷ் கப்பல் படையும் இதுவும் இந்தியாவின் தென் கிழக்கு கடல் பகுதியில் மோதிக்கொண்டன. இரு தரப்புக்கும் வெற்றி தோல்வியின்றி அது முடிந்தது. பிரிட்டிஷாரின் ஒரு கப்பல் ஓட்டையாகி போரை நிறுத்திக்கொண்டு சிலோனுக்குச் சென்றது. ஃபிரெஞ்சுப் படையானது பாண்டிச்சேரிக்கு அருகே நங்கூரமடித்துத் தங்கிவிட்டது.

மஹி தி லா போர்டுனெ தான் அதன் தளபதியாக இருந்தார். மஹி பகுதியைக் கைப்பற்றியவர் அவரே. தூமாஸுக்குப் பின்னர் ஐசல் தெ ஃபிரான்ஸ் அண்ட் ஃபோர்பர்னின் கவர்னராகியிருந்தார். தூப்ளே, லா போர்டுனெ இருவரும் மதராஸில் இருந்த பிரிட்டிஷ் கிழக்கிந்திய கம்பெனியினரைத் தாக்கத் தீர்மானித்தனர்.

மேலும் படை வந்து சேரும்வரை காத்திருக்கவேண்டுமா இப்போதே தாக்கலாமா என்பது தொடர்பாக அவர்கள் இருவருக்கும் கருத்து வேறுபாடு இருந்தது. லா போர்டுனெ தாக்குதலை முன்னெடுக்கும் படி அனுப்பிவைக்கப்பட்டார். பாண்டிச்சேரியில் இருந்து 500 வீரர்கள் சென்றனர். 14 மே மாதம் மதராஸுக்கு 12 மைல் தெற்கே தமது பீரங்கிகள், ஆயுதங்களுடன் கரை இறங்கினர். அடுத்த நாள் 2000 பேர் கொண்ட படையும் வந்து சேர்ந்தது. அதில் இருந்தவர்கள் பெரும்பாலும் ஐரோப்பியரே.

மெட்ராஸில் பெரும் பதற்றம் உருவானது. அதி நவீன ஆயுதங்கள் கொண்ட மிகப் பெரிய ஐரோப்பியப் படையால் மதராஸ் தாக்கப்படும் என்று கம்பெனியினர் ஒருபோதும் எதிர்பார்த்திருக்க வில்லை. கம்பெனியின் கவர்னராக இருந்த நிக்கோலஸ் மோர்ஸ் முன்பு சமாதானமாகப் போகலாம் என்ற தூப்ளேவின் வேண்டு கோளை நிராகரித்தவர்தான். தனது பகுதியில் சண்டை கூடாது என்று முகலாய மன்னர் முன்பு சொன்னது அவருக்கு நினைவுக்குவந்தது. எனவே நவாபுக்கு செய்தி அனுப்பி உதவி கேட்டார்.

பொதுவாக, இப்படியான உதவிகள் கேட்கப்படும்போது பரிசுகள் கொடுத்து அனுப்புவது வழக்கம். இந்த முறை அறிவீனமாக அதை

அனுப்பாமலேயே உதவி கேட்டார் நிக்கோலஸ். நவாப் பிடி கொடுக்காமல் இருந்துவிட்டார். ஃபிரெஞ்சுக்காரர்கள் மதராஸை முற்றுகையிட்டு பீரங்கியால் தாக்கத் தொடங்கினர். 20, மே மாதத்தில் ஃபிரெஞ்சுக்காரர்களுடன் சமாதானமாகப் போகத் தயார் என்று பிரிட்டிஷார் சொன்னார்கள். ஃபிரெஞ்சுப் படை அதை ஏற்க மறுத்துவிட்டது. கடலில் இருந்தும் தரையில் இருந்தும் இரவு முழுவதும் வெடிகுண்டு வீசி மிக மோசமாகத் தாக்கியது. அடுத்த நாள் பிரிட்டிஷார் சரணடைந்தனர்.

சரணடைதல் தொடர்பான விதிமுறைகளைப் பேசித் தீர்மானிப்பது இழுபறியாக இருந்தது. லா போர்டுனெ பிணையத் தொகை பெற்றுக்கொண்டு அந்தப் பகுதியை பிரிட்டிஷாரிடமே கொடுத்துவிட விரும்பினார். பிரிட்டிஷார் இந்த உதவிக்குப் பதிலாக அவருக்குத் தனியாகவே 40,000 பவுன் பரிசுகள் தர சம்மதித்தனர். தூப்ளேவோ அந்தக் கடலோரப் பகுதி முழுவதும் ஃபிரெஞ்சுக் கட்டுப்பாட்டில் வந்தாகவேண்டும் என்று விரும்பினார். எனவே அவருக்குக் கடும் கோபம் வந்தது.

இதனிடையில், முகலாய மன்னருக்கு ஃபிரெஞ்சுக்காரர்களின் தாக்குதல் பற்றித் தெரியவந்ததும் அவருக்கும் கோபம் வந்திருந்தது. தூப்ளே, மதராஸில் இருந்து பிரிடிட்ஷார் ஒரேயடியாகத் துரத்தி அடிக்கப்பட்டாகவேண்டும் என்று விரும்பினார். ஃபிரெஞ்சுக் காரர்கள் முகலாயர் சார்பில்தான் மதராஸைக் கைப்பற்றி இருப்பதாகவும் முறையாக பிரிட்டிஷார் சரணாகதி அடைந்ததும் அதை முகலாயரிடம் ஒப்படைத்துவிடுவோம் என்றும் சொன்னார்.

தூப்ளேவும் லா போர்டுனெவும் தமக்குள் கருத்து மோதலில் ஈடுபட்டுக்கொண்டிருந்தனர். இந்திய விவகாரங்களில் தூப்ளேதான் முடிவெடுக்கும் அதிகாரத்தில் இருந்தார். ஆனால், லா போர்டுனெவோ தனது படை முழுக்கவும் தன் கட்டுப்பாட்டில்தான் இருப்பதாக வாதிட்டார். தூப்ளே தனது பிரதிநிதிகள் சிலரை அனுப்பிவைத்தார். மதராஸில் இருந்து பிரிட்டிஷாரை விரட்டியடிக்கும் தனது திட்டத்துக்கு லா போர்டுனெவைச் சம்மதிக்கவைக்கவும் தனது ஆதிக்கத்தை நிலைநாட்டவும் அந்த பிரதிநிதிகளை அனுப்பினார். ஆனால், லா போர்டுனெ அவர்களைக் கைது செய்து சிறையில் அடைத்தார்.

ஃபிரான்ஸில் இருந்து தனக்கு சாதகமான உத்தரவு பெறவேண்டு மென்றால் அதற்கு எப்படியும் ஒரு வருடமாகும் என்பது தூப்ளேவுக்குத் தெரியும். லா போர்டுனெ நினைத்தபடியே நடக்கும்

என்று இருந்த நிலையில் பெரும் புயல் வந்தது. எட்டு கப்பல்களில் நான்கு மூழ்கிவிட்டன. இரண்டு மிக மோசமாக பாதிக்கப்பட்டன. வேறு இரண்டும் பெரிதாக பாதிப்புக்கு உள்ளாகின. 1200 படைவீரர்கள் இறந்துவிட்டனர். லா போர்டுனெ மதராஸில் இருந்து கோவாவுக்குச் சென்றுவிடத் தீர்மானித்தார். எந்தப் பகைமையும் இல்லாத அங்கு தனது கப்பல்களைச் சரி செய்துகொண்டும் புதிதாக வாங்கிக் கொண்டும் வரமுடியும் என்று நினைத்தார். தூப்ளேவின் துணை அதிகாரிகளின் பாதுகாப்புடன் மதராஸில் இருந்து புறப்பட்டார். ஒரு மன்னிப்புக் கடிதமும் எழுதித் தந்திருந்தார். பாண்டிச்சேரியில் இருந்தும் ஒரு படை காவலாகச் சென்றது.

லா போர்டுனெ பாண்டிச்சேரிக்கு வந்து தூப்ளேவிடமிருந்து பணம், துப்பாக்கி, உணவு ஆகியவை பெற்றுக்கொள்ள விரும்பினார். தூப்ளேவோ எதுவும் தர மறுத்துவிட்டார். மொரீஷியஷுக்குத் தன் கப்பலை ஓட்டிச் சென்று சரிசெய்துகொள்ளச் சென்றார். ஃபிரான்ஸுக்கு அவர் திரும்பியபோது, மேலதிகாரியின் சொல் கேட்டு நடக்காத குற்றத்துக்காகக் கைது செய்யப்பட்டு பஸ்டிலில் சிறையில் அடைக்கப்பட்டார்.

தூப்ளேவுக்கு இப்போது வேறொரு தீவிரமான பிரச்னை வந்தது. சரணடைந்ததும் மதராஸை கர்நாடக நவாபுக்குத் தருவதாகச் சொல்லியிருந்தார். நல்லெண்ணத்தில்கூட அவர் அப்படிச் சொல்லியிருக்கக்கூடும். எனினும் வலிமையான கோட்டைகளுடன் இருக்கும் நிலையில் தர விரும்பியிருக்காமல் கோட்டை மதில்களை எல்லாம் உடைத்துவிட்டுக் கொடுக்கத் தீர்மானித்திருக்கவும் கூடும். லா போர்டுனெ பிணையத் தொகை கேட்டுப் பேச்சுவார்த்தை நடத்தியதால் கோட்டையை இடிக்கும் முடிவை தூப்ளே தள்ளிப் போட்டிருந்தார். மதராஸ் பகுதி ஃபிரெஞ்சுக்காரர்களின் கைக்கு வந்துவிட்ட விஷயம் முகலாய நவாபுக்குத் தெரியவந்தது. ஒரு மாதமாகியும் தன்னிடம் ஒப்படைக்கவில்லை என்று அவர் ஆத்திரமடைந்தார்.

நவாப் உடனே தனது படையிலிருந்து 10,000 பேரை (அவருடைய பிரம்மாண்ட படையில் ஒரு சிறு பகுதியினர்) தன் மகன் மஹ்ஃபஸ் கான் தலைமையில் அனுப்பி மதராசைக் கைப்பற்ற சொன்னார். லா போர்டினன்ஸ் புறப்பட்டு சென்ற நாளில் இந்த படையினர் கோட்டைக்கு வெளியே முகாமிட்டனர். இப்போது கோட்டையின் மதிலை உடைத்தால் நவாபுக்கு மேலும் கோபம் வரும் என்பது தூப்ளேவுக்குத் தெரிந்தது. மேலும் நவாப் வசம் மதராஸ் போய்விட்டால் பிணைத்தொகை பெற்றுக்கொண்டு

பிரிட்டிஷாருக்கு அதை திருப்பிக் கொடுத்துவிடக் கூடும் என்றும் அஞ்சினார். என்ன ஆனாலும் மதராஸ் கோட்டையை விட்டுக் கொடுத்துவிடக்கூடாது. அதேநேரம் மஹ்ஃபஸ் கானுடைய படையுடன் மோதவும் கூடாது என்று பாண்டிச்சேரியிலிருந்து செய்தி அனுப்பினார். இது நல்ல முடிவுதான். ஏனென்றால் பிரெஞ்சுப் படையில் 1200 பேருக்கும் குறைவானவர்களே இருந்தனர். ஆனால் மஹ்ஃபஸ் கான், கோட்டைக்குள் நல்ல தண்ணீர் கொண்டு செல்வதைத் தடுக்கவே ஃபிரெஞ்ச் படையினருக்கு எதிர்த்தாகவேண்டிய சூழ்நிலை ஏற்பட்டது. நல்ல தண்ணீர் இருந்த ஏரியைக் கைப்பற்ற ஆட்களை அனுப்பத் தீர்மானித்தார்.

பீரங்கிகளைப் பின்னால் ஒளித்து வைத்துக்கொண்டு 400 வீரர்கள் அந்த நீர் நிலையை நோக்கிச் சென்றனர். முகலாயக் குதிரைப்படை அவர்களை நோக்கிப் பாய்ந்து வந்தது. அவர்கள் அருகே வந்ததும் பிரெஞ்சுக்காரர்கள் சட்டென்று விலகி பீரங்கியால் தாக்கினர். குண்டுகள் முகலாயக் குதிரைகளைச் சின்னாபின்னமாக்கின. குதிரைப்படை சுதாரித்துக்கொள்வதற்குள் பிரெஞ்சுப் படையினர் அடுத்த பீரங்கியையும் வெடித்தனர். இத்தனை சீக்கிரமாக அடுத்த பீரங்கி வெடித்ததைப் பார்த்து முகலாயர்கள் அதிர்ச்சி அடைந்தனர். வேறு பல பீரங்கிகளும் தொடர்ந்து முழங்கின. முகலாயப் படையினர் பலர் இறந்து போகவே எஞ்சியவர்கள் தப்பி ஓடினர்.

இதனிடையில் மதராஸை முற்றுகையிட்டு இருக்கும் தனது படையினருக்கு உதவுவதற்காக தூப்ளே பாண்டிச்சேரியிலிருந்து மேலும் சில வீரர்களை அனுப்பத் தீர்மானித்தார். வடக்கு திசையில் ஆயிரம் வீரர்கள் புறப்பட்டனர். அவர்களுக்கு தலைமை தாங்க முறையான ராணுவ அதிகாரிக்குப் பதிலாக லூயிஸ் பராடிஸ் என்ற பொறியாளரை நியமித்திருந்தார். அவருடைய திறமை மற்றும் விடாப்பிடியான குணத்துக்காகத் தேர்ந்தெடுத்திருந்தார். இவை பற்றித் தெரிந்துகொண்ட மஹ்ஃபஸ் கான் தனது படையை மதராஸுக்கு சற்று தெற்கே ஒரு ஆற்றுப்பக்கம் நகர்த்தினார். லூயிஸ் பராடிஸ் தனது படையுடன் அந்த ஆறு வழியாகத்தான் வந்தாகவேண்டும். பராடிஸிடம் பீரங்கிகள் எதுவும் இருந்திருக்க வில்லை. ஆறின் மறுபக்கம் மிகப் பெரிய படை ஒன்று அவருக்காகக் காத்துக்கொண்டிருந்ததைப் பார்த்தபோது அவர் அதிர்ச்சியில் உறைந்துதான் போயிருப்பார். ஆறு ஆழம் குறைந்த தாகவே இருந்ததால் பராடிஸ் சிறிதும் தயங்காமல் குதித்து மஹ்ஃபஸ் கானின் படையுடன் துணிந்து தாக்குதலில் ஈடுபட்டார்.

துப்பாக்கியால் சுட்டுக்கொண்டே முன்னேறினார். இதை எதிர் பார்த்திராத முகலாயப் படை சிதறி ஓடியது. அங்கிருந்து அருகில் இருந்த செயிண்ட் தோம் பகுதிக்குச் சென்றனர். மதராஸில் ஏற்கெனவே இருந்த ஃபிரெஞ்சுப் படையினரும் சேர்ந்து கொண்டனர். மஹ்ஃபஸ் கானின் படை என்ன செய்வதென்று தெரியாமல் குழம்பியது.

ஃபிரெஞ்சுப் படையின் இந்த மகத்தான வெற்றி இந்தியர்களுக்கும் ஐரோப்பியர்களுக்கும் இடையிலான உறவை முழுவதுமாக மாற்றியமைத்தது. இந்தியர்களின் மிகப் பெரிய படையை நம்மால் விரட்டியடிக்க முடியுமென்று அதற்கு முன்புவரை ஐரோப்பியர்கள் நம்பியிருக்கவே இல்லை. தூப்ளேவும் அவருடைய முன்னோர்களும் முகலாயர்களின் நன்மதிப்பைப் பெறுவதிலேயே கூடுதல் கவனம் செலுத்திவந்திருந்தனர். இப்போது நடந்த அசாதாரண சம்பவங்கள் எல்லாம் எப்படி மிகச் சிறிய ஐரோப்பிய படைகூட நவீன ஆயுதங்களும் பயிற்சியும் இருந்தால் மிகப் பெரிய இந்தியப் படையையும் தோற்கடிக்க முடியும் என்பதை எடுத்துக்காட்டின.

•

மதராஸின் புதிய எஜமானர் தூப்ளே. பராடிஸைத் தன்னுடைய ராணுவத் தளபதியாக நியமித்தார். லா போர்டுனெ முன்வைத்த நிபந்தனையைவிட மிகவும் கடுமையான நிபந்தனைகளை பிரிட்டிஷாருக்கு விதித்தார். ஆனால், அப்போதும் கொஞ்சம் தாராள மனதுடனே ஃபிரெஞ்சுக்காரர்கள் நடந்துகொண்டனர். நிக்கோலஸ் மோர்ஸையும் அவருடைய குழுவினரையும் பாண்டிச்சேரிக்கு கைது செய்துஅழைத்துச் சென்றனர். எஞ்சிய பிரிட்டிஷார், இனி ஃபிரெஞ்சுக்காரர்களுடன் போரிடமாட்டேன் என்று எழுதிக் கொடுத்துவிட்டு ஊர் திரும்ப அனுமதிக்கப்பட்டனர். சிலர் இந்த மன்னிப்புக் கடிதம் எழுதித் தர விரும்பாமல் தப்பித்து ஓடிவிட்டனர்.

செயிண்ட் டேவிட் கோட்டையானது பாண்டிச்சேரியில் இருந்து தெற்கே 12 மைல் டொலைவில் இருந்தது. நன்கு கோட்டை மதில் பாதுகாப்பு பெற்றிருந்தது. கிழக்குக் கடலோரப் பகுதியில் கிழக்கிந்திய கம்பெனியின் முக்கியமான மையமாக மாறியிருந்தது. அதற்குச் சற்று தெற்கே கடலூரில் இன்னொரு சிறிய கோட்டையும் இருந்தது. தூப்ளே அதையும் கைப்பற்றி சோழமண்டலக் கடலோரப்பகுதியில் பிரிட்டிஷாரின் தடயமே இருக்கக்கூடாது என்று தீர்மானித்திருந்தார். மதராஸில் இருந்து தளபதி பராடிஸை வரச்சொல்லி பாண்டிச்சேரியில் இருந்து புறப்பட்ட படைக்குத்

தலைமை தாங்கச் சொன்னார். பாண்டிச்சேரிக்கு 300 வீரர்களுடன் பராடிஸ் புறப்பட்டார். போரில் கிடைத்த செல்வத்தையும் சுமந்து வந்தனர். முகலாயர்கள் லேசாக எதிர்ப்புக் காட்டினர். ஆனால், பராடிஸ் பாண்டிச்சேரிக்குத் தன் படையுடன் வந்து சேர்ந்தார். இப்போது தூப்ளே வசம் கணிசமான படை இருந்தது.

செயிண்ட் டேவிட் கோட்டையில் இருந்த பிரிட்டிஷார்வசம் 200 ஐரோப்பியர்களும் 100 உள்ளூர் வீரர்களும் கொண்ட படை இருந்தது. தூப்ளேவிடம் 900 ஐரோப்பியர்களும் 600 இந்தியர்களும் 100 ஆஃப்ரிக்க படைவீரர்களும் இருந்தனர். ஆனால், இப்படிப் பெரிய படை இருந்தபோதிலும் ஒரு சிக்கல் இருந்தது. செயிண்ட் டேவிட் கோட்டை மீதான தாக்குதலுக்கு பராடிஸையே தலைமை தாங்கச் சொல்லியிருந்தார். பாண்டிச்சேரியில் இருந்த ஃபிரெஞ்சுப் படை இதற்கு எதிர்ப்பு தெரிவித்தது. லூயிஸ் பராடிஸ் வெறும் ஒரு பொறியாளர்தான். இந்தியாவில் ஃபிரெஞ்சு படையானது ஜெனரல் து பரி என்பவரின் தலைமையின் கீழ் இருந்தது. வயது முதிர்ந்த அவர், நானே அந்தப் படைக்குத் தலைமை தாங்குவேன் என்று சொன்னார். தூப்ளே அரை மனதுடன் சம்மதித்தார். 19 டிசம்பர் 1746-ல் து பரி படைக்குத் தலைமை தாங்கி செயிண்ட் டேவிட் கோட்டையை அடைந்தார்.

செயிண்ட் டேவிட் கோட்டையில் இருந்த பிரிட்டிஷார் உள்ளூர் ஆட்கள் ஆயிரம் பேரையும் படையில் சேர்த்துக்கொண்டிருந்தனர். அதோடு அவர்கள் முகலாய மன்னருடனும் பேசி உறவை மேம்படுத்தியிருந்தனர். அவரும் ஃபிரெஞ்சுக்காரர்களின் ஆதிக்கம் பெருகுவதைக் கண்டு எச்சரிக்கை அடைந்திருந்தார். பிரிட்டிஷாரை ஃபிரெஞ்சுப் படை தாக்கினால், பின்னால் இருந்து ஃபிரெஞ்சுக் காரர்களைத் தாக்குவது என்று முகலாய மன்னர் தீர்மானித்திருந்தார்.

து பரியின் படையினர் செயிண்ட் டேவிட் கோட்டைக்கு ஒரு மைல் தொலைவில் இருந்த தோட்டத்தில் முகாமிட்டனர். உணவு தயாரிக்க ஆரம்பித்தனர். து பரி அவர்களுக்கு எந்த பாதுகாவலும் ஏற்பாடு செய்திருக்கவில்லை. ஆறாயிரம் குதிரைப்படையும் 3000 காலாட்படையினரும் திடீரென்று அவர்களைத் தாக்கினர். ஃபிரெஞ்சுப்படை விழுந்தடித்து ஓடியது. முகலாயர்கள் அவர்களைத் துரத்திச் சென்றனர்.

நல்லவேளையாக அவர்கள் ஒரு நதியைக் கடந்து மறுகரைக்குச் சென்றுவிட்டனர். அங்கிருந்தபடியே தமது பீரங்கிகள் கொண்டு கடுமையாக முகலாயர்களைத் தாக்கினர். நவாப் படையில் 2000 பேர் இறந்தனர். இரு தரப்பினரும் பின்வாங்கிச் சென்றனர்.

தூப்ளே தனது குறிக்கோளில் இருந்து விலகவில்லை. ஆற்காட்டில் இருந்த முகலாயர்களின் படைகளுக்குத் தொந்தரவு கொடுத்தார். தூர கிழக்கு நாடுகளில் இருந்து ஒரு சிறிய போர்க்கப்பல்களும் உதவிக்கு வந்து சேர்ந்தன. பிரிட்டிஷாரைவிட ஃபிரெஞ்சுக்காரர்கள் எவ்வளவு வலிமையானவர்கள் என்று எடுத்துச் சொல்லி முகலாய மன்னரிடம் பேச்சுவார்த்தை ஆரம்பித்தார். நவாப் அதை ஏற்றுக் கொண்டார். பிரிட்டிஷாருக்குக் கொடுத்த ஆதரவை விலக்கிக் கொண்டு மதராஸ் மீதான ஃபிரெஞ்சுக்காரர்களின் உரிமையை அங்கீகரித்து ஒப்பந்தம் கையெழுத்திட்டார். பராடிஸே ஃபிரெஞ்சுப் படைக்குத் தலைமை தாங்க வேண்டும் என்று தன் படையினரையும் சம்மதிக்கச் செய்தார்.

பராடிஸ் செயிண்ட் டேவிட் கோட்டை மீது மீண்டும் தாக்குதல் நடத்தப் புறப்பட்டார். து பரி விட்டுச் சென்ற அதே தோட்டத்தில் முகாமிட்டுத் தங்கினார். அடுத்த நாள் தாக்குதல் நடத்தத் தீர்மானித்தார். அது ஃபிரெஞ்சு வரலாற்றில் மிக மிக முக்கியமான தருணம். பலவீனமான பிரிட்டிஷாரை அந்தப் போரில் வீழ்த்தியிருந்தால் சோழமண்டலக் கடலோரமாக பிரிட்டிஷாரின் ஆதிக்கத்தை முற்றாக ஒழித்துவிட்டிருக்க முடிந்திருக்கும். ஃபிரெஞ்சு இந்திய சாம்ராஜ்ஜியத்தின் அஸ்திவாரத்தைப் பலமாக அன்று ஊன்றியிருக்கமுடியும். ஆனால், நடந்ததோ வேறு. மறு நாள் காலையில் மிக மிக மோசமாக அதிர்ச்சி அவருக்குக் காத்திருந்தது. வங்காளத்தில் இருந்து பிரிட்டிஷ் படைகள் குவிந்தன. மிகுதியான ஆயுதம் தாங்கிய பத்து கப்பல்களில் ஏராளமான வீரர்களையும் அழைத்து வந்திருந்தனர்.

நிலைமையின் விபரீதம் பராடிஸுக்கு உடனே புரிந்துவிட்டது. செயிண்ட் டேவிட் கோட்டை மீதான தாக்குதலை உடனே கைவிட்டார். அதோடு பிரிட்டிஷ் படையைப் பார்த்தால் அது பாண்டிச்சேரியையும் கைப்பற்றிவிடும் என்பதுபோல் தெரிந்தது. எனவே, உடனே அதைக் காப்பாற்ற விரைந்து திரும்பினார்.

பிரிட்டிஷாரின் கை தற்காலிகமாக மேலோங்கியது. மேற்குக் கடலோரப் பகுதியில் இருந்து மேலும் படைகள் செயிண்ட் டேவிட் கோட்டைக்கு அனுப்பப்பட்டன. இதனிடையில் தூப்ளே மொரீஷியஸில் இருந்து ஃபிரெஞ்சுப் கப்பல் படையை வரவைத்தார். மதராஸில் இருந்த ஃபிரெஞ்சுப் படையினருக்கு உணவும் பாதுகாப்பும் கிடைக்க இதனால் வழி பிறந்தது. இது பிரிடிட்ஷாருக்குத் தெரியவரும் முன்பே அந்தப் படை மொரீஷியஷுக்குத் திரும்பியும்விட்டது. ஃபிரெஞ்சு கப்பல்களைத்

தேடித் தாக்க பிரிட்டிஷ் படை புறப்பட்டது. இதனால் செயிண்ட் டேவிட் கோட்டையைத் தாக்கும் வாய்ப்பு தூப்ளேவுக்கு மீண்டும் வந்தது. அருகில் கடலூரில் இருக்கும் கோட்டையை முதலில் தாக்குவது என்றும் அதன் பின் அங்கிருந்து செயிண்ட் டேவிட் கோட்டையைப் பிடிக்கச் செல்வதென்றும் தீர்மானமானது. பிரிட்டிஷார் கடலூரை விட்டுச் செல்வதுபோல் போக்குக் காட்டினர். ஃபிரெஞ்சுப் படை அதை இரவில் கைப்பற்றத் தீர்மானித்தது. ஆனால் திடீரென்று அவர்களைத் தாக்கவே ஃபிரெஞ்சுப் படை அதை எதிர்பார்க்காமல் சிதறி பாண்டிச்சேரிக்குத் தப்பி ஓடியது.

பிரிட்டிஷார் இந்தியாவுக்கு மேலும் கப்பல் படையை அனுப்பவிருப்பதாக பாண்டிச்சேரிக்கு செய்து வந்தது. கோட்டையைப் பலப்படுத்த பராடிஸின் பொறியியல் திறமைகளை தூப்ளே முழுமையாகப் பயன்படுத்திக்கொண்டார். ஊருக்கு வெளியே மறைந்திருந்து தாக்குவதற்கு மணல் மூட்டை, பாறைகள் போன்றவற்றைக் கொண்டு பல அற்புதமான தற்காலிக மறைப்புகளை உருவாக்கிவைத்தார்.

பிரிட்டனில் மதராஸ் கைவிட்டுப் போனது கம்பெனிக்கும் அரசுக்கும் பெரும் ஆத்திரத்தை ஏற்படுத்தியது. ராயல் நேவி படை ஒன்றை ஏராளமான பிரிட்டிஷ் படைவீரர்களுடன் அனுப்பி கம்பெனிக்கு உதவ அரசு தீர்மானித்தது. அட்மிரல் போஸ்கவென் நவம்பர் 1747-ல் புறப்பட்டார். சோழமண்டலக் கரைக்கு அடுத்த வருடம் ஆகஸ்ட் மாதம் வந்து சேர்ந்தார். வங்காளத்தில் இருந்து ஒரு படையும் அவருடன் சேர்ந்துகொண்டது. ஒட்டுமொத்தமாக பிரிட்டிஷாரிடம் இப்போது 30 போர் கப்பல்கள் இருந்தன. இந்தியப் பெருங்கடல் பகுதியிலேயே மிக மிக அதிகமான வலிமை வாய்ந்த படை அதுவே. செயிண்ட் டேவிட் கோட்டைக்கு தன் படையைக் கொண்டு சென்றது. அங்கு காவல் படையை 6000 வீரர் கொண்டதாக ஆக்கியது. அதில் பாதிக்கு மேல் ஐரோப்பியர்களே.

பாண்டிச்சேரியின் புறநகர் பகுதிகளைத் தாக்க 700 பேர் கொண்ட படை அனுப்பப்பட்டது. பராடிஸ் மூலம் செய்யப்பட்ட தற்காப்பு நடவடிக்கைகள் பற்றி பிரிட்டிஷாருக்கு எதுவும் தெரிந்திருக்க வில்லை. நாற்பது அடி தூரத்தில் இருந்தபோது ஃபிரெஞ்சுப் படையினர் அவர்களை வெட்டி வீழ்த்தினர். பாய்ந்து வந்த ஃபிரெஞ்சுப் படை அவர்களை நிர்மூலமாக்கியது. ஆனால், அந்தப் போரில் ஃபிரெஞ்சுப் படையினரின் வெடிமருந்துக் கிடங்கு எதிர்பாராதவிதமாக வெடித்துவிடவே பல ஃபிரஞ்சுப் படையினர்

இந்தியா அடிமைப்படுத்தப்பட்ட வரலாறு | 221

இறந்துவிட்டனர். செய்து வைத்திருந்த தாற்காலிக மறைப்புகளை விட்டுவிட்டு பாண்டிச்சேரிக்குத் திரும்பவேண்டிவந்தது.

6 செப்டெம்பர் 1748-ல் பாண்டிச்சேரி மீதான பிரதான தாக்குதல் ஆரம்பித்தபோது, இந்தியாவில் அணிவகுத்து நின்ற ஐரோப்பியப் படைகளில் அதுவே மிகப் பெரியதாக இருந்தது. அட்மிரல் போஸ்கவென் 4000 ஐரோப்பியர்கள், 2000 இந்திய வீரர்கள் கொண்ட படைக்குத் தலைமை தாங்கினார். முழுமையான ஆயுதங்களும் அந்தப் படையினர் வசம் இருந்தன. சில நாட்கள் முற்றுகை நீடித்தது. பிரிட்டிஷ் படை ஒன்றைத் தாக்க முற்பட்ட பராடிஸ் கொல்லப் பட்டார். அவர் மிகச் சிறந்த அதிகாரி. அவருடைய இழப்பை ஈடு செய்வது சிரமமாகவே இருந்தது.

தூப்ளே ஒரு ராணுவ வீரர் அல்ல. இருந்தும் அவர் தளபதியாகக் களம் இறங்கினார். தேர்ந்த நிர்வாகியாக இருந்த அவர் திறமைசாலியான வீரர் என்றும் நிரூபித்தார். பிரிட்டிஷ் தளபதிக்கு நிலத்தில் சண்டையிடுவது பற்றி அவ்வளவாகத் தெரிந்திருக்க வில்லை. தொடர்ந்து வெடிகுண்டுகள், பீரங்கிகள், துப்பாக்கிகள் தாக்கிய நிலையிலும் பிரிட்டிஷ் படையானது சில நாட்களில் மெள்ள மெள்ள முன்னேறி கோட்டைக்கு அரை மைல் தொலைவு வரை வந்துவிட்டனர். அதற்கு மேலே புதர்ச்செடிகள் மண்டிக் கிடந்ததால் முன்னேற முடியவில்லை. போஸ்கவெனின் கப்பல்கள் ஊர் மீது வெடி குண்டுகள் வீசித் தாக்கின. ஆனால், பெரும் இழப்பை ஏற்படுத்தும் அளவுக்குக் கரைக்குப் பக்கத்தில் வந்து தாக்கமுடிய வில்லை. எல்லாவற்றுக்கும் மேலாக மழை வந்து கூடவே காய்ச்சல், வயிற்றுப்போக்கு என நோய்களையும் கொண்டுவந்து விட்டது. ஆறு வார சண்டைக்குப் பின் 17 அக்டோபரில் போர் முடிவுக்கு வந்தபோது 1000 பிரிட்டிஷார் இறந்திருந்தனர். போஸ்கவென் தனது படையைப் பின்வாங்கிக் கொண்டு செயிண்ட் டேவிட் கோட்டைக்குத் திரும்பினார்.

இரண்டு மாதங்கள் கழித்து பாண்டிச்சேரியின் முற்றுகையை முடித்துக்கொண்ட பின்னர், ஐரோப்பாவில் செய்துகொண்ட அமைதி ஒப்பந்தம் பற்றிய செய்தி வந்தது. மே 1749-ல் ஆக்ஸி-லா-சாப்பலே ஒப்பந்தத்தின் முழு விவரங்கள் வந்து சேர்ந்தன. பிரிட்டிஷாருக்கும் இங்கிலாந்தினருக்கும் இடையில் எந்த மோதலும் இந்தியாவில் கூடாது என்று அதில் தீர்மானிக்கப் பட்டிருந்தது. மதராஸ் பகுதியை பிரிட்டிஷாருக்குத் திருப்பித் தந்துவிடவேண்டும் என்றும் தீர்மானமானது. பிரிட்டிஷாருக்கும் ஃபிரெஞ்சுப் படையினருக்கும் இடையிலான போரானது எந்தப்

பலனும் இன்றி பெரும் பண இழப்பு, உயிர் இழப்பு ஆகியவற்றில் முடிந்தது.

•

இந்த மோதல்கள் நடந்த காலகட்டத்தில் என்னதான் இந்தியப் படைகள் எண்ணிக்கையில் மிக அதிகமாக இருந்தபோதிலும் ஐரோப்பிய ஆயுதங்களுக்கும் படைகளுக்கும் முன்னால் ஒன்று மில்லை என்பது உறுதிப்பட்டது. அதற்கு சில வருடங்களுக்கு முன்புவரைகூட பிரிட்டிஷார் மற்றும் ஃபிரெஞ்சு வீரர்கள் ஈட்டிகளையே ஆயுதமாகப் பயன்படுத்திவந்தனர். இப்போது அவர்கள் எல்லாரிடமும் துப்பாக்கிகள், பேனட்டுகள் வந்து விட்டிருந்தன. முன்பு அவர்கள் பயன்படுத்திவந்த ஆயுதங்கள் எல்லாம் ஒருமுறை சுட்டபின் அடுத்தமுறை சுட அதிக நேரமெடுக்கும். இப்போது அவற்றை ஒரு நிமிடத்திலேயே தயார்நிலைக்கு மீண்டும் கொண்டுவந்துவிடமுடியும். 12 குண்டுகள் தொடர்ந்து சுடவும் முடியும் என்ற அளவுக்கு முன்னேறிவிட்டன. இப்படியான வேகம் வந்துவிட்டதாலும் பிரிட்டிஷ் மற்றும் ஃபிரெஞ்சு படைகள் மிகப் பெரியதாக இருந்ததாலும் அவர்கள் ஒருவருக்கொருவர் மோதிக்கொள்வது மிகவும் செலவிழுப்ப தாகவும் இழப்பைக் கொண்டுவருவதாகவும் ஆகிவிட்டிருந்தது. ஆனால் அந்த ஆயுதங்களை ஏதாவது வழியில் பயன்படுத்தியும் ஆகவேண்டும். எனவே, இந்திய ஆட்சியாளர்கள் அல்லது ஆட்சி தன் கையில் இருப்பதாகச் சொல்லிக் கொள்பவர்கள் ஆகியோருக்குக் கொடுத்து பரஸ்பரம் நன்மை அடைந்துகொள்ளத் தீர்மானித்தனர்.

பிரிட்டிஷார் இந்த விஷயத்தை முதலில் பயன்படுத்திப் பார்த்தனர். தஞ்சாவூர் அரசாட்சி விவகாரங்களில் தலையிட முதலில் முடிவெடுத்தனர். 1749-ல் ராஜா சாஹுஜியை பதவியில் இருந்து இறக்கி பிரதாப் சிங் அரியணை ஏறியிருந்தார். ‘தன்னை மீண்டும் ஆட்சிக்கட்டிலில் அமர்த்த எவ்வளவு பணம் வேண்டுமானாலும் படைகளுக்குத் தரத் தயார். பிரதாப் சிங்கினால் அடக்கி ஒடுக்கப்படும் மக்களின் விருப்பமும் அதுதான்’ என்று ராஜா சாஹுஜி பிரிட்டிஷாரிடம் சொன்னார். மதராஸுக்கு 120 மைல் தெற்கே இருக்கும் கடலோர நகரத்தையும் அதன் அருகில் இருக்கும் தேவிகோட்டையையும் பிரிட்டிஷாருக்குத் தந்துவிடவும் சம்மதித்தார். பிரிட்டிஷாருக்கு இது நல்ல, லாபகரமான பணியாகத் தெரிந்தது. 1500 படைவீரர்களை அனுப்பிவைத்தனர். தஞ்சாவூர் பகுதியை வந்தடைந்தபோது சாஹுஜிக்கு எந்த ஆதரவும் இல்லை என்பதைத் தெரிந்துகொண்டனர். அதோடு ஒரு பெரிய படை

தாக்குவதற்குத் தயாராக இருப்பதையும் பார்த்தனர். எனவே சாஹூஜியை ஆட்சிக்கட்டிலில் அமர்த்தும் பணியைக் கொஞ்சம் நிறுத்திவைக்கத் தீர்மானித்தனர். ஆனால், தேவிகோட்டை பகுதியை உடனே கைப்பற்றிக்கொள்ளத் திட்டமிட்டனர். அதற்கு கடல் படையின் உதவி தேவை. அப்போது பெரும் மழையும் புயலும் இருந்ததால் பல கப்பல்கள் மூழ்கிவிட்டன. போதிய படைபலம் இல்லாமல் தேவிகோட்டையைக் கைப்பற்றுவது சிரமம் என்பது புரிந்துவிட்டதால் அவர்கள் செயிண்ட் டேவிட் கோட்டைக்குத் திரும்பினர்.

அடுத்ததாக இன்னொரு வலிமையான படை திரட்டப்பட்டது. கப்பலில் தென் திசையில் பயணம் செய்து தேவிகோட்டையைக் கைப்பற்றிவிட்டனர். பிரதாப் சிங் அந்தப் பகுதியை பிரிட்டிஷாரின் கட்டுப்பாட்டுக்கு விட்டுக்கொடுத்தார். பதிலுக்கு பிரிட்டிஷார், சாஹூஜியை ஆட்சிக்கட்டிலில் அமர்த்தும் முயற்சியைக் கைவிட ஒப்புக்கொண்டனர்.

•

பிரிட்டிஷார் தஞ்சாவூர் மீது அதிக கவனம் செலுத்தியபோது ஃபிரெஞ்சுக்காரர்கள் வேறு திட்டங்கள் வைத்திருந்தனர். தெற்கில் இருந்த முகலாய தக்காணப் பேரரசு நிஜாமின் கட்டுப்பாட்டின் கீழ் இருந்தது. 1748-ல் நிஜாம் இறந்ததும் அவருடைய மகன் நாசிர் ஜங்கும் பேரன் முஸாஃபர் ஜங்கும் ஆட்சிக் கட்டிலுக்குப் போட்டியிட்டனர். அதற்கும் தெற்கே கர்நாடக நவாப் இருந்தார். அவர் நிஜாமின் கீழ் இருக்கும் அரசர்தான் என்றாலும் ஆற்காடு பகுதியைப் பெரிதும் சுதந்தரமாக, சுயாட்சி அதிகாரத்துடனே ஆண்டுவந்தார்.

அப்போது நவாபாக இருந்த அன்வருதீனை முறையான வாரிசுக் குடும்பத்தைச் சேர்ந்த சந்தா சாஹிப் எதிர்த்துவந்தார். சந்தா சாஹிப் எதுவும் செய்யமுடியாத நிலையில் இருந்தார். மராத்தாக்கள் அவரை சத்ரா பகுதியில் பிணைத்தொகை கேட்டுச் சிறைப்பிடித்து வைத்திருந்தனர். முஸாஃபர் ஜங் அவரைச் சென்று சந்தித்து இருவரும் வாரிசு உரிமையற்ற கர்நாடக நவாபான நாசிர் ஜங்குக்கு எதிராகச் செயல்படலாம் என்று தீர்மானித்தனர். ஆனால், சந்தா சாஹிப் விடுதலை செய்யப்படாமல் எதுவும் செய்யமுடியாத நிலைதான் இருந்தது.

சந்தா சாஹிபின் குடும்பமானது ஃபிரெஞ்சுக்காரர்களுடன் நல்ல நட்பில் இருந்தது. நெருக்கடியான காலகட்டத்தில் பாண்டிச்சேரியில் அவர்களுக்கு அடைக்கலம் அளிக்கப்பட்டிருந்தது. அவர்களுடைய

பெரும் செல்வமும் நகைகளும் பாண்டிச்சேரியில்தான் இருந்தன. தூப்ளே ஜாமீன் உறுதி கொடுத்து மராத்தாக்களிடம் பேசி சந்தா சாஹிபை விடுதலை செய்ய உதவுவதாகச் சொன்னார். 2000 இந்தியப் பணமும் 400 ஐரோப்பிய படையையும் கொடுத்து உதவினார். இவர்கள் சந்தா சாஹிபுடன் சேர்ந்துகொள்ளவேண்டும். அவர் வசம் ஏற்கெனவே 6000 வீரர்கள் இருந்தனர். முஸாஃபர் ஜங் வசம் கர்நாடகப் பகுதியில் 30,000 வீரர்கள் இருந்தனர். பிரதி உபகாரமாக ஃபிரெஞ்சுக்காரர்களுக்கு பாண்டிச்சேரியில் கூடுதல் நிலம் கிடைக்கும் என்று பேசி முடிவு செய்யப்பட்டது.

3 ஆகஸ்ட் 1749-ல் கர்நாடக நவாப் அன்வருதீன் ஆற்காட்டின் மேற்கே ஐம்பது மைல் தொலைவில் இருந்த ஆம்பூரில் படை உதவி வரும் வரை காத்து நின்றார். அவரிடம் 20,000 வீரர்களும் பீரங்கிகளை இயக்கும் அறுபது ஐரோப்பிய வீரர்களும் இருந்தனர். அவர்கள் மிகவும் வாகான இடத்தைத் தேர்ந்தெடுத்துக் காத்திருந்தனர். ஃபிரெஞ்சுக்காரர்கள் தாக்குதலை முன்னெடுத்தனர். இரு முறை விரட்டியடிக்கப்பட்டனர். அவர்களுடைய தளபதி கொல்லப்பட்டார். அந்த இடத்தில் சார்லஸ் தெ பஸி நியமிக்கப் பட்டார். மூன்றாவது தாக்குதல் எதிரிகளின் படையை ஊடறுத்துச் சென்றது. அதைத் தொடர்ந்து மோதல் பலத்தது. அன்வருதீன் கொல்லப்பட்டார்.

அடுத்த நாள் நேச சக்திகள் ஆற்காட்டுக்குள் நுழைந்தன. சந்தா சாஹிப் கர்நாடகத்தின் நவாபாக நியமிக்கப்பட்டார். அவரும் முஸாஃபர் ஜங்கும் நன்றி தெரிவிக்க பாண்டிச்சேரிக்குச் சென்றனர். தூப்ளே பிரமாண்ட வரவேற்பு கொடுத்தார். சந்தா சாஹிப் மிகவும் மனமகிழ்ந்து கொடுத்த வாக்குறுதிகளுக்கும் மேலாக பூர்த்தி செய்தார். தருவதாக முன்பே ஒப்புக்கொண்ட பாண்டிச்சேரிக்கு அருகில் இருந்த கிராமங்களோடு மசூலிப்பட்டண துறை முகத்தையும் கொடுத்தார். செயிண்ட் டேவிட் கோட்டையைச் சுற்றி இருந்த பஹூர் மாவட்டத்தையும் கொடுத்தார். இதைப் பயன்படுத்தி ஃபிரெஞ்சுக்காரர்கள் உள் நாட்டு வணிகத்தில் இருந்து தம்மைத் துண்டித்துவிடக்கூடும் என்று பிரிட்டிஷார் பயந்தனர்.

பிரிட்டிஷாருடனான போரை மறைமுகமாகத் தொடர ஃபிரெஞ்சுக் காரர்கள் திட்டமிட்டனர். அன்வருதீனின் மகன் மொஹம்மது அலியை சந்தா சாஹிபுக்கு எதிராக ஆதரித்தனர். முஸாஃபர் ஜங்குக்கு எதிராக தக்காணத்தின் நிஜாமான நாஸிர் ஜங்கை ஆதரித்தனர்.

1750-ல் நாஸிர் ஜங் ஆஃப்கானிஸ்தானில் இருந்து வந்த ஒரு ஆக்கிரமிப்பை எதிர்க்கத் தனது படையை தில்லிக்கு வடக்கே

கொண்டுசென்றார். ஆம்பூரில் முஸாஃபர் ஜங்கும் சந்தா சாஹிபும் வெற்றி பெற்ற செய்தி கிடைத்ததும் அவர்களை எதிர்க்கத் திரும்பி வந்தார். மராத்தாக்கள், பதான்கள் ஆகியோரின் உதவியுடன் 60,000 வீரர்கள், 45000 குதிரைப்படையினர், 700 யானைப்படை மற்றும் பெருமளவில் பீரங்கி, துப்பாக்கிகள் எல்லாம் அவரிடம் இருந்தன. முஸாஃபர் ஜங் எப்படியும் தோற்றுவிடுவோம் என்று பயந்து தன் மாமாவுடன் பேச்சுவார்த்தைக்கு முன்வந்தார். ஆட்சியை அவருக்கு விட்டுக் கொடுப்பதாகவும் சொன்னார். ஆனால், சரணடைந்த பின்னரும் அவர் சிறைப்பிடிக்கப்பட்டார். நாசிர் ஜங் அதன் பின்னர் சந்தா சாஹிபின் தலைநகரான ஆற்காட்டுக்கும் ஃபிரெஞ்சுக் காரர்களின் பாண்டிச்சேரிக்கும் இடையில் இருந்த செஞ்சிக் கோட்டையை நோக்கிப் படையுடன் சென்றார். மழை காரணமாக அவருடைய படை இரண்டு மாதங்களுக்கு முடக்கப்பட்டது.

இந்த மந்தமான கால நிலையைப் பயன்படுத்தி அருகில் இருந்த ஃபிரெஞ்சுக்காரர்கள் நாசிர் ஜங்குடன் பேச்சுவார்த்தையை ஆரம்பித்தனர். அதே நேரத்தில் அவருடைய அரசபையில் அதிருப்தியுடன் இருந்த பதான் வீரர்களுடனும் ரகசிய சதி ஆலோசனையில் ஈடுபட்டனர். ஃபிரெஞ்சுப் படை தாக்கினால் ஆதரவாக நிற்பதாக அவர்கள் வாக்குக் கொடுத்தனர். சரியானநேரம் வரும்போது சமிக்ஞை கொடுப்போம் என்றும் சொன்னார்கள். தூப்ளே நாசிர் ஜங்கின் கோரிக்கைகளுக்கு ஒப்புக்கொண்ட அதே நிமிடத்தில் சமிக்ஞை தரப்பட்டது. ஃபிரெஞ்சுப் படையினர் நாசிர் ஜங்கின் முகாமுக்குள் புயல்போல் பாய்ந்து தாக்கினர். வாக்குக் கொடுத்ததுபோலவே பதான்களிடமிருந்து எந்த எதிர்ப்பும் எழுந்திருக்கவில்லை. நாசிர் ஜங்கின் அதிருப்தியாளர்களில் ஒருவர் அவரைச் சுட்டுவீழ்த்தினார். முஸாஃபர் ஜங் விடுதலை செய்யப் பட்டு தக்காணத்தின் நிஜாமாக ஆக்கப்பட்டார்.

முசாஃபர் ஜங் உடனே தூப்ளேவுக்கு நன்றி தெரிவிக்க பாண்டிச்சேரிக்குப் புறப்பட்டார். ஃபிரெஞ்சுக்காரர்கள் தடபுடலான வரவேற்பு கொடுத்தனர். நாசிர் ஜங்கிடமிருந்து கைப்பற்றிய பெரும் செல்வத்துடன் முஸாஃபர் ஜங் சென்றார். 18 பெட்டி நகைகளும் 10 மில்லியன் பணமும் இருந்தது. ஃபிரெஞ்சுக்காரர்களுக்கு அதிலிருந்து தாராளமாக எடுத்துக்கொடுத்தார். சந்தா சாஹிபை கர்நாடக நவாப் ஆக ஆக்கினார். கர்நாடகப் பகுதி உட்பட கிருஷ்ணா நதிக்குத் தெற்கே இருந்த அனைத்துப் பகுதிகளுக்கும் தூப்ளேவைத் தன் துணை ஆட்சியாளராக நியமித்தார்.

1751-ல் முஸாஃபர் ஜங் தக்காணத்தில் தன் ஆட்சியைப் பலப்படுத்திக்கொள்ளவும் ஔரங்காபாத்தில் அரியணை ஏறவும்

வட திசை நோக்கி புறப்பட்டார். தூப்ளேவிடம் ஃபிரெஞ்சுப் படையைக் காவலாக அனுப்பும்படிக் கேட்டுக்கொண்டார். 300 ஐரோப்பியர்கள், 2000 இந்திய வீரர்களுடன் சார்லஸ் தெ பஸி துணைக்குச் சென்றார். வழியில் அவர்கள் மீது தாக்குதல் நடந்தது. முஸாஃபர் ஜங் கொல்லப்பட்டார். ஃபிரெஞ்சுப் படைகளுக்கு இது பெரிய பின்னடைவு. தெ பஸி முகலாய அதிகாரிகளுடன் கலந்து பேசினார். நாசிர் ஜங்கின் சகோதரர் சலாபத் ஜங்கை அரியணையில் ஏற்ற அவர்கள் முன்வந்தனர். சலாபத் ஜங் சிறையில் இருந்து விடுவிக்கப்பட்டார். ஃபிரெஞ்சுக்காரர்களிடம் அவர் மிகுந்த நட்புணர்வுடன் இருந்தார். தனது தலையெழுத்து திடீரென்று மாறியதால் ஃபிரெஞ்சுக்காரர்களுக்கு பல ஊர்களையும் நிலங்களையும் வழங்கினார். ஜூன் மாத முடிவில் சலாபத் ஜங்கும் தெ பஸியும் ஔரங்காபாத்துக்குள் வெற்றி நடைபோட்டு நுழைந்தனர். ஃபிரெஞ்சுக்காரர்கள் தமது அதிகாரத்தின் உச்சியை எட்டியிருந்தனர். பிரிட்டிஷாரிடமும் முகமது அலியிடமும் இருந்த சிறிய பகுதிகள் நீங்கலாக தென் இந்தியாவின் பெரும் தலைவராக தூப்ளே ஆகியிருந்தார்.

கர்நாடகப் பகுதியின் மேற்கே திருச்சி கோட்டையில் முகமது அலி இருந்தார். 1749-ல் பிரிட்டிஷார் சிறிய படையை அனுப்பித் தமது ஆதரவு அவருக்கு இருப்பதை கோடிகாட்டினர். 1751-ல் சந்தா சாஹிப் மற்றும் ஃபிரெஞ்சு படைகளை எதிர்க்கப் பெரும் படையை அனுப்பினார். அந்தப் போரில் பிரிட்டிஷார் தோற்று திருச்சியை நோக்கி ஓட நேர்ந்தது. அங்கு இருந்த முகமது அலி ஆற்காடு மீது தாக்குதல் நடத்தி சந்தா சாஹிபின் படையை அங்கு திருப்பிவிடலாம் என்று ராபர்ட் க்ளைவுக்கு ஆலோசனை சொன்னார்.

•

ராபர்ட் க்ளைவ் மதராஸுக்கு 1744-ல் கிழக்கிந்திய கம்பெனியின் ஒரு எழுத்தராக (கிளர்க்காக) வந்தார். அப்போது அவருக்கு வயது 18. இங்கிலாந்தில் இருந்து புறப்பட்டவர் இந்தியா வந்து சேர 15 மாதங்கள் ஆனது. பிரேஸில் நோக்கி அவருடைய கப்பல் காற்றில் அடித்துச் செல்லப்பட்டது. பொதுவாக நடக்கக்கூடிய விஷயம்தான். மேலும் அந்த கப்பல் கொஞ்சம் சிதைந்தும் போனது. பழுது நீக்கவும் சாதகமான காற்று வீசும்வரை காத்திருக்க நேர்ந்த காலகட்டத்தில் போர்ச்சுகீசிய மொழியைக் கற்றுக்கொண்டார். இந்தியாவின் கடலோரப் பகுதியில் இருந்தவர்களில் பிறருடைய மொழி தெரியாதவர்களுக்கு அரைகுறை போர்ச்சுகீசிய மொழியே தகவல் தொடர்பு மொழியாக இருந்தது.

இந்தியா வந்தபோது அவருக்குக் கடன் சுமை இருந்தது. யாரையும் தெரியாது. மனச்சோர்வுக்கு ஆளாகும் தன்மைகொண்டவராகவும் இருந்தார். தனது பூர்விக ஊரான மார்கெட் ட்ரைடனில் உயரமான சர்ச்சுகளின் புறச்சுவரில் ஏறும் சாகசங்கள் செய்துவந்தவரான ராபர்ட் க்ளைவுக்கு கிளர்க் வேலை மிகவும் சலிப்பாக இருந்திருக்கும். வந்து சேர்ந்த எட்டு மாதங்கள் கழித்து தன் உறவினருக்கு ஒரு கடிதம் எழுதினார்: 'சொந்த ஊரை விட்டு வந்ததிலிருந்து ஒரு நாளைக்கூட நான் சந்தோஷமாகக் கழிக்கவில்லை'.

ஒரு வருடம் கழித்து, ஃபிரெஞ்சு படையின் வருகையைத் தொடர்ந்து சலிப்பு நிறைந்த கிளர்க் வேலையில் மாறுதல் ஏற்பட்டது. மதராஸை ஒப்படைத்த பின்னர், ஃபிரெஞ்சுக்காரர்களுடன் மோதலில் ஈடுபடமாட்டோம் என்று எழுதிக் கொடுத்ததைத் தொடர்ந்து சுதந்தரமாகச் செல்ல முன்பு அனுமதிக்கப்பட்டிருந்தனர். கம்பெனியினர் சிலர் இப்படி எழுதிக்கொடுக்க விரும்பியிருக்க வில்லை. அவர்களில் ஒருவர் ராபர்ட் க்ளைவ். முகத்தைக் கறுப்பாக்கிக் கொண்டு காலில் கறுப்பு ஸ்டாக்கிங்க்ஸ் அணிந்து கொண்டு இந்தியர்கள்போல் தங்களை மாற்றிக்கொண்டு தப்பி விட்டனர். தென் திசையில் பாண்டிச்சேரியையும் தாண்டிச் சென்று செயிண்ட் டேவிட் கோட்டையை அடைந்தனர்.

செயிண்ட் டேவிட் கோட்டையில் ராணுவப் பணியில் சேர க்ளைவ் விருப்பம் தெரிவித்தார். எல்லா கம்பெனியினரும் செய்வதுபோல் அந்தப் பணியோடு வர்த்தகத்திலும் ஈடுபட்டார். சம்பளம் தரப்படாத கம்பெனி ஊழியர்களுக்கு அது பணம் ஈட்டிக்கொள்ள அனுமதிக்கப் பட்டும் இருந்தது. கைக்குட்டைகள் மற்றும் பட்டு சரிகை போன்றவற்றில் முதலீடு செய்தார். ராணுவத்தில் இருந்தபோது ஃபிரெஞ்சுக்காரர்கள் மேற்கொண்ட இரண்டு தாக்குதல்களை முறியடித்திருந்தார். மேஜர் ஸ்ட்ரிங்கர் லாரன்ஸின் தலைமையின் கீழ் இருந்தார். அவர் மிகவும் திறமையான ராணுவ வீரர். ஃபாண்டெனாய் மற்றும் குலோடென் போர்களில் பங்கெடுத்தவர், பிற வழக்கமான கம்பெனி அதிகாரிகளைப்போல் திறமையற்றவர் அல்ல. அவர்களில் பலர் அவர்களுடைய திறமையின்மைக்காகவே பெரிதும் நினைவுகூரப்படுவதும் உண்டு. நிபுணத்துவம் மிகுந்த மேஜர் லாரன்ஸ் மிகுந்த அக்கறையுடன் க்ளைவைத் தன் அரவணைப்பில் வைத்துக்கொண்டு பொறுமையாக நிறைய விஷயங்கள் கற்றுக்கொடுத்தார்.

ஃபிரெஞ்சுப் படைகளுடன் மேற்கொள்ளப்பட்ட அமைதி ஒப்பந்தத்துக்குப் பிந்தைய மோதல்களில் தஞ்சாவூர் மற்றும்

தேவிகோட்டை பகுதியில் நடந்தவற்றில் ராபர்ட் க்ளைவ் பங்குபெற்றிருந்தார். ஸ்ட்ரிங்கர் லாரன்ஸின் மனதில் தன் வீரத்தின் மூலம் நல்ல இடத்தைப் பிடித்தார். கம்பெனி வசம் மதராஸ் திருப்பிக் கொடுக்கப்பட்டதைத் தொடர்ந்து, ராபர்ட் க்ளைவ் கம்பெனி ராணுவத்தில் கேப்டனாக பதவி உயர்வு கேட்டு விண்ணப்பித்தார். அது மறுக்கப்பட்டதும் நிர்வாகப் பணிக்குத் திரும்பத் தீர்மானித்தார். மதராஸில் கோட்டைக் காவல் பணியாளர் களுக்கும் பிறருக்கும் ஆயுதம் மற்றும் உணவுப் பொருள் வழங்கும் பிரிவில் கண்காணிப்பாளராகச் சேர்ந்தார். நல்ல கையூட்டு கிடைக்க வாய்ப்பிருந்த வேலை. ராணுவத்துக்கு உணவுப் பொருட்கள், ஆயுதங்கள் எல்லாம் வழங்கும் பணியையும் கற்றுத் தேர்ந்தார்.

1751-ல் திருச்சினாப்பள்ளி மோதலின் போது பொருட்கள் வழங்கும் பொறுப்பில் இருந்தார். செயிண்ட் டேவிட் கோட்டைக்குத் திரும்பிச் சென்று சம்பளம் அதிகம் தரவேண்டாம்; கேப்டன் பதவி மட்டும் தாருங்கள் என்று கேட்டுக்கொண்டிருந்தார். அந்தக் கோரிக்கையை சந்தோஷத்துடன் ஏற்றுக்கொண்டனர். ஆற்காட்டைத் தாக்கும் பொறுப்பு அவரிடம் தரப்பட்டது. சந்தா சாஹிபின் தலைநகரமாக இருந்த அதில் பலவீனமான காவல் படையே இருந்தது. செயிண்ட் டேவிட் கோட்டை, மதராஸ் ஆகிய பகுதிகளில் காவல் படையை வெகுவாகக் குறைத்துவிட்டு 300 சிப்பாய்களையும் (ஐரோப்பிய பாணியில் உடை அணிந்த இந்திய போர் வீரரைக் குறிக்கும் பாரசீகச் சொல்) 210 ஐரோப்பிய வீரர்களையும் கொண்ட படைக்குத் தலைமை தாங்கும் பொறுப்பு கேப்டன் ராபர்ட் கிளைவ் வசம் தரப்பட்டது.

கேப்டன் க்ளைவ் தன் படையுடன் 22 ஆகஸ்ட் 1751-ல் மதராஸில் இருந்து புறப்பட்டார். ஆற்காடு 65 மைல் தொலைவில் இருந்தது. நவீன நிபுணத்துவம் வாய்ந்த படை அல்ல அது. அதன் பெரும்பாலான அதிகாரிகள் எல்லாம் நிர்வாகப் பணியில் இருந்தவர்களே. ராபர்ட் க்ளைவ் பின்னாளில் அந்தப் படையில் இருந்த ஐரோப்பிய வீரர்களைப் பற்றிச் சொல்லும்போது 'ஒன்றுக்கும் உதவாதவர்கள், சொன்ன பேச்சு கேட்காதவர்கள்' என்று குறிப்பிட்டிருக்கிறார்.

இந்திய வீரர்களுக்குப் பயிற்சி தரப்பட்டதே இல்லை. மூன்று சிறிய பீரங்கிகள் இருந்தன. தன்னிடம் சொல்லப்பட்டதைவிட சந்தா சாஹிபின் காவல் படை சற்று பலம் வாய்ந்தது என்பது ஆற்காடுக்குப் போகும் வழியில் க்ளைவுக்குத் தெரியவந்தது. கூடுதல் பீரங்கிகள் வேண்டும் என்று மதராஸுக்குச் செய்தி அனுப்பினார்.தொடர்ந்து படையை முன்னகர்த்தி வந்தார். போகும்

வழியில் அவருடைய படையை இடி மின்னல் தாக்கியது. எனினும் தொடர்ந்து ஆற்காடு நோக்கிச் சென்றார். 1 செப்டம்பர் காலையில் ஆற்காடைச் சென்று சேர்ந்தார். அங்கு அவர்களுக்குப் பெரிய ஆச்சரியம் காத்திருந்தது. அந்தக் கோட்டையில் காவலுக்கு யாருமே இல்லை. 'மின்னல் தாக்கியும் ராபர்ட் க்ளைவின் படைக்கு ஒன்றுமே ஆகவில்லை. இது ஏதோ தெய்வச் செயல். மாபெரும் அதிசயம்' என்று சந்தா சாஹிபுக்கு ஒற்றர்கள் தகவல் அனுப்பியிருக்கிறார்கள். காவலுக்கு இருந்த ஆயிரம் பேரும் சிட்டாய்ப் பறந்து விட்டிருந்தனர். பிரிட்டிஷார் அந்த ஊரை எளிதில் கைப்பற்றினர்.

பிரிட்டிஷாரின் வெற்றி பற்றி பாண்டிச்சேரிக்கும் ஓர் ஒற்றர் செய்தி கொண்டுசென்றார். இரண்டு பேரல் மதுபானத்துடன் அவர்கள் வந்து சேர்ந்ததாகச் சொல்லியிருந்தார். மது பானம் அருந்தி இருந்தால் 18-ம் நூற்றாண்டு படைவீரர்கள் எந்த எல்லைக்கும் செல்லத் தயங்கமாட்டார்கள் என்பது அனைவருக்கும் தெரியும். எனினும் மதராஸின் கவர்னர் தாமஸ் சாண்டரஸ், ஊரில் இருப்பவர்கள் யாரையும் எந்த நிலையிலும் துன்புறுத்தவோ நெருக்கடிக்கு உள்ளாக்கவோகூடாது என்று உத்தரவு பிறப்பித்திருந்தார். ராபர்ட் க்ளைவ் இந்த உத்தரவைக் கடுமையாக அமல்படுத்தினார். லட்சம் பேர் இருந்த அந்த ஊரில் நாங்கள் நல்லவிதமாக நடந்துகொண்டதால் எந்தவித எதிர்ப்பும் இருந்திருக்கவில்லை. 'ஒருவேளை அவர்கள் எதிர்த்திருந்தால் எங்களால் சமாளித்திருக்கவே முடியாது. எனவே இதே சுமுகமான வழியையே வருங்காலத்திலும் பின்பற்றவேண்டும்' என்று ராபர்ட் க்ளைவ் தீர்மானித்துக்கொண்டார். முகலாயர்களின் கொடியைக் கோட்டையில் பறக்கவிட்டார். அதன் மூலம் முகலாயர்களின் விருப்பத்துக்கு ஏற்பவே பிரிட்டிஷார் அந்தக் கோட்டையைக் கைப்பற்றியிருப்பதாக பார்ப்பவர்களை நம்பவைத்தார். இந்த ஏமாற்றுவேலை பின்னாளில் அவருக்குப் பலன் தரவும் செய்தது.

அப்போதைக்கு எப்படியும் தம்மை முற்றுகையிடுவார்கள் என்று தெரிந்ததால் அதற்குத் தயாரானார் க்ளைவ். ஆற்காடு படை எதிர்பார்த்தது போலவே இவர்களை முற்றுகையிட நெருங்கியது. அவர்களை விரட்டியடிக்க எடுத்த இரண்டு முயற்சிகள் தோற்றுப் போகவே நள்ளிரவில் தாக்கத் தீர்மானித்தார். பிரிட்டிஷார் தாக்கியபோது பலரும் தூங்கிக் கொண்டிருந்தனர். யாரும் தப்பித்து ஓடக்கூட முடியாமல் க்ளைவ் துப்பாக்கிச் சூட்டை ஆரம்பித்தார். ஒரு வீரர் கூட உயிர் இழக்காமல் பெரும் இழப்பை ஏற்படுத்திவிட்டு எளிதில் கோட்டைக்குத் திரும்ப ராபர்ட் க்ளைவின் படையால்

முடிந்தது. முற்றுகை ஆரம்பிப்பதற்கு இரண்டு நாட்களுக்கு முன்பாக ராபர்ட் க்ளைவ் கேட்டிருந்த இரண்டு பெரிய பீரங்கிகள் வந்து சேர்ந்தன. 300 கால்நடைகளும் உடன் வந்திருந்தன.

சந்தா சாஹிபின் 400 பேர் கொண்ட ராணுவமும் 150 ஃபிரெஞ்சு படைவீரர்களும் சேர்ந்து முற்றுகைக்கு வந்து சேர்ந்தனர். முன்பே இருந்த காவல் படை, அருகில் இருந்த படைகள் எல்லாம் சேர்த்து 10,000 பேருக்கு மேல் பெருகிவிட்டனர். ராபர்ட் க்ளைவ் வசம் 129 ஐரோப்பிய வீரர்களும் 200 சிப்பாய்களும் மட்டுமே இருந்தனர். ஆற்காடு கோட்டையின் அமைப்பு அதைக் காப்பது மிகவும் சிரமமானதாக ஆக்கியிருந்தது. காவல் பணி செய்தாகவேண்டிய மதில் சுவரானது ஒரு மைல் சுற்றளவு கொண்டிருந்தது. வெளியில் இருந்த ஊரின் வீடுகளால் சூழப்பட்டிருந்தது. எதிரிகளுக்கு கோட்டைக்கு வெகு அருகில் வந்து தாக்குதல் நடத்த அது வழிவகுப்பதாக இருந்தது. ராபர்ட் க்ளைவ் கண்காணிப்புப் பணி மேற்கொண்டபோது மூன்று முறை அவருடன் வந்த காவலர்கள் சுட்டுக் கொல்லப்பட்டுவிட்டனர்.

மதராஸிலும் செயிண்ட் டேவிட் கோட்டையில் இருந்தும் உதவிக்குப் படைகளை அனுப்பும் முயற்சிகள் தீவிரமாக மேற்கொள்ளப்பட்டன. ஆனால் அக்டோபர் மாதத்தில்தான் 130 ஐரோப்பிய வீரர்களும் 100 சிப்பாய்களும் மதராஸில் இருந்து ஆற்காடு நோக்கிப் புறப்பட்டனர். இந்தப் படையானது வழியில் தடுக்கப்பட்டது. அடைக்கலம் தேடி ஓட வேண்டிவந்துவிட்டது.

பாண்டிச்சேரியில் இருந்து அனுப்பப்பட்ட பீரங்கிகள் வந்து கோட்டையைத் தாக்கத் தொடங்கின. எதிர்பாராத ஒரு இடத்தில் இருந்து உதவி வந்து சேரும்வரை அந்தப் போரில் பிரிட்டிஷாருக்கு வெற்றி வாய்ப்பு மிக மிக மங்கலாகவே இருந்தது. மராத்தா படை ஒன்று அருகில் மேற்கில் இருந்த ஒரு மலையில் முகாமிட்டிருந்தது. முகமது அலிக்கு உதவுவதற்காக வந்த படை அது. சம்பள விஷயத்தில் தெளிவான ஒரு முடிவு எடுக்கப்படாமல் இருந்ததால் அங்கு காத்துக்கொண்டிருந்தார்கள். க்ளைவ் தனக்கு உதவும்படி அவர்களுக்குக் கோரிக்கை விடுத்தார். பேச்சுவார்த்தைகள் கொஞ்சம் நீண்டுகொண்டே சென்றது. ஒருவழியாக மராத்தா படை ஆற்காடு நோக்கித் திரும்பியது. கம்பெனி அனுப்பிய படையும் ஆற்காடு நோக்கி வந்துகொண்டிருந்தது. இந்தத் தகவல்கள் கிடைத்ததும் முற்றுகையிட்டிருந்த படைகளிடையே பதற்றம் ஏற்பட்டது. கண்ணியமான முறையில் சரணடைந்துவிடவேண்டும். இல்லை என்றால் கோட்டைக்குள் பாய்ந்து அனைவரையும் கொன்று

விடுவோம் என்று ராபர்ட் க்ளைவுக்கு இறுதி எச்சரிக்கை விடப்பட்டது.

தாக்குதலானது 14 நவம்பரில் ஆரம்பித்தது. இது தொடர்பான, உளவுத் தகவல் க்ளைவுக்கு முன்பே கிடைத்திருந்ததால் அவர் தயாராக இருந்தார். யானைப்படை கோட்டை வாயில் நோக்கி முன்னேறியது. துப்பாக்கியால் கோட்டை மதில் மேலிருந்து குறிபார்த்துச் சுட்டதும் யானைகள் மிரண்டு, வழிநடத்தி வந்த தலைவர்களை மிதித்துத் தள்ளி ஓட ஆரம்பித்தன. தொடர்ந்து துப்பாக்கியால் சுட்டதால் கோட்டைக்குள் நுழைய முற்பட்ட சிப்பாய்கள் பலர் இறக்க நேர்ந்தது. ஒரு மணி நேரத்தில் க்ளைவின் ஆட்களால் 12,000 புல்லட்கள் சுடப்பட்டன என்று சொல்லப் படுகிறது.

எனினும் சில சிப்பாய்கள் துணிந்து முன்னேறினர். அவர்களுடைய தலைவர் கோட்டை மேல் ஏறி கொடியை ஏற்றிவிட்டார். உடனே அவர் சுட்டுக் கொல்லவும்பட்டார். அவருடைய மரணம் படைவீரர்களை நிலைகுலையச் செய்தது. ஃபிரெஞ்சுப் படை சரியான தலைமை இல்லாமல் செயல் திறம் குறைந்து போனது. அவர்களின் தாக்குதல் முயற்சி தோல்வியடையத் தொடங்கிவிட்டது மெள்ளப் புரிய ஆரம்பித்தது. இறந்த உடல்களை எடுத்துச் செல்ல ஒப்பந்தம் செய்யப்பட்டது. தாக்குதல் நடத்திய படை இரவில் விலகிச் சென்றது. ஆயுதங்கள், பீரங்கிகள் பலவற்றை விட்டுச் சென்றது. முற்றுகை முடிவுக்கு வந்தது. ஃபிரெஞ்சுப் படை மற்றும் அதன் கூட்டணியினர் மீதான பிரிட்டிஷாரின் முதல் முக்கியமான வெற்றி.

இதனிடையில் அன்று காலையில் மதராஸில் இருந்து ஒரு படை வந்து சேர்ந்தது. மராத்தா படையினர் இனி தேவை இல்லை என்பது தெரிந்ததும் அவர்கள் திருச்சியில் இருந்த முகமது அலியின் படையுடன் சேரச் சென்றனர். எனினும் சந்தா சாஹிப் மற்றும் ஃபிரெஞ்சுப் படையினர் மீண்டும் தாக்கக்கூடும் என்பதால் ஆயிரம் மராத்தா வீரர்கள் மட்டும் க்ளைவுடன் இருந்தனர். ஆரணி, காஞ்சிபுரம் ஆகிய பகுதிகளிலும் வெற்றி கிடைத்தது. மதராஸின் கவர்னர் க்ளைவுக்குப் பாராட்டுக் கடிதம் எழுதினார்: 'முல்லாக்கள் ஆற்காடு போர் வரலாறு பற்றி எழுதிவருவதாகக் கேள்விப் பட்டேன். உங்கள் பெயர் காலம் கடந்து நிற்கும்'.

மராத்தாக்கள் திருச்சியில் இருந்த படையினருடன் சென்று சேர்ந்தனர். சிறிய படையை வைத்துக்கொண்டு அங்கு இருப்பதில் பலன் இல்லை என்பதால் ராபர்ட் க்ளைவ் உடனே மதராஸுக்குத்

திரும்பினார். மேலும் 500 சிப்பாய்களைப் படையில் சேர்த்துக்கொண்டார். 100 ஐரோப்பிய வீரர்கள் வங்காளத்தில் இருந்து வந்தனர். இங்கிலாந்து சென்றிருந்த ஸ்ட்ரிங்கர் லாரன்ஸ் திரும்பி வந்தபோது ராபர்ட் க்ளைவ் அடுத்த தாக்குதலுக்குத் தயாராகிக் கொண்டிருந்தார். க்ளைவுக்கு அது பெரும் வரமாக அமைந்தது. ஏற்கெனவே மூத்த அதிகாரிகள் மத்தியில் க்ளைவ் மீதான பொறாமை கனன்று எரியத் தொடங்கியிருந்தது. அவருக்குக் கீழே போர் புரியமாட்டேன் என்று சொல்லும் நிலையில் இருந்தனர். ராபர்ட் க்ளைவ் மீது மிகுந்த நம்பிக்கை வைத்திருந்த தளபதி லாரன்ஸ் வந்து சேர்ந்ததைத் தொடர்ந்து அந்தப் பிரச்னைகள் உடனே விலகின.

லாரன்ஸும் க்ளைவும் திருச்சிக்கு அருகில் 1752 மார்ச் இறுதி வாக்கில் வந்து சேர்ந்தனர். முகமது அலியின் படையுடன் மராத்தாக்களின் படையும் பிற படைகளும் சென்று சேர்ந்தன. சந்தா சாஹிபின் படையும் ஃபிரெஞ்சுப் படையும் கிழக்குப் பக்கத்தில் முகாமிட்டிருந்தன. கோட்டைக்குள் இருந்த கம்பெனி படையினர் வெளியில் வந்துகொண்டிருக்கும் படையுடன் சேர தப்பிச் சென்றதை ஃபிரெஞ்சுப் படைகளால் தடுக்க முடியவில்லை. ஒரு கட்டட மறைப்பைப் பயன்படுத்திக்கொண்டு ராபர்ட் க்ளைவ் எதிரிகளுக்கு வெகு அருகே சென்று பீரங்கியால் தாக்கினார். சந்தா சாஹிபின் குதிரைப் படைத் தளபதியின் தலை துண்டாகச் சிதறியது. அவருடைய ஆட்கள் சிதறி ஓடினர். லாரன்ஸும் க்ளைவும் திருச்சி கோட்டைக்குள் நுழைந்தனர்.

திருச்சியின் வடக்கே பாய்ந்த காவேரி ஆற்றின் பாதையானது இரண்டாகப் பிரிந்துசெல்ல, ஸ்ரீரங்கத் தீவு நடுவில் இருந்தது. சந்தா சாஹிபின் படையின் பெரும்பாலான ஆட்களுடன் ஃபிரெஞ்சுப் படையானது ஆற்றைக் கடந்து ஸ்ரீரங்கத்துக்குச் சென்றது. அங்கு இருந்த கோவிலானது வலுவான மதில் சுவரை உடையது. அது மிகவும் பாதுகாப்பானது என்பதால் ஃபிரெஞ்சுப் படை அதைக் கைப்பற்றியது. அந்தத் தீவை முற்றுகையிட பிரிட்டிஷார் தீர்மானித்தனர். தெற்குப் பக்கம் இருந்த பாதையை மறித்தனர். பாண்டிச்சேரியில் இருந்தும் வடக்குப் பக்கம் இருந்தும் வரும் உதவிகளை நிறுத்த ராபர்ட் க்ளைவை ஆற்றுப் பக்கம் அனுப்பினர். பிரிட்டிஷ்படையில் இருந்து அதிருப்தியடைந்து சென்றிருந்தவர்கள் ஃபிரெஞ்சுப்படையினருடன் சேர்ந்து நள்ளிரவில் நடத்திய திடீர் தாக்குதலில் க்ளைவ் கிட்டத்தட்ட இறந்தே போயிருக்கக்கூடும். நல்லவேளையாக எப்படியோ சுதாரித்துக்கொண்டு அவர்களை அடித்துவிரட்டினார்.

பாண்டிச்சேரியில் இருந்து உதவிக்குப் படை வந்தது. ஆனால் ராபர்ட் க்ளைவ் அதை அழித்துவிட்டார். ஆற்றுக்கு வடக்குப் பக்கம் இருந்த சந்தா சாஹிபின் கடைசிப் படையை வீழ்த்த க்ளைவ் புறப்பட்டார். கூடவே ஸ்ரீரங்கத் தீவில் இருந்தவர்கள் மீதும் பீரங்கியால் தாக்க ஆரம்பித்தார். தொடர் தாக்குதலானது சந்தா சாஹிபின் படையினரை நிலைகுலைய வைத்தது. சிலர் ஓடி விட்டனர். பலர் அப்படியே ராபர்ட் க்ளைவ் பக்கம் வந்துவிட்டனர். ஃபிரெஞ்சுப் படை சரணடைந்தது. சந்தா சாஹிப்பை முகமது அலியின் கூட்டுப் படையினர் கைப்பற்றி தலையை வெட்டி வீழ்த்தினர்.

திருச்சினாப்பள்ளி போரானது தக்காணத்தின் அசைக்க முடியாத தலைவராக முகமது அலியை ஆக்கியது. அவரின் நட்பு சக்தியாக பிரிட்டிஷார் இருந்தனர். ஃபிரெஞ்சுப் படை ஓரங்கட்டப்பட்டது. கர்நாடகப் பகுதியில் பாண்டிச்சேரியும் சில சிறிய துறைமுகங்களும் மட்டுமே அவர்கள் வசம் இருந்தன. அதோடு அவர்களுடைய படையில் பெரும்பகுதியை இழந்தும் விட்டனர். வடக்கே இருந்த நிஜாமின் பகுதிகளில் அவர்கள் இன்னும் வலிமையுடனே இருந்தார்கள் என்பது உண்மைதான். ஆனால், அயல் நாட்டு வர்த்தகத்துக்குத் தேவையான துறைமுகங்கள் எதுவும் இல்லாத பகுதிகள் அவை.

தூப்ளே முடங்கிவிடவில்லை. ஃபிரான்ஸில் இருந்து சில படைகள் வந்து சேர்ந்தன. மராத்தாக்களைத் தமக்கு ஆதரவு தரும்படிச் செய்தார். திருச்சியை மீட்டெடுக்க மைசூர் மன்னரிடம் ராஜ தந்திரமாகப் பேசி தமது ஃபிரெஞ்சுப் படையை அதற்குப் பயன் படுத்திக்கொள்ளும்படிக் கேட்டுக்கொண்டார். இந்த முயற்சியும் தோல்வியில் முடிந்தது. ஃபிரெஞ்சுப் படையினர் இதிலும் தோற்றனர். நானூறு படைவீரர்கள் இறந்தனர்.

1754-ல் தூப்ளே அமைதிப் பேச்சுவார்த்தையை ஆரம்பித்தார். இதனிடையில் ஐரோப்பாவில் தூப்ளேவை விமர்சிக்க ஆரம்பித்தனர். தொடர்ந்து நடந்த போரினால் ஏற்பட்ட செலவு மற்றும் இழப்பு குறித்து ஃபிரெஞ்சு கம்பெனி இயக்குநர்கள் எச்சரிக்கையடைந்தனர். பிரிட்டிஷாருடனான போர்கள் என்பவை முகலாயர்களுடனான ஆதரவினால் நடப்பவையே என்ற கதையை அவர்கள் நம்பவில்லை. அதோடு ஃபிரெஞ்சு கம்பெனி நஷ்டத்தில் ஓடிக்கொண்டிருந்தது. லண்டனில் இருந்த கிழக்கிந்திய கம்பெனியுடன் பேச்சுவார்த்தை நடத்த பிரதிநிதிகள் சிலரை ஃபிரெஞ்சு கம்பெனியினர் அனுப்பினர். பிரிட்டிஷ் அரசுடனும்

ஃபிரெஞ்சு தூதுவர் பேச்சுவார்த்தை நடத்தினார். தூப்ளேவைப் பதவி நீக்கம் செய்யவேண்டும் என்று தீர்மானிக்கப்பட்டது.

1 ஆகஸ்ட் 1754-ல் சார்லஸ் கொதூ பாண்டிச்சேரிக்கு அருகில் வந்து சேர்ந்தார். தூப்ளேவுக்கு மூன்று ஆவணங்களைக் கொடுத்து அனுப்பினார். நிலைமையை விரைவில் சரி செய்துவிடலாம் என்று உத்தரவாதம் அளித்து அவரே எழுதிய கடிதம் ஒன்று. இந்தியாவில் ஃபிரெஞ்சுச் செயல்பாடுகள் பற்றிய முழுமையான அறிக்கையைக் கேட்டு இன்னொரு கடிதம். இன்னொன்று ஃபிரெஞ்சு மன்னர் தூப்ளேவைத் திரும்பி வரச் சொல்லி அனுப்பிய கடிதம். அடுத்த நாள் சார்லஸ் கொதூ கரையிறங்கினார். கவுன்சில் சேம்பருக்குச் சென்று தூப்ளேவை நீக்கிவிட்டுத் தன்னை நியமனம் செய்த விவரத்தைச் சொன்னார். பெரும் மௌனம் நிலவியது. தூப்ளே, உரத்த குரலில் 'மன்னர் வாழ்க' என்று முழங்கினார்.

சார்லஸ் கொதூ கிழக்கிந்திய கம்பெனியுடன் பேச்சுவார்த்தையில் ஈடுபட்டார். சம இடங்களை வைத்திருத்தல் என்று ஒரு ஒப்பந்தத்தை இரு கம்பெனிகளும் செய்துகொண்டன. இதன் அர்த்தம் என்னவென்றால் தூப்ளே கைப்பற்றிய இடங்களில் பெரும்பாலானவற்றைத் திருப்பிக் கொடுப்பதாக ஆகும். எனினும் இதை நடைமுறைப்படுத்துவதற்கு முன்பாக ஐரோப்பாவில் இது பற்றி விவாதித்து முடிவு செய்யவேண்டியிருந்தது. 1756-ல் இரு நாடுகளும் மீண்டும் போரில் ஈடுபடவே இந்த முயற்சி நிறுத்திவைக்கப்பட்டது.

தூப்ளே பாண்டிச்சேரியில் இருந்து புறப்படுவதற்கு முன்பாக, ஃபிரெஞ்சு அரசங்கமானது தனது செயலைக் கொஞ்சம் நினைத்துப் பார்த்தது. நீங்களே கவர்னராகத் தொடர வேண்டிவரலாம்; ஆனால், பிரிட்டிஷாருடன் தூது நடவடிக்கையை சார்லஸ் கொதூ கவனித்துக் கொள்ளட்டும் என்று தூப்ளேவுக்கு ஒரு கடிதம் அனுப்பப்பட்டது. துரதிஷ்டவசமாக தூப்ளேவுக்கு அந்தக் கடிதம் கிடைப்பதற்கு முன்பாகவே அவர் ஃபிரான்ஸுக்குப் புறப்பட்டுவிட்டார். ஃபிரான்ஸில் அவருக்கு நல்ல வரவேற்பு தரப்பட்டது. ஆனால், பிரிட்டிஷாருடன் ஒப்பந்தம் கையெழுத்தானதும் தூப்ளே இனி தேவை இல்லை என்று முடிவு செய்யப்பட்டது. தனது கனவுகளை நிறைவேற்றிக்கொள்ள தன் கையிலிருந்து பெரும் தொகையை கம்பெனிக்குக் கொடுத்திருந்தார். கணிசமான அளவு கடனும் வாங்கியிருந்தார். கடன் கொடுத்தவர்கள் பணத்தைத் திருப்பிக் கேட்டபோது கம்பெனி அவருக்கு உதவ மறுத்துவிட்டது. கைது செய்ய உத்தரவு பிறப்பிக்கப்பட்டது. கடனைத் திருப்பிக்

கொடுக்காத குற்றத்துக்காக அவர் சிறை செல்வதில் இருந்து தப்பிக்க முயற்சிகள் மேற்கொண்டிருந்த நிலையில் 1764-ல் ஏழ்மையில் உயிர் துறந்தார்.

•

பிரிட்டிஷாருடனான ஒப்பந்தம் கையெழுத்தாகும் முன் ஃபிரெஞ்சு கம்பெனி ஒரு சலுகையைத் தந்திருந்தது. பாண்டிச்சேரிக்கு அருகில் சிறைப்பிடித்திருந்த ஸ்விஸ் வீரர்களை பிரிட்டிஷாருக்குக் கொடுத்தனர். ஸ்விட்சர்லாந்துக்காரர்கள் ஐரோப்பிய நாடுகளுக்கு இடையில் நடந்த 18-ம் நூற்றாண்டுப் போர்களில் மிகச் சிறப்பாகச் செயல்பட்ட வீரர்கள். கிழக்கிந்திய கம்பெனி சமீபத்தில் வரவழைத்திருந்த 1800 வீரர்களில் 500 பேர் ஸ்விட்சர்லாந்துக்காரர்கள். உண்மையில் இந்த 'ஸ்விஸ் வீரர்கள்' கூட்டமானது பிற ஐரோப்பிய நாடுகளில் இருந்து சாகசம் விரும்பிச் சென்ற கூட்டத்தினரே.

ஐரோப்பிய ராணுவ வீரர்கள் இந்தியாவுக்குப் பல காலமாகவே வந்தவண்ணம் இருந்திருக்கிறார்கள். ஆயுதங்களைக் கையாள்வதில் அவர்களிடம் இருந்த அல்லது இருந்ததாக நம்பப்பட்ட திறமைகளுக்காக அவர்கள் முக்கியமானவர்களாக மதிக்கப்பட்டிருக்கிறார்கள். பல இந்திய ஆட்சியாளர்கள், குறிப்பாக பாரசீகத்தில் இருந்து வந்தவர்கள் பீரங்கி, எறிகணை போன்றவற்றில் தெளிவற்ற எண்ணம் கொண்டவர்களாக இருந்தனர். அவை அவசியம்தான்; ஆனால் அவை வீரத்துக்கு எடுத்துக்காட்டு அல்ல; கண்ணியமான வீரர்களின் ஆயுதம் அல்ல என்று கருதினர். போர்ச்சுகீசியர்களுக்கும் இப்படியான தயக்கங்கள் இருந்தன. அவர்கள் பல பீரங்கிகளை உருவாக்கியிருக்கிறார்கள் என்பது உண்மைதான். ஆனால் அவற்றின் செயல் திறமானது மிகவும் கேலிக்குரியது. ஆரம்பத்திலிருந்தே இந்தியப் போர்களுக்கு அவர்கள் ஜெர்மானியர்களையே பயன்படுத்திக்கொண்டனர். பீரங்கிகள் உருவாக்க ஐரோப்பிய நாடுகளிலிருந்து பலரை வரவழைத்துக்கொண்டனர்.

1503-ல் மிலனில் இருந்து வந்திருந்த இரண்டு பீரங்கி வீரர்கள் அவர்களுடைய படையில் இருந்து விலகிச் சென்று கோழிக்கோட்டில் இருந்த சமுத்திரன் மன்னர் பக்கம் சேர்ந்தனர். அங்கு பல பீரங்கிகளைச் செய்ததோடு அவருடைய படையைச் சேர்ந்த பலருக்கு பயிற்சியும் தந்தனர். ஐரோப்பியர்கள் வருவதற்கு முன்பிருந்தே இந்தியாவிலும் பீரங்கிகள் செய்யப்பட்டன. ஆனால், அவற்றின் செயல் திறம் மிகவும் குறைவாகவே இருந்தது. மேலும்

அவர்களுக்கு அதைத் திறமையாகப் பயன்படுத்தத் தெரிந்திருக்க வில்லை.

ஐரோப்பியர்களில் பலர் முகலாய மன்னரின் படையில் சேர்ந்து கொண்டனர். 16-ம் நூற்றாண்டின் முதல் பாதியில் துருக்கியில் இருந்து வந்த ரூமிகான், குஜராத்தைச் சேர்ந்த பஹதூர் ஷாவின் பீரங்கிப் படையை நவீனப்படுத்தினார். ராஜஸ்தானின் ராஜ புத்திரர்களுக்கு எதிரான போரில் குஜராத் மன்னர் வெற்றிபெற அது வழிவகுத்தது. ஐரோப்பிய வீரர்கள் குறிப்பாக போர்ச்சுகீசியர்கள் அவருக்கு உதவி புரிந்தனர். 17-ம் நூற்றாண்டின் மத்தியப்பகுதியில் ஆக்ராவுக்கு 100 மைல் தெற்கே இருந்த நார்வார் பகுதியில் இருந்த முகலாய மன்னரின் படையில் பல போர்ச்சுகீசியர்கள் இருந்தனர்.

வெனிஸைச் சேர்ந்த நிக்கோலீ மனுச்சி என்பவர் ஔரங்கஜீப்புக்கும் அவருடைய சகோதரருக்கும் பீரங்கிப் படை அதிகாரியாக இருந்தார். ஔரங்கஜீப்பின் மிகப் பெரிய படை பற்றி கெமெலி கரேரி சொன்னது: இந்த பீரங்கிகளெல்லாம் மிகவும் கனமானவை. ஃபிராங்கியர்கள் (ஜெர்மானியர்) அல்லது கிறிஸ்தவ வீரர்களின் வழிகாட்டுதலில் இயங்கின. குறிப்பாக போர்ச்சுகீசியர்கள், ஆங்கிலேயர், டச்சுக்காரர்கள், ஜெர்மானியர், ஃபிரெஞ்சுக் காரர்களாக இருந்தனர். இவர்களுக்கு மிக அதிக சம்பளம் தரப்பட்டது. சில பத்தாண்டுகள் கழித்து நாசிர் ஜங்கின் பீரங்கிப் படைத் தலைவராக அயர்லாந்துக்காரர் இருந்தார். மிகக் குறைவான அனுபவமே பெற்ற பலரும் இந்தியாவுக்கு வந்தனர். மிகப் பெரிய பாரம்பரியமான படைகளை ஐரோப்பிய துப்பாக்கிப் பயிற்சி பெற்ற சிறிய படையே வீழ்த்திவிடுவதைப் பார்த்த பின்னர் இந்திய ஆட்சியாளர்கள் ஐரோப்பிய ராணுவ அதிகாரிகளைத் தமது காலாட்படையின் தலைவர்களாக நியமித்தனர். 8-ம் நூற்றாண்டின் இறுதிவாக்கில் ஐரோப்பிய பீரங்கிப் படையும் ஐரோப்பிய காலாட்படைத் தலைவர்களும் எல்லா இந்தியப் படைகளிலும் இடம்பெற்றிருந்தனர்.

•

திருச்சினாப்பள்ளியில் பெற்ற வெற்றிக்குப் பின்னர், ராபர்ட் க்ளைவ் வேறு சிறிய போர்கள் இரண்டில் ஈடுபட்டார். அதன் பின்னர் மதராஸில் உணவுப் பொருள் வழங்கும் பிரிவில் பொறுப்பேற்றுக் கொண்டார். வயிற்றுப் பிரச்னையால் சிறிது காலம் அவதிப்பட்டார். சிறுநீரகக் கற்கள் பிரச்னையாக இருந்திருக்கும் (அது பின்னாளில் பெரிதானது). உடல் நிலை சரியானது. இங்கிலாந்து திரும்பியாகவேண்டும் என்று விரும்பினார்.

'உன்னுடன் கோவெண்ட் கார்டனில்.................. செலவிட்ட மகிழ்ச்சியான தருணங்களை நினைவுகூர்கிறேன்' என்று ஒரு நண்பர் குறிப்பிட்டிருந்தார். எனினும் அது சாத்தியமாகியிருக்கவில்லை. ஏனென்றால், இங்கிலாந்து திரும்புவதற்கு சிறிது நாட்களுக்கு முன்பாக க்ளைவுக்குத் திருமணம் நடந்தது. மார்கரெட் மாஸ்கெலைன் தன் சகோதரரைச் சந்திக்க வந்திருந்தார். கறுப்பு சாயம் பூசிக்கொண்டு ராபர்ட் க்ளைவுடன் தப்பியவர்களில் அந்தச் சகோதரரும் ஒருவர். மார்கரெட்டைக் கண்டதுமே க்ளைவுக்குக் காதல் தொற்றிக்கொண்டுவிட்டது. மூன்று நாட்களுக்கு முன்புதான் இங்கிலாந்துக்குத் தனி ஆளாகத் திரும்ப டிக்கெட் எடுத்திருந்தார். 1753 மார்ச்சில் தம்பதியினர் புறப்பட்டு அக்டோபரில் இங்கிலாந்து வந்து சேர்ந்தனர். க்ளைவ் இந்தியாவில் பத்தாண்டுகள் இருந்திருந்தார். இப்போது அவரிடம் செல்வம் குவிந்திருந்தது. உணவு வழங்கல் பணி மூலமும் தனியாகச் செய்த வணிகத்தின் மூலமும் 40000 பவுண்ட் சேர்த்திருந்தார்.

18 மாதங்கள் இங்கிலாந்தில் இருந்தார். நாடாளுமன்றத் தேர்தலில் போட்டியிட்டார்; தேர்தெடுக்கப்பட்டார். ஆனால் அரசியல் சூழ்ச்சிகளினால் பதவியில் இருந்து விலக்கப்பட்டார். வீட்டின் மீதிருந்த அடமானக் கடனில் பெரும்பகுதியைக் கட்டிமுடித்தார். கம்பெனி அவருக்கு வைரங்கள் பதித்த தங்க வாள் ஒன்றைப் பரிசாகக் கொடுத்தது. இந்தியாவுக்கு ஐந்தாண்டு ஒப்பந்தத்தின் பேரில் திரும்பிவர சம்மதித்தார். செயிண்ட் டேவிட் கோட்டைக்கு கவர்னராக நியமிக்கப்பட்டார். மதராஸின் கவர்னராக ஆகும் வாய்ப்பும் அந்தப் பதவியில் இருந்தது. லெப்டினண்ட் ஜெனரலாகவும் பதவி உயர்வு தரப்பட்டது.

•

அத்தியாயம் 9

பிரிட்டிஷார்

வங்காளத்தைக் கைப்பற்றுதல்

ராபர்ட் க்ளைவ் 1755-ம் ஆண்டு இந்தியா திரும்பினார். அக்டோபரில் அவருடைய படை பம்பாய் வந்தது. மூன்று பீரங்கிப் படை மற்றும் சில நூறு பிரிட்டிஷ் படைவீரர்கள் அதில் இருந்தனர். தக்காணப்பகுதியில் இருந்த ஃபிரெஞ்சுக்காரர்களுக்கு எதிராகப் போர் தொடுக்க விரும்பியிருந்தார். ஆனால், பம்பாயில் இருந்த கம்பெனி அதிகாரிகள் (அவர்கள் மதராஸ் கிளையில் இருந்து சுதந்தரமாகச் செயல்படமுடிந்தவர்கள்) இந்தப் போரில் சேரத் தயக்கம் காட்டினர். கடலோரப் பகுதிகளில் இருந்த 'கொள்ளையர்களை' விரட்டியடிப்பதில் தீவிரமாக இருந்தனர். பல ஆண்டுகளாகவே அந்தப் பணியில் ஈடுபட்டுவந்தார்கள்.

1674-ல் ராய்காட் பகுதிக்கு சிவாஜி மன்னராக நியமிக்கப்பட்டார். நான்கு நூற்றாண்டுகளுக்கு முன்பு இஸ்லாமிய ஆதிக்கம் ஏற்பட்டதற்குப் பின்னால் உருவான முதல் இந்து ராஜா அவர். நன் மதிப்பு பெற்றாகவேண்டிய புதிய மன்னர் ஒருவர் உருவானதைப் பார்த்து பிரிட்டிஷார் மூத்த அதிகாரி ஒருவரைப் பேச்சுவார்த்தைக்கு அனுப்பினர். பரிசுகளுடன் சென்ற அவர் வெற்றிகரமாகப் பேசி வணிகத்துக்கு அனுமதியும் பெற்றார்.

ஆறு ஆண்டுகள் கழித்து சிவாஜி இறந்தார். அவருடைய மகன் சாம்பாஜி மன்னரானார். சாம்பாஜி போர்த்திறமை கொண்டவராக

இருந்தார். சில குறைகளும் கொண்டிருந்தார். மிக அதிகமாக மது அருந்திய அவர் பாலியல் நாட்டம் கொண்டவராகவும் இருந்தார். கோபத்தைக் கட்டுப்படுத்தவும் அவரால் முடிந்திருக்கவில்லை. எனினும் ராஜ்ஜியத்தை விஸ்தரிக்கும் குணம் கொண்டிருந்தார். பம்பாயின் தெற்குப் பகுதியில் முகலாயர்களின் நேச சக்திகளாக இருந்த சித்திகளைத் தோற்கடிக்க விரும்பினார். அவரிடம் அதற்கான படை பலம் இருந்திருக்கவில்லை. ஜஞ்சீராவில் இருந்த சித்திகளின் தீவைக் கைப்பற்ற எடுத்த முயற்சிகள் தோல்வியில் முடிந்தன.

சாம்பாஜியின் படையினர் மேற்கொண்ட அறிவீனமான தாக்குதலினால் பெரும் இழப்பு அவர்களுக்கு ஏற்பட்டிருந்தது. இதனிடையில் பேரரசர் ஔரங்கஜீப்பினால் வழிநடத்தப்பட்ட முகலாயர்கள் பீஜப்பூரின் அடில் ஷாவைத் தோற்கடித்திருந்தனர். கோவாவின் முன்னாள் ஆட்சியாளராகவும் அவர்கள் இருந்தனர். கிழக்குப் பக்கம் இருந்து மராத்தாக்களையும் தாக்க முகலாயர்கள் முடிவெடுத்தனர். உண்மையில் சாம்பாஜி அந்த முகலாயர் களைத்தான் எதிர்த்திருக்கவேண்டும்; சித்திகளை அல்ல.

1689-ல் முகலாய வீரர்களின் சிறிய படை மராத்தாக்களின் பகுதிக்குள் ஊடுருவியது. சங்கமேஷ்வரர் அரண்மனையைக் கைப்பற்றியது. மராத்தாக்களின் வலுவான கோட்டைகள் போலல்லாமல் அது எளிதில் தாக்கமுடிந்ததாக இருந்தது. அந்த அரண்மனையைக் கைப்பற்றுவது எவ்வளவு எளிதாக இருந்ததோ அதுபோலவே மதுபானப் பிரியரான சாம்பாஜி மஹராஜைச் சிறைப்பிடிப்பதும் எளிதாகவே இருந்தது.

தாலாபூரில் இருந்த ஔரங்கஜீப்பின் இடத்துக்கு சாம்பாஜியைக் கொண்டு சென்றனர். தீப்பிழம்பு போல் கொதித்துக்கொண்டிருந்த இரும்புக் கம்பியை மன்னர் சாம்பாஜியின் கண்களில் சொருகினார். அவருடைய நாக்கையும் வெட்டி எறிந்தார். பின்னர் தலையை வெட்டி, கைகளையும் வெட்டி நாய்களுக்கு எறிந்தார்.

சாம்பாஜியின் மோசமான காலகட்டத்தின் போது மராத்தாவினருக்கு சில ஆறுதலான விஷயங்களும் நடந்தன. சித்திகளுடனான போரில் ஒரு மறக்க முடியாத சம்பவம் நடந்தது. சாம்பாஜி கைது செய்யப்பட்ட ஆண்டுக்கு முன்னால் சித்திகள் ஸ்வர்ணதுர்கா கோட்டையை முற்றுகையிடத் தீர்மானித்தனர். இந்த தீவுக் கோட்டையானது பம்பாய்க்கு 100 மைல் தெற்கே இருந்தது. கடலில் இருந்து ஒரு மைல் தொலைவில் இருந்தது. அங்கு நன்னீர்

கிணறுகளும் ஐம்பது அடி உயரமான மதிலும் கொண்டிருந்தது. சித்திக்கள் படையுடன் சென்று அந்தக் கோட்டையை முற்றுகையிட்டனர். அங்கு இருந்தபோது அங்கிருந்த மராத்தா தளபதியுடன் ரகசியப் பேச்சுவார்த்தை ஒன்றை முன்னெடுத்தனர். அது அவர்கள் பொதுவாக மேற்கொள்ளும் வெற்றிகரமான தந்திரம்.

இளம் மராத்தா தளபதியான கனோஜி ஆங்கரேயின் தந்தை ஸ்வர்ணதுர்கா கோட்டையின் துணைத் தளபதியாக இருந்தார். தளபதி சரணடையப்போவது தெரிந்ததும் சில சக அதிகாரிகளின் துணையுடன் தளபதியைக் கைதுசெய்து தானே அந்தப் பதவியை ஏற்றுக்கொண்டார். சித்திக்களை இறுதிவரை எதிர்ப்பது என்று முடிவெடுத்தார். கரையில் இருந்த சித்தி படை மீது தாக்குதல் நடத்தினார். அவர்களுடைய ஆட்கள் பல இறந்தனர். அவரும் சிறைப்பிடிக்கப்பட்டார். எனினும் கனோஜி ஆங்கரே தப்பித்து கோட்டைக்குத் திரும்பிவிட்டார்.

சித்திகள் முற்றுகையைச் சிறிது காலம் நீட்டித்தனர். எனினும் மழைக்காலம் வரவிருந்தது. கடலில் கப்பல் படையை நிறுத்தி வைப்பதும் கடையில் இருக்கும் படைக்கு உணவு, ஆயுதம் முதலானவற்றை வழங்குவதும் சிரமமாகிவிடும். எனவே, சித்திக்கள் முற்றுகையை விலக்கிக்கொண்டனர். ஸ்வர்ணதுர்கா கோட்டையின் தளபதியாக கனோஜி ஆங்கரேயை சாம்பாஜி நியமித்தார். மேலும் நிர்வாகத்தைச் சீர்படுத்தி தென் கொங்கணிப் பகுதிக்கு ஒரு கடல் படைத் தலைவரையும் வட கொங்கணி படைக்கு ஒரு தலைவரையும் நியமித்தார். வட கொங்கணிப் பகுதியின் தலைவர் கேரியா மற்றும் ஸ்வர்ணதுர்கா கோட்டைகளின் கப்பல் படையை நிர்வகித்தார். சிவாஜி விட்டுச் சென்ற 200 போர்க்கப்பல் படையானது அவருடைய மகனுடைய செயல் பாடுகளினால் வெகுவாகக் குறைந்தது. வட பகுதித் தளபதியின் வசம் எட்டிலிருந்து பத்து கப்பல்கள் வந்தன. அவர்தான் கனோஜி ஆங்கரே.

கனோஜி தனது கப்பல் படையைப் பலப்படுத்த ஆரம்பித்தார். தென் கொங்கணி பகுதியின் தலைவர் மிதமாகவே செயல்பட்டார். கனோஜி தனது பகுதிக்குள் செயல்படுவதில் திருப்தி அடைபவராக இருந்தார். தென்கடல் பகுதிகள் சில நேரங்களில் கொங்கணிக்கு தூர தென் பகுதிகளில் சித்திகளின் ஆதிக்கத்துக்கும் ஆங்கிலேயப் படைகளுக்கும் அப்பால் இருந்த பகுதிகள் எல்லாம் தனியாகச் செல்லும் கப்பல்களை ஆக்கிரமிக்க உகந்த பகுதிகளே.

போர்ச்சுகீசியர்கள் தமது செல்வாக்கு மிகுந்திருந்த காலகட்டத்தில் பெர்மிட் வழக்கும் வழிமுறையை அறிமுகப்படுத்தியிருந்தனர். அந்த அனுமதிச் சான்றிதழ் இல்லாத கப்பல்களை போர்ச்சுகீசிய போர் கப்பல்கள் பார்த்தாலோ அந்த விதிமுறையை மீறும் கப்பல்களைப் பார்த்தாலோ அதை போர்ச்சுகீசியர்கள் கைப்பற்றிக் கொள்ளும் உரிமை இருந்தது. கனோஜியும் இதுபோல் ஒரு அனுமதிச் சான்றிதழ் வழங்கும் வழிமுறையாக ‘தஸ்தக்’ எனும் முறையை அறிமுகப்படுத்தினார். 1702-ல் கோழிக்கோட்டுக்கு அருகே தஸ்தக் இல்லாமல் செல்லும் ஒரு வணிகக் கப்பலை கனோஜி பிடித்தார். கம்பெனியின் கப்பல் அல்ல. ஆனால், அதை ஓட்டி வந்தது ஒரு ஆங்கிலேயரே. எனவே கிழக்கிந்திய கம்பெனி அவர்களை விடுவிக்கும்படிக் கேட்டுக்கொண்டது. கனோஜி மறுத்துவிட்டார்.

அடுத்த வருடம் 30 பீரங்கிகள் கொண்ட டச்சு கப்பல் ஒன்றை கனோஜி கைப்பற்றியதும் கம்பெனிக்கு கோபம் அதிகரித்தது. கனோஜி அளித்த தஸ்தக்கைப் பெற்றுக்கொண்டு கொங்கணியில் இருந்து ஒரு கப்பல் பம்பாய்க்கு வந்தது. அதை பிரிட்டிஷார் கைப்பற்றினர். ஒரு வருடம் கழித்து தனது ஏழு போர்க்கப்பல் களுடன் கனோஜி பம்பாய் பகுதிக்கு வந்தார். எந்த அபாய எச்சரிக்கையும் விடவில்லை. ஆனால், அந்தத் தீவு முற்றுகையிடப் படும் அபாயம் இருந்தது. ஒரு வாரம் கழித்து திரும்பிச் சென்று விட்டார். மறைமுக மிரட்டலைக் கண்டு அஞ்சிய கம்பெனியினர் விரைந்து சென்று கனோஜியுடன் பேச்சுவார்த்தை மேற்கொள்ள முயன்றனர். அந்தப் பகுதியில் செல்லும் எல்லாக் கப்பல்களும் தன்னுடைய தஸ்தக் அனுமதி பெற்றே சென்றாகவேண்டும் என்பதில் கனோஜி உறுதியாக இருந்தார். பிரிட்டிஷாரும் தமக்கு அப்படியான தஸ்தக் வாங்கிச் செல்லும் அவசியம் எதுவும் இல்லை என்று தெளிவாகச் சொன்னார்கள்.

கனோஜி ஆங்கரேயை ஒரு கடற் கொள்ளையர் என்று கம்பெனி இழிவுபடுத்தியது. லண்டனுக்கு அனுப்பிய கடிதத்தில் ‘ஆங்கிர என்ற கடல் கொள்ளையன், ராஜாவின் அதிகாரத்துக்கு அப்பாற் பட்டவன், அந்தப் பகுதிக்கு வந்திருக்கிறான்’ என்று குறிப்பிட்டிருக் கிறார்கள். மராத்தாக்களின் தளபதி என்றே கனோஜி ஆங்கரே எப்போதுமே கையெழுத்திடுவது வழக்கம். சாம்பாஜிக்கு அடுத்ததாக மன்னர் எவரும் உடனே நியமிக்கப்படாததால் கனோஜி ஆங்கரே அந்தப் பதவிக்கு வர விரும்புகிறார் என்று கம்பெனி சொல்லியிருக்கலாம். அடுத்த மன்னராக சாம்பாஜியின் மகன் சாஹு நியமிக்கப்பட்ட பின்னரும் அவர் கனோஜி ஆங்கரேயை கொங்கன்

பகுதி முழுவதற்குமான தனது தளபதி என்று அறிவித்த பின்னரும் ஆங்கிலேயர்கள் அவரைக் கடல் கொள்ளையன் என்றே குறிப்பிட்டுவந்தனர்.

•

ஐரோப்பிய கடல் கொள்ளையர்களின் நடவடிக்கைகள் முடிவுக்கு வந்த பின் கனோஜி ஆங்கரேயின் ஆக்கிரமிப்புகள் அதிகரிக்கத் தொடங்கின. 1706-ல் கம்பெனியின் 'மான்சூன்' கப்பலை கார்வார் பகுதிக்கு அருகில் கைப்பற்றியது. 1707- கம்பெனியின் பம்பாய் கப்பலைத் தாக்கினார். அது மூழ்கியது. 1710-ல் கம்பெனியின் கோதோல்ஃபியா கப்பலுக்கும் கனோஜியின் படைக்கும் இடையே மோதல் நடந்தது. நாள் முழுவதும் நீடித்தது. யாருக்கும் வெற்றி கிடைக்கவில்லை.

1712-ல் கார்வாருக்கு அருகே 'ஆன்னே' என்ற பிரிட்டிஷ் கவர்னரின் ஆயுதம் தாங்கிய பாய்மரக் கப்பலை கனோஜி கைப்பற்றினார். கோவாவில் இருந்து லிஸ்பனுக்கு செல்வங்களைக் கொண்டு சென்ற போர்ச்சுகீசிய 'அர்மடா' கப்பலை அதே ஆண்டில் தாக்கினார். காவலுக்கு உடன் சென்றிருந்த 34 பீரங்கிகள் கொண்ட போர்க்கப்பலை கனோஜி பிடித்தார். இன்னொரு போர்க் கப்பலானது திரும்பிச் செல்ல நேர்ந்தது. கிழக்கிந்திய கம்பெனியினர் லண்டனுக்குக் கடிதம் எழுதினர். மிகப் பெரிய ஐரோப்பிய கப்பல் அல்லாமல் வேறு எது வந்தாலும் கனோஜி கைப்பற்றிவிடுவார் என்று எழுதின.

கம்பெனியும் ராயல் நேவியும் தமது கப்பல் படையை விரிவுபடுத்திவந்த போதிலும் நிலைமை இப்படியே நடந்தது. 32 பீரங்கிகள் கொண்ட ஒரு கப்பல், 20 அல்லது அதற்கு மேலான பீரங்கிகள் கொண்ட நான்கு கப்பல்கள், ஐந்தாறு பீரங்கிகள் கொண்ட 20 சிறிய கப்பல்கள் எல்லாம் கம்பெனியின் படையில் இருந்தன. அதோடு ராயல் நேவி அரேபியக் கடலில் ஒரு பெரிய படையை வைத்திருந்தது. 74 பீரங்கிகள் கொண்ட ஒரு கப்பல், ஐம்பது பீரங்கிகள் கொண்ட ஒரு கப்பல், 12லிருந்து 32 பீரங்கிகள் கொண்ட கப்பல் 18, நான்கிலிருந்து எட்டு பீரங்கிகள்கொண்ட சிறிய படகுகள் என அந்தப் படை கொண்டிருந்தது.

உலகிலேயே மிகவும் சக்தி வாய்ந்த கப்பல் படையை எப்படி கனோஜி ஆங்கரேயால் எதிர்த்து நிற்க முடிந்தது? ஒவ்வொரு ஆண்டும் மெள்ள மெள்ளத் தனது கடல் படையை அவர் வளர்த்தெடுத்தார். மராத்தாக்களில் இருந்து மட்டுமல்ல

ஐரோப்பியர்களில் இருந்தும் பலரைத் தன் படையில் சேர்த்துக் கொண்டார். இந்தியாவில் ஏராளமான ஐரோப்பியர்கள் இருந்தனர். அவர்களில் சிலர் கடல் கொள்ளையர்களாகவும் இருந்திருக் கிறார்கள். மராத்தா படையின் மூலம் கிடைக்கும் வளங்களைப் பங்கு போட்டுக்கொள்ள அவர்கள் தயாராகவே இருந்தனர்.

ஆங்கரேயின் முக்கியமான கடற்படைத் தளபதிகள் எல்லாம் டச்சுக்காரர்கள் என்று சொல்லப்படுகிறது. கனோஜியின் வெற்றிக்கு முக்கிய காரணம் அவருடைய போர் யுக்திகளே. தரையில் மிகச் சிறப்பாக கெரில்லா தாக்குதலில் ஈடுபடும் அவர் அதைக் கடல் போரிலும் சிறப்பாகப் பயன்படுத்தினார். ஐரோப்பியப் படைகளை கடலுக்கு உள்ளே சென்று தாக்கியதே இல்லை. அப்படிச் செய்திருந்தால் அவரைத் துரத்திப் பிடித்து, குண்டு மழை பொழிந்து வீழ்த்திவிட்டிருக்கமுடியும். அவர் பெரிதும் கரைக்கு அருகிலே இருந்தபடியே தாக்குதலில் ஈடுபட்டார்.

மராத்தா கப்பல் படையில் குராப், கலிவத் என இரண்டு முக்கியவகையான கப்பல்கள் இருந்தன. குராப்கள் மிகுதியான ஆயுதங்களை உடையவை. 150-400 டன் எடை கொண்டவை. இரண்டு பாய்மரங்கள் கொண்டவை. முன் பக்கமாகத் தாக்கும் இரண்டு பீரங்கிகளும் இரு பக்கமும் பக்கத்துக்கு ஆறு வீதம் 12 பீரங்கிகளும் இருந்தன. ஐரோப்பிய கப்பல்களின் பீரங்குகளின் எண்ணிக்கைக்கோ வெடி மருந்து அளவுக்கோ துளியும் பக்கத்தில் இருந்திருக்கவில்லை. கனோஜி ஆங்கரேயின் கப்பல்கள் மிகவும் மெதுவாகப் போகக்கூடியவை.

கலிவத் கப்பல்கள் எண்ணிக்கையில் அதிகம் இருந்தன. அவை மிக வேகமாகச் செல்லக்கூடியவை. மிகவும் லகுவானவை. எழுபது டன்னுக்குக் குறைவானவை. மூங்கில் தட்டைகளால் ஆனவை. அவற்றில் பீரங்கிகளை ஏற்ற முடியாது. வாள்களைப் பயன்படுத்த வாய்ப்பு கிடைக்காதவரையில் கவண், வில், அம்பு ஆகிய வற்றையே அந்தக் கப்பல் வீரர்கள் பயன்படுத்தினர். கலிவத் கப்பல்களில் இரண்டு பாய்மரங்கள் இருந்தன. ஒன்று முக்கோண வடிவில் மிகவும் பெரியது. இன்னொன்று சிறியது. நாற்பது அல்லது ஐம்பது துடுப்புகள் இருந்தன.

கனோஜியின் யுக்திகள் மிகவும் எளிமையானவை. கரைக்குப் பக்கத்தில் பிற கப்பல்கள் வரும் வரை பொறுத்திருப்பார். மிகவும் குறைவான அல்லது காற்று வீச்சே இல்லாத நேரத்துக்குக் காத்திருப்பார். அதன் பின் மறைவிடங்களில் இருந்து அவருடைய படைவீரர்கள் பாய்ந்து வருவார்கள். குராப் கப்பல்கள்

இழுக்கப்படும். அல்லது பாதி பாய்மரத் திரையால் பறக்கும், பாதி கலிவத் சிறிய கப்பல்களின் மூலம் இழுத்துச் செல்லப்படும். சிறு கப்பல்கள் துடுப்புப் போட்டு இயக்கப்படும். எதிரி கப்பலின் அருகில் வந்ததும் துப்பாக்கியால் சுட ஆரம்பிப்பார்கள். எதிரியின் கப்பலின் பாய் மரத்தை அறுப்பார்கள். அல்லது எதிரிகளைச் சிதறி ஓட வைப்பார்கள். உடனே மராத்தாக்கள் எதிரிகளின் கப்பலில் ஏறிவிடுவார்கள். பொதுவாக மராத்தாக்களின் எண்ணிக்கை எதிரி கப்பல்களில் உள்ளவர்களின் எண்ணிக்கையைவிட மிக அதிகமாக இருக்கும். அருகில் நின்று போடும் சண்டைகளில் அவர்களுடைய வாள் வீரர்கள் பெரும் நிபுணர்கள்.

தேவைப்பட்டால் சிறைப்பிடிக்கப்பட்ட கப்பலை கனோஜியின் கோட்டைகள் ஏதேனும் ஒன்றுக்கு இழுத்துச் செல்வார்கள். கப்பலில் இருக்கும் பொருட்கள் எல்லாம் இறக்கிக்கொள்ளப்படும். கப்பலில் இருக்கும் ஐரோப்பியர்கள், பிற முக்கியமான நபர்கள் எல்லாரும் பிணைக்கைதியாகப் பிடித்துவைத்துக்கொள்ளப் படுவார்கள். சிறைப்பிடித்த கப்பலைப் பழுது நீக்கி கனோஜி தனது படையில் சேர்த்துக்கொண்டுவிடுவார்.

●

கம்பெனியினருக்கு எதிரான இப்படியான பல வெற்றிகளுக்குப் பின்னர் கனோஜி ராஜ தந்திரமாகச் செயல்பட ஆரம்பித்தார். மராத்தாக்களின் மன்னர் பதவிக்கு யார் வருவது என்பது தொடர்பாக சில போட்டிகள் இருந்தன. கனோஜி தனது படையைப் பயன்படுத்தி அதை முடிவுக்குக் கொண்டுவந்தார். இரண்டு எதிரிகளைச் சமாளிக்க வேண்டாம் என்று முடிவு செய்து கம்பெனியினருடன் நட்புக் கரம் நீட்டினார். கம்பெனியும் அதற்குத் தயாராகவே இருந்தது. எனவே ஏப்ரல் 1713-ல் இரு தரப்புக்கும் இடையே ஓர் ஒப்பந்தம் கையெழுத்தானது. தமது பழைய விரோதிகளான சித்திகளுடனும் கனோஜி வேறொரு அமைதி ஒப்பந்தத்திலும் கையெழுத்திட்டார். தான் விரும்பியவரே மராத்தா மன்னரானது, இரண்டு எதிரிகளுடன் நட்பு உடன்படிக்கை செய்துகொண்டது எல்லாம் அவருக்கு சாதகமாக அமைந்தன. இவற்றுக்குப் பின் கனோஜி கந்தேரி பகுதியில் கோட்டை கட்ட ஆரம்பித்தார். பம்பாய்க்குத் தெற்கில் 10 மைல் தொலைவில் இருக்கும் இந்த தீவு கடற்கரையில் இருந்து மூன்று மைல் தொலைவில் இருந்தது. 1679-ல் சிவாஜி இதைக் கைப்பற்றியிருந்தார். ஆனால், அதை வைத்துப் பெரிதாக எதுவுமே செய்திருக்கவில்லை. பம்பாய் துறைமுகத்தில் நடக்கும் விஷயங்களை உளவு பார்க்க மிகவும் வாகான இடத்தில் அது இருந்தது.

கம்பெனிக்கும் கனோஜிக்கும் இடையில் ஒப்பந்தம் கையெழுத்தானதைத் தொடர்ந்து, பம்பாய்க்கு புதிய கவர்னர் சார்லஸ் பூன் வந்து சேர்ந்தார். உற்சாகவும் வீரமும் மிகுந்தவர். பம்பாயில் தற்காப்பு ஏற்பாடுகளைப் பலப்படுத்த ஆரம்பித்தார். ஊரைச் சுற்றி மதில் எழுப்பி, கோட்டைக் கதவுகள் அமைக்க இந்திய மற்றும் பிற வணிகர்களிடம் இருந்து வரி வசூலித்தார். பம்பாயில் மிகப் பெரிய கப்பல் கட்டும் தளத்தையும் ஆரம்பித்தார். ஆறே மாதங்களில் கம்பெனியின் கப்பல் படைக்குப் புதிதாக மூன்று ஃப்ரிகேட் கப்பல்களை உருவாக்கிவிட்டிருந்தார். *1718*-ல் இன்னொரு போர்க்கப்பல் தயாரிக்கப்பட்டது. இரண்டு எரி கப்பல்கள், மிதக்கும் பீரங்கிக் கப்பலான 'ஃபார்ம்' போன்றவை அதி நவீன ஆயுதங்கள், தொழில் நுட்பத்துடன் வடிவமைக்கப்பட்டன. இவை எல்லாம் தற்காப்பு ஆயுதங்கள் அல்ல.

கனோஜி செய்த ஒரு செயல் பூன்க்குத் தாக்குவதற்கான வாய்ப்பை உருவாக்கித் தந்தது. கார்வாரில் கவர்னரின் பாய்மரக் கப்பலில் இருந்த பீரங்கிகளையும் மரங்களையும் கனோஜி திருப்பித் தராமல் இருந்துவிட்டார். இரண்டாவதாக இங்கிலாந்துக் கொடி பறந்த நான்கு கப்பல்களைக் கைப்பற்றிவிட்டார். இவை இந்தியர்களுக்குச் சொந்தமானவை. ஆனால், கம்பெனியின் பொருட்களை ஏற்றிச் சென்றிருந்தன. தான் வழங்கும் தஸ்தக் சான்றிதழ் இல்லாததால் அவற்றைக் கைப்பற்றி வைத்திருப்பது சரிதான் என்று கனோஜி சொன்னார். கம்பெனியோ தாங்கள் செய்தது தவறல்ல என்று வாதிட்டது.

1718 ஏப்ரலில் கனோஜியின் கப்பல்களைக் கைப்பற்றும்படி பூன் ரகசிய உத்தரவுகள் தந்தார். பம்பாய்க்கு அருகில் கனோஜியின் ஒரு கப்பல் சிறைப்பிடிக்கப்பட்டது. 'நமது நட்பு முடிவுக்கு வந்துவிட்டது. இன்றிலிருந்து கடவுள் தருவதை நான் எடுத்துக்கொள்வேன்' என்று கனோஜி, கம்பெனிக்குக் கடிதம் அனுப்பினார். கனோஜியின் முக்கியமான கெரியா கோட்டையைத் தாக்க பூன் படையை அனுப்பத் தீர்மானித்தார்.

அது தாக்குதலுக்கு உகந்த தருணம். பருவ நிலை சாதகமாக இருந்தது. கனோஜியின் கப்பல்கள் நங்கூரமிட்டு நிறுத்தப் பட்டிருந்தன. கனோஜியின் மகளின் திருமணத்துக்காக அவருடைய படை அதிகாரிகள் பலரும் கொலாபாவுக்கு வந்திருந்தனர். பல வீரர்கள் சொந்த ஊருக்கும்சென்றிருந்தனர். அதோடு கனோஜியின் முக்கியமான ஆலோசகர்களில் ஒருவரான போர்ச்சுகீசிய மனுவல் தெ கேஸ்ட்ரோ பிரிட்டிஷார் பக்கம் வந்துவிட்டிருந்தார். மராத்தா

கப்பல் படை பற்றிப் பல விஷயங்கள் அவருக்குத் தெரிந்திருந்தது. ஒரு எரி கப்பலைத் தீவைத்து கனோஜியின் கப்பல்களினூடே அனுப்பிவிட்டு கோட்டையைப் புயல் போல் தாக்கிக் கைப்பற்றி விட வேண்டும் என்று ஆலோசனை சொன்னார். இருந்தும் கணிசமான படை குவிக்கப்பட்டது. 20 கலிவத் கப்பல்களில் 2500 வீரர்கள் போருக்கு அழைத்து வரப்பட்டனர்.

ஆங்கிலேயரின் படை வந்ததும் நிலைமை முற்றிலும் வேறாக இருப்பதைப் பார்த்தனர். கனோஜியின் கப்பல்கள் அனைத்தும் அங்கே தயாராக இருந்தன. எதிர்பார்த்ததுபோல் அவை கரையோரம் இல்லை. ஆற்றுக்குள் இருந்தன. ஆற்றின் முகத்துவாரப் பகுதியில் மிகப் பெரிய தடுப்பு போடப்பட்டிருந்தது. எரி கப்பல்களை தீவைத்து அனுப்ப முடியாதவகையில் இருந்தது. கோட்டையும் எதிர்பார்த்ததுபோல இல்லை. பிரிட்டிஷார் கொண்டு வந்த ஏணிகளைக் கொண்டு அதன் மதில் மேற ஏற முடிந்திருக்கவில்லை.

இரண்டு நாட்கள் பீரங்கியால் குண்டு வீசித் தாக்கியும் எந்தப் பலனும் இருந்திருக்கவில்லை. கோட்டையைப் பாதுகாக்க குறைந்த ஆட்களே இருப்பதுபோல்பட்டது. எனவே அருகில் சென்று இறங்கலாம் என்று தீர்மானித்தார்கள். ஆற்றில் இறங்கிச் சென்று கனோஜி படையினரின் கப்பல்களுக்குத் தீவைக்கலாம் என்றும் தீர்மானித்தனர். ஆனால் அவர்கள் இறங்கிய இடம் சதுப்பு நிலமாக இருந்தது. இறங்கியவர்கள் தமது கப்பல்களில் ஏற முற்பட்டபோது கோட்டையில் இருந்து சரமாரியாக கனோஜியின் ஆட்கள் தாக்கினர். பிரிட்டிஷார் 'தமது கப்பல்களைச் சரிசெய்துகொள்ளவும், காயம்பட்டவர்களைக் காப்பாற்றவும்' பம்பாய் திரும்பிவிட்டனர்.

•

இந்தத் தாக்குதல்கள் தோல்வியில் முடிந்த பின்னரும் இதேபோல் அதே வருடத்தில் கந்தேரி கோட்டை மீதான இன்னொரு தாக்குதலில் பல உயிர்களைப் பலி கொடுத்துத் திரும்ப நேர்ந்திருந்தபோதிலும் கவர்னர் பூன், கெரியா கோட்டையை மீண்டும் தாக்கத் தீர்மானித்தார். 1720 மழைக்காலம் முடிந்ததும் ஒரு பெரிய கப்பல்படை பம்பாயில் இருந்து வால்டர் ப்ரௌன் தலைமையில் புறப்பட்டது. அவரே அந்தப் போரின் அட்மிரல் மற்றும் கமாண்டர் இன் சீஃப். அவருடைய கப்பல் 'லண்டன்' 40 பீரங்கிகளைக் கொண்டது. ஐந்து பெரிய போர்க்கப்பல்கள், பல்வேறு சிறிய கப்பல்கள், ஒரு எரி கப்பல், வெடி குண்டு கப்பலான 'டெரிபிள் பாம்' என்ற கப்பல் எனபெரும் படையுடன் புறப்பட்டார். அந்தப் படையுடன் இரண்டு ஃபாரம் கப்பல்களும் வந்து சேர்ந்தன.

2000 இந்திய-ஐரோப்பிய வீரர்களும் 350 பிரிட்டிஷ் வீரர்களும் 80 ஆஃப்ரிக்க வீரர்களும் இருந்தனர்.

கெரியா பகுதிக்கு 18 செப்டெம்பரில் வந்து சேர்ந்ததும் ப்ரௌன் தனது கப்பல்களை வரிசையாக நிற்க வைத்துத் தாக்குதலுக்கு உத்தரவிட்டார். கடலில் வெகு தொலைவில் இருந்தே தாக்கியதால் அவர்கள் வீசிய குண்டுகள் எல்லாம் கடலிலேயே விழுந்தன. 'டெரிபிள் பாம்' கப்பலானது கரைக்கு அருகே சென்று கோட்டையைத் தாக்கி அழிக்க அனுப்பப்பட்டது. இரண்டு முறை தாக்கிய பின்னரே அதன் கன் பேரல்கள் போதிய வெடி மருந்தைப் போட்டு வெடிக்கும் வலு இல்லாமல் இருப்பது தெரியவந்தது. நான்கு நாட்கள் கழித்து, ஐம்பது வீரர்களை கரைக்கு அனுப்பி அருகில் மலை மேல் இருந்த ஒரு கட்டடத்தைக் கைப்பற்றத் திட்டமிட்டார்கள். அது உண்மையில் கட்டடம் அல்ல; வெறும் கற்கள் குவித்துவைக்கப்பட்ட அமைப்பு என்பது பின்னர் தெரியவந்தது. வீரர்கள் திரும்பிவந்தனர். ஆனால், அவர்கள் கப்பலில் ஏறுவதற்குள் பெரும் இழப்பைச் சந்திக்க நேர்ந்தது.

மது அருந்தியிருந்தால் தனது வீரர்கள் வெறியுடன் போராடுவார்கள் என்று ப்ரௌன் தீர்மானித்தார். இதனால் ராணுவ ஒழுங்கு கெட்டுப்போனது. சில அதிகாரிகள் மது பானம் கொடுப்பதை நிறுத்தச் சொன்னார்கள். விரும்பும் அளவுக்குக் குடிக்கட்டும் என்று ப்ரௌன் சொல்லிவிட்டார்.

'ஃபாரம்' கப்பலின் வருகைக்காகக் காத்திருந்தபோது படையினரிடையே சுணக்கம் ஏற்பட்டது. ப்ரௌனோ மிகுந்த நம்பிக்கையுடன் இருந்தார். போர் நிறுத்தம் இருந்த நேரத்தில் மராத்தா தளபதி மேலும் படைவீரர்களையும் ஆயுதத் தளவாடங்களையும் கொண்டுவந்து சேர்த்தார். ஃபாரம் கப்பல் 27 செப்டெம்பரில் வந்து சேர்ந்தது. உடனே தாக்குதலுக்கு அனுப்பப் பட்டது. எனினும் அதன் துப்பாக்கி, பீரங்கி முனைகள் மிகவும் தாழ்வாக இருந்ததால் இருபது அடி தொலைவில் இருந்த கடலுக்குள் மட்டுமே சுட முடிந்தது. அடுத்த நாள் பீரங்கியின் முனையைச் சரி செய்வதிலேயே கழிந்தது.

29 செப்டம்பரில் அனைத்துக் கூட்டணிப் படைகளும் சேர்ந்து தாக்கின. கப்பல் பணியாளர்களும் போரில் பங்குபெறவேண்டும் என்று ப்ரௌன் சொன்னார். ஆனால் அவர்கள் கேட்கவில்லை. 239 பேர் மட்டும் 40 ரூபாய் சம்பளத்துக்குப் பணிபுரிய ஒப்புக் கொண்டனர்.

‘ஃபாரம்’ கப்பல் தாக்கப் புறப்பட்டது. எதிரிகள் மீதும் நண்பர்கள் மீதும் என தொடர்ந்து ஷெல் தாக்குதலில் ஈடுபட்டது. இதைத் தொடர்ந்து ப்ரௌன் இரவோடு இரவாக கோட்டைக்கு அருகே சென்றுவிடும்படிச் சொன்னார். மறு நாள் காலையில் பொழுது புலர்ந்ததும் தாக்கத் தொடங்குவதாகத் திட்டம். அந்த வீரர்களின் உற்சாகத்தைத் தக்கவைப்பதற்காக ஆறு டஜன் திராட்சை மதுவும் சாராயமும் கொடுத்து அனுப்பினார். ‘ஃபாரம்’ கப்பலின் தளபதி லெப்டினண்ட் வைஸ் இந்த உத்தரவை மிகுந்த கீழ்ப்படிதலுடன் பின்பற்றினார். மறு நாள் தாக்குதலுக்கு எழுந்திரிக்கவே முடியாத அளவுக்கு அனுப்பியதை முழுவதும் குடித்துத்தீர்த்தார்.

நிதானம் இழக்காமல் இருந்தவர்கள் ஃபாரம் கப்பலில் இருந்து தாக்கத் தொடங்கினர். அந்தக் கப்பலில் இருந்து சென்ற வெடி குண்டு நேராக பிரிடிட்ஷாரின் கப்பலில் சென்று விழுந்தது. அதில் ஆஃப்ரிக்க வீரர்கள் நிறைய பேர் இருந்தனர். பாதி பேர் கொல்லப்பட்டனர். மீதி பேர் நெருப்பால் கடுமையாகக் காயம்பட்டனர். ‘ஃபாரம்’ கப்பல் மீது மராத்தா படையினர் தாக்குதல் நடத்தினர். 15 பேர் இறந்தனர். 30 பேர் காயம்பட்டனர்.

‘ஃபாரம்’ உட்பட ஆங்கிலேயர் மொத்தப் படையைப் பின்வாங்கிக்கொண்டு குடிக்க ஆரம்பித்தனர். ‘ரிவஞ்ச்’ கப்பலின் கேப்டன் உட்வர்ட், தனது கப்பல் தரை தட்டி நின்றுவிட்டதாகவும் அது கைவிட்டுப் போனதாகவும் ப்ரௌனிடம் சொன்னார். உண்மையில் அவர் போதையில் அப்படி நினைத்துச் சொல்லியிருக்கிறார். கப்பலிலேயே சிறையில் அடைக்கப்பட்டார். பிற அதிகாரிகளுக்கு இடையே குத்துச்சண்டையும் நடந்திருக்கிறது.

சண்டைகள் மெள்ள மந்த கதியை அடைந்தன. ஏனென்றால் மது பீப்பாய்கள் காலியாகத் தொடங்கியிருந்தன. கோவாவுக்குக் கப்பலை அனுப்பி நிறைய மது பீப்பாய்களை எடுத்துவரச் சொல்லி ப்ரௌன் உத்தரவிட்டார். மது பானம் வந்ததும் கெரியா மீது இன்னொரு தாக்குதலுக்கு உத்தரவிட்டார். ஆனால், அவருடைய அதிகாரிகள் போரிட முடியாது என்று மறுத்துவிட்டனர். ப்ரௌனுக்குப் பைத்தியம் பிடித்துவிட்டதா என்றுகூட ஒரு அதிகாரி கேட்டிருக்கிறார். இழந்த மரியாதையை மீட்க ப்ரௌன் தானே ஒரு கப்பலை எடுத்துக்கொண்டு அருகில் இருந்த மராத்தா கோட்டையான தேவ்காட்டைத் தாக்க விரைந்தார். இதனாலும் எந்த வெற்றியும் கிடைக்கவில்லை. 21 அக்டோபரில் பம்பாய்க்குத் திரும்பினர். அதன் பிறகுதான் மிகப் பெரிய இழப்பு நடந்தது.

கெரியா கோட்டைக்கு அருகே நான்கு கடல்கொள்ளையர்களின் கப்பலை ப்ரௌன் பார்த்தார். அவர்கள் தாக்குவார்கள் என்று பயந்து கெரியா கோட்டைப் பகுதிப் பக்கமே கப்பலைத் திருப்பினார். கடல் கொள்ளையர்கள் மராத்தா படையினரைக் கண்டு அஞ்சி அங்கு வரமாட்டார்கள் என்று நினைத்தார். இரவில் ரகசியமாக கப்பலை எடுத்துக்கொண்டு புறப்பட்டார். இருட்டில் சரியாக திசை தெரியாமல் நேராக கடல் கொள்ளையர்களின் கப்பலுக்கு அருகில் சென்றுவிட்டார்.

'விக்டரி' என்ற கடல்கொள்ளையர்களின் கப்பலானது கம்பெனியின் 'விக்டரி' என்ற அதே பெயர் கொண்ட கப்பலின் மீது துப்பாக்கித் தாக்குதலை ஆரம்பித்தது. ப்ரௌன் இருந்த கப்பலான 'லண்டன்', 'யாருப்பா அது துப்பாக்கியால் சுடுவது' என்று பாராட்டும் முகமாகக் கேட்கவே கொள்ளையர்களின் கப்பலில் இருந்து 'விக்டரி' என்று பெயர் சொல்லியிருக்கிறார்கள். உற்சாகமடைந்த ப்ரௌன் நமது 'விக்டரி' கப்பல்தான் போலிருக்கிறது என்று நினைத்துக்கொண்டு நான் தான் 'லண்டன்' கப்பல் படைத் தளபதி என்று தங்களுடைய அடையாளத்தையும் இடத்தையும் சொல்லியிருக்கிறார். கொள்ளையர்களுக்கு வசதியாகிவிட்டது. 'லண்டன்' கப்பலையும் சேர்த்து துவம்சம் செய்துவிட்டார்கள்.

கடல் கொள்ளையர்களின் தளபதி எட்வர்ட் இங்கிலாந்து என்பவர் மடகாஸ்கரில் வசித்துவந்தார். சமீபத்தில்தான் கம்பெனியின் 'கசாண்டிரா' கப்பலைக் கைப்பற்றி அதன் தளபதியாகியிருந்தார். அந்தக் கப்பல் இந்தியாவுக்கு வருடாந்தர முதலீட்டுப் பணமாக 75000 பவுண்டை எடுத்துக்கொண்டு வந்திருந்தது. பொதுவாக, இப்படியான பெரிய கப்பல்களை எதிர்த்து கொள்ளையர்கள் தாக்குதல் நடத்தமாட்டார்கள். ஆனால், கம்பெனியின் கப்பல்கள் மிகப் பெரிதாக இருந்தபோதிலும் கடல் கொள்ளையர்களைக் கண்டு அஞ்சி நடுங்குவார்கள் என்பது தெரிந்ததும் துணிந்து தாக்கினர். தளபதி ப்ரௌன் உடனே அனைத்துக் கொடிகளையும் இறக்கிவிட்டு கோவாவுக்குத் தப்பிச் செல்லும்படி தனது படைக்கு உத்தரவிட்டார். 'ஃபார்ம்' கப்பல் தீப்பிடித்து கடலில் திசை தடுமாறிச் சென்றுவிடவே தப்பிச் செல்வதும் சிறிது தடைப்பட்டது.

கவர்னர் பூன் பம்பாயில் இருந்து புறப்படுவதற்கு முன்பாக கனோஜியில் இன்னொரு தாக்குதலையும் நடத்தினார். போர்ச்சுகீசியர்களுடன் கூட்டணி அமைத்துக்கொண்டு கொலாபாவை கம்பெனியினர் தாக்கினர். இந்தக் கோட்டை ஒரு தீவுக்குள் இருந்தது என்றாலும் நடந்தேகூட அங்கு சென்று சேர

முடியும். ஆங்கிலேய போர்ச்சுகீசிய கூட்டுப் படையானது 6000 வீரர்களை ஒன்று சேர்த்திருந்தது. பத்து பெரிய போர்க் கப்பல்கள் கடலில் இருந்து கோட்டையைத் தாக்கவிருந்தன. தளபதிகளின் செயல் திறனின்மையும் இரு நாடுகளுக்கு இடையே இருந்த பகைமையும் அந்தத் தாக்குதலையும் தோல்வியில் முடிய வைத்தது. ராயல் நேவியின் தளபதி மேத்யூஸ் கோபத்தில் வைஸ்ராயைத் திட்டினார். போர்ச்சுகீசிய தளபதி ஒருவர் துரோகம் செய்ததாகச் சொல்லி 'அவருடைய வாயில் கம்பைச் செருகினார்'. கனோஜி இந்த வாய்ப்பைப் பயன்படுத்திக்கொண்டு போர்ச்சுகீசியருடன் ஒரு ஒப்பந்தத்தைச் செய்துகொண்டார்.

சார்லஸ் ப்ரௌன் 1722-ல் பம்பாயில் இருந்து நாடு திரும்பினார். பம்பாயை வளர்த்தெடுக்க அவர் நிறையவே செய்திருந்தார். ஆனால், பல தோல்விகரமான போர்களை முன்னெடுத்து பணத்தையும் ஏராளமான உயிரிழப்பையும் கொண்டுவந்திருந்தார். ராயல் நேவி தளபதி மேத்யூஸை ஏற்றிக்கொண்டு புறப்பட்டது. கம்பெனிக்கு இறுதி அவமானமாக, புறப்படும் முன் அவர், போர்ச்சுகீசிய வைஸ்ராய்க்கு ஒரு செய்தி அனுப்பினார்: 'கம்பெனியின் ஒரு கப்பலைக்கூடமீட்க முடியவில்லையென்றால் ஒரு பெட்டிக்கோட் வாங்கி அனுப்புகிறேன்'.

•

பம்பாயின் கவர்னர் வில்லியம் பிலிப்ஸ், சார்லஸ் பூன்போல் அல்லாமல் நிதானமாகச் செயல்படுபவராக இருந்தார். கனோஜியைத் தோற்கடிக்க முடியாது என்பது புரிந்திருந்ததால் அவரைத் தாக்குவதைத் தவிர்த்தார். மிகவும் சிரமமான அமைதிப் பேச்சுவார்த்தை நடந்து முடிந்து கைதிகள் பரிமாறிக்கொள்ளப் பட்டனர். 1729-ல் கனோஜி ஆங்கரே நோய்வாய்ப்பட்டு இறந்தார். காலப்போக்கில் அவர் ஒரு வலுவான மராத்தா கடல் படையை கட்டி எழுப்பியிருந்தார். போர்ச்சுகீசியர்கள், டச்சுக்காரர்கள், பிரிட்டிஷார் ஆகியோரின் கடல் படையை அது திறமையாக எதிர்த்து வெற்றிகண்டது. மராத்தாக்களின் கடலோரப் பகுதியை வெல்ல முடியாததாக அவர் ஆக்கியிருந்தார்.

கனோஜிக்கு ஐந்து ஆண் குழந்தைகள். சாம்ராஜ்ஜியத்தைப் பிரித்துக்கொள்வதில் தமக்குள் மோதிக்கொண்டனர் என்றாலும் ஆங்கரே வம்சமானது அடுத்த 25 ஆண்டுகளுக்கு ஐரோப்பியர்களை அடக்கிவைப்பதிலும் அவர்களுடைய கப்பல்களைக் கைப்பற்றுவதிலும் தொடர்ந்து ஈடுபட்டது. மெள்ள மெள்ள பிரிட்டிஷாரின் பலம் அதிகரிக்கத் தொடங்கியது.

1755-ல் ஸ்வர்ண துர்கா பகுதியில் இருந்த ஆங்கரே கோட்டையை வில்லியம் ஜேம்ஸ் தலைமையிலான சிறிய கம்பெனி படை கைப்பற்றியது. வெடி குண்டுத் தாக்குதலைத் திறம்படச் செய்த ஜேம்ஸ் எதிரிகளின் வெடி மருந்துக்கிடங்கைக் குறிவைத்துத் தாக்கிவிட்டார். அது பிற கட்டடங்களை எரித்துவிட்டது. மூன்று சிறிய கோட்டைகளையும் கைப்பற்றிய அவர் நான்கு கோட்டைகளிலும் பிரிட்டிஷ் கொடியைப் பறக்கவிட்டார். கம்பெனியின் வரலாற்றில் அது முக்கியமான வெற்றியாக அமைந்தது. நிபுணத்துவத்தோடு போரிட்டால் மராத்தாக்களை வென்றுவிடமுடியும் என்று அது காட்டியது. லண்டனில் உல்விச் காமனுக்கு அருகில் ஷூட்டர்ஸ் ஹில்லில் சர் வில்லியம் ஜேம்ஸுக்கு ஒரு அருமையான நினைவு மண்டபம் அமைக்கப் பட்டுள்ளது. அதன் முக்கோணக் குவிமாடமானது ஸ்வர்ணதுர்கா கோட்டை என்று இன்றும் அழைக்கப்படுகிறது.

கெரியா கோட்டை மீதான தாக்குதலுக்கு மிகப் பெரிய படை புறப்பட்டுச் சென்றது. கமோடர் ஜேம்ஸின் கப்பல்கள் மீண்டும் பயன்படுத்தப்பட்டன. கம்பெனியின் இன்னொரு படையும் வந்தது. ராயல் நேவியின் ஆறு கப்பல்களும் 1400 வீரர்களைக் கொண்ட ராபர்ட் க்ளைவின் படையும் வந்து சேர்ந்தது. இதோடு க்ளைவுடன் மராத்தா தரைப்படையும் வரவிருந்தது. மராத்தா தலைமையானது ஆங்கரே வம்சத்துடன் பகைமை கொண்டுவிட்டது. ஆங்கரேக்களிடம் இருந்து கப்பம் வசூலிக்கச் சென்ற மராத்தா படையினருக்கு அதைத் தர மறுத்ததோடு அவர்களின் மூக்கையும் அறுத்து அனுப்பியிருந்தனர் ஆங்கரேகள்.

பிரிட்டிஷார் கெரியாவுக்கு வந்தபோது மராத்தா படை ஏற்கெனவே கோட்டையை முற்றுகையிட்டதைப் பார்த்தனர். ஆங்கரேக்களின் தலைவரைச் சிறைப்பிடித்துவிட்டிருந்தனர். பிரிட்டிஷாரின் உதவியில்லாமலேயே கோட்டையைக் கைப்பற்றத் தீர்மானித் திருந்தனர். ஆனால் பிரிட்டிஷாரோ அந்தக் கோட்டையைத் தாமே கைப்பற்றத் தீர்மானித்தனர். பின்னர் அதை மராத்தாக்களுக்குத் திருப்பித் தந்துவிடவும் முடிவு செய்திருந்தனர். பிரிட்டிஷ் படையினர் அந்தக் கோட்டையைத் தமக்குள் எப்படிப் பகிர்ந்து கொள்வது என்று பேசி வைத்திருந்ததாகவும் வதந்திகள் உருவாகின.

150 பீரங்கிகள் கொண்ட மிகப் பெரிய பிரிட்டிஷ் கப்பல்கள் தாக்குதலை ஆரம்பித்தன. இரண்டுமணி நேரத் தாக்குதலுக்குப் பின் எதிரிகளின் கப்பலுக்கு தீவைத்தனர். அது உண்மையிலேயே கம்பெனியின் கப்பல்தான். ஆங்கரே படையினர் அதை முன்பு

கைப்பற்றித் தமதாக்கிக் கொண்டிருந்தனர். அந்தத் தீயானது பிற கப்பல்களுக்கும் பரவியது. கோட்டைக்குள் இருந்த கட்டடங்களும் எரிய ஆரம்பித்தன. க்ளைவ் உடனே தனது வீரர்களை அழைத்துக் கொண்டு கோட்டையில் இருந்து இரண்டு மைல் தொலைவுக்குச் சென்றுவிட்டார். மராத்தாக்களும் அவருடன் சேர்ந்துகொண்டனர்.

மறுநாள் காலையில் சரணடைவது பற்றிப் பேச்சு வந்தது. ஆனால், ஆங்கரேயின் ஆட்கள் தொடர்ந்து போரிட்டனர். க்ளைவ் தன் வீரர்களைக் கோட்டைக்கு அருகே கொண்டு சென்றார். நிலப்பகுதியில் இருந்து கொண்டு ஷெல் வீசித் தாக்க ஆரம்பித்தார். கோட்டைக்கு உள்ளே வெடி மருந்து கிடங்கு வெடித்த சத்தம் கேட்டது. சிறிது நேரத்தில் ஆங்கரேக்களின் கொடி இறக்கப்பட்டு தோல்வியை ஒப்புக்கொண்டனர்.

மராத்தா வீரர்கள் கோட்டைக்குள் நுழைய முயன்றனர். ஆனால் க்ளைவின் ஆட்கள் அவர்களைத் தடுத்து நிறுத்தி மறுநாள் அந்தக் கோட்டையைத் தாமே பிடித்துக்கொண்டனர். பத்து பிரிட்டிஷ், மூன்று டச்சு கைதிகள் அங்கு இருந்தனர். அவர்களை விடுவித்தனர். செல்வம், நகைகள் இவற்றைத் தேடும் வேலை ஆரம்பித்தது. 1,30,000 பவுண்ட் தங்கமும் வெள்ளியும் கிடைத்ததாக அதிகாரபூர்வ தகவல் தெரிவிக்கிறது. பிரிட்டிஷாருக்கிடையே ஒப்புக்கொண்ட வகையில் பங்கிடப்பட்டது. அங்கிருந்து வேறு பலவும் கிடைத்திருக்கும் என்பதில் சந்தேகமில்லை.

•

கெரியாவில் இருந்து 5000 பவுண்ட் சம்பாதித்த ராபர்ட் க்ளைவ் செயிண்ட் டேவிட் கோட்டைக்கு மே 1856-ல் வந்து சேர்ந்தார். கம்பெனியின் மிக உயர்ந்த பதவியான மதராஸின் கவர்னருக்கு அடுத்த பதவியில் இருந்தார். வங்காளத்தில் கம்பெனி நெருக்கடியான நிலையில் இருந்தபோது க்ளைவ் வந்திருந்தார்.

க்ளைவின் வருகைக்கு ஒரு மாதம் முன்பாக வங்காள நவாப் இறந்திருந்தார். அவருடைய ஆளுகைக்குட்பட்ட பகுதியில் ஒரிஸ்ஸா, பிஹார் ஆகியவையும் இருந்தன. அவருக்கு அடுத்ததாக பேரன் சிராஜ் உத் தெளலா ஆட்சியில் ஏறினார். கல்கத்தா வெகுவாக முன்னேறியிருந்தது. நவாபின் தலைநகரான முர்ஷிதாபாதைப் போலவே பெரிய நகரமாகியிருந்தது. பழைய நவாபை இது எச்சரிக்கை அடைய வைத்திருந்தது. கம்பெனிக்கு வெறும் வணிகம் மட்டுமே செய்யத்தான் அனுமதி தரப்பட்டிருந்தது. ஆனால், அதன் கோட்டைகள், மதில்கள் காலப்போக்கில் மிகவும் வலுவாக

அதிகரித்திருந்தன. பேரனும் அதே எண்ணமே கொண்டிருந்தார். இது தொடர்பாக ஏதேனும் செய்தாகவேண்டும் என்று தீர்மானித்தார். கல்கத்தாவில் புதிதாகச் செய்திருக்கும் கோட்டை, கொத்தளங்களை இடித்துவிடும்படிச் சொன்னார். கல்கத்தாவின் கவர்னர் ரோஜர் ட்ரேக் ராஜாங்க நெளிவு சுளிவுகளுக்கு உட்பட்டவர் அல்ல. நவாபின் பிரதிநிதிகளை அவமதித்து அனுப்பினார். நவாபுக்குக் கோபம் வந்தது. 'குண்டி கழுவத் தெரியாத சில வியாபாரிகள் கூட்டம் மன்னரின் பிரதிநிதிகளை விரட்டியடித்திருக் கிறார்கள் என்றால் இனிமேல் நமக்கு என்ன மதிப்புதான் பாக்கியிருக்கிறது' என்று மன்னர் கோபப்பட்டார்.

சிராஜ் உத் தௌலா வேகமாகச் செயல்பட்டார். தலைநகருக்கு அருகில் காஸிம்பாஸாரில் இருந்த கம்பெனியின் புறக்காவல் முகாமைக் கைப்பற்றினார். அதன் பின் கல்கத்தா நோக்கிப் படையெடுத்தார். கவர்னர் ட்ரேக் மிகப் பெரிய தவறு செய்தார். கோட்டையின் பலத்தை அதிகப்படுத்துவதற்குப் பதிலாக, வரும் வழியில் பல தனித்தனியான பீரங்கித் தாக்குதல் மையங்களை அமைத்திருந்தார். சிராஜ் உத் தௌலாவின் படை இதையெல்லாம் எளிதில் வீழ்த்தியபடி முன்னேறியது. ஊருக்கும் பஜாருக்கும் தீ வைத்தது.

கோட்டையைக் காப்பாற்றிக்கொள்ளப் போதுமான ஆட்கள் இல்லை என்பது தெரிந்ததும் ட்ரேக் ஒரு படகில் ஏறித் தப்பித்துவிட விரும்பினார். பதற்றத்தில் அவர்கள் ஏறிய பல படகுகள் மூழ்கி விட்டன. பலர் உயிரிழந்தனர். ட்ரேக் தப்பினார். கோட்டையின் காவல் படையில் பெரும்பகுதியினரை எதிரிகள் வசம் விட்டுவிட்டார். அவர்களையெல்லாம் மிகவும் குறுகலான சிறிய அறைக்குள் அடைத்துவைத்தார் சிராஜ் உத் தௌலா. 'ப்ளாக்ஹோல் ஆஃப் கல்கத்தா' என்று அந்த நிகழ்வு சொல்லப்படுகிறது.

ஜுன் 20 இரவில் சிறிய அறைக்குள் பலர் அடைக்கப்பட்டிருந்ததால் மூச்சு முட்டியே இறந்தனர். நவீன கால ஆய்வாளர்கள் சொல்வதன் படி 20லிருந்து நாற்பது பேர் இறந்திருக்கக்கூடும். உண்மையில் எத்தனை என்பது சரியாகத் தெரியாது. ஆனால், அது ஒரு காட்டுமிராண்டித்தனமான நிகழ்வு என்பதில் சந்தேகமே இல்லை. மதராஸிடமிருந்து கல்கத்தாவைக் கைப்பற்றும் முயற்சியாக அது மேற்கொள்ளப்பட்டதா என்று தெரியவில்லை.

கல்கத்தா கைப்பற்றப்பட்ட செய்தி 16 ஆகஸ்டில் மதராஸை வந்தடைந்தது. அற்ப விஷயங்கள் பற்றிப் பெரிதாக விவாதித்து முடித்த பின் ராபர்ட் க்ளைவிடம் மீட்பு நடவடிக்கை ஒப்படைக்கப்

பட்டது. 16 அக்டோபரில் 800 ஐரோப்பிய வீரர்களையும் 1,000 இந்திய சிப்பாய்களையும் அழைத்துக்கொண்டு வங்காளத்துக்குப் புறப்பட்டார். சாதகமான காற்று வீசவில்லையென்பதால் கப்பல்களில் சில சிலோன் நோக்கிச் சென்றுவிட்டன. ஹூக்ளி ஆறுக்குள் பிரிட்டிஷ் படை வந்து சேர டிசம்பர் மாதம் வரை ஆகிவிட்டது.

15 டிசம்பரில் கல்கத்தாவில் இருந்து நாற்பது மைல் தொலைவில் இருந்த ஃபுல்டா பகுதியில் நங்கூரமிட்டுத் தங்கினர். தப்பித்து வந்திருந்த பிரிட்டிஷ்காரர்களைச் சந்தித்தனர். சிராஜ் உத் தௌலாவுடனும் அவருடைய தளபதிகளுடனும் செய்திகள் பரிமாறப்பட்டன. பிரிட்டிஷாரைப் பொறுத்தவரையில் கல்கத்தா மீது ஆறில் பயணம் செய்து தாக்குவதற்கு உகந்த பருவநிலை வரும் வரை காத்திருக்கச் செய்த தந்திரமாகவே அது இருந்தது.

டிசம்பர் 27 அன்று கல்கத்தா நோக்கி படை முன்னேறியது. நவாபின் படையுடன் பாதி வழியிலேயே மோதல் ஏற்பட்டது. ராபர்ட் க்ளைவ் பீரங்கிகளை நிலவழியாக இழுத்து வந்திருந்தார். எனவே எதிரிகளை அதை வைத்துத் தாக்கி நிர்மூலமாக்கினார். கல்கத்தா நோக்கி பிரிட்டிஷ் படை முன்னேறியது. ஐரோப்பியர்கள் கப்பலில் வந்தவண்ணம் இருக்க சிப்பாய்கள் கரையோரமாக நடந்தபடி முன்னேறினர். 2 ஜனவரி, 1757 அன்று காலையில் கல்கத்தா வந்து சேர்ந்தனர். இரு தப்பினரும் சிறிது நேரம் துப்பாக்கி, பீரங்கியால் சுட்டுக்கொண்டனர். நவாபின் படை தப்பித்து ஓடியது. தாக்குதலினால் ஊர் மிக மோசமாக பாதிக்கப்பட்டிருந்தது. பஜாரானது பல இடங்களில் தீப்பிடித்திருந்தது. ஐரோப்பியர்களின் வீடுகள், சர்ச் எல்லாம் அழிக்கப்பட்டிருந்தன. கோட்டை மதில் உடைந்திருந்தது. ஒரு மசூதி அங்கு கட்டப்பட்டுக்கொண்டிருந்தது.

கம்பெனிக்கு நேர்ந்த இழப்புகளுக்கு சிராஜ் உத் தௌலா ஈடுகட்டியாகவேண்டும் என்று க்ளைவ் தீர்மானித்தார். ஹூக்ளி நதியில் இரண்டு கப்பல்கள் அனுப்பிவைக்கப்பட்டன. அங்குதான் தப்பி ஓடிய நவாபின் படையினர் முகாமிட்டிருந்தனர். அவர்கள் மீது வெடி குண்டு வீசித் தாக்கினார். பலர் இறந்தனர். எஞ்சியோர் தப்பி ஓடினர். பிரிட்டிஷார் புறப்பட்டுச் செல்லும் முன் அந்த ஊரையும் சுற்று வட்டாரங்களையும் சூறையாடி, தீவைத்துவிட்டுப் புறப்பட்டனர்.

சிராஜ் உத் தௌலா ஒரு லட்சம் படைவீரர்களை அழைத்துக் கொண்டு ஹூக்ளி நதியில் தென் திசை நோக்கி நகர்ந்தார். பிரிட்டிஷார் ஏற்படுத்திய இழப்பைக் கண்டு அதிர்ந்தார்.

பிரிட்டிஷாருடன் பேசி அவர்களுடைய கோரிக்கைகளை நிறைவேற்றிவிடவேண்டும் என்று நினைத்திருப்பாரோ என்னவோ. ஆனால், கல்கத்தாவை நெருங்க நெருங்க அவர் கோபம் அதிகரித்தது. கல்கத்தாவுக்கு வெளியே தனது படையைத் தங்க வைத்தார்.

சிராஜ் உத் தௌலாவின் படை மீது இரவில் தாக்குதல் நடத்தத் திட்டமிட்டார் க்ளைவ். அந்தத் தாக்குதலின்போது நவாபின் பீரங்கிகளை எடுத்துச் சென்றுவிடலாம் அல்லது அதைச் செயல் இழக்கச் செய்துவிடலாம் என்று நினைத்தார். வைஸ் அட்மிரல் சார்லஸ் வாட்சன் 600 கப்பல் பணியாளர்களை அனுப்பி பீரங்கிகளை எடுத்துச் செல்ல முன்வந்தார். அவர்கள் சற்று தாமதமாகவே வந்து சேர்ந்தனர். பிரிட்டிஷார் தாக்குதலை ஆரம்பிப்பதற்குள் பொழுது விடியத் தொடங்கிவிட்டது. திடீரென்று அதிர்ச்சி தரவேண்டும் என்ற க்ளைவின் யோசனை நடக்காமல் போய்விட்டது. ஆனால், அதிர்ஷ்டவசமாக அன்று பனி மிகுதியாக இருந்தது. நவாபின் முகாமுக்குள் எளிதில் ஊடுருவிச் சென்று தாங்கள் திட்டமிட்டது போல் தாக்குதலை முன்னெடுக்கமுடிந்தது. ஆனால் பீரங்கிகள் எதையும் கைப்பற்ற முடியாமல் போனது. ஐம்பது வீரர்கள் உயிர் துறக்கவும் நேர்ந்தது. நவாபின் ஆட்களில் 1300 பேரைக் கொன்று குவித்தனர்.

ஆஃப்கானிஸ்தானில் இருந்து படைகள் வங்காளம் நோக்கித் தாக்க வந்துகொண்டிருப்பதாக ஒரு செய்தி நவாபுக்குக் கிடைத்தது. இல்லையென்றால் அவர் தாக்குப்பிடித்து போரைத் தொடர்ந்திருக்கக்கூடும். அந்தப் பெரிய அபாயத்தில் இருந்து தப்பிக்க பிரிட்டிஷாருடன் அமைதிப் பேச்சுக்குத் தயாராகிவிட்டார். பிரிட்டிஷார் கேட்ட அனைத்தையும் கொடுத்துவிட்டுத் தன் படையை அழைத்துக்கொண்டு திரும்பிவிட்டார்.

ஏழாண்டுப் போரானது ஐரோப்பாவில் ஆரம்பித்திருந்தது. பிரிட்டிஷாரும் இங்கிலாந்தும் மீண்டும் எதிரிகளான செய்தி இந்தியாவுக்கு வந்து சேர்ந்தது. சிராஜ் உத் தௌலா அமைதி ஒப்பந்தத்தை மதித்து நடந்துகொள்வார் என்ற நம்பிக்கை க்ளைவுக்கு இருந்திருக்கவில்லை. பிரிட்டிஷாரை வீழ்த்த ஃபிரெஞ்சுக்காரர்களுடன் அவர் கூட்டு சேரக்கூடும் என்று நினைத்தார். இப்போது ராபர்ட் க்ளைவின் முன்னால் இரண்டு வாய்ப்புகள் இருந்தன. ஒன்று சந்திரநகரில் ஃபிரெஞ்சுக் காரர்களுடன் அமைதி ஒப்பந்தம் செய்துகொண்டுவிடவேண்டும் அல்லது அந்தக் குடியேற்றத்தைக் கைப்பற்றவேண்டும்.

அமைதியாகப் போய்விடவேண்டும் என்று முதலில் பேச்சுவார்த்தை நடந்தது. ஆனால், ஆஃப்கானியர்களுடனான மோதலைக் கண்டு பயந்த நவாப் அது தொடர்பான முயற்சிகளிலேயே இருந்ததால், க்ளைவ் சந்திர நகரைக் கைப்பற்ற முடிவெடுத்தார். ஃபிரெஞ்சுக்காரர்களை யாரேனும் தாக்கினால் உதவுவதற்காக சிறிய படை ஒன்றை நவாப் அங்கு விட்டுச் சென்றிருந்தார். நவாபின் பிரதிநிதியான நந்த குமாரைத் தன் பக்கம் இழுத்த ராபர்ட் க்ளைவ் நவாபின் படையை பிரிட்டிஷாருக்கு எதிராகப் பயன்படுத்த முடியாமல் தடுத்துவிட்டார்.

பிரிட்டிஷார் சந்திரநகரைக் கைப்பற்றி அதன் கோட்டையை முற்றுகையிட்டனர். மிகவும் கடுமையாகப் போரிடவேண்டியிருந்தது. இரு பக்கமும் 200 பேர் உயிரிழந்தனர். பிரிட்டிஷ் தரப்பில் இறந்தவர்களில் பெரும்பாலானோர் ஃபிரெஞ்சுப் படைகளின் பீரங்கிகளுக்கு அருகில் கொண்டுவரப்பட்ட கப்பல்களில் இருந்த கடல் பணியாளர்களே. இறுதியில் பிரிட்டிஷாரின் கை ஓங்கியது. 23 மார்ச்சில் ஃபிரெஞ்சுப் படை சரணடைந்தது. ஃபிரெஞ்சு கம்பெனிக்கு அது மிகப் பெரிய அடி. ஏனென்றால் வங்காளத்தில் இருந்துதான் அவர்களுக்கு மிகப் பெரிய லாபம் கிடைத்துவந்தது.

•

சிராஜ் உத் தௌலா வங்காளத்தில் செல்வந்தர்களிடையே அதிருப்தியைச் சம்பாதித்தார். அவர்களுடைய பெரும் ஆதாயம் ஐரோப்பியர்களுடன் வணிகம் செய்ததால்தான் கிடைத்துவந்தது. அந்த செல்வந்தர்களில் சிலர் இஸ்லாமியர் இல்லை என்பதால் அவர்களை நவாப் அவமதித்துமிருந்தார். கல்கத்தாவின் மிக முக்கியமான செல்வந்தராக இருந்தவர் ஓமிசந்த். பிரிட்டிஷாருடனான பேச்சுவார்த்தைக்கு அவரைத்தான் நவாப் பயன்படுத்திவந்தார்.

'முர்ஷிதாபாத்தில் நிறைய செல்வந்தர்கள் இருக்கிறார்கள். பிரிட்டிஷாருடன் நவாப் மோதல் போக்கைக் கடைப்பிடித்தால் அவரை ஆட்சியில் இருந்து அகற்றிவிடவேண்டும் என்ற எண்ணத்துடன் அவர்கள் இருக்கிறார்கள்' என்ற செய்தியை ராபர்ட் க்ளைவுக்கு ஓமிசந்த் தெரிவித்தார். இந்தச் சதித் திட்டத்துக்கு வேறு பல அரசாங்க அதிகாரிகளும் உதவத் தயாராக இருப்பதாகவும் சொன்னார். அவர்களில் மிக முக்கியமானவர் நவாபின் உறவினரும் படைத் தளபதியுமான மீர் ஜாஃபர்.

பிரிட்டிஷார் அந்த சதிக்கு உடந்தையாக இருந்தால் நவாபை பதவியில் இருந்து இறக்கிவிட்டு மீர் ஜாஃபரை அரியணையில் ஏற்ற

அந்த வணிகர்கள் தயாராக இருந்தனர். ராபர்ட் க்ளைவும் கல்கத்தா கவர்னரும் உறுப்பினராக இருந்த ஒரு கமிட்டி கூடி அதைச் செயல்படுத்த முடிவு செய்யப்பட்டது. மீர் ஜாஃபரை அரியணையில் ஏற்றினால் அவர் கம்பெனிக்கும் அதன் பணியாளர்களுக்கும் கடந்த ஆண்டு நடந்த அனைத்து இழப்புகளுக்கும் உரிய நஷ்ட ஈடு வழங்கவேண்டும். கல்கத்தாவில் மேலும் கூடுதல் நிலமானது கம்பெனிக்குத் தரப்படவேண்டும். பிரிட்டிஷ் ராணுவத்துக்கும் கப்பல் படைக்கும் 40 லட்சம் ரூபாய் தந்தாகவேண்டும். நான்கு பேர் கொண்ட தலைமைக் குழுவுக்கு 12 லட்சம் ரூபாய் தனியாகத் தரவேண்டும் என்று நிபந்தனைகள் விதிக்கப்பட்டன.

ஓமிச்சந்தை வரச்சொல்லி க்ளைவ் தனது ராணுவ, கப்பல் படைகளைப் பார்வையிட வைத்தார். மேலே சொன்ன நிபந்தனைகளைப்போய் நவாபிடம் சொல்லச் சொல்லி அனுப்பினார். மறுநாளே க்ளைவ் தலைநகரைத் தாக்கப் போகிறார் என்று சொன்னார். ஆஃப்கானிஸ்தானில் இருந்து எந்தத் தாக்குதலும் இப்போதைக்கு இல்லை என்ற செய்தி கிடைத்த நவாப், கல்கத்தா நோக்கி படையெடுத்துச் செல்லும்படி மீர் ஜாஃபருக்கு உத்தரவிட்டார். நவாபுக்கு எதிரான போரில் தாமும் உதவத் தயார் என்று மராத்தாக்களிடமிருந்தும் ஒரு செய்தி ராபர்ட் க்ளைவுக்கு வந்து சேர்ந்தது. ஆனால், நவாபுடன் நட்புறவுடன் இருப்பதாக ஒரு பொய்ச் செய்தியை மராத்தாக்களுக்கு அனுப்பி அந்தச் செய்தி நவாபுக்குக் கிடக்கவும் செய்தார் க்ளைவ். அதை நம்பிய நவாப் கல்கத்தா நோக்கி அனுப்பவிருந்த படையைப் பின்வாங்கிக் கொண்டார்.

இதனிடையில் ஓமிசந்த், சிராஜ் உத் தௌலாவிடம் இருந்து கிடைக்கும் பணம், நகைகள் ஆகியவற்றில் குறிப்பிட்ட சதவிகிதத்தைத் தனக்குத் தரும்படி ராபர்ட் க்ளைவிடம் கேட்டார். அது பல லட்சம் மதிப்புக்கு இருக்கும். கேட்ட பணத்தைத் தரவில்லையென்றால் சதித்திட்டம் பற்றிய தகவலை நவாபிடம் சொல்லிவிடுவேன் என்று மிரட்டினார். ராபர்ட் க்ளைவ் இரண்டு பத்திரங்கள் எழுதினார். அதில் சிவப்பு நிறப் பத்திரத்தில் ஓமிசந்துக்கு 20 லட்சம் தருவதாக ஒப்புக்கொண்டார். வெள்ளை நிறப் பத்திரத்தில் ஓமிசந்துக்கு ஒரு பைசா கூடக் கிடையாது என்றும் எழுதினார். இரண்டாவதுதான் உண்மையான பத்திரம்!

மீர் ஜாஃபரிடம் வெள்ளைப் பத்திரத்தைக் காட்டி அதுதான் உண்மையான ஒப்பந்த பத்திரம் என்று சொல்லி அவரும் ராபர்ட் க்ளைவும் அதில் கையெழுத்திட்டுக்கொண்டனர். நவாபின் அரச

சபையில் தூதுவர்கள் போல் இருந்து வந்த கம்பெனி அதிகாரிகள் மெள்ள அங்கிருந்து தப்பினர். மறு நாள் 13 ஜூன் மாதம் க்ளைவ் முர்ஷிதாபாத்துக்குப் படையுடன் வந்தார். கல்கத்தாவில் இருந்து சில வீரர்களும் கடல் பணியாளர்களும் அந்தப் படையில் சேர்ந்துகொண்டிருந்தனர். மொத்தமாக க்ளைவின் படையில் 1000 ஐரோப்பிய வீரர்களும் 2000 சிப்பாய்களும் இருந்தனர். எட்டு இலகு ரக பீரங்கிகளும் இருந்தன.

சிராஜ் உத் தௌலாவிடம் இருந்த படையோ க்ளைவின் படையைவிடப் பல மடங்கு பெரியது. 40,000 காலாட்படையினர் இருந்தனர். அவர்களுக்குப் போதிய பயிற்சி இருந்திருக்கவில்லை. அதோடு வில் அம்பு, ஈட்டி ஆகியவையே அவர்களுடைய ஆயுதங்கள். ஆனால், அவரிடம் 18000 பதான் வீரர்கள் இருந்தனர். அவர்கள் திறமைசாலியான குதிரைப் படை வீரர்கள். அவர்கள் வசம் வாள், ஈட்டி முதலியவை இருந்தன. மேலும் அவரிடம் 50 பீரங்கிகளும் இருந்தன. க்ளைவிடமிருந்த பீரங்கிகளைவிட அவை மிகவும் பெரியவை. சந்திரநகரில் இருந்து தப்பிய ஃபிரெஞ்சுக் காரர்கள்தான் அதை இயக்கிவந்தனர். பிரிட்டிஷாருடனான தமது தோல்விக்குப் பழி வாங்கக் காத்துக்கொண்டிருந்தனர்.

இப்படி இரண்டு படைகளும் மலையும் மடுவும்போல் இருந்தநிலையில் ராபர்ட் க்ளைவ் பெரிதும் மீர் ஜாஃபரையே நம்பியிருந்தார். அவர் நவாபின் படையின் மூன்று பிரிவுகளில் ஒன்றின் தலைவராக இருந்ததோடு சதியாளர்களின் தலைவராகவும் இருந்தார். நவாபின் படை ஆற்றின் நடுவே இருந்த ஒரு தீவில் முகாமிட்டிருந்தது. க்ளைவுக்குத் தனது வீரர்களைப் படகில் கொண்டுசென்றாக வேண்டியிருந்தது. மீர் ஜாஃபர் மட்டும் கொடுத்த வாக்கைக் காப்பாற்றாமல் போயிருந்தால் ராபர்ட் க்ளைவுக்கு தப்பித்து வருவது மிகவும் சிரமமாக இருந்திருக்கும்.

மீர் ஜாஃபரும் சிராஜ் உத் தௌலாவும் நெருங்கிவந்துவிட்டதாக வேறு வதந்திகள் கிளம்பின. சிராஜ் உத் தௌலா தனது சந்தேகத்தைப் போக்கிக்கொள்ள மீர் ஜாஃபரை குர்ரான் மீது சத்தியம் செய்து அவரது விசுவாசத்தை நிரூபிக்கும்படிக் கேட்டிருந்தார். 20 ஜூனில் மீர் ஜாஃபரிடமிருந்து க்ளைவுக்கு ஒரு செய்தி வந்தது. நவாபுக்குச் செய்து கொடுத்த சத்தியத்துக்குக் கட்டுப்பட்டு நடக்க வேண்டியிருப்பதாக அதில் தெரிவிக்கப்பட்டிருந்தது. ஆனால், தானும் தன் ஆட்களும் போரில் ஈடுபடாமல் பிரிட்டிஷாருக்கு உதவுவார்கள் என்றும் அதில் தெரிவிக்கப்பட்டிருந்தது.

பெரும் மழை பெய்து, ஆற்றில் நீர் பெருகத் தொடங்கியது. எப்படியோ ஆற்றைக் கடந்து தீவுக்குச் சென்றுவிட்டாலும் பிரிட்டிஷாரால் திரும்பி வரமுடியாது என்ற நிலை ஏற்பட்டது. மீர் ஜாஃபரின் உதவியும் கிடைக்குமா என்பது சந்தேகமாகி விட்டிருக்கும் நிலையில் படையெடுப்பு வெற்றி பெறுமா என்ற சந்தேகம் க்ளைவுக்கு வர ஆரம்பித்தது. கம்பெனியின் தலைமைக் குழுவுக்குக் கடிதம் அனுப்பி ஆலோசனை கேட்டார். எந்த பதிலும் வராமல் போகவே, 21 ஜூனில் க்ளைவ் தன் அதிகாரிகளுடன் ஒரு ஆலோசனைக்கூட்டம் நடத்தினார். ஒன்பது அதிகாரிகள் படையெடுப்புக்கு ஆதரவாகவும் ஏழு பேர் உடனடி தாக்குதல் வேண்டாம் என்றும் சொன்னார்கள். எட்டு இளம் அதிகாரிகளும் வாக்களித்தனர். ஐந்து பேர் போருக்கு தயார் என்றும் மூன்று பேர் இப்போதைக்குத் தாக்கவேண்டாம் என்றும் சொன்னார்கள். க்ளைவுக்கு என்ன செய்ய என்று குழப்பமாக இருந்தது. மீர் ஜாஃபரிடமிருந்து இன்னொரு கடிதம் வந்தது. அது நம்பிக்கையளிப்பதாக இருந்தது.

'நீங்கள் படையெடுத்து அருகில் வந்ததும் நான் உங்களுடன் சேர்ந்துகொள்கிறேன். காஸிம்பாஜாருக்குச் செல்லும் வழியில் திறமைசாலியான 200-300 வீரர்களை அனுப்பிவைத்தால் நவாபின் படை அங்கிருந்து பின்வாங்கிவிடும். அதன்பின் நவாபை வெல்வது எளிதுதான். நான் போர்க்களத்துக்கு வந்ததும் உங்களுக்குத் தேவையான உளவுத் தகவல்களை அனுப்பி வைப்பேன். எப்போது போரை ஆரம்பிக்கப்போகிறீர்கள் என்பதை மட்டும் எனக்கு முன்கூட்டியே தெரியப்படுத்துங்கள்.'

க்ளைவ் பதில் அனுப்பினார்.

'உங்கள் கடிதத்தைப் பார்த்த பின் உடனே ப்ளாஸிக்கு படையெடுப்பது என்று முடிவெடுத்துவிட்டேன்.'

அன்று மாலையே க்ளைவின் படை ஆற்றைக் கடந்து தீவை அடைந்தது.

●

இருளில் தன் படையை வழிநடத்திய க்ளைவ், நள்ளிரவு ஒரு மணிக்கு ப்ளாஸி வந்தடைந்தார். அங்கிருந்த மிகப் பெரிய மாந்தோப்பை ஆக்கிரமித்தனர். தோப்பைச் சுற்றிலும் பெரும் பள்ளமும் ஒரு பக்கம் பெரிய கரையும் இருந்தன. மிகவும் பாதுகாப்பான பகுதி. ஆறுக்கும் தோப்புக்கும் இடைப்பட்ட பகுதியில் வேட்டைக்காரர்கள் தங்கும் பெரிய விடுதி ஒன்று

இருந்தது. பல வீரர்கள் அதை ஆக்கிரமித்தனர். க்ளைவும் அதில் தங்கினார்.

23 ஜூன் 1757 அதிகாலையில் அந்த விடுதியின் மேல் தளத்தில் நின்றுகொண்டு க்ளைவ் பார்த்தபோது 50,000 பேர் கொண்ட நவாபின் படையானது ஆங்காங்கே சிதறலாக நிற்பது தெரிந்தது. 'பட்டு ஜரிகையும் வேலைப்பாடும் மிகுந்த சிவப்பு நிற துணி போர்த்திய யானைகள் வரிசையாக நின்றிருந்தன. குதிரையில் ஏறி அமர்ந்திருந்த வீரர்களின் கைகளில் இருந்த வாள்கள் சூரிய ஒளி பட்டு மின்னின. காளைகள் மிகப் பெரிய பீரங்கி வண்டிகளை இழுத்துவந்தன. நவாபின் கொடி பறந்துகொண்டிருந்தது. அவர்களைப் பார்த்தபோது பெரும் உற்சாகத்துடனும் வெல்லவே முடியாதவர்களாகவும் தெரிந்தனர்' என்று கம்பெனியின் அதிகாரி லூக் ஸ்க்ராஃப்டன் குறிப்பிட்டிருக்கிறார்.

மீர் ஜாஃபரிடம் இருந்து எந்தச் செய்தியும் வரவில்லை. அவர் சொன்னதுபோல் போரிடாமல் விலகி நிற்பாரா என்பது தெரியவில்லை. காலை ஏழு மணிக்கு அவருக்கு ஒரு செய்தியை க்ளைவ் அனுப்பினார்.

> 'என்னால் செய்ய முடிந்த அனைத்தையும் செய்துமுடித்து விட்டேன். இதற்கு மேல் என்னால் எதுவும் முடியாது. நான் ப்ளாஸியில் இருந்து முன்னேறி வருகிறேன். நீங்கள் தௌதிபூரில் இருந்து வந்தால் நாம் சந்திக்கலாம். நீங்கள் இதைச் செய்யவில்லையென்றால் நான் நவாபுடன் நட்புறவை உருவாக்கிக் கொண்டுவிடுவேன்.'

ஆனால், துணிந்து போராடினால் வெற்றி நமக்குத்தான் கிடைக்கும் என்பதில் க்ளைவுக்கு எந்த சந்தேகமும் இல்லை.

எதிர்த்து வரும் படையை எதிர்கொள்ள தோப்பு மறைவில் இருந்து புறப்பட்ட க்ளைவின் படை வரிசையாக அணிவகுத்து நின்றது. நவாபின் படையானது க்ளைவுக்குத் தெற்குப் பக்கம் உள்ள ஆற்றின் கரையில் ஆரம்பித்து தோப்புக்கு எதிராகச் சென்று க்ளைவுக்கு வலது பக்கப் படை வரை வளைந்து விரிந்து நின்றது. இரு தரப்பு பீரங்கிகளும் தயார் நிலையில் இருந்தன. கம்பெனியின் பீரங்கிகள் நவாபின் பீரங்கிகளைவிட சிறியவையாக வலிமை குறைவானவையாக இருந்தன. க்ளைவின் படையின் பீரங்கிகள் குறி பார்த்துச் சுட்டு நவாபின் படை வீரர்கள் பலரைக் கொன்றபோதிலும் க்ளைவுக்கும் பெரும் இழப்பு இருந்தது. க்ளைவின் படை மிகவும் சிறியது என்பதால் நிறைய உயிரிழப்பை அவருடைய படையால்

தாங்கிக் கொள்ளமுடியாது. தனது படையை மாந்தோப்புப் பகுதிக்குப் பின்வாங்கினார். முன்னேறிவரும் படையை, பாதுகாப்பான மதிலுக்குப் பின்னால் இருந்தபடியே தாக்கி எதிர்த்தார்.

மதிய நேரம், மிகப் பெரிய இடியுடன் கூடிய மழை பெய்யத் தொடங்கியது. நவாபின் படையின் வெடி மருந்துகள் எல்லாம் நனைந்துபோயின. அவர்களால் தாக்குதலைத் தொடரமுடியாமல் போனது. க்ளைவின் படையினரும் இதுபோலவே பீரங்கியைப் பயன்படுத்த முடியாமல்தான் இருக்கும் என்று நினைத்த தளபதி மீர் மதன் குதிரைப்படையை எடுத்துக்கொண்டு பாய்ந்து முன்னேறினார். ஆனால், பிரிட்டிஷார் தமது வெடி மருந்துகளை தார்பாலினால் நன்கு மூடிப் பாதுகாத்துவிட்டிருந்தனர். எனவே பீரங்கிகளை இயக்க அவர்களால் முடிந்தது. முன்னேறி வந்த மீர் மதன் பீரங்கி குண்டு பாய்ந்து இறந்தார்.

தளபதி மீர் மதனின் இறப்புச் செய்தி கேள்விப்பட்டதும் நவாப் அதிர்ச்சியின் உறைந்தார். மீர் ஜாஃபரை அழைத்து உதவும் படிக் கேட்டார். இன்றைக்கு இனிமேல் தாக்குதல் நடத்த முடியாது என்று சொல்லி படையைப் பின்வாங்கச் சொன்னார். இன்னொரு சதிகாரரும் அதே ஆலோசனையைச் சொன்னார். மீர் ஜாஃபர் உடனே ராபர்ட் க்ளைவுக்கு ஒரு கடிதம் அனுப்பினார் (போர் முடியும் வரை அது க்ளைவின் கைகளுக்கு வந்து சேர்ந்திருக்கவில்லை).

> 'நவாபின் படைகள் பின்வாங்கப்போகின்றன. அதிகாலை மூன்று மணிக்கு தாக்குதலை நடத்துங்கள். நவாபின் படை சிதறி ஓடிவிடும். அதன் பின் என் நேரம் வரும். நாங்கள் மூவரும் நவாபின் இடது பக்கப் படையில் இருக்கிறோம். உங்களுக்கு உதவ நாங்கள் தயாராகக் காத்திருப்போம். அங்கு சந்திப்போம்.'

நவாபின் படை பின்வாங்கியது. க்ளைவ் நனைந்த உடையை மாற்றிக்கொள்ள வேட்டைக்கார விடுதிக்குச் சென்றார். திரும்பிவர உத்தரவு கொடுத்த பின்னரும் அவருடைய படை ஒன்று முன்னேறிச் சென்று ஃபிரெஞ்சுப் படை கைவிட்டுச் சென்ற ஒரு பீரங்கியைக் கைப்பற்றியதாக அவரிடம் சொல்லப்பட்டது. அதைக் கேட்டதும் கோபம் தலைக்கேறிய ராபர்ட் க்ளைவ் அந்தச் செயலைச் செய்த இரண்டாம் கட்ட அதிகாரியைச் சிறையில் அடைக்க உத்தரவிட்டார். பின் கோபம் தணிந்த பின்னர், தனது படை பின்வாங்குவதாகக் காட்டிக்கொள்வது குழப்பத்தை ஏற்படுத்தி விடும் என்பதைப் புரிந்துகொண்டார்.

படையை மீண்டும் ஒன்று திரட்டி தாக்குதலில் ஈடுபட்டார். ஃபிரெஞ்சு பீரங்கிப் படையின் உதவியுடன் நவாபின் படையும் பதிலுக்குத் தாக்கியது. நவாபின் படையில் பீரங்கிகளை இழுத்துவந்த காளைகளை க்ளைவின் படையின் பீரங்கித் தாக்குதல் சிதறி ஓடச் செய்தது. சில யானைகளும் கலைந்து ஓடின. நவாபின் படையின் பல அதிகாரிகள் கொல்லப்பட்டனர். அவருடைய படை நம்பிக்கையை இழக்க ஆரம்பித்தது.

இந்தக் கட்டம் வரையிலும் மீர் ஜாஃபர் அனுப்பிய கடைசிக் கடிதம் ராபர்ட் க்ளைவுக்கு வந்து சேர்ந்திருக்கவில்லை. நவாபின் வலப் பக்கப் படைகளின் வியூகம் பற்றி எதுவும் அவருக்குத் தெரிந்திருக்கவில்லை. அந்தப் படை பின்வாங்கிச் சென்றதால் அதுதான் மீர் ஜாஃபர் மற்றும் பிற சதிகாரர்களின் தலைமையில் உள்ள படை போலிருக்கிறது என்றே நினைத்தார். இதனால் தனது படையை முன்புறமாகச் சென்று தாக்கும்படி உத்தரவிட்டார். நவாபின் வீரர்கள் இனியும் நம்மால் தாக்குப் பிடிக்க முடியாது என்பது உறுதியானதும் தப்பித்து ஓட ஆரம்பித்துவிட்டனர். நவாபும் போர்க்களத்தைவிட்டுச் சென்றிருந்தார். வேகமாக ஓடும் ஒட்டக மொன்றில் ஏறி தலைநகர் நோக்கி ஓடத் தொடங்கியிருந்தார். மாலை ஐந்து மணிவாக்கில் பிளாஸி போர் முடிவுக்கு வந்து விட்டது.

இவ்வளவு முக்கியமான, பெரிய போராக இருந்தபோதிலும் சொற்ப கம்பெனி வீரர்களே கொல்லப்பட்டிருந்தனர். நான்கு ஐரோப்பியர்கள், 16 சிப்பாய்கள் மட்டுமே இறந்திருந்தனர். மீர் ஜாஃபரின் துரோகம் வெற்றிக்கு வழிவகுத்துவிட்டது.

●

போர் முடிந்த மறு நாள் காலையில் மீர் ஜாஃபர், ராபர்ட் க்ளைவை வந்து சந்தித்தார். இருவரும் ஆரத்தழுவிக் கொண்டனர். வங்காளத்தின் புதிய அரசராக அவரை வாழ்த்தினார் ராபர்ட் க்ளைவ். மீர் ஜாஃபர் தனது அரண்மனையான முர்ஷிதாபாத்துக்குச் சென்று சேர்ந்தார். சிராஜ் உத் தௌலா ஆற்றின் மறு கரையில் இருந்த அரண்மனையில் இருந்தார். அன்றிரவு மாறுவேடம் அணிந்து கொண்டு தனது மனைவிகளில் மிகவும் பிடித்தவரையும், மகளையும், ஒரு திருநங்கையையும் அழைத்துக்கொண்டு பாட்னாவுக்குப் புறப்பட்டார். தனக்கு இனியும் ஆதரவு இருக்கும் என்று அவர் நம்பினார்.

இரண்டு நாட்கள் கழித்து பெரும் காவல் படையுடன் ராபர்ட் க்ளைவ் முர்ஷிதாபாத் வந்து சேர்ந்தார். மீர் ஜாஃபருக்குத் தன் மரியாதையை வெளிப்படுத்தச் சென்றார். மீர் ஜாஃபர்தான் வங்காளம், பீஹார், ஒரிஸாவின் அரசர்; தான் அல்ல என்று ஒரு நாடகத்தைத் திறம்பட அரங்கேற்றினார். அடுத்த நாள் அனைவருக்குமான பணம் பற்றிப் பேசினார்கள். சிராஜ் உத் தௌலாவும் பிற கொள்ளையர்களும் கஜானாவில் இருந்து கொஞ்சத்தை எடுத்துவிட்டிருந்தனர். எனவே, எதிர்பார்த்த அளவுக்கு பணம் அங்கு இருந்திருக்கவில்லை. பேசி வைத்த தொகையில் பாதியை மீர் ஜாஃபர் உடனே தந்தாக வேண்டும்; பெரிதும் பணமாகவும் கொஞ்சம் போல் தங்கம், வெள்ளி நகைகள், பொருட்கள் மூலமும் தந்துவிடவேண்டும் என்று ராபர்ட் க்ளைவ் கேட்டார். மீதிப் பாதிப் பணத்தை அடுத்த மூன்றாண்டுகளுக்குள் தவணைமுறையில் தரலாம் என்று சொன்னார்.

75 படகுகளில் பொருட்கள் ஏற்றப்பட்டன. ஒவ்வொரு படகிலும் ஒரு லட்சம் மதிப்பிலான கஜானா ஏற்றப்பட்டது. கடற்படை காவலுக்கு வர, இசைக்கருவிகள் முழங்க ஆற்றின் வழியில் கல்கத்தாவுக்குப் புறப்பட்டனர். கமாண்டர் இன் சீஃப் என்ற வகை, கம்பெனியின் தலைமைக் குழுவின் உறுப்பினர் என்ற வகை, மீர் ஜாஃபர் தனியாகத் தருவதாகச் சொன்ன வகை எனப் பல வகைகளில் ராபர்ட் க்ளைவுக்கு செல்வம் குவிந்தது. கிட்டத்தட்ட கால் மில்லியன் பவுண்ட் ஸ்டெர்லிங் அளவுக்கு வந்தது. வங்காளத்தின் ஓராண்டு வருமானம் அளவுக்கான தொகை பிரிட்டனுக்குக் கொண்டுசெல்லப்பட்டது.

சிராஜ் உத் தௌலா கைதியாக முர்ஷிதாபாத்துக்குக் கொண்டு வரப்பட்டார். மீர் ஜாஃபரின் சகோதரர் மாறுவேடத்தில் இருந்த அவரை அடையாளம் கண்டுபிடித்திருந்தார். சில மணி நேரங்களிலேயே அவர் குத்திக் கொல்லப்பட்டார். அவருடைய உடல் யானை மேல் வைத்து ஊர்வலமாகக்கொண்டு செல்லப் பட்டுப் பின் புதைக்கப்பட்டது.

•

பின்குறிப்பு

ராபர்ட் க்ளைவின் தந்திரங்களின் மூலம் இந்தியாவில் கிழக்கிந்திய கம்பெனியின் செயல்பாடுகள் முழுவதுமாக மாறிவிட்டன. அமைதியான வணிகமே கம்பெனியின் கொள்கை என்று லண்டனில் இருந்த கம்பெனி இயக்குநர்கள் அப்போதும் சொல்லிவந்தனர். 'இந்தியாவில் இருக்கும் கம்பெனியின் தலைமைப் பதவியில் இருப்பவர்கள் ஆட்சி, ஆக்கிரமிப்பு எண்ணங்கள் கொண்டவர்களாகவும் தமது பணியாளர்கள் எல்லாம் வணிகர்கள் என்பதையும் வர்த்தகமே தமது பிரதான குறிக்கொள் என்பதையும் மறந்தவர்களாக இருக்கிறார்கள். நீங்கள் கேட்பதுபோல் கோட்டை, கொத்தளங்கள் கட்ட அனுமதித்தால் எங்கள் முதலீடுகளில் பாதி வெறும் கல் சுவர் கட்டுவதிலேயே வீணாகிவிடும்' என்று அவர்கள் புகார் தெரிவித்தார்கள்.

ஆனால், இந்தியாவுக்கும் இங்கிலாந்துக்கும் இடையே ஒரு கடிதப் பரிமாற்றம் சென்று வர சில மாதங்கள் ஏன் வருடங்கள் கூட எடுத்துக்கொண்டது. கம்பெனியின் பெரும்பாலான பங்குகளை க்ளைவும் அவருடைய நண்பர்களும் வாங்கத் தொடங்கியதைத் தொடர்ந்து கம்பெனி மீது லண்டன் செலுத்தும் செல்வாக்கானது மேலும் குறைந்தது. இந்தியாவில் இருந்த கம்பெனியினர் தமக்கு ஆதாயம் தருவதாக எதையெல்லாம் கருதினார்களோ அவற்றை எல்லாம் செய்ய ஆரம்பித்தனர்.

கம்பெனி எந்தவித வரியும் கட்டாமல் இறக்குமதி செய்யவும் ஏற்றுமதி செய்யவும் மீர் ஜாஃபர் அனுமதிக்கவேண்டும் என்று க்ளைவ் கேட்டுக்கொண்டிருந்தார். இதன் மூலமாக பிற இந்திய

வணிகர்கள் சொல்லும் விலையைவிட மிகக் குறைவாக வைத்து விற்கவும் பொருட்களை வாங்கிக்கொள்ளவும் கம்பெனிக்கும் அதன் பணியாளர்களும் எளிதில் முடிந்தது. அப்படியாக இந்திய வணிகத்தின் பெரும்பகுதியைத் தம் கட்டுப்பாட்டுக்குள் கொண்டு வரவும் முடிந்தது. அதோடு லாபத்தில் பெரும்பகுதியானது இங்கிலாந்துக்கே அனுப்பப்பட்டது. உள்ளூர் வர்த்தகத்தை வளப்படுத்தப் பயன்படுத்தப்படவில்லை. இந்த விஷயங்கள், மீர் ஜாஃபர் கொடுக்க வேண்டியிருந்த பணம் இவையெல்லாம் பொருளாதாரத்தை வெகுவாகப் பாதித்தன.

1760-ல் க்ளைவ் பெரும் செல்வத்துடன் பிரிட்டனுக்குத் திரும்பினார். அயர்லாந்து அவருக்கு 'பேரன்' (Baron) பட்டம் கொடுத்தது. நாடாளுமன்ற உறுப்பினரானார். ஆக்ஸ்ஃபோர்டு பல்கலைக்கழகம் அவருக்கு கௌரவ டாக்டர் பட்டம் கொடுத்து கௌரவித்தது. அவர் இல்லாமல் போனதால் வங்காளத்தில் கம்பெனி அதிகாரிகளின் மோசமான நிர்வாகம் மேலும் மோசமானது. க்ளைவுக்கு அடுத்ததாக கவர்னரான ஹென்றி வேன்சிடாரட் எழுதியது:

> 'வரிகள் எதுவும் தராமல் வியாபாரம் செய்யப்பட்டது. இதனால் எக்கச்சக்கமான ஒடுக்குமுறைகள் நடந்தன. ஆங்கிலேய ஏஜெண்ட்கள் அல்லது குமஸ்தாக்கள் மக்களைக் கொடுமைப் படுத்தியதோடு நில்லாமல், தங்கள் வழிகளில் குறுக்கிடுவதாக நினைத்த நவாபின் அரசாங்க அதிகாரிகளையும்கூட தண்டித்தார்கள்.'

வங்காள கஜானா காலியாகியிருந்தது. வேன்சிடாரட் இதைச் சரி செய்ய வலுவான நவாபை நியமிக்க விரும்பினார். கம்பெனியின் படையைப் பயன்படுத்தி மீர் ஜாஃபரைப் பதவியிலிருந்து இறக்கிவிட்டு அவருடைய மருமகன் மீர் காசிமை ஆட்சிக்கட்டிலில் அமர்த்தினார். மீர் காசிம் வேன்சிடாரட்டுக்கும் அவருடைய நண்பர்களுக்கும் ஏராளமான செல்வத்தை வாரிக் கொடுத்தார். மேலும் வங்காளத்தின் பல மாவட்டங்களையும் கல்கத்தாவுக்கு அருகில் இருந்த பகுதியையும் கம்பெனிக்குக் கொடுத்தார்.

மீர் காசிம் ஒரு தேர்ந்த நிர்வாகி. படை பலத்தையும் நிர்வாகத்தையும் மேம்படுத்தினார். எனினும் கம்பெனியின் உரிமைகளைப் பயன்படுத்தி சொந்தக்கணக்கில் சட்டவிரோதமாக வணிகம் செய்தல், இந்த உரிமையை உள்ளூர் வணிகர்களுக்கு விற்றுவிடுதல் என கம்பெனிப் பணியாளர்கள் செய்த முறைகேடுகளினால் மீர்

காசிமினால் விரும்பிய அளவுக்கு சீர்திருத்தத்தைக் கொண்டுவர முடிந்திருக்கவில்லை. காலப்போக்கில் அவர் கம்பெனி மீது பகைமை கொள்ள ஆரம்பித்தார். அனைவருக்குமே வரிகளை ரத்து செய்துவிட்டு வர்த்தகத்தை சம அளவிலான போட்டியாக ஆக்க முயன்றார். கம்பெனியின் ஆயுதக் கப்பல் ஒன்றைக் கைப்பற்றி அதில் இருந்தவர்களைச் சிறையிலும் அடைத்தார்.

இதனால் கோபமடைந்த கம்பெனி அதிகாரி ஒருவர் மீர் காசிமின் ஆட்களை பாட்னாவில் தாக்கினார். ஆனால் அவர் சிறைப்பிடிக்கப் பட்டார். கம்பெனி போர் தொடுப்பதாக அறிவித்தது. மீர் காசிம் ஆட்சி புரிய அருகதையற்றவர் என்று சொல்லி மீர் ஜாஃபரையே மீண்டும் பதவியில் அமர்த்தியது. மீண்டும் அவர் அவர்களுக்கு பெரும் செல்வம் கொடுத்தார். எட்டு ஆண்டுகளில் கம்பெனியின் மூத்த அதிகாரிகள் 37,70,833 பவுண்ட் தொகையைப் பெற்றுக் கொண்டனர். இது எப்போது என்றால் ஒரு பிரிட்டிஷ் தொழிலாளர் ஒருவரின் ஆண்டு குடும்ப வருமானம் 37 பவுண்டாகவும் வங்காள குடும்பத்தின் ஆண்டு வருமானம் 2 பவுண்டுக்கும் கீழாக இருந்த காலகட்டம்!

மீர் காசிம் மேற்குப் பக்கம் சென்று அவுத் (அயோத்யா) பகுதியின் வைஸ்ராய் மற்றும் முகலாயப் பேரரசருடன் இணைந்துகொண்டார். 23 அக்டோபர் 1764-ல் கம்பெனி அந்தக் கூட்டுப் படையை பக்ஸார் பகுதியில் வைத்து முறியடித்தது. அது நவாபின் கீழ் உள்ள பிஹாரின் மேற்குப்புற எல்லையில் இருந்த ஊர். வங்காளத்தையும் தாண்டி கம்பெனியின் ஆதிக்கம் விரிவுபடுவதை இது உறுதிப்படுத்தியது.

1765-ல் மூன்றாவது முறை (கடைசி முறையாகவும்) இந்தியா திரும்பினார் ராபர்ட் க்ளைவ். பக்ஸார் பகுதியில் மீர் காசிமும் அவருடைய கூட்டுப்படைகளும் தோற்கடிக்கப்பட்டதைத் தொடர்ந்து கம்பெனியின் கை மேலும் ஓங்கியிருந்தது. மீர் காசிம் டில்லிக்குத் தப்பி ஓடினார். அங்கு வறுமையில் இறந்தார். மேலும் புதியபகுதிகளை இணைத்துக்கொள்வதற்குப் பதிலாக ராபர்ட் க்ளைவ் அயோத்யா பகுதியின் வைஸ்ராயைத் தொடர்ந்து பதவியில் இருக்க அனுமதித்தார். முகலாய மன்னருக்கு மட்டும் அவருடைய ராஜ்ஜியத்தில் சொற்பத்தை மட்டுமே திருப்பிக்கொடுத்தார்.

வங்காளம், பிஹார், ஒரிஸ்ஸாவின் திவானி என்ற பட்டத்தை முகலாய அரசர் க்ளைவுக்குக் கொடுத்தார். இது அந்தப் பகுதிகளின் ஆட்சியாளராகவும் அந்தப் பகுதிகளின் முழு வருமானமும் கம்பெனிக்கே கிடைக்க வழி பிறந்தது. இந்த முக்கியமான

ஒப்பந்தப் பத்திரமானது முகலாய மன்னரால் தன் கைப்பட பனாரஸில் வைத்து வழங்கப்பட்டது. ராபர்ட் க்ளைவின் கூடாரத்தில் இருந்த உணவு மேஜை மேல் ஒரு நாற்காலியைப் போட்டு சிம்மாசனம்போல் ஆக்கி அதில் மன்னரை உட்கார வைத்திருந்தார்கள். வேலைப்பாடு மிகுந்த துணியால் பொதிந்திருந்த பத்திரத்தை அந்தத் தற்காலிக சிம்மாசனத்தில் அமர்ந்துகொண்டு க்ளைவிடம் ஒப்படைத்தார் முகலாய மன்னர். இந்தியாவில் பிரிட்டிஷாரின் ஆட்சியின் தொடக்கம் அது.

'பிற எந்த நாடுகளையும்விட அராஜகம், குழப்பம், லஞ்சம், முறைகேடு, சுரண்டல் இவையெல்லாம் வங்காளத்தில் மிக அதிக அளவில் இருந்தது என்றும், இந்த அளவுக்கு செல்வத்தை நியாயமற்ற முறையில் எங்குமே குவித்துப் பார்த்ததில்லை' என்றும் இங்கிலாந்தில் இருந்துவந்த க்ளைவ் அதிர்ச்சியுடன் தெரிவித்திருந்தார்.

தனி நபர் வர்த்தகத்தில் பல கட்டுப்பாடுகளைக் கொண்டுவந்தார் க்ளைவ். லஞ்சம், விலை மதிப்பு மிகுந்த பரிசுகள் இவற்றைத் தடை செய்தார். அதிகாரிகளுக்குத் தரப்படும் குறைவான சம்பளத்தை அதிகரிப்பதும் அவசியம் என்பதை புரிந்துகொண்டார். ஒரு 'விசேஷ கம்பெனி' உருவாக்கப்பட்டது. அதன் லாபமானது கம்பெனியின் மூத்த அதிகாரிகளுக்கு அவர்களுடைய பணி அனுபவ மூப்புக்கு ஏற்ப பகிர்ந்துகொடுக்கப்பட்டது. க்ளைவுக்கு மிக அதிக பங்கு தரப்பட்டது. புகையிலை, வெற்றிலை, உப்பு ஆகிய வணிகத்தின் முழு லாபமும் ஏகபோகமாக எடுத்துக்கொள்ளப்பட்டது. மூன்று வருடங்களில் லண்டன் அந்த நிறுவனத்தை மூடுவதற்கு முன்பாக ஆறு மில்லியன் ரூபாய் லாபத்தை அடைந்திருந்தது. வங்காளிகளின் மாத சம்பளம் அப்போது வெறும் ஒன்று அல்லது இரண்டு ரூபாயாக இருந்தது. மீண்டும் இந்த லாபம் முழுவதும் வங்காளத்தில் இருந்து இங்கிலாந்துக்குச் சென்றது. 1767-ல் க்ளைவ் இறுதியாக இந்தியாவை விட்டுப் புறப்பட்டார். ஹாரி வெரல்ஸ்ட் அவருடைய இடத்துக்கு வந்தார். 1769-ல் ஜான் கார்டியர் அந்தப் பொறுப்புக்கு வந்தார். அந்த வருடமும் அதற்கு அடுத்த வருடமும் வங்காள வரலாற்றின் மிகவும் நெருக்கடியான காலகட்டமாக இருந்தன.

●

வங்காளத்தின் பெரும்பகுதியில் ஆண்டுக்கு மூன்று போகங்கள் அறுவடை நடக்கும். வசந்த காலத்தில் பருப்புவகைகளின் சிறிய அறுவடை இருக்கும். செப்டெம்பரில் ஒரு நெல் அறுவடை

இருக்கும். டிசம்பரில் மிகப் பெரியதொரு நெல் அறுவடை இருக்கும். இந்தியாவின் மிகவும் வளமான பகுதிகளில் வங்காளமும் ஒன்று. உலகம் முழுவதும் விரிவாகப் பயணம் செய்தவரான இத்தாலிய லுடோவிகோ டி வர்தெமா 16-ம் நூற்றாண்டில் எழுதியது: ‘இந்த நாடு அனைத்து வகை தானியங்களிலும் சர்க்கரை, இஞ்சியிலும் செழித்து நிற்கிறது. உலகிலேயே வாழ்வதற்கு மிகவும் சிறந்த இடம் இதுவே’.

ஆனால் 1768-ல் அறுவடை மோசமாகத்தான் இருந்தது. அதனால் உணவுப் பொருட்களின் விலை அதிகரித்தது. இந்த நிலைமை 1769 வரையிலும் நீடித்தது. அந்த ஆண்டும் மழை குறைவாகப் பெய்யவே வங்காளத்தில் விளைச்சல் மிக மிகக் குறைந்துபோனது. உணவுத் தட்டுப்பாடு மிக மிக அதிக அளவுக்கு ஏற்பட்டது. கம்பெனி பணியாளர்கள் உணவுப் பொருட்களை வெகுவாகப் பதுக்கி விலையைத் தாறுமாறாக ஏற்றினர்.

பிளாஸி யுத்தத்துக்கு 13 ஆண்டுகள் கழித்து வங்காளத்திலிருந்து பெருமளவிலான செல்வம் இங்கிலாந்துக்குச் சென்றது. இது உள்ளூர் பொருளாதாரத்தை வெகுவாக முடக்கியது. மேலும் நில வரியும் மிகவும் கறாராக அதிக அளவில் வசூலிக்கப்பட்டது. பொதுவாக அந்த வரியானது குத்தகைதாரர் அல்லது நில உடமையாளரால் பணமாகவோ தானியமாகவோ கொடுக்கப்படும். அது விளைச்சலில் மூன்றில் ஒரு பங்காக இருக்கும். நில உடமையாளர் நிலத்தில் குத்தகையாகப் பணிபுரிபவர்களுக்கு அருகிலேயே வசிப்பார் என்பதால் எவ்வளவு தரவேண்டும் என்பது பற்றிய தெளிவான அனுமானம் அவருக்கு இருக்கும். விளைச்சல் சரியாக இல்லையென்றால் நில உடமையாளர் நல்ல விளைச்சல் உள்ள ஆண்டில் வாங்கிக்கொள்வதைவிடக் குறைவாகவே பெற்றுக்கொள்வார்.

நில உடமையாளர் ஒருவகையில் வரி வசூலிப்பவர் போல்தான். சேகரித்த வரியில் பத்தில் ஒன்பது பங்கை அரசுக்குக் கொடுப்பார். ஒரு பங்கைத் தனது சேவைக்காக எடுத்துக்கொள்வார். கம்பெனி போதிய பணியாளர்கள் இல்லாத காரணத்தால், வரியை முறையாகக் கணிக்க முடியாமல் போய்விட்டது. விளைச்சல் இல்லாத காலத்திலும் மிக அதிகமாக வரியே விதிக்கப்பட்டது. கம்பெனிக்கு மிகுதியான வருவாய் வந்துகொண்டிருந்ததுவரை அது இப்படியான முறைகேடுகள் எதையும் கண்டுகொள்ளவே இல்லை.

1769-ல் முந்தைய ஆண்டுகளின் வறுமையினால் வங்காளத்தில் இருந்த மக்கள் இந்தியாவின் பிற பகுதிகளில் இருந்த உணவை

வாங்கப் போதிய பணம் இல்லாமல் தவித்தனர். கம்பெனி நினைத்திருந்தால் தானியத்தைப் பிற பகுதியில் இருந்து வாங்கி இதை சரி செய்திருக்கமுடியும். ஆனால், அவர்கள் செய்யவில்லை. வறுமை அதிகரிக்கத் தொடங்கியது. இந்தியாவில் உணவு இல்லாமல் போனதால் அல்ல; அதை வாங்கும் சக்தி வங்காளத்தினருக்கு அந்த வருடங்களில் இல்லாமல் போனதால் அது நடந்தது. கம்பெனி சொற்ப நிவாரணப் பணிகளை மேற்கொண்டது. ஆனால் நில வரி மற்றும் பிற வரிகளை கறாராக, கடுமையாக வசூலிப்பதை நிறுத்தவே இல்லை. வறுமை அதிகரிக்க அதிகரிக்க உயிர் இழப்பு தவிர்க்க முடியாததாக ஆனது.

கல்கத்தாவில் இருந்த கவர்னர் இவற்றையெல்லாம் கவனிக்கத் தவறிவிட்டார். வெரெல்ஸ்ட் 24 டிசம்பர் 1769-ல் பணி ஓய்வு பெற்றபோது லண்டனுக்கு, வரவிருக்கும் பஞ்சம் பற்றியோ கம்பெனியின் வருவாய் அதனால் குறையவிருப்பது பற்றியோ எந்தத் தகவலும் தெரிவித்திருக்கவில்லை. அதே நாளில் அவருக்கு அடுத்ததாக கவர்னர் பதவிக்கு வந்த கார்டியரும் 1770 ஜனவரி இறுதி வரையும் எதையும் சொல்லவில்லை. இருவருமே நில வரியை வசூலிப்பதிலேயே குறியாக இருந்தனர்.

'விரைவில் நிலைமை மோசமாகப் போகிறது. தாமதிக்கும் ஒவ்வொரு நாளும் பேரிழப்பையே ஏற்படுத்தும். பாட்னாவில் நடப்பதை வைத்துப் பார்க்கும்போது உள் நாட்டில் நிலைமை மேலும் மோசமாகவே இருக்கும் என்று தோன்றுகிறது. கடந்த பத்து நாட்களில் தெருக்களில் நாளொன்றுக்கு அறுபதுக்கு மேற்பட்டவர்கள் கொலைப் பட்டினியினால் இறந்துவிட்டிருக்கிறார்கள்' என்று பீஹாரின் அதிகாரியாக இருந்த அலெக்சாண்டர் எச்சரித்திருந்த போதிலும் வங்காள கவர்னர் எந்த நடவடிக்கையும் எடுக்கவில்லை.

பிப்ரவரியில் கார்டியர், 'வரி வசூலிப்பில் எந்த வீழ்ச்சியும் இல்லை' என்று குறிப்பிட்டிருக்கிறார். ஏப்ரல் மாதத்தில் அவருடைய அரசு வரியை பத்து சதவிகிதம் மேலும் அதிகரித்தது. மே மாதத்தில் ஏதோ பயங்கரமான இழப்பு நடந்துகொண்டிருக்கிறதுஎன்பது நிர்வாகத்துக்கு லேசாகப் புரிய ஆரம்பித்தது. 'உயிர் இழப்பும் பிச்சை எடுப்பும் அதிகரித்துவிட்டிருக்கிறது. செழிப்பான பகுதியாக இருந்த பர்னியாவில் மூன்றில் ஒரு பங்கினர் இறந்துவிட்டார்கள். பிற பகுதிகளிலும் நிலைமை இப்படியாகத்தான் இருக்கிறது' என்று ஒரு குறிப்பு தெரிவிக்கிறது.

கோடைக்காலம் முழுவதும் பஞ்சம் நீடித்தது. பர்னியாவின் நீதிபதியான மொஹம்மது ஆலா கான் கல்கத்தாவுக்கு அனுப்பிய கடிதத்தில் குறிப்பிட்டிருப்பது:

‘குறைந்தது முப்பது நாற்பது பேர் தினமும் இறக்கிறார்கள். பெரும்பாலானவர்கள் பட்டினியினால் இறக்கிறார்கள். விதை நெல்லை உணவாக விற்கும் நிலை ஏற்பட்டுவிட்டிருக்கிறது. கால்நடைகள், சட்டி சாமான்கள் எல்லாம் விற்கப்படுகின்றன. குழந்தைகளை விற்றாலும் வாங்க ஆளில்லை.’

வருவாய் கலெக்டர் ஜெசோர் எழுதியது:

‘பக்கத்துக் காடுகளில் இருந்து இலைகளைப் பறித்துக்கொண்டு வந்து கொடுத்து உணவு கேட்கிறார்கள். தமது மகன்கள், மகள்களை விலைக்குக் கொடுக்கிறார்கள். பல குத்தகைதாரர்கள் வயலை விட்டு ஓடிவிட்டார்கள்.’

தர்பாரின் பிரிட்டிஷ் பிரதிநிதி சொல்கிறார்:

‘கோரக் காட்சிகள் நீள்கின்றன. மனித குலத்தையே அதிர்ச்சியில் ஆழ்த்தும் இந்தக் கொடூரம் வார்த்தைகளில் விவரிக்க முடியாதது. இறந்தவர்களைத் தின்று வாழும் நிலைக்குப் போய்விட்டார்கள் சில இடங்களில். இந்தச் சில மாதங்களுக்குள் அந்தப் பகுதியில் இறந்தவர்களின் எண்ணிக்கை பதினாறில் ஆறு பேர் என்பதாக ஆகிவிட்டது.’

ஜூலை மத்தியில் ஒரு வழியாக மழை வந்தது. கவர்னருக்கும் கவுன்சிலுக்கும் அவர் எழுதியது:

‘முன்பு சொன்னவையெல்லாம் இப்போது நடந்திருக்கும் கஷ்டங்களோடு ஒப்பிடுகையில் ஒன்றுமே இல்லை. மூர்ஷிதாபாதில் மட்டுமே நாளொன்றுக்கு 500 பேர் இறந்திருப் பார்கள். கிராமங்களிலும் அக்கம் பக்கம் இருக்கும் இடங்களிலும் இறந்தவர்களின் எண்ணிக்கையை நம்பவே முடியவில்லை. புதிய அறுவடைக்கு யாரேனும் எஞ்சியிருந்தால் நிலைமை சற்று மேம்படக்கூடும். ஆனால் எனக்குத் தெரிந்து அதற்குள்ளேயே அனைவரும் இறந்துவிடுவார்கள் என்றே தோன்றுகிறது. என்னைச் சுற்றிலும் இறந்து விழுபவர்களைப் பார்க்கும்போது ஒரு மனிதனாக மிக மிக அதிகமாக வேதனைப்படுகிறேன். கம்பெனியின் பணியாளர் என்ற வகையில் அதன் வருவாய்க்கு ஏற்படும் பேரிழப்பு குறித்து எனக்கு நன்கு புரியவும் செய்கிறது.’

1770-ன் பிற்பாதியில் பெய்த மழை அபரிமிதமாக இருந்தது. பட்டினியைப் போக்கத் தின்னப்படாத விதைநெல்கள் வளமானவையாக இருந்தன. பயிர் செய்ய மனிதர்கள் எஞ்சியிருந்த பகுதிகளில் விளைச்சல் அபாரமாக இருந்தது. ஆனால், பலருக்கு அது காலம் தாழ்த்தி வந்த மழையே. 1772-ல் இறப்பு விகிதம் பற்றிக் கணக்கெடுக்க ஆங்கிலேய அதிகாரிகள் கம்பெனி பகுதிகளுக்குச் சென்றனர். மூன்று கோடி மக்களில் ஒரு கோடி பேர் இறந்திருந்ததாகத் தெரியவந்திருக்கிறது. மக்கள் இல்லாததால் வங்காளத்தின் பெரும்பாலான வளமான நிலப்பகுதி பல காலம் பயிர் செய்யப்படாமலேயே விடப்பட்டு புதராக, காடாக மண்டிப் போனது. கொள்ளையடித்தேயாக வேண்டியவர்களின் கூடாரமாகிப் போனது.

கம்பெனியினர் ஆட்சியாளர்களாக ஆகாமல் இருந்திருந்தால் வங்காளத்திலும் பிஹாரிலும் எவ்வளவு பேர் இறந்திருப்பார்கள் என்று கணிப்பது சிரமமே. நிச்சயம் குறைவாகவே இருந்திருக்கும் என்று சொல்லலாம். ஏனென்றால் வழி வழியாக அதற்கு முன்பெல்லாம் பஞ்சம் வந்தால் நில வரி போன்றவையெல்லாம் அதற்கு ஏற்றாற்போல் குறைத்துக்கொள்ளப்பட்டிருக்கும். நிச்சயம் அதிகரிக்கப்பட்டிருக்காது. அதோடு சேகரித்த பணமெல்லாம் வங்காளத்திலேயே இருந்திருக்கும். எனவே மக்களிடமும் அரச நிர்வாகத்தினரிடமும் பிற பகுதிகளில் இருந்து தானியங்களை வாங்க முடிந்திருக்கும். பிரிட்டிஷ் ஆட்சியின் முதல் 13 ஆண்டுகளில் பிரிட்டிஷாரால் செய்யப்பட்ட கெடுதலானது முந்தைய நூற்றாண்டுகளில் ஐரோப்பிய ஆக்கிரமிப்பாளர்கள் செய்த ஒட்டு மொத்த கொடுமைகளையும்விட மிக மிக அதிகம்.

பின்னாளில் 1793-ல் இந்தியாவின் கவர்னர் ஜெனரலாக ஆன ஜான் ஷோர் 1769-ல் இந்தியாவுக்கு வந்தார். முர்ஷிதாபாத்துக்கு அடுத்த வருடம் அனுப்பப்பட்டார். கிட்டத்தட்ட 40 ஆண்டுகளுக்குப் பின் இதை எழுதும்போதும் அந்தப் பஞ்சம் பற்றிய நினைவுகள் அவர் மனதில் அழுந்தப் பதிந்திருந்தன.

> சூம்பிய கால்களும் இடுங்கிய கண்களும் உயிரற்ற சாயலும்... என் நினைவில் இன்றும் அந்தக் காட்சி தெரிகிறது; தாயின் கேவலும் குழந்தையின் முனகலும் விரக்தியின் அழுகையும் இப்போதும் கேட்கின்றன. இறந்தவர்களின் உடல்களும் இறந்துகொண்டிருப்பவர்களின் உடல்களும் தெருக்களில் கலந்து கிடக்கின்றது; நண்பகலில் நரியும் கழுகும் நாயும் கத்தி ஊளையிட்டு எந்த எதிர்ப்பும் இல்லாமல் இரையைப் பாய்ந்து

தின்கின்றன. கோரத்தின் வன்காட்சிகள் எந்த எழுதுகோலாலும் எழுதிவிடமுடியாதது; காலத்தின் காகிதம் எவ்வளவு புரண்டாலும் மறையாத காட்சிகள் இவை.

•

இங்கிலாந்தில் இருந்த மேட்டுக்குடிக் குடும்பங்களிடையே கம்பெனி பணியாளர்கள் சேர்த்திருக்கும் செல்வத்தைப் பார்த்து பொறாமையும் எச்சரிக்கை உணர்வும் ஏற்பட்டது. கம்பெனிக்கோ அதன் பங்குதாரர்களுக்கோ எந்தவித நன்மையும் அந்தச் செல்வம் தந்திருக்கவில்லை. இந்தியாவில் இருந்த இங்கிலாந்தின் படைகளுக்கும் வீரர்களின் சாகசங்களுக்கும் கம்பெனியே பணம் கொடுத்தது. வங்காளத்தை வென்றதால் பெருகியிருக்கவேண்டிய கம்பெனியின் வருவாய் உண்மையில் அப்படி ஒன்றும் அதிகரித்திருக்கவே இல்லை. வருவாயின் பெரும்பகுதியானது நிர்வாகம் மற்றும் போர்களுக்கான செலவுகளுக்கே போய்விட்டது.

கூடுதல் இடங்களைக் கட்டுக்குள் கொண்டுவரவேண்டும் என்று இந்தியாவில் இருந்த கம்பெனியின் பணியாளர்கள் கம்பெனியின் ராணுவ பலத்தைப் பெருக்கிக் கொண்டே போனார்கள். அந்த நூற்றாண்டின் தொடக்கத்தில் ஆயிரம் அல்லது அதைவிடக் கொஞ்சம் அதிகமான வீரர்கள் மட்டுமே இருந்தனர். 1794 வாக்கில் 13,000 ஐரோப்பியர்கள், 57,000 இந்திய வீரர்களும் கொண்டதாக வளர்ந்திருந்தது. கம்பெனியின் பணியாளர்கள் மிகுதியான செல்வத்தைச் சேர்த்தாகவேண்டும் என்ற எண்ணத்தில் இருந்தனர். எனவே இந்தியாவில் கம்பெனி கட்டுப்படுத்த முடியாத அளவுக்குப் போய்விட்டது.

1767-ல் கிழக்கிந்திய கம்பெனியால் அரசுக்குத் தரவேண்டிய வருடாந்தரக் கட்டணமான 4,00,000 பவுண்ட்களைத் தரமுடியாத நிலை ஏற்பட்டது. கம்பெனிப் பணியாளர்களின் செயல் பாடுகளைக் கட்டுப்படுத்த சில சீர்திருத்தங்களை நாடாளுமன்றம் முன்வைத்தது. நிர்வாகம் சற்று மேம்பட்டது. ஆனால் 1773-ல் அரசிடமிருந்து 15,00,000 பவுண்ட் பணத்தைக் கடனாகப் பெற்றது. பல போர்களில் கம்பெனி சிக்கிக்கொண்டது. மத்திய இந்தியாவில் மராத்தாக்களுக்கு எதிராகப் போராடவேண்டிவந்தது. இந்திய ஆட்சியாளர்களிடமிருந்து மிக அதிக செல்வத்தைச் சுரண்டியாக வேண்டியிருந்தது. இதன் காரணமாக கம்பெனியின் கவர்னர் ஜெனரல் மீது நம்பிக்கை இல்லாத் தீர்மானம் கொண்டுவர வேண்டிவந்ததது. 1784-ல் கம்பெனியின் முழு கட்டுப்பாடும்

இங்கிலாந்து அரசிடம் சென்றது. ஏகாதிபத்திய இலக்குகளினால் கம்பெனியானது பிரிட்டிஷ் அரசின் பிரதிநிதியாக நேர்ந்தது. கம்பெனி இனிமேல் வர்த்தக நிறுவனம் அல்ல; இந்தியாவின் ஆட்சியாளர். லாபகரமான வணிகமும் சாம்ராஜ்ஜிய விரிவாக்கமும் கை கோர்த்துச் செல்ல முடியாது என்பது நிரூபணமானது.

●

உதவிய நூல்கள்

Barlow, Edward, *Barlow's Journal*, Basil Lubbock (transcribed by), London: Hurst and Blackett, 1934.

Bence-Jones, Mark, *Clive of India*, London: Constable and Robinson, 1974.

Biddulph, John, *The Pirates of Malabar*, London: Smith, Elder and Company, 1907.

Bredsdorff, Asta, *The Trials and Travels of Willem Leyel: An Account of the Danish East India Company in Tranquebar, 1639–48*, Copenhagen: Museum Tusculanum Press, University of Copenhagen, 2009.

Boxer, Charles Ralph, *Two Pioneers of Tropical Medicine*, London: Wellcome Historical Medical Library, 1963.

Boxer, Charles Ralph, *The Portuguese Seaborne Empire*, Manchester: Carcanet Press, 1991.

Bruce, John, *Annals of the Honourable East-India Company*, London: Black, Parry, and Kingsbury, 1810.

Chaudhuri, Kirti Narayan, *Asia before Europe*, Cambridge: Cambridge University Press, 1990.

Churchill, Awnsham and John Churchill, *A Collection of Voyages and Travels*, London: Bookseller, 1704–32.

Commissariat, M.S., *Mandelslo's Travels in Western India*, London and Bombay: Oxford University Press, 1931.

____, *History of Gujarat*, Vol III, Ahmedabad: Gujarat Vidya Sabha, 1980.

Gerson da Cunha, J., *The Origin of Bombay*, New Delhi: Asian Educational Services, 1993.

R. de Souza, Teotonio, (ed.), *Essays in Goan History*, New Delhi: Concept, 2002.

Dodwell, Henry, *Dupleix and Clive: The Beginning of Empire*, London: Methuen Books, 1920.

Downing, Clement, *A History of the Indian Wars*, Oxford: Oxford University Press, 1924.

Dutt, Ramesh C., *The Economic History of India*, London: Routledge and Kegan Paul, 1906.

Eraly, Abraham, *The Mughal World: India's Tainted Paradise*, London: Weidenfeld and Nicolson, 2007.

Foster, William, *The English Factories in India*, Oxford: Clarendon Press, 1908–55.

Gokhale, Balkrishna Govind, *Surat in the Seventeenth Century*, London/ Malmo: Curzon Press, 1979.

Grose, John Henry, *A Voyage to the East Indies*, London: (printed for) S. Hooper, and A. Morley, 1757.

Hourani, George Fadlo, *Arab Seafaring in the Indian Ocean in Ancient and Early Medieval Times*, Princeton: Princeton University Press, 1995.

Hunter, William W., *The Annals of Rural Bengal*, London: Smith, Elder and Company, 1868.

Jayne, K.G., *Vasco da Gama and His Successors*, London: Methuen Books, 1910.

Krishna, Bal, *Commercial Relations between India and England, 1601 to 1757*, London: Routledge, 1924.

Lawford, James P., *Britain's Army in India*, London: Allen and Unwin, 1978.

Lach, Donald F., and van Kley, Edwin J., *Asia in the Making of Europe*, Vol III, Chicago: University of Chicago, 1993.

Lockyer, Charles, *An Account of the Trade in India*, London: General Books LLC, 1711.

Mainwaring, Arthur Edward, *Crown and Company*, London: Arthur L. Humphreys, 1911.

Malgonkar, Mahohar, *Kanhoji Angrey Maratha Admiral*, London: Asia Publishing House, 1959.

Marshall, P.J., *East Indian Fortunes: The British in Bengal in the Eighteenth Century*, Oxford: Oxford University Press, 1976.

Miller, James Innes, *The Spice Trade of the Roman Empire*, Oxford: Clarendon Press, 1969.

Nairne, Alexander Kyd, *History of the Konkan*, Bombay: Government Central Press, 1894.

Nambiar, O.K., *The Kunjalis*, Bombay: Asia Publishing House, 1963.

Oaten, Edward Farley, *European Travellers in India*, London: Kegan Paul, Trench, Trubner and Company, 1909.

Pagadi, Setu Madhavrao, *Chhatrapati Shivaji*, Poona: Continental Prakashan, 2004.

Pinkerton, John, *A General Collection of the Best and Most Interesting Voyages and Travels*, London: Longman, Hurst, Rees, Orme and Brown, 1808–14.

Poddar, Prem, Rajeev S., Patke, and Lars Jensen, (eds), *A Historical Companion to Postcolonial Literature: Continental Europe and its Empires*, Edinburgh: Edinburg University, 2008.

Poonen, T.I., *Dutch Hegemony in Malabar*, Trivandrum: University of Kerala, 1978.

Priolkar, Anant Karba, *The Goa Inquisition*, New Delhi: A.K. Priolkar, 1991.

Rasmussen, Peter Ravn, *Tranquebar: The Danish East India Company 1616–1669*, available at http://scholiast.org/history/tra-narr.html (last accessed on 10 August 2016).

Rawlinson, H.G., *British Beginnings in Western India*, Oxford: Clarendon Press, 1920.

Subrahmanyam, Sanjay, *The Career and Legend of Vasco da Gama*, Cambridge: Cambridge University Press, 1997.

Markus Vink, 'The World's Oldest Trade: Dutch Slavery and Slave Trade in the Indian Ocean in the Seventeenth Century', *Journal of World History*, Vol. 14, No. 2, Hawaii: University of Hawaii Press, 2003.

Welsh, James, *Military Reminiscences*, London: Smith, Elder & Co., 1830.

Whiteway, R.S., *The Rise of Portuguese Power in India 1497–1550*, Westminster: Archibald Constable, 1899.

Goverment Publications, etc.

Gazetteer of the Bombay Presidency, Bombay: Central Government Press, 1880.

Imperial Gazetteers of India, Oxford: Clarendon Press, 1908.

Oxford Dictionary of National Biography, Oxford: Oxford University Press, 2004–05.

Parliamentary Papers: Report of the Indian Famine Commission, Part III, Famine Histories, 18, India, Famine Inquiry Commission, London: Printed for His/Her Majesty's Stationery Office, Darling and Son, 1901.

Hakluyt Society Publications

Burnell, A.C., and P.A. Tiele, (eds), *The Voyage of J. H. van Linschoten to the East Indies*, London: Hakluyt Society, 1885.

Major, R.H. (ed.), *India in the Fifteenth Century: Being a Collection of Narratives of Voyages to India*, London: Hakluyt Society, 1857.

Ravanstein, E.G. (ed.), *A Journal* [by an unknown writer] *of the First Voyage of Vasco da Gama, 1497-1499*, London: Hakluyt Society, 1898.

Stanley, H.E.J. (ed.), *The Three Voyages of Vasco da Gama and his Viceroyalty*, London: Hakluyt Society, 1869.

Gray, Albert and Harry Charles Purvis, Bell (eds), *The Voyage of François Pyrard of Laval to the East Indies, the Maldives, the Moluccas, and Brazil*, London: Hakluyt Society, 1887.

Huntingford, G.W.B. (ed.), *The Periplus of the Erythraean Sea*, London: Hakluyt Society, 1980.

Temple, Sir Richard Carnac (ed.), *The Travels of Peter Mundy in Europe and Asia, 1608–1667*, Cambridge: Hakluyt Society, 1907.

Fryer, John, (Crooke William, ed.), *A New Account of East India and Persia, Being Nine Years' Travels, 1672–1681, by John Fryer*, London: Hakluyt Society, 1909–15.

Foster, Sir William (ed.), *The Voyages of Sir James Lancaster to Brazil and the East Indies, 1591–1603*, London: Hakluyt Society, 1940.

தே : ஒரு இலையின் வரலாறு

ராய் மாக்ஸம்

தமிழில்: சிறில் அலெக்ஸ்

தேநீர் மீது பிரிட்டன் கொண்டிருந்த வேட்கை எவ்வாறு மெல்ல மெல்ல வளர்ந்து அதனை ஒரு பேரரசாக மாற்றியது என்பதையும் அந்த மாற்றம் உலகம் முழுக்க எத்தகைய அதிர்வலைகளை ஏற்படுத்தியது என்பதையும் ஆராயும் முக்கியமான நூல் இது.

நீங்கள் விரும்பும் புத்தகம் உங்கள்
வீடு தேடி வர அழையுங்கள்

Dial for Books

94459 01234

9445 97 97 97

WhatsApp No

95000 45609

www.dialforbooks.in